ವಿಶ್ವಕಥಾಕೋಶ
ಸಂಪುಟ - ೧೯

ಪ್ರಧಾನ ಸಂಪಾದಕ
ನಿರಂಜನ

ಇಬ್ಬರು ಗೆಳೆಯರು

ಸ್ಪೇನ್ - ಪೋರ್ತುಗಲ್ ಕಥೆಗಳು

ಅನುವಾದ
ಕೆ. ವಿ. ನಾರಾಯಣ

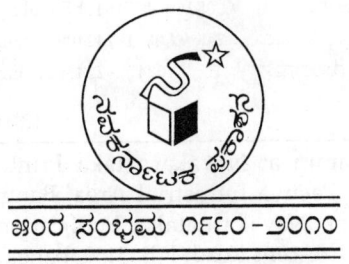

೫೦ರ ಸಂಭ್ರಮ ೧೯೬೦-೨೦೧೦

IBBARU GELEYARU (Kannada)
An anthology of short stories from Spain and Portugal, being the nineteenth volume of Vishwa Kathaa Kosha, a treasury of world's great short stories in 25 volumes in Kannada. Translated by K. V. Narayana. Editor-in-Chief : Niranjana Editors : S. R. Bhat, C. R. Krishna Rao, C. Sitaram. Secretary : R. S. Rajaram.

Third Print : 2012 **Pages : 144** **Price : ₹ 75**

Paper used for this book : 70 gsm Maplitho 18.6 Kgs (1/8 Demy Size)

ಮೊದಲನೇ ಮುದ್ರಣ : 1982
ಎರಡನೇ ಮುದ್ರಣ : 2011
ಮೂರನೇ ಮುದ್ರಣ : 2012

ಪ್ರತಿಗಳ ಸಂಖ್ಯೆ : 1000

ಪ್ರಧಾನ ಸಂಪಾದಕ : ನಿರಂಜನ
ಸಂಪಾದಕರು : ಎಸ್. ಆರ್. ಭಟ್, ಸಿ. ಆರ್. ಕೃಷ್ಣರಾವ್, ಸಿ. ಸೀತಾರಾಮ್
ಕಾರ್ಯದರ್ಶಿ : ಆರ್. ಎಸ್. ರಾಜಾರಾಮ್
ಕಲಾ ಸಲಹೆಗಾರರು : ಎಸ್. ರಮೇಶ್, ಕಮಲೇಶ್, ಅಮಿತ್

ಕೃತಿಸ್ವಾಮ್ಯ : ಆಯಾ ಕಥೆಗಳ ಲೇಖಕರದ್ದು / ಲೇಖಕರ ವಾರಸುದಾರರದ್ದು

ಬೆಲೆ : ₹ 75
(25 ಸಂಪುಟಗಳ ಪೂರ್ತಿ ಸೆಟ್‌ನ ವಿಶೇಷ ಬೆಲೆ ₹ 1750 ಮಾತ್ರ)

ಮುಖಚಿತ್ರ : ರಾಮಮೂರ್ತಿ

ಪ್ರಕಾಶಕರು
ನವಕರ್ನಾಟಕ ಪಬ್ಲಿಕೇಷನ್ಸ್ ಪ್ರೈವೆಟ್ ಲಿಮಿಟೆಡ್
ಎಂಬೆಸಿ ಸೆಂಟರ್, ಕ್ರೆಸೆಂಟ್ ರಸ್ತೆ, ಬೆಂಗಳೂರು - 560 001
ದೂರವಾಣಿ: 080-30578020/22 ಫ್ಯಾಕ್ಸ್ : 080-30578023
Email : navakarnataka@gmail.com

ಶಾಖೆಗಳು/ಮಳಿಗೆಗಳು
ನವಕರ್ನಾಟಕ, ಕ್ರೆಸೆಂಟ್ ರಸ್ತೆ, ಬೆಂಗಳೂರು - 1, ✆ 080-30578028/35, Email : nkpsales@gmail.com
ನವಕರ್ನಾಟಕ, ಗಾಂಧಿನಗರ, ಬೆಂಗಳೂರು - 9, ✆ 080-22251382, Email : nkpgnr@gmail.com
ನವಕರ್ನಾಟಕ, ಕೆ.ಎಸ್.ರಾವ್ ರಸ್ತೆ, ಮಂಗಳೂರು - 1, ✆ 0824-2441016, Email : nkpmng@gmail.com
ನವಕರ್ನಾಟಕ, ಬಲ್ಮಠ, ಮಂಗಳೂರು - 1, ✆ 0824-2425161, Email : nkpbalmatta@gmail.com
ನವಕರ್ನಾಟಕ, ರಾಮಸ್ವಾಮಿ ವೃತ್ತ, ಮೈಸೂರು - 24, ✆ 0821-2424094, Email : nkpmys@yahoo.co.in
ನವಕರ್ನಾಟಕ, ಸ್ಟೇಷನ್ ರಸ್ತೆ, ಗುಲಬರ್ಗಾ - 2, ✆ 08472-224302, Email : nkpglb@gmail.com

0305123431 **ISBN 978-81-8467-218-3**

Printed by R. S. Rajaram at Navakarnataka Printers, No. 167 & 168 10th Main, III Phase, Peenya Industrial Area, Bangalore - 560 058 and published by him for Navakarnataka Publications Private Limited 101, Embassy Centre, Crescent Road, P B 5159, Bangalore - 560 001 (INDIA)

ವಿಶೇಷ ಕೃತಜ್ಞತೆ

ಈ ಸಂಪುಟದ ಕಥೆಗಳ ಆಯ್ಕೆಗಾಗಿ ಆಕರ ಸಾಮಗ್ರಿ ದೊರಕಿಸುವ ಕಾರ್ಯದಲ್ಲಿ ನೆರವು ನೀಡಿದ

— ಶ್ರೀ ಅಡ್ಡೂರು ಶಿವಶಂಕರರಾವ್, ಗುರುಪುರ

— ಶ್ರೀ ಶಾ. ಬಾಲುರಾವ್, ಕೇಂದ್ರ ಸಾಹಿತ್ಯ ಅಕಾದೆಮಿ, ನವದೆಹಲಿ

— ಇಂಡಿಯನ್ ಇನ್‌ಸ್ಟಿಟ್ಯೂಟ್ ಆಫ್ ವರ್ಲ್ಡ್ ಕಲ್ಚರ್, ಬೆಂಗಳೂರು

ಅಂಕಿತನಾಮಗಳ ಸರಿಯಾದ ಉಚ್ಚಾರ ತಿಳಿಯಲು ಸಹಾಯ ಮಾಡಿದ.

— ಶ್ರೀ ರಾಘವೇಂದ್ರ ಇಟಗಿ, ಪಣಜಿ

ಸಂಪುಟದ ಮೂಲ ಆಂಗ್ಲರೂಪದ ಬೆರಳಚ್ಚು ಪ್ರತಿಗಳ ತಯಾರಿಕೆ ಮತ್ತಿತರ ಸಂಪಾದಕೀಯ ನೆರವಿಗಾಗಿ

— ಕುಮಾರಿ ಸೀಮಂತಿನೀ ನಿರಂಜನ

ಇವರೆಲ್ಲರಿಗೆ ನಾವು ವಿಶೇಷವಾಗಿ ಕೃತಜ್ಞರು.

ವಿಶ್ವಕಥಾಕೋಶ

೨೫ ಸಂಪುಟಗಳು – ಪ್ರಧಾನ ಸಂಪಾದಕರು : ನಿರಂಜನ

ಧರಣಿಮಂಡಲ ಮಧ್ಯದೊಳಗೆ : 22 ಕನ್ನಡ ಕಥೆಗಳು
ಆಫ್ರಿಕದ ಹಾಡು : ಆಫ್ರಿಕ ಖಂಡದ ಕಥೆಗಳು – ಅನು : ಸಿ. ಸೀತಾರಾಮ್
ಕಾಡಿನಲ್ಲಿ ಬೆಳದಿಂಗಳು : ವಿಯೆಟ್ನಾಮ್ ಕಥೆಗಳು – ಅನು : ಸಿ.ಪಿ. ರವಿಕುಮಾರ್
ಚೆಲುವು : ಮಂಗೋಲಿಯ, ಚೀನ, ಜಪಾನ್, ಕೊರಿಯ ಕಥೆಗಳು – ಅನು : ಜಿ.ಎಸ್. ಸದಾಶಿವ
ಸುಭಾಷಿಣಿ : ಭಾರತ, ನೆರೆಹೊರೆ ಕಥೆಗಳು – ಅನು : 23 ಅನುವಾದಕರು
ವಿಚಿತ್ರ ಕಕ್ಷಿದಾರ : ಇಂಗ್ಲೆಂಡ್ ಕಥೆಗಳು – ಅನು : ಎನ್.ಎಸ್. ರಾಮಚಂದ್ರಯ್ಯ, ಎಸ್.ಆರ್. ಭಟ್
ಮಂಜುಹೂವಿನ ಮದುವಣಿಗ : ಹಂಗೆರಿ, ರುಮಾನಿಯ ಕಥೆಗಳು –
ಅನು : ಕೆ.ಎಸ್. ನಾರಾಯಣಸ್ವಾಮಿ
ಬೂದುಬಣ್ಣದ ಕಾಂಗರೂ : ಆಸ್ಟ್ರೇಲಿಯ, ನ್ಯೂಝಿಲೆಂಡ್ ಕಥೆಗಳು –
ಅನು : ಪಾ. ಸಂಜೀವ ಬೋಳಾರ
ಹೆಜ್ಜೆಗುರುತು : ರಷ್ಯ, ನೆರೆಹೊರೆ ಕಥೆಗಳು – ಅನು : ಕೆ.ಎಸ್. ನಿಸಾರ್ ಅಹಮದ್
ಅರಬಿ : ಐರ್‌ಲೆಂಡ್, ವೇಲ್ಸ್, ಸ್ಕಾಟ್‌ಲೆಂಡ್ ಕಥೆಗಳು – ಅನು : ಶಾ. ಬಾಲು ರಾವ್
ನೆತ್ತರು ದೆವ್ವ: ಚೆಕೊಸ್ಲೊವಾಕಿಯ, ಪೋಲೆಂಡ್ ಕಥೆಗಳು – ಅನು : ಎಚ್.ಕೆ. ರಾಮಚಂದ್ರಮೂರ್ತಿ
ಬಾವಿಕಟ್ಟೆಯ ಬಳಿ : ಯುಗೊಸ್ಲಾವಿಯ, ಆಲ್ಬೇನಿಯ, ಬಲ್ಗೇರಿಯ ಕಥೆಗಳು –
ಅನು : ಚಿ. ಶ್ರೀನಿವಾಸರಾಜು
ಅದೃಷ್ಟ : ಅಮೆರಿಕ, ಕೆನಡ, ಮೆಕ್ಸಿಕೊ ಕಥೆಗಳು – ಅನು : ವೀಣಾ ಶಾಂತೇಶ್ವರ
ಸಜ್ಜನನ ಸಾವು : ಐಸ್‌ಲೆಂಡ್, ಡೆನ್‌ಮಾರ್ಕ್, ನಾರ್ವೆ, ಸ್ವೀಡನ್, ಫಿನ್‌ಲೆಂಡ್ ಕಥೆಗಳು –
ಅನು : ಕ.ನಂ. ನಾಗರಾಜು
ಡೇಗೆ ಹಕ್ಕಿ : ಇಟಲಿ, ಆಸ್ಟ್ರಿಯ ಕಥೆಗಳು – ಅನು : ಎಸ್. ಅನಂತನಾರಾಯಣ
ಅವಸಾನ : ಗ್ರೀಸ್, ಸೈಪ್ರಸ್, ಟರ್ಕಿ ಕಥೆಗಳು – ಅನು : ಎ. ಈಶ್ವರಯ್ಯ
ತಾತನ ಹುಟ್ಟುಹಬ್ಬ : ಹಾಲೆಂಡ್, ಬೆಲ್ಜಿಯಮ್, ಸ್ವಿಟ್ಜರ್‌ಲೆಂಡ್ ಕಥೆಗಳು –
ಅನು : ಸಿ.ಎಚ್. ಪ್ರಹ್ಲಾದ್‌ರಾವ್
ಬಾಲ ಮೇಧಾವಿ : ಜರ್ಮನಿ ಕಥೆಗಳು – ಅನು : ಎಚ್.ಎಸ್. ರಾಘವೇಂದ್ರರಾವ್
ಇಬ್ಬರು ಗೆಳೆಯರು : ಸ್ಪೇನ್, ಪೋರ್ಚುಗಲ್ ಕಥೆಗಳು – ಅನು : ಕೆ.ವಿ. ನಾರಾಯಣ
ಅಬಿಂದಾ – ಸಯಿದ್ : ಇಂಡೊನೇಷ್ಯ, ಫಿಲಿಪ್ಪೀನ್ಸ್, ಮಲಯ, ಸಿಂಗಾಪುರ,
ಥಾಯ್‌ಲೆಂಡ್ ಕಥೆಗಳು – ಅನು : ಎಸ್ಸಾರ್ಕೆ
ನಿಗೂಢ ಸೌಧ : ಫ್ರಾನ್ಸ್ ಕಥೆಗಳು – ಅನು : ಬಸವರಾಜ ನಾಯ್ಕರ
ಬೆಳಗಾಗುವ ಮುನ್ನ : ಕ್ಯೂಬಾ, ಜಮೇಯಿಕ ಕಥೆಗಳು – ಅನು : ಶ್ರೀಕಾಂತ
ಮರಳುಗಾಡಿನ ಮದುವೆ : ಪಶ್ಚಿಮ ಏಷ್ಯ ಕಥೆಗಳು – ಅನು : ವಾಸುದೇವ
ಕಿವುಡು ವನದೇವತೆ : ದಕ್ಷಿಣ ಅಮೆರಿಕ ಕಥೆಗಳು – ಅನು : ಈಶ್ವರಚಂದ್ರ
ಸಾವಿಲ್ಲದವರು : ಪಂಚ ಮಹಾಕಾವ್ಯಗಳಿಂದ ಆಯ್ದ ಕಥೆಗಳು –
ನಿರೂಪಣೆ : ಸಿ.ಕೆ. ನಾಗರಾಜ ರಾವ್

ಅರ್ಪಣೆ

ನಿರಂಜನ
(1924–1991)

ಇವರ ನೆನಪಿಗೆ

ಪರಿವಿಡಿ

ಪ್ರಕಾಶಕರ ನುಡಿ

ಕನ್ನಡ ನಾಡು ನುಡಿಗಳಿಗೆ ನಮ್ಮ ಹೆಮ್ಮೆಯ ಕೊಡುಗೆ ವಿಶ್ವಕಥಾಕೋಶ. ಶ್ರೀ ನಿರಂಜನರ ಪ್ರಧಾನ ಸಂಪಾದಕತ್ವದಲ್ಲಿ ಹೊರ ಬರುತ್ತಿರುವ ಈ ಬೃಹತ್ ಸಂಕಲನ ಜಗತ್ತಿನ ಸಾರಸ್ವತ ಭಂಡಾರದ ಒಂದು ಭಾಗವನ್ನು ಕನ್ನಡ ಓದುಗರ ಮುಂದೆ ತಂದಿಡುತ್ತದೆ. ಇದು ಕನ್ನಡದ ಇತ್ತೀಚಿನ ಮಹತ್ವದ ಪ್ರಕಟನೆಗಳಲ್ಲೊಂದೆಂದು ಸಹೃದಯರಾದ ಕನ್ನಡ ಓದುಗರೂ ವಿಮರ್ಶಕರೂ ಈಗಾಗಲೇ ಹೇಳಿರುವುದು ನಮಗೊಂದು ಸಂತಸದ ವಿಷಯ.

ವಿಶ್ವಕಥಾಕೋಶದ 25 ಸಂಪುಟಗಳನ್ನು 1980ರ ಯುಗಾದಿಯಿಂದ ಮೊದಲ್ಗೊಂಡು ಒಟ್ಟು ಆರು ಕಂತುಗಳಲ್ಲಿ ಪ್ರಕಟಿಸಲಾಗುವುದೆಂದು ನಾವು ಹಿಂದೆ ಹೇಳಿದ್ದೆವು. ಅದರಂತೆ ಕಳೆದ ಎರಡು ವರ್ಷಗಳಲ್ಲಿ 16 ಸಂಪುಟಗಳನ್ನು ನಾವು ಬಿಡುಗಡೆ ಮಾಡಿದ್ದೇವೆ.

ಈಗ ಮತ್ತೆ ನಾಲ್ಕು ಸಂಪುಟಗಳನ್ನು ಓದುಗರ ಕೈಗಿಡಲು ನಮಗೆ ಹರ್ಷವೆನಿಸುತ್ತದೆ. ಇವು ಈ ವರ್ಷದ – 1982ರ – ಯುಗಾದಿಯ ಕಾಣಿಕೆ.

ಈ ನಾಲ್ಕರಲ್ಲೊಂದು 'ಇಬ್ಬರು ಗೆಳೆಯರು.' ಇದರಲ್ಲಿ ಸ್ಪೇನ್ ಮತ್ತು ಪೋರ್ತುಗಲ್‌ಗಳ ಕಥಾ ಸಾಹಿತ್ಯದಿಂದ ಆಯ್ದ ಹೃದಯಂಗಮವಾದ ಹತ್ತು ಕಥೆಗಳಿವೆ. ಇದು ಕಥಾಕೋಶದ ಹತ್ತೊಂಭತ್ತನೆಯ ಸಂಪುಟ. ಈ ಸಂಪುಟವನ್ನು ಕನ್ನಡಕ್ಕೆ ಅನುವಾದಿಸಿದವರು ಶ್ರೀ ಕೆ. ವಿ. ನಾರಾಯಣ ಅವರು.

ಈ ಸಂಪುಟಕ್ಕೆ ಸೊಗಸಾದ ಮುಖಚಿತ್ರವನ್ನು ಬರೆದು ಕೊಟ್ಟವರು ಖ್ಯಾತ ವ್ಯಂಗ್ಯಚಿತ್ರಕಾರ ಶ್ರೀ ಆರ್. ರಾಮಮೂರ್ತಿ. ಹಿಮ್ಮೈವಿನ್ಯಾಸ ಶ್ರೀ ಕಮಲೇಶ್ ಅವರದು. ಇದನ್ನು ಉತ್ತಮವಾಗಿ ಮುದ್ರಿಸಿದ ಶ್ರೇಯಸ್ಸು ಜನಶಕ್ತಿ ಮುದ್ರಣಾಲಯದ ನಮ್ಮ ಬಂಧುಗಳಿಗೆ ಸಲ್ಲಬೇಕು. ಇದರ ರಕ್ಷಾಕವಚದ ಮುದ್ರಣ ಕಾರ್ಯವನ್ನು ನಿರ್ವಹಿಸಿದವರು ಶಿವಕಾಶಿಯ ಜೇಯೆಮ್ ಆಫ್‌ಸೆಟ್ ಪ್ರಿಂಟರ್ಸ್ ಅವರು. ಇವರಿಗೆಲ್ಲ ಈ ಸಂದರ್ಭದಲ್ಲಿ ನಮ್ಮ ಹೃತ್ಪೂರ್ವಕ ಕೃತಜ್ಞತೆಗಳು ಸಲ್ಲುತ್ತವೆ.

ಇವರಲ್ಲದೆ ಈ ಸಂಪುಟವನ್ನು ಹೊರತರಲು ಇನ್ನೂ ಅನೇಕ ಮಂದಿ ಮಿತ್ರರು ನಮಗೆ ನೆರವಾಗಿದ್ದಾರೆ. ಸಂಪುಟದ ಕೊನೆಯಲ್ಲಿ

ಅವರಿಗೆ ನಮ್ಮ ವಿಶೇಷ ಕೃತಜ್ಞತೆಗಳನ್ನು ಸಮರ್ಪಿಸಲಾಗಿದೆ.

ಈ ಸಂಪುಟದಲ್ಲಿ ಬಳಸಲಾದ, ಕೃತಿಸ್ವಾಮ್ಯವನ್ನು ಹೊಂದಿರುವ ಎಲ್ಲ ಕಥೆಗಳ ಕರ್ತೃಗಳಿಂದ ಅಥವಾ ಅವರ ವಾರಸುದಾರರಿಂದ ಅವುಗಳ ಪ್ರಕಟನೆಗೆ ಅನುಮತಿ ಪಡೆಯಲು ನಾವು ಆದಷ್ಟು ಪ್ರಯತ್ನಿಸಿದ್ದೇವೆ. ಅವರೆಲ್ಲರಿಗೂ ನಾವು ಋಣಿಗಳು. ಆದರೆ ಒಂದು ವೇಳೆ ಯಾರದಾದರೂ ಅನುಮತಿ ಬಿಟ್ಟು ಹೋಗಿದ್ದರೆ. ಈ ಯೋಜನೆಯ ಮಹತ್ವವನ್ನು ಮನಗಂಡು ಅವರು ನಮ್ಮನ್ನು ಕ್ಷಮಿಸುವರೆಂದು ನಂಬಿದ್ದೇವೆ.

ಈ ಸಲದ ಬಿಡುಗಡೆಯ ನಾಲ್ಕು ಸಂಪುಟಗಳೂ ಸೇರಿ ಕಥಾ ಕೋಶದ 20 ಸಂಪುಟಗಳನ್ನು ವಾಚಕವೃಂದದ ಕೈಗಿತ್ತಂತಾಯಿತು. ಇನ್ನು ಉಳಿದಿರುವುದು ಐದು ಸಂಪುಟಗಳು ಮಾತ್ರ. ಅವುಗಳನ್ನು ಮುಂದಿನ ದೀಪಾವಳಿಯಂದು ಪ್ರಕಟಿಸಲಾಗುವುದು.

ಬೆಲೆ ಏರಿಕೆಯ ಇಂದಿನ ದಿನಗಳಲ್ಲಿ ವಿಶ್ವಕಥಾಕೋಶದಂಥ ಬೃಹತ್ ಯೋಜನೆಯ ಪ್ರಕಟನೆ ಬಹಳ ಕಷ್ಟಸಾಧ್ಯವಾದ ಕಾರ್ಯ. ಆದರೂ ಓದುಗರ ಹಿತವನ್ನು ಗಮನದಲ್ಲಿರಿಸಿಕೊಂಡು ಕಥಾ ಕೋಶದ ಬೆಲೆಯನ್ನು ನಾವು ಹೆಚ್ಚಿಸಿಲ್ಲ. ಬಿಡಿ ಸಂಪುಟಗಳ ಬೆಲೆ ಹಿಂದಿನಂತೆಯೇ ರೂ. 10–00. 25 ಸಂಪುಟಗಳಿಗೆ ರೂ. 250. ಅದೇ ರೀತಿಯಲ್ಲಿ ಇಡೀ ಕೋಶವನ್ನು ಕೊಳ್ಳಬಯಸುವವರಿಗೆ ರೂ. 50/– ರ ರಿಯಾಯಿತಿಯೂ ಇದೆ. 'ನವಕರ್ನಾಟಕ ಪಬ್ಲಿಕೇಷನ್ಸ್ (ಪ್ರೈ) ಲಿಮಿಟೆಡ್'–ಈ ಹೆಸರಿಗೆ 200/– ರೂ.ಗಳನ್ನು ಡ್ರಾಫ್ಟ್ ಮೂಲಕ ಇಂದೇ ಕಳುಹಿಸಿಕೊಡಿ. ಈಗ ಪ್ರಕಟವಾಗಿರುವ ಸಂಪುಟಗಳನ್ನು ನಮ್ಮ ವೆಚ್ಚದಲ್ಲಿ ನಿಮ್ಮ ಮನೆ ಬಾಗಿಲಿಗೆ ತಕ್ಷಣ ತಲಪಿಸಲಾಗುವುದು. ಮುಂದಿನ ಐದು ಸಂಪುಟಗಳನ್ನು ಅವು ಪ್ರಕಟವಾದೊಡನೆ ಕಳುಹಿಸಲಾಗುವುದು.

ಕೊನೆಯದಾಗಿ ಕಥಾಕೋಶದ ಹಿಂದಿನ ಸಂಪುಟಗಳಿಗೆ ಓದುಗರು ನೀಡಿದ ಆದರದ ಸ್ವಾಗತ ಈ ಸಂಪುಟಗಳಿಗೂ ದೊರೆಯುವುದೆಂದು ನಾವು ನಂಬಿದ್ದೇವೆ.

ಯುಗಾದಿ, 1982
ಬೆಂಗಳೂರು

ಆರ್. ಎಸ್. ರಾಜಾರಾಮ್
ವ್ಯವಸ್ಥಾಪಕ ನಿರ್ದೇಶಕ
ನವಕರ್ನಾಟಕ ಪಬ್ಲಿಕೇಷನ್ಸ್ (ಪ್ರೈ) ಲಿಮಿಟೆಡ್

ಪ್ರಕಾಶಕರ ನುಡಿ

(ಎರಡನೇ ಮುದ್ರಣ)

ನವಕರ್ನಾಟಕ ಪ್ರಕಾಶನದ 50ರ ಸಂಭ್ರಮದಲ್ಲಿ 'ವಿಶ್ವಕಥಾಕೋಶ'ದ ಇಪ್ಪತ್ತೈದು ಸಂಪುಟಗಳನ್ನು ಪುನರ್ಮುದ್ರಿಸಿ ಓದುಗರ ಕೈಗಿಡುತ್ತಿದ್ದೇವೆ. ಮೂವತ್ತು ವರ್ಷಗಳ ಕಾಲ ಅಲಭ್ಯವಾಗಿದ್ದ ಜಗತ್ತಿನ ಸಾಹಿತ್ಯ ಕಥಾ ಕಣಜ ಬೆಳಕು ಕಾಣುವ ಈ ಸಮಯದಲ್ಲಿ ಈ ಯೋಜನೆಯ ಹೊಣೆ ಹೊತ್ತ ಶ್ರೇಷ್ಠ ಕಥೆಗಾರ, ಸಾಹಿತಿ ನಿರಂಜನರು ನಮ್ಮೊಂದಿಗೆ ಇದ್ದಿದ್ದರೆ, ನವಕರ್ನಾಟಕದ ಚಿನ್ನದ ಹಬ್ಬ ಹೆಚ್ಚು ಅರ್ಥಪೂರ್ಣವಾಗುತ್ತಿತ್ತು. ಈ ಸಂಪುಟಗಳನ್ನು ಅವರಿಗೆ ಅರ್ಪಿಸಿ, ಅವರನ್ನು ನೆನೆಯುತ್ತೇವೆ.

ಸಂಪುಟಗಳನ್ನು ಅನುವಾದಿಸಿ ನೆರವಾದ ಅನೇಕ ಲೇಖಕ ಮಿತ್ರರು ಈ ಮೂರು ದಶಕಗಳಲ್ಲಿ ನಮ್ಮನ್ನು ಅಗಲಿದ್ದಾರೆ. 'ವಿಶ್ವಕಥಾಕೋಶ'ದ ಎಲ್ಲಾ ಅನುವಾದಗಳನ್ನು ಓದಿ, ಪರಿಷ್ಕರಿಸಿ, ಮುದ್ರಣಕ್ಕೆ ಸಿದ್ಧಗೊಳಿಸಿದ ಸಂಪಾದಕರಲ್ಲಿ ಒಬ್ಬರಾದ ಶ್ರೀ ಎಸ್. ಆರ್. ಭಟ್ಟರ ಅಗಲಿಕೆಯ ನೆನಪು ಈ ಸಂದರ್ಭದಲ್ಲಿ ನಮ್ಮನ್ನು ಕಾಡುತ್ತಿದೆ.

ಮೂವತ್ತು ವರ್ಷಗಳ ಹಿಂದೆ 25 ಸಂಪುಟಗಳನ್ನು ರೂ. 250ಕ್ಕೆ ನೀಡಿದ್ದೆವು. ಬೆಲೆಯೇರಿಕೆಯ ಇಂದಿನ ದಿನಗಳಲ್ಲಿ ಮರುಮುದ್ರಿಸಿದಲ್ಲಿ, ಅದರ ಬೆಲೆಯನ್ನು ಎಂಟು-ಹತ್ತು ಪಟ್ಟು ಏರಿಸಬೇಕಾಗಬಹುದು ಎನ್ನುವ ಭೀತಿಯೂ ವಿಳಂಬಕ್ಕೆ ಕಾರಣವಾಯಿತು. ಈ ಸಂದರ್ಭದಲ್ಲಿ ಈ ಸಂಪುಟಗಳನ್ನು ಸುಲಭ ಬೆಲೆಗೆ ನೀಡಲು ನೆರವಾದವರು ಇನ್ಫೋಸಿಸ್ ಫೌಂಡೇಷನ್‌ನ ಅಧ್ಯಕ್ಷೆ ಶ್ರೀಮತಿ ಸುಧಾ ಮೂರ್ತಿಯವರು. ಅವರಿಗೆ ನಾವು ಕೃತಜ್ಞರಾಗಿದ್ದೇವೆ.

ಈ ಯೋಜನೆಯ ಲೇಖಕರು ಈ ಅವಧಿಯಲ್ಲಿ ಸಾಕಷ್ಟು ಹೊಸ ಬರೆಹಗಳನ್ನು ಮಾಡಿದ್ದಾರೆ, ಗೌರವ ಪುರಸ್ಕಾರಗಳಿಗೆ ಪಾತ್ರರಾಗಿದ್ದಾರೆ. ಕೆಲವರು ನಮ್ಮೊಂದಿಗಿಲ್ಲ. ಈ ಎಲ್ಲ ಲೇಖಕರ ಪರಿಚಯಗಳಿಗೆ ಹೊಸ ಸೇರ್ಪಡೆಗಳನ್ನು ಮಾಡಿಕೊಟ್ಟ ಡಾ|| ಆರ್. ಪೂರ್ಣಿಮಾ ಮತ್ತು ಶ್ರೀಮತಿ ರೋಸಿ ಡಿ'ಸೋಜಾ ಅವರ ನೆರವನ್ನು ಸ್ಮರಿಸುತ್ತೇವೆ.

ಮರುಮುದ್ರಣದ ಈ ಕಾರ್ಯದಲ್ಲಿ ನೆರವಾದ ಎಲ್ಲರನ್ನೂ ನೆನೆಯುತ್ತೇವೆ.

ಯುಗಾದಿ, 2011
ಬೆಂಗಳೂರು

ಆರ್. ಎಸ್. ರಾಜಾರಾಮ್
ವ್ಯವಸ್ಥಾಪಕ ನಿರ್ದೇಶಕ, ನವಕರ್ನಾಟಕ ಪ್ರಕಾಶನ

ಪ್ರಸ್ತಾವನೆ

1

ಈಗ ಸ್ಪೇನ್ ಇರುವ ಪ್ರದೇಶದಲ್ಲಿ ಮನುಷ್ಯನ ಚಟುವಟಿಕೆ 5 ಲಕ್ಷ ವರ್ಷಗಳಷ್ಟು ಹಿಂದಿನದು. ಅನಂತರದ ಮೂರು ಲಕ್ಷ ವರ್ಷಗಳಲ್ಲಿ ಆ ಚಟುವಟಿಕೆಯ ವ್ಯಾಪ್ತಿ ಹೆಚ್ಚುತ್ತ ಹೋಯಿತು. ಕಳೆದ ದೊಡ್ಡ ಹಿಮಯುಗದ ಭಾರ ಕಳೆದು ಈ ನೆಲ ಮೈಕೊಡವಿದ ಮೇಲೆ, 70,000ದಿಂದ 30,000 ವರ್ಷಗಳ ಅವಧಿಯಲ್ಲಿ, ನಿಯಾಂಡರ್ತಲ್* ಮನುಷ್ಯ ಕಾಣಿಸಿಕೊಂಡ. ಹಳೆಯ ಶಿಲಾಯುಗದ ಸಂಸ್ಕೃತಿ ಬೆಳೆಯಿತು. ಪುರಾತತ್ವಜ್ಞರು ಆನೆಗಳ ಬೇಟೆಗಾರರ ಶಿಬಿರಗಳನ್ನು ಗುರುತಿಸಿದ್ದಾರೆ. ಅಲ್ತಮಿರಾ ಮತ್ತಿತರ ಸ್ಥಳಗಳಲ್ಲಿ ಕಾಣಲು ದೊರೆತಿರುವ ಗವಿ ಚಿತ್ರಗಳು ಕ್ರಿಸ್ತಪೂರ್ವ 25,000ದಿಂದ 10,000 ತನಕ ಮನುಷ್ಯ ನಡೆದು ಬಂದಿರುವ ದಾರಿಯನ್ನು ತೋರಿವೆ. ಇವನು ನವಶಿಲಾಯುಗಕ್ಕೆ ಬಂದವನು. ಕೈಯಲ್ಲಿ ಪರಿಷ್ಕಾರಗೊಂಡ ಕಲ್ಲಿನ ಆಯುಧಗಳು. ಕ್ರಿ. ಪೂ. 4,000–3,000ಗಳ ಕಾಲಕ್ಕೆ ಸಂಬಂಧಿಸಿದ ಗವಿಗೋಡೆಗಳ ಚಿತ್ರಾಳಿ ಎಷ್ಟು ಆಕರ್ಷಕ! – ವೈವಿಧ್ಯಮಯ! ಬೇಟೆಯ ಗದ್ದಲ, ಪ್ರಾಣಿಗಳನ್ನು ಗುಂಪುಗೂಡಿಸಲು ಓಡಾಟ, ನರ್ತನ, ಕದನ, ಭುಜದಲ್ಲಿ ಬಿಲ್ಲು – ಬಳಸಲು ಬಾಣ, ಜೇನು ಸಂಗ್ರಹಿಸುವ ಸವಿಚಿತ್ರ ಕೂಡ!

ಲೋಹ ಆಕಾರ ತಳೆದು ನವಶಿಲಾಯುಗಕ್ಕೆ ಮಂಗಳ ಹಾಡಿತು. ತಾಮ್ರದ, ಕಂಚಿನ ಉಪಕರಣಗಳು. ಬೇಟೆಯೊಂದನ್ನೇ ಅವಲಂಬಿಸಿದ ದುರ್ಭರ ಬದುಕನ್ನು ಸಹ್ಯಗೊಳಿಸಿದ ಕೃಷಿ. ಗವಿಗುಡಿಸಲುಗಳ ಸುತ್ತ, ನದೀ ಪಾತ್ರಗಳಲ್ಲಿ ಗೋಧಿ, ಯವೆ. ಒಳಗೆ ಹಿಟ್ಟು, ರೊಟ್ಟಿ. ಮನುಷ್ಯ ಸಂತಾನ ಬೆಳೆಯಿತು. ಪಶ್ಚಿಮ ಏಷ್ಯ (ಮಧ್ಯಪ್ರಾಚ್ಯ)ದಿಂದಲೋ

---

* ಜರ್ಮನಿಯ ಡುಸ್ಸೆಲ್‌ಡಾರ್ಫ್‌ನ ನಿಯಾಂಡರ್ ಕಣಿವೆಯಲ್ಲಿ ಕಳೆದ ಶತಮಾನದಲ್ಲಿ ಮನುಷ್ಯನ ಒಂದು ಅಸ್ಥಿಪಂಜರ ದೊರೆಯಿತು. (ಹೋಲಿಕೆ ಹೆಚ್ಚು ಕಡಮೆ ಈಗಿನ ಮನುಷ್ಯನದೇ.) ರಾಸಾಯನಿಕ ಪರೀಕ್ಷೆಯಿಂದ ಅಸ್ಥಿಪಂಜರ ಹಲವು ಸಹಸ್ರವರ್ಷ ಹಿಂದಿನದೆಂಬುದು ಸ್ಥಿರಪಟ್ಟಿತು. ಆ ಮನುಷ್ಯನೋ – ಈ ಭೂಮಿಯ ಮೇಲೆ ಮೂಲೆಯಿಂದ ಮೂಲೆಗೆ ಓಡಾಡಿದವನು. ಅವನ ಅಸ್ಥಿಪಂಜರ ದೊರೆತಲ್ಲೆಲ್ಲ 'ನಿಯಾಂಡರ್ತಲ್ ಮಾನವ ಇಲ್ಲಿದ್ದ' ಎನ್ನುವುದು ವಾಡಿಕೆ.

ಆಫ್ರಿಕದ ಉತ್ತರ ಕರಾವಳಿ ಮಾರ್ಗವಾಗಿಯೋ ಕರಿಛಾಯೆಯ ಬಿಳಿ ಛಾಯೆಯ ಜನ ದಿಮ್ಮಿದೋಣಿಗಳಲ್ಲಿ ಬಂದರು. ಶಿಲೆಯೂ ಲೋಹಗಳೂ ಬೆರೆತು ಬಾಳಿದ ಕಾಲ ಅದು. ಇವರನ್ನು ಐಬೀರಿಯರು ಎನ್ನುತ್ತಿದ್ದರು, ಬೇರೆಯವರು. ಪಶ್ಚಿಮ ಏಷ್ಯದಿಂದ 'ಸ್ಪೇನಿ'ನ ತನಕ ಆಗ ಎಲ್ಲೆಲ್ಲೂ ಮಾತೃದೇವತೆಯ ಆರಾಧನೆ. (ಜಗತ್ತಿನ ಇತರ ಭಾಗಗಳಲ್ಲೂ ಆಕೆಯೇ ಆದ್ಯ ದೇವತೆ.)

ಉತ್ತರದಿಂದ ಭೂಮಾರ್ಗವಾಗಿ 1100–509ರ ಅವಧಿಯಲ್ಲಿ ಬಂದವರು ಕಬ್ಬಿಣದ ಬಳಕೆ ಅರಿತಿದ್ದ ಕೆಲ್ಟರು. (ಕೆಲ್ಟರು, ಗ್ರೀಕರು, ರೋಮ್ ನಿವಾಸಿಗಳು, ಗೋಥರು–ಎಲ್ಲ ಆರ್ಯ ಸಂಬಂಧಿಗಳೇ.) ಕೆಲ್ಟರು ಐಬೀರಿಯರೊಡನೆ ಕಲೆತರು. ಆ ಕಲಬೆರಕೆಯಲ್ಲಿ ಲೀನವಾದರು ಗ್ರೀಕರು, ವ್ಯಾಪಾರಕ್ಕೆಂದೇ ಬಂದ ಫಿನೀಷಿಯರು, ಕ್ರಿ. ಪೂ. 6ನೆಯ ಶತಮಾನದಲ್ಲಿ ಹೂಂಕರಿಸುತ್ತ ನುಗ್ಗಿದ ಕಾರ್ಥೇಜಿಯರು. ಐಬೀರಿಯದ ಪೂರ್ವ ಮತ್ತು ದಕ್ಷಿಣ ಕರಾವಳಿ ತುಂಬ ನಾವೆಗಳು ಚಲಿಸಿದುವು.

ಆಗ ರಣರಂಗತಾಲೀಮು ಆರಂಭಿಸಿದ್ದವರು ರೋಮ್ ಸೈನಿಕರು. ಇವರು ಆಗೊಮ್ಮೆ ಈಗೊಮ್ಮೆ ಸ್ಪೇನಿನ ಒಳನುಗ್ಗುವುದಿತ್ತು – ಕಳ್ಳಮೇವಿಗೆ, ಅಲ್ಪತೃಪ್ತಿಯ ಕೊಳ್ಳೆಲೂಟಿಗೆ. ಕಾರ್ಥೇಜನ್ನು ಸದೆಬಡಿದ ಬಳಿಕ ರೋಮನರ ಮೂಗು ಉದ್ದವಾಯಿತು. ತಳವೂರಿ ಕ್ರಮಬದ್ಧವಾಗಿ ಸುಲಿಯಲೆಂದು ಹಿಸ್ಪಾನಿಯದ ಮೇಲೆ ಏರಿ ಹೋದರು. ('ಹಿಸ್ಪಾನಿಯ' ಪದದಿಂದ ಸ್ಪೇನ್.) ಹೆರವರನ್ನು ಕಂಡೊಡನೆ ಶರಣೆಂದು ಉದ್ದಂಡ ಬೀಳುವವರು ಹೇಡಿಗಳು. ಮಿಶ್ರರಕ್ತದ ಸ್ಪಾನಿಶ್ ಜನ ಪ್ರತಿಭಟಿಸಿದರು. ಆಗಾಗ್ಗೆ ದಂಗೆ ಎದ್ದರು. ವಿರಿಯಾತಸ್ ಜನತೆಯ ಹಿರಿಯ ನಾಯಕ. ಸೋಲಿಸುವುದು ಕಷ್ಟವೆನಿಸಿದಾಗ ರೋಮನರು ಇವನನ್ನು ಮೋಸದಿಂದ ಕೊಂದರು. ಆದರೂ, ಕ್ರಿಸ್ತ ಪೂರ್ವ 133ರವರೆಗೂ ವಿರೋಧ ನಿಲ್ಲಲಿಲ್ಲ. ಮುಂದೆ ಬಲಿಷ್ಠರ ಸಿಹಿ ಮುತ್ತು. ಬಲಿಯದಿದ್ದರೆ ಅದು ಸರ್ಪ ಚುಂಬನ. ವೀರ ಸೀಜರನಂತೂ ಹಲವು ದೇಶಗಳ ಹಲವು ಜನರ ದೃಷ್ಟಿಯಲ್ಲಿ ಮಹಾರಥ. ಸ್ಪೇನನ್ನು ಇಬ್ಭಾಗ ಮಾಡಿ ರೋಮನರು ಆಳಿದರು. ಆಡಲೊಂದು ಭಾಷೆ–ರೋಮನರ ಲ್ಯಾಟಿನಿನ ಸ್ಥಳೀಯ ರೂಪ; ಸ್ಪಾನಿಶ್. ನಡೆಯಲು ರಸ್ತೆ, 12,000 ಕಿಲೊಮೀಟರ್ ಉದ್ದದ್ದು. ಪರಕೀಯತೆಯ ಇರಿಸು ಮುರಿಸು ಎಷ್ಟು ಬೇಗ ಮಾಯವಾಯಿತು ಎಂದರೆ, ಕ್ರಿಸ್ತ ಶಕ 78ರಲ್ಲಿ ಸ್ಪಾನಿಶ್ ಮೂಲದ ಟ್ರಾಜನ್ ರೋಮ್ ಸಾಮ್ರಾಜ್ಯದ ಅಧಿಪತಿಯಾದ. 5ನೆಯ ಶತಮಾನದಲ್ಲಿ ರೋಮ್ ಪ್ರಭುತ್ವ ಕುಸಿದಾಗ ಇತರರು ಸ್ಪೇನಿಗೆ ಬಂದರು. ಸುಯೆಬಿ ಬುಡಕಟ್ಟಿನವರು, ವಾಂಡಾಲರು (ಇವರಿಂದ ದಕ್ಷಿಣ ಸ್ಪೇನಿಗೆ

ವಾಂಡಲೂಸಿಯ ಎಂಬ ಹೆಸರು, ಈಗಿನ 'ಅಂದಲೂಸಿಯ') ಅಲನೆ ಬುಡಕಟ್ಟಿನವರು, ವಿಸಿ (ಪಶ್ಚಿಮದ) ಗೋಥರು. ...ಇವರೆಲ್ಲ ಜರ್ಮನ್ ಮೂಲದವರು. ಬಲಶಾಲಿ ಗೋಥರು, ರೋಮನ್ ಸಂಸ್ಕೃತಿಯನ್ನು ಅರಗಿಸಿಕೊಂಡು, ಸಮರ್ಥವಾಗಿ, ಮೂರು ಶತಮಾನ ಆಳಿದರು.

ಸಾಮರ್ಥ್ಯ ಎಷ್ಟಿದ್ದರೇನು? ಅಂತಃಕಲಹ ಆರಂಭವಾದೊಡನೆ ಅಂತ್ಯ ಬಾಗಿಲು ತಟ್ಟುತ್ತದೆ. ಎಂಟನೆಯ ಶತಮಾನದ ಆರಂಭದಲ್ಲಿ, ಭೂಮಧ್ಯ ಸಮುದ್ರದಾಚೆಗೆ ಆಫ್ರಿಕದ ತುತ್ತ ತುದಿಯಲ್ಲಿ ಅರಬರು ಬಲವಾಗಿ ಬೀಡುಬಿಟ್ಟಿದ್ದರು. ಜಲಸಂಧಿ ದಾಟಿದರಾಯಿತು, ಇತ್ತ ಬರಬಹುದು. ಒಳ ಜಗಳದ ವೇಳೆ ಒಬ್ಬ ಗೋಥ್ ನಾಯಕ ಅರಬ್ ಮುಖಂಡ ಮೂಸಾಗೆ "ಬನ್ನಿ" ಎಂದ. ಮೂಸಾನ ಆಜ್ಞಾನುವರ್ತಿಯಾಗಿ ಅರಬ್ ಸೇನಾನಿ ತಾರಿಖ್ ತನ್ನ ಅಧೀನದಲ್ಲಿದ್ದ ಸ್ಥಳೀಯರ ಪಡೆಗಳೊಡನೆ ಬಂದಿಳಿದ. ಇಪ್ಪತ್ತೇ ಸಾವಿರ ಜನರ ದಂಡು ಇಡಿಯ ಸ್ಪೇನನ್ನು ಆವರಿಸಿತು. ದೇಶವನ್ನು ಹತ್ತಿಪ್ಪತ್ತು ಭಾಗಗಳಾಗಿ ವಿಂಗಡಿಸಿ, ಬಂದವರು ಆಳಿದರು–ಎಂಟುನೂರು ವರ್ಷ.

ಈ ಸುಲಭ ವಿಜಯದ ಗುಟ್ಟೇನು? ಮಹಮ್ಮದೀಯ ಧರ್ಮ ಸ್ವೀಕರಿಸಿದ ಜೀತದಾಳುಗಳಿಗೆಲ್ಲ ಬಂಧಮುಕ್ತಿ, ಕಡಿಮೆ ಕಂದಾಯ! ಆ ಶತಮಾನದಲ್ಲೇ ಫ್ರಾಂಕರ ವೀರ ಶಾರ್ಲ್‌ಮೇನ್ ಒಂದು ಕೈನೋಡಿದ; ಮುಂದಿನ ಶತಮಾನದಲ್ಲಿ ವೈಕಿಂಗರು ಬಂದರು. ಅರಬರು ಜಗ್ಗಲಿಲ್ಲ. ಸ್ಪೇನಿನ ನೆಲದಲ್ಲಿ ರೂಪುಗೊಂಡಿದ್ದ ಮಿಶ್ರ ಸಂಸ್ಕೃತಿಯಲ್ಲಿ ಅರಬ್ ಸೆಲೆಯೂ ಬಲವಾಗಿ ಸೇರಿಕೊಂಡಿತು. ಬೇರು ಎಷ್ಟು ಅಳಕ್ಕೆ ಇಳಿಯಿತೆಂದರೆ, ಕಾರ್ಡೊವಾ ರಾಜಧಾನಿಯಿಂದ ಆಳುತ್ತಿದ್ದ ಅರಬರು ಬಾಗ್ದಾದಿನ ಖಲೀಫನೊಡನೆ ಸಂಬಂಧ ಕಡಿದು ಕೊಳ್ಳುವುದಕ್ಕೂ ಹಿಂಜರಿಯಲಿಲ್ಲ. ಗ್ರೀಕರ ವೈಜ್ಞಾನಿಕ ವೈಚಾರಿಕ ನಿಲುವನ್ನು ಆ ಕಾಲದಲ್ಲಿ ವಿಸ್ತರಿಸಿದ ಖ್ಯಾತಿ ಅರಬರದು. ಭೌತ ವಿಜ್ಞಾನ, ರಸಾಯನ ವಿಜ್ಞಾನ ಅವರ ಮೂಲಕ ಬಂತು. ಗಣಿತ, ವೈದ್ಯಿಕೆ ಕ್ಷೇತ್ರಗಳಿಗೆ ತಮ್ಮ ವಿಶಿಷ್ಟ ಕಾಣಿಕೆಗಳನ್ನು ಅವರು ನೀಡಿದರು. ಬರಬರುತ್ತ ಕಾರ್ಡೊವಾದ ಮುಸ್ಲಿಂ ವಿದ್ಯಾಪೀಠ ಲೋಕ ವಿಖ್ಯಾತವಾಯಿತು. 11–12ನೇ ಶತಮಾನಗಳಲ್ಲಿ ವಿದ್ಯಾರ್ಜನೆಗಾಗಿ ಕ್ರೈಸ್ತ ಜಗತ್ತಿನಿಂದಲೂ ಯುವಕರು ಅಲ್ಲಿಗೆ ಬರುತ್ತಿದ್ದರು.

ಆಗಿನ ವ್ಯವಸ್ಥೆಗಳಿಗೆ ಸುರಂಗ ಹೊಡೆಯಲು ಬಳಸಲಾಗುತ್ತಿದ್ದ ಸಿಡಿಮದ್ದು – ಧರ್ಮ. 1234ರಲ್ಲಿ ಶಿಲುಬೆಯ ಮುಳ್ಳುಗಳು ಮೊನಚಾದುವು. ಅರಬರ ಅಬ್ಬರ ಕುಗ್ಗಿತು. ಕ್ರೈಸ್ತ ಶಸ್ತ್ರಾಸ್ತ್ರಗಳೂ ಬಲಪಡೆದ ತೋಳುಗಳೂ ಫಲವತ್ತಾದ ವಿಸ್ತಾರ ಭೂಮಿಯಿಂದ ಅರಬರನ್ನು ಹಿಂದಕ್ಕೆ ತಳ್ಳತೊಡಗಿದುವು. 13ನೆಯ ಶತಮಾನದಲ್ಲೂ

ಅನಂತರವೂ ಕ್ರೈಸ್ತರ ಕೈ ಮೇಲಾಯಿತು. ಪೂರ್ವ ಸ್ಪೇನಿನಲ್ಲಿ ಆರಗನ್ ಮನೆತನ, ಪಶ್ಚಿಮ ಸ್ಪೇನಿನಲ್ಲಿ ಕಾಸ್ಟಿಲ್ ಮನೆತನ. ಅಲ್ಲಿ ಅರಸ; ಇಲ್ಲಿ ಅರಸಿ. ಫರ್ಡಿನೆಂಡ್ – ಇಸಾಬೆಲರನ್ನು ವಿವಾಹ ಬಂಧನದಲ್ಲಿ ಒಗ್ಗೂಡಿಸಿದರೆ ? ಸ್ಪೇನಿನ ಐಕ್ಯಕ್ಕೆ, 'ಸಂಪೂರ್ಣ ಸ್ವಾತಂತ್ರ್ಯ'ಕ್ಕೆ ಅದು ರಾಜ–ರಾಣಿಮಾರ್ಗ. ಯೋಚಿಸಿದ ತಲೆಗಳು ಯಶಸ್ಸಿನಿಂದ ಬೀಗಿದುವು. ಎರಡು ಕಾರಣಗಳಿಗಾಗಿ 1492 ಸ್ಪೇನಿನ ಪಾಲಿಗೆ ಭಾರೀ ಮಹತ್ವದ ವರ್ಷವಾಯಿತು: ಒಂದು, ಅರಬರು ಸ್ಪೇನನ್ನು ಪೂರ್ಣವಾಗಿ ಬಿಟ್ಟು ಹೋದದ್ದು; ಎರಡು ಸ್ಪೇನಿನ ಜಂಟಿ ಅರಸೊತ್ತಿಗೆಯ ಅಧಿಕಾರಿಯಾಗಿ ಕೊಲಂಬಸ್ ನವಜಗತ್ತನ್ನು ಮುಟ್ಟಿದ್ದು.

ಪರಿಶುದ್ಧತೆಯ ಭ್ರಾಂತಿ ಎಲ್ಲ ಧರ್ಮಗಳಿಗೂ ಇರುವ ಮನೋವಿಕಲತೆ. ಆ ಸ್ಥಿತಿಯಲ್ಲಿ, ಆಳುವ ಪ್ರಭುಗಳು ಏನು ಮಾಡಬಲ್ಲರು ಏನು ಮಾಡಲಾರರು ಎಂದು ಹೇಳುವುದು ಕಷ್ಟ. ಅರಬ ನಾಟಕಕ್ಕೆ ಅಂಕದ ಪರದೆ ಬೀಳುವುದಕ್ಕೆ ಮೊದಲೇ, ಕ್ರೂರ ಪ್ರಹಸನದ ರಂಗಸ್ಥಳ ಸಿದ್ಧವಾಗಿತ್ತು. ಅದು ಧರ್ಮ ನ್ಯಾಯಸ್ಥಾನ. 'ಈತ ಶುದ್ಧ ಕ್ರೈಸ್ತನಲ್ಲ' ಎಂದು ಬೊಟ್ಟು ಮಾಡಿದರೆ ಸಾಕು. ಧರ್ಮನ್ಯಾಯಸ್ಥಾನದಲ್ಲಿ 'ವಿಚಾರಣೆ', ಮರಣ ದಂಡನೆ. ಸತ್ತವನ ಸೊತ್ತು ಸತ್ಪಾತ್ರರಿಗೆ ! ಆಳುವವರಿಗೆ ಯಾರು ಯಾರು ಅಪ್ರಿಯರಾಗಿದ್ದರೋ ಅವರಿಗೆಲ್ಲ ಧರ್ಮನ್ಯಾಯಸ್ಥಾನದ ಬುಲಾವ್. ತಪ್ಪಿಸಿಕೊಳ್ಳಲು ಅಡ್ಡದಾರಿ ಇರಲಿಲ್ಲ ಎಂದಲ್ಲ. ಹೇರಳ ಹಣ ತೆತ್ತು, ಪವಿತ್ರ ಸಾಮ್ರಾಜ್ಯದ ಪರಮ ಗುರು ಪೋಪರಿಂದ ಕ್ಷಮಾದಾನ ಪತ್ರ ಪಡೆದರಾಯಿತು!

ನೂತನ ವ್ಯವಸ್ಥೆ ತನ್ನದೇ ಆದ ಹೊಸ ಸಾಧನೆಗಾಗಿ ಚಡಪಡಿಸಿದ್ದು ಸ್ವಾಭಾವಿಕ. ಹಲವು ಸಂಸ್ಕೃತಿಗಳ ಎರಕದಿಂದ ರೂಪುಗೊಂಡವರು ದಿಗಂತ ಮುಟ್ಟಲು ಬಯಸುವುದೂ ಅಷ್ಟೇ ಸಹಜ. ಈ ಬಯಕೆಗೆ ಧನದಾಹದ ಕವಚ ಬೇರೆ. ಕವಚ ತೊಡಿಸುವವರು ಅತಿ ಕುಶಲರು. ದುರಂತ? ಮೆಕ್ಸಿಕೋದ ಅಜಿಟೆಕ್, ಯುಕಟನಿನ ಮಾಯ, ಪೆರುವಿನ ಇಂಕಾ – ಮೂರೂ ಪ್ರಾಚೀನ – ಧ್ವಂಸವಾದುವು. ಅಲ್ಲಿನ ಬಂಗಾರ – ಬೆಳ್ಳಿ ಸ್ಪೇನಿನ ಬೊಕ್ಕಸಕ್ಕೆ ಜಮೆಯಾಯಿತು. ಲೂಟಿಗಾರನಾದ– ಮೆಕ್ಸಿಕೋದ ರಾಜ್ಯಪಾಲನೂ ಆದ – ಹೆರ್ಮಾನ್ ಕಾರ್ತೆಜನೇ ಹೇಳಿದ:

"ಬಂಗಾರ ಮಾತ್ರ ಗುಣಪಡಿಸಬಲ್ಲ ಕಾಹಿಲೆಯಿಂದ ಸ್ಪೇನಿನ ನಾವು ನರಳ್ತಿದ್ದೇವೆ."

ಉತ್ತರ ದಕ್ಷಿಣ ಅಮೆರಿಕಗಳೆರಡರಲ್ಲೂ ವಿಸ್ತಾರ ಪ್ರದೇಶದ ಮೇಲೆ, 16ನೆಯ ಶತಮಾನದಲ್ಲಿ, ಸ್ಪೇನ್ ಆಧಿಪತ್ಯ ಸ್ಥಾಪಿಸಿತು. (ಕ್ಯೂಬಾ, ಪುರ್ಟೊರಿಕೊ, ಕರಿಬಿಯ ದ್ವೀಪಗಳೂ ಅದರ ಅಧೀನ.) ಮುಂದೆ ಆಫ್ರಿಕವನ್ನು ಬಳಸಿ ಪೂರ್ವಕ್ಕೆ ಹೊರಟವರು ಭಾರತದ

ತೀರ ತಲಪಿದರು. ಇತ್ತ ಪಶ್ಚಿಮಕ್ಕೆ ಸಾಗಿ, ದಕ್ಷಿಣ ಅಮೆರಿಕದ ದಕ್ಷಿಣ ತುದಿಯನ್ನು ಮುಟ್ಟಿ, ಮುಂದುವರಿದು, ಫಿಲಿಪ್ಪೀನ್ಸ್ ಎಂದು ಬಳಿಕ ಹೆಸರು ಪಡೆದ ದ್ವೀಪಸ್ತೋಮ ಸೇರಿದರು. ಅಲ್ಲಿಂದ ಲವಂಗ ಮೆಲ್ಲುತ್ತ ಪಶ್ಚಿಮಾಭಿಮುಖವಾಗಿ ತೇಲಿ, ಊರಿಗೆ ಮರಳಿದರು. ಭೂಮಿ ನಿಜವಾಗಿಯೂ ದುಂಡಗಿತ್ತು!

ನಿರಂತರ ಶೋಷಣೆ ಎಂಬುದಿಲ್ಲ. ಅದಕ್ಕೆ ಇತಿಯುಂಟು, ಮಿತಿಯುಂಟು. ಉತ್ತರ ಅಮೆರಿಕಕ್ಕೆ ವಲಸೆ ಬಂದಿದ್ದವರ ತುಬಾಕಿಗಳು 'ಮುಷ್ಟಿ ಬಿಡೆವು' ಎಂದ ಬ್ರಿಟಿಷ್ ಸಾಮ್ರಾಜ್ಯವಾದಿಗಳನ್ನು ಸುಟ್ಟುವು. ಇತ್ತ ಯೂರೋಪಿನಲ್ಲಿ ಫ್ರೆಂಚ್ ಮಹಾಕ್ರಾಂತಿ ಹೊಸ ವಿಚಾರಗಳನ್ನು ವಾಯುಮಂಡಲಕ್ಕೆ ತೂರಿತು. ದಂಡಧಾರಿಗಳಾದ ಡಚ್ ವರ್ತಕಶಾಹಿಗಳೆದುರು ಸ್ಪೇನ್, ಪೋರ್ತುಗಲ್, ಮಣಿದುವು. ಫ್ರಾನ್ಸಿನ ಕ್ರಾಂತಿಯನ್ನು ಮುರಿದಿಕ್ಕಿ ಹೊಸ ಚಕ್ರವರ್ತಿಯಾದ ನೆಪೋಲಿಯನ್ ಸ್ಪೇನಿನ ಗದ್ದುಗೆಯನ್ನು ತನ್ನ ತಮ್ಮನಿಗೆ ಕೊಡಿಸಿದ. ಜನ ವಿರೋಧಿಸಿದರು. ಗೆರಿಲಾ ತಂಡಗಳು ಹೋರಾಡಿದುವು. ಅಮೆರಿಕದಲ್ಲಿನ ವಸಾಹತುಗಳನ್ನು ಅಂಕೆಯಲ್ಲಿಡಲೆಂದು ಸ್ಪೇನು ಅಣಿಗೊಳಿಸಿದ ದಂಡು, 1820ರಲ್ಲಿ, ಕ್ರಾಂತಿಯ ಮಾತನ್ನಾಡಿತು. ಕರ್ನಲ್ ರೀಗೊ ಅಂದ: "ರಾಜ್ಯಾಂಗಕ್ಕೆ ಅರಸ ಬದ್ಧವಾಗಿರಬೇಕು." ಆಗಲಿಲ್ಲ, ಹೋಗಲಿಲ್ಲ. ಆದರೂ ಮೂರು ವರ್ಷ ಭಾರೀ ಗುಲ್ಲಾಯಿತು. 'ಲ್ಯಾಟಿನ್ ಅಮೆರಿಕ' ಎನ್ನುವುದು ಸ್ಪೇನಿನ ವಶದಲ್ಲಿದ್ದ ಅಮೆರಿಕದ ಪ್ರದೇಶಗಳಿಗೆ. ಅಲ್ಲಿ ನಾಯಕನೊಬ್ಬ – ಸೈಮನ್ ಬೊಲಿವರ್ – ಬಂಧವಿಮೋಚನೆಯ ಸಮರ ಆರಂಭಿಸಿದ. ಸ್ಪೇನ್ ಸೋಲುತ್ತ ಬಂದಂತೆ ಅಮೆರಿಕ ಸಂಯುಕ್ತ ಸಂಸ್ಥಾನ ರಚಿಸಿದವರ ನಾಲಿಗೆಯಲ್ಲಿ ನೀರೂರಿತು. ಹಸಿದ ಹುಲಿಗಳಿಗೂ ಸ್ಪೇನಿಗೂ ಯುದ್ಧ. 1898ರಲ್ಲಿ ಫಿಲಿಪ್ಪೀನ್ಸನ್ನು ಅಮೆರಿಕದ ಸರಕಾರಕ್ಕೆ ಸ್ಪೇನು ಮಾರಿತು. 'ಕಳಕೊಂಡೆವು' ಎನ್ನುವುದಕ್ಕಿಂತಲೂ 'ಮಾರಿದೆವು' ಎನ್ನುವುದಲ್ಲವೆ ಮೇಲು? ದೊರಕಿದ್ದು ಪುಡಿಕಾಸೇ ಇರಬಹುದು. ಆದರೂ ಕಾಸು ಕಾಸೇ.

ಲ್ಯಾಟಿನ್ ಅಮೆರಿಕದಿಂದ ಬಂದ ಬೆಳ್ಳಿ ಬಂಗಾರ ಅದೆಲ್ಲಿಗೆ ಹೋಯಿತೊ? 19ನೆಯ ಶತಮಾನದಲ್ಲಿ ಸ್ಪೇನಿನಲ್ಲಿ, ಹಣದ ಕೊಳ್ಳುವ ಶಕ್ತಿ ಕುಗ್ಗಿತ್ತು. ರೈತರಲ್ಲಿ ಅಶಾಂತಿ ಹೆಚ್ಚಿತ್ತು. ಉದಾರವಾದಿಗಳು ಮತ್ತು ಪರಂಪರಾವಾದಿಗಳ ನಡುವೆ ಅರುವತ್ತು ವರ್ಷ ನಡೆಯಿತು, ಅಂತರ್ಯುದ್ಧ. ಒಂದೆರಡು ವರ್ಷ ಗಣರಾಜ್ಯದ ಸುಖ ನೋಡಿದ್ದೂ ಆಯಿತು. ಇಪ್ಪತ್ತನೆಯ ಶತಮಾನ ಆರಂಭವಾಗುತ್ತಿದ್ದಂತೆ ತೀವ್ರಗಾಮಿತ್ವದ ಬಗೆಬಗೆಯ ಕೊಳವೆಗಳು ಇಲ್ಲಿ ಹೊಗೆಯುಗುಳಿದುವು. ಅರಾಜಕತಾವಾದಕ್ಕೆ ಹೆಸರುವಾಸಿಯಾಯಿತು ಸ್ಪೇನ್. ಮಾರ್ಕ್ಸ್‌ವಾದವನ್ನು

ಅನ್ವಯಿಸಲೆತ್ನಿಸಿದ ಎಡವಾದಿಗಳೂ ಇದ್ದರು. ಇವರೆಲ್ಲ ಸೆಡ್ಡು ಹೊಡೆದಷ್ಟೂ ಬಲ ಪಂಥೀಯರಿಗೆ ಬಾಹುಸ್ಫುರಣ. ಮೊದಲ ಮಹಾಯುದ್ಧದಲ್ಲಿ ಸ್ಪೇನ್ ತಾಟಸ್ಥ್ಯ ವಹಿಸಿತು. 1923ರಲ್ಲಿ ಸೇನಾನಿ ರಿವೆರಾ ಅಧಿಕಾರ ಸೂತ್ರಗಳನ್ನು ತನ್ನೆಡೆಗೆ ಸೆಳೆದುಕೊಂಡ. 1931ರ ಪುರಸಭಾ ಚುನಾವಣೆಗಳಲ್ಲಿ ತೀವ್ರಗಾಮಿಗಳಿಗೆ ಜಯವಾಯಿತು. ಅರಸ ಅಲ್ಫೊನ್ಸೊ ದೇಶ ಬಿಟ್ಟು ರೋಮ್‌ಗೆ ತೆರಳಿ. ಹತ್ತು ವರ್ಷ ಆದ ಮೇಲೆ ಅಲ್ಲಿ ಸತ್ತ. 1936ರಲ್ಲಿ ಗಣರಾಜ್ಯವಾದಿಗಳು ಸಮಾಜವಾದಿಗಳು ಮತ್ತು ಕಮ್ಯೂನಿಸ್ಟರನ್ನು ಒಳಗೊಂಡ ಜನರಂಗ ಅಧಿಕಾರಕ್ಕೆ ಬಂತು.

ಉದ್ಧಟತನದಿಂದ ವರ್ತಿಸಿದ ಒಬ್ಬ ಯುವಕ ಸೇನಾನಿಯನ್ನು ಗಣರಾಜ್ಯ ಸರಕಾರ ಕ್ಯಾನರಿ ದ್ವೀಪಕ್ಕೆ ಗಡೀಪಾರು ಮಾಡಿತ್ತು. ಆತ ಫ್ರಾಂಕೋ. ಆ ದ್ವೀಪದಿಂದ ಹೊರಬಿದ್ದು ಅವನು ಉತ್ತರ ಆಫ್ರಿಕದ ಮೊರೊಕ್ಕೊ ಸೇರಿದ. ಅಲ್ಲಿ ಸ್ಪಾನಿಶ್ ತುಕಡಿಗಳಿದ್ದುವು. ಆತ ಅವರಿಗೆ ರಾಜನಿಷ್ಠೆಯನ್ನು ಬೋಧಿಸಿದ.

ಸ್ಪೇನು ಸಾಮ್ರಾಜ್ಯ ಕಟ್ಟಿದ ಕಾಲದ ಪಳೆಯುಳಿಕೆ, ಮೊರೊಕ್ಕೊ. ಒಂದು ಭಾಗ ಫ್ರಾನ್ಸಿನದು; ಇನ್ನೊಂದು ಸ್ಪೇನಿನದು. 1921ರಲ್ಲಿ, ಸ್ಪೇನಿನ ಸೆರೆಮನೆ ಸುಖ ಉಂಡಿದ್ದ ಜನನಾಯಕ ಅಬ್ದೆಲ್ ಕರೀಮನ ಮುಖಂಡತ್ವದಲ್ಲಿ ಮೊರೊಕ್ಕೊ ಬಂಡಾಯವೆದ್ದಿತ್ತು. 300.000 ಸಂಖ್ಯೆಯ ಫ್ರೆಂಚ್-ಸ್ಪಾನಿಶ್ ಪಡೆಗಳೆದುರು ಸಾಕಷ್ಟು ಶಸ್ತ್ರಾಸ್ತ್ರಗಳಿಲ್ಲದ 60-70,000 ಜನರ ಪ್ರತಿಭಟನೆ. ಐದು ವರ್ಷ ಹೋರಾಡಿ ಜನ ಹಣ್ಣಾದರು. ಕಾವಲಿಗಾಗಿ, ಪ್ರಭುಗಳ ಸೇನೆಗಳು ಉಳಿದುವು. ಸ್ಪೇನ್, ಫ್ರಾನ್ಸ್ ಎರಡು ದೇಶಗಳಲ್ಲೂ ಜನರಂಗ ಅಧಿಕಾರಕ್ಕೆ ಬಂದ ಮೇಲೆ ಮೊರೊಕ್ಕೊ ಸಮಸ್ಯೆಯ ಇತ್ಯರ್ಥ ಸಾಧ್ಯವಾಗಬೇಕಿತ್ತು. ಫಾಸಿಸಮಿನ ಉತ್ಕರ್ಷ, ಧಗಧಗಿಸಲಿದ್ದ ಇನ್ನೊಂದು ಮಹಾ ಯುದ್ಧಕ್ಕಾಗಿ ಕೊರಡುಗಳು ಉರುಳುತ್ತಿದ್ದ ಸದ್ದುಗದ್ದಲ – ಈ ಮಧ್ಯೆ ಮೊರೊಕ್ಕೊದ ಅಳಲು ಕ್ಷೀಣಿಸಿತು.

ಪ್ರಜಾಪ್ರಭುತ್ವದ ಮೇಲೂ ಸಮಾಜವಾದದ ಮೇಲೂ ಮುಸೋಲಿನಿಯೋ ಹಿಟ್ಲರನೊ ಹೆಜ್ಜೆ ಇಡುವ ತನಕ ಕಾಯಬೇಕು ಯಾಕೆ? ಫ್ರಾಂಕೋ 1936ರಲ್ಲೇ ಕಹಳೆಯೂದಿ, ಸ್ಪಾನಿಶ್‌ದಂಡಿನ ನೇತಾರನಾಗಿ ಸ್ಪೇನಿಗೆ ನುಗ್ಗಿದ.

ಮುಂದೆ ಮೂರು ವರ್ಷ ನಡೆದದ್ದು, ಲೋಕದ ಮನಸ್ಸಾಕ್ಷಿಯನ್ನು ಕಲಕಿದ ಅಂತರ್ಯುದ್ಧ. ಗಣರಾಜ್ಯದ ರಾಜಧಾನಿ ಮ್ಯಾಡ್ರಿಡ್ ಆಗಲೀ ಕಾರ್ಮಿಕರ ವಶವಿದ್ದ ಬಾರ್ಸಿಲೋನಾ ಆಗಲೀ ಫ್ರಾಂಕೋಗೆ ತಲೆಬಾಗಲಿಲ್ಲ. ಆತ ಉತ್ತರಕ್ಕೆ ಸಾಗಿ, ಔದ್ಯೋಗಿಕ ಕ್ಷೇತ್ರಗಳನ್ನು ವಶಪಡಿಸಿಕೊಂಡ. ಈ ಅಂತರ್ಯುದ್ಧದ ಮಹಾಸಂಭವ:

ಗಣರಾಜ್ಯದ ರಕ್ಷಣೆಗೆಂದು ವಿವಿಧ ದೇಶಗಳಿಂದ ಬಂದ ಸ್ವಯಂ ಸೇವಕರ ದಂಡು – ಅಂತರರಾಷ್ಟ್ರೀಯ ಬ್ರಿಗೇಡ್. ಬುದ್ಧಿಜೀವಿಗಳು, ಪ್ರಜ್ಞಾವಂತರು, ಚಿಂತನಶೀಲರು... ಅನುಭವವಿಲ್ಲದೆ ಕೈಗಳು ಬಂದೂಕು ಹಿಡಿದುವು. ಅಮೆರಿಕದ ಹೆಮಿಂಗ್‌ವೇ ಅಲ್ಲಿದ್ದ ಪತ್ರಿಕಾ ಸುದ್ದಿಗಾರನಾಗಿ, ಹೋರಾಟಗಾರನಾಗಿ, ಬ್ರಿಟನಿನಿಂದ ಬಂದವನು, ರಾಲ್ಫ್ ಫಾಕ್ಸ್. (ಆ ಸಂದರ್ಭದಲ್ಲಿ ಅಲ್ಲಿನ ಯುದ್ಧರಂಗಕ್ಕೆ ಭೇಟಿ ಇತ್ತ ಭಾರತೀಯ ನಾಯಕ – ಜವಾಹರಲಾಲ ನೆಹರೂ.) 35,000 ಸ್ವಯಂ ಸೇವಕರಿದ್ದ ಬ್ರಿಗೇಡ್ ರಚಿಸಿದ ಕೀರ್ತಿ ಸಲ್ಲುವುದು ಕಮ್ಯೂನಿಸ್ಟರಿಗೆ. 1895ರಲ್ಲಿ ಸ್ಪೇನಿನ ಸೆರೆಮನೆಯಲ್ಲಿದ್ದು ಬಳಿಕ ಗಡಿಪಾರಾದ ಕಮ್ಯೂನಿಸ್ಟ್ ನಾಯಿಕೆ ದೊಲೊರೆಸ್ ಇಬರ್ರುರಿ (ಲ ಪಾಶನಾರಿಯಾ) ಸಾವು ಬದುಕಿನ ಸಮರದ ಸಮಯದಲ್ಲಿ ನೀಡಿದ ಸ್ಫೂರ್ತಿ ಘೋಷ: “ನ ಪಸರಾನ್!” (“ದಾರಿ ಬಿಡೆವು!”)

ಆದರೆ, ಕ್ರಮೇಣ ದಾರಿ ಬಿಡಬೇಕಾಗಿ ಬಂತು, ಅನ್ಯ ಗತಿ ಇಲ್ಲದೆ. ಸೋವಿಯೆತ್ ಒಕ್ಕೂಟ ಮತ್ತು ಫ್ರಾನ್ಸ್ ಸ್ಪಾನಿಶ್ ಗಣರಾಜ್ಯಕ್ಕೆ ಸ್ವಲ್ಪ ಮಟ್ಟಿನ ನೆರವು ನೀಡಿದರು. ಈ ನೆರವು, ಫ್ರಾಂಕೋ ಬೇರೆಯಲ್ಲ ತಾವು ಬೇರೆಯಲ್ಲ ಎಂದು ಭಾವಿಸಿ ಜರ್ಮನಿ–ಇಟಲಿ ನೀಡಿದ ಭೂರಿ ಸಹಾಯದೆದುರು ಅಲ್ಪವಾಯಿತು. ಜರ್ಮನ್ ಬಾಂಬರುಗಳು ಗೆರೆನಿಕಾ ನಗರವನ್ನು ನಾಶಗೊಳಿಸಿದುವು. ಒಂದು ವರ್ಷವಿಡೀ ಬಾಂಬಿನ ಮಳೆ ಸಹಿಸಿದ ಮೇಲೆ ಬಾರ್ಸಿಲೋನಾ ಕೈಚೆಲ್ಲಿತು. ಎರಡು ತಿಂಗಳಾದ ಮೇಲೆ, ನಗರದೊಳಗಿದ್ದ ತಮ್ಮವರು ತೆರೆದ ದಿಡ್ಡಿಬಾಗಿಲಿನ ಮೂಲಕ ಫ್ರಾಂಕೋ ಗೂಳಿ ಮ್ಯಾಡ್ರಿಡನ್ನು ಹೊಕ್ಕಿತು. ಈ ಮಾರಣ ಹೋಮದಲ್ಲಿ ಬೆಂದು ಸತ್ತವರು 10 ಲಕ್ಷ ಸ್ಪಾನಿಶ್ ಜನ; ಅಂತರ್ಯುದ್ಧದ ಪರಿಣಾಮವಾಗಿ ನಿರ್ವಾಸಿತರಾದವರು ಎರಡೂವರೆ ಲಕ್ಷ ಮಂದಿ.

ಸರ್ವಾಧಿಕಾರಿ ಫ್ರಾಂಕೋನ ಸ್ಪಾನಿಶ್ ಸರಕಾರಕ್ಕೆ 1955ರಲ್ಲಿ ಯುಕ್ತ ರಾಷ್ಟ್ರ ಸಂಘದ ಸದಸ್ಯತ್ವ ದೊರೆಯಿತು. ಹಿಟ್ಲರ್ ಮುಸೋಲಿನಿ ಸತ್ತರೇನು ? ಹೊಸ ಮಿತ್ರರು ದುರ್ಲಭರೆ? ದೇಶದಲ್ಲಿ ವಿರೋಧಿ ಗಳಿದ್ದರು: ಸಮಾಜ ಪ್ರಜ್ಞೆಯಿದ್ದ ಯುವಕ ಧರ್ಮಗುರುಗಳು, ವಿಶ್ವವಿದ್ಯಾಲಯಗಳ ವಿದ್ಯಾರ್ಥಿಗಳು, ಸ್ಪೇನಿನ ವಿಶಿಷ್ಟ ಪ್ರಾಂತವಾದ ಬಾಸ್ಕ್‌ನ ದೇಶಪ್ರೇಮಿಗಳು...ಆದರೇನು? ಒಮ್ಮೆ ಗದ್ದುಗೆ ಏರಿದ ಸರ್ವಾಧಿಕಾರಿ, ನಾಲ್ಕು ದಶಕ ಕಾಲ, ಸಾವು ನಾಟುವವರೆಗೂ ಜಪ್ಪಯ್ಯ ಅನ್ನಲಿಲ್ಲ. ಸತ್ತ ಬಳಿಕ, ಆತ ಮೊದಲೇ ನೀಡಿದ್ದ ನಿರ್ದೇಶಕ್ಕೆ ಅನುಗುಣವಾಗಿ, ರಾಜಕುಮಾರ ದಾನ್ ಯುವಾನ್ ಸ್ಪೇನಿಗೆ ಮರಳಿ ಪಟ್ಟಾಭಿಷಿಕ್ತನಾದ.

ಭಣಗುಡುತ್ತಿದ್ದ ಸ್ಪಾನಿಶ್ ನೆಲ ಮತ್ತೆ ಉಸಿರಾಡತೊಡಗಿದೆ, ಒರತೆಗಳು ಜಿನುಗುತ್ತಿವೆ.

196,700 ಚದರ ಮೈಲು ವಿಸ್ತೀರ್ಣವುಳ್ಳ ದೇಶದಲ್ಲಿ ಮೂರು ಕೋಟಿ ನಾಲ್ವತ್ತು ಲಕ್ಷ ಜನ ವಾಸಿಸುತ್ತಾರೆ. ಗ್ರಾಮಗಳಿಂದ ಪಟ್ಟಣ–ನಗರಗಳಿಗೆ ವಲಸೆ ವಿಪರೀತ. ಈಗ ಉಳಿದಿರುವುದು ಬರಿಯ ಭಾಷಾ ಬಾಂಧವ್ಯವಾದರೂ ತಾತ ಮುತ್ತಾತಂದಿರಿಂದ ಕೇಳಿದ ಕಥೆಗಳ ಗುಂಗಿನಲ್ಲಿ ಕ್ಯೂಬಾ, ಉರಗ್ವೆ, ಅರ್ಜಂಟೀನಗಳಿಂದ ಜನ ಇಲ್ಲಿಗೆ ಬರುತ್ತಾರೆ. ಇಲ್ಲಿನವರು (5–10 ಲಕ್ಷ) ಪಾಶ್ಚಾತ್ಯ ದೇಶಗಳಲ್ಲಿ ಕಾರ್ಮಿಕರಾಗಿ ದುಡಿಯುತ್ತಾರೆ. ಕುರಿ ಮೇಕೆಗಳದೇ ಅತಿ ಸಾಂದ್ರ ಪಶುಸಂಗೋಪನ. ಬೆಲೆಯುಳ್ಳ ಹಣ್ಣುಗಳು: ಆಲಿವ್, ನಿಂಬೆ, ಚಕೋತ... ಕಲ್ಲಿದ್ದಲು ಗಣಿ ಉದ್ಯಮ ಬಲು ದೊಡ್ಡ ಪ್ರಮಾಣದ್ದು. ದೇಶದಲ್ಲಿ , ವಿಶೇಷವಾಗಿ ದಕ್ಷಿಣದಲ್ಲಿ, ಕತ್ತೆ ಹೇಸರಗತ್ತೆಗಳಿಂದಲೇ ಸಾರಿಗೆ ಸಾಗಣೆ. ಪ್ರತಿ ವರ್ಷ ಎರಡು ಕೋಟಿ ಪ್ರವಾಸಿಗರು ಬರುತ್ತಾರೆ. ಅಂದಲೂಸಿಯದಲ್ಲಿ, ಮುಖ್ಯವಾಗಿ ಗ್ರನದದಲ್ಲಿ ಜಿಪ್ಸಿಗಳನ್ನು ಬಹು ಸಂಖ್ಯೆಯಲ್ಲಿ ಕಾಣುತ್ತಾರೆ. ಗೂಳಿ ಕಾಳಗಗಳನ್ನು ಕಂಡು ರೋಮಾಂಚ ಗೊಳ್ಳುತ್ತಾರೆ. ಕಾರ್ಡೋವದಲ್ಲಿ ಮಹಾ ಮಸೀದಿ ಎಂಟೊಂಭತ್ತು ಶತಮಾನ ಹಿಂದಿನ ವೈಭವವನ್ನು ನೆನಪಿಗೆ ತರುತ್ತದೆ. ಸಮುದ್ರ ತೀರಗಳಲ್ಲಿ 200 ಬಂದರುಗಳು. ಮತ್ಸ್ಯ ಸಂಪತ್ತು ಅಗಾಧವಾದದ್ದು.

* * *

ಅಲೆಂತ್ಜೊ ಹಳ್ಳಿಯಲ್ಲಿ ನಾಯಿಕೆ ಒಬ್ಬ ರೈತ ಸ್ತ್ರೀ.

ರಾಷ್ಟ್ರೀಯ ರಕ್ಷಣಾ ದಳದ ಅಧಿಕಾರಿ ಕೇಳಿದ:

"ಏನು ಮಾಡ್ತಿದ್ದೀಯ ನೀನು?"

"ಮುಷ್ಕರ. ದಿನಕ್ಕೆ ಎಂಟು ಗಂಟೆಗಿಂತ ಹೆಚ್ಚು ಕೆಲಸ ಮಾಡೋದಕ್ಕಾಗೋದಿಲ್ಲ."

ಢಂ! ಹೆಂಗಸು ಸತ್ತಳು. ಅವಳು ಬಸುರಿ. ಬಸುರಿ ಹೆಂಗಸು ಸತ್ತಳು.

–ಇದು ಈ ಶತಮಾನದ 60 ವರ್ಷಗಳಲ್ಲಿ, ಪೋರ್ತುಗಲ್ಲಿನಲ್ಲಿ ಸಲಜಾರನ ಸರ್ವಾಧಿಕಾರದ ಅಂತಿಮ ಹಂತದಲ್ಲಿ ನಡೆದದ್ದು.

ಹಿಂದೆ ಬಂದೂಕು ಇರಲಿಲ್ಲ. ಬಾರುಕೋಲಿನ ಏಟು; ಬೂಟುಗಾಲಿನ ಒದೆ. ಆಗಲೂ ಸಾಯುತ್ತಿದ್ದಳು ಬಸುರಿ ಹೆಂಗಸು.

ಆಗ – ಈಗ ಎಂಬ ಕಾಲದ ವ್ಯತ್ಯಾಸವಿಲ್ಲದೆ ಕಾಣಬಹುದಿತ್ತು: ಹಸುಳೆಗಳಿಗೆ ಹಾಲಿಲ್ಲದ ಕೃಷಿ ಕಾರ್ಮಿಕರು,–ಉರಿಸಲು ಇದ್ದಿಲಿಲ್ಲದ ಇದ್ದಿಲು ಗಣಿ ಕಾರ್ಮಿಕರು.

ಸ್ಪೇನ್ ಪೋರ್ತುಗಲ್ ಎರಡೂ ಅಡಕವಾಗಿದ್ದ ಪ್ರಾಚೀನ

ಪರ್ಯಾಯ ದ್ವೀಪವಾಗಿತ್ತು ಐಬೀರಿಯ. ಅಂಥ ಹೆಸರೂ ಇರದಿದ್ದ ಕಾಲದಲ್ಲಿ, ಸುಮಾರು ಮೂವತ್ತು ನಾಲ್ವತ್ತು ಸಾವಿರ ವರ್ಷ ಹಿಂದೆ, ನಿಯಾಂಡರ್ತಲ್ ಮನುಷ್ಯ ಅಲ್ಲಿ ಬದುಕಿದ್ದ. ಹಳೆಯ ಶಿಲಾಯುಗದಿಂದ ನವ ಶಿಲಾಯುಗದವರೆಗೆ ಆತ ಇದ್ದ ರೀತಿರಿವಾಜುಗಳ ಬಗೆಗೆ ಸಾಕ್ಷ್ಯ ನುಡಿಯುವ ಅವಶೇಷಗಳು. ಉಪಕರಣಗಳು ದೊರೆತಿವೆ. ಕ್ರಿಸ್ತ ಪೂರ್ವ 1000 ವರ್ಷ ಸುಮಾರಿಗೆ ಕೆಲ್ಟ್ ಬುಡಕಟ್ಟುಗಳ ಜನ ಕಬ್ಬಿಣದ ಬಲದೊಂದಿಗೆ ಬಂದರು. ಐಬೀರಿಯದ ಪಶ್ಚಿಮ ಕರಾವಳಿಯಲ್ಲಿ ಗುಡ್ಡಗಳ ಮೇಲೆ ಕೆಲ್ಟರು ಒತ್ತೊತ್ತಾಗಿ ನೆಲೆಸಿದರು. ಕೆಲ್ಟ್ ವಸತಿಗಳ ಒಕ್ಕೂಟವನ್ನು – ಪ್ರದೇಶವನ್ನು – ಐಬೀರಿಯರು, 'ಲುಸಿಟಾನಿಯ' ಎಂದು ಕರೆದರು. ರೋಮ್ ಯೋಧರು ಬಂದಿಳಿದದ್ದು ಕ್ರಿಸ್ತ ಪೂರ್ವ 206ರಲ್ಲಿ. ಇದರ ವಸತಿ ಪ್ರದೇಶದ ಹೆಸರು ಪೋರ್ತಸ್ ಕಾಲ್. ಕ್ರಮೇಣ ಇಡಿಯ ಲುಸಿಟಾನಿಯಕ್ಕೇ ಪೋರ್ತಕಾಲ್, ಪೋರ್ತುಗಾಲ್, ಪೋರ್ತುಗಲ್ ಎಂಬ ಹೆಸರು ಬಂತು. ಐಬೀರಿಯ ಪರ್ಯಾಯ ದ್ವೀಪವನ್ನು ರೋಮ್ ಪ್ರಭುತ್ವ ಮೂರು ಭಾಗಗಳಾಗಿ ವಿಂಗಡಿಸಿತು. ಅದರಲ್ಲೊಂದು ಪೋರ್ತುಗಲ್.

ರೋಮ್ ಸಾಮ್ರಾಜ್ಯದ ಪತನದೊಂದಿಗೆ ಆಳುವವರು ಬದಲಾದರು. ಮೊದಲು ವಿಸಿಗೋಥರು; ಬಳಿಕ ಮೂರರು (ಮುಸಲ್ಮಾನರು).

12ನೆಯ ಶತಮಾನದಲ್ಲಿ, ಇಸ್ಲಾಮೀ ಆಳ್ವಿಕೆ ಶಿಥಿಲವಾಗ ತೊಡಗಿತು. ಸ್ವಯಂ ಸೇವಕರ ದಂಡುಕಟ್ಟಿ ಸ್ವಾತಂತ್ರ ಹೋರಾಟ ನಡೆಸಿದವರಲ್ಲಿ ಒಬ್ಬ, (ಸ್ಪೇನಿನ) ಅಲ್ಫೊನ್ಸೊ. ತನ್ನ ಬಳಗದ ಹೆನ್ರಿಯ ಬಗೆಗೆ ಅವನಿಗೆ ವಿಶೇಷ ಪ್ರೇಮ. ಅಕ್ರಮ ಸಂಬಂಧದಿಂದ ತನಗೆ ಹುಟ್ಟಿದ್ದ ಮಗಳು ತೆರೇಸಳನ್ನು ಆತ ಹೆನ್ರಿಗೆ ವಿವಾಹ ಮಾಡಿಕೊಟ್ಟ. ವರದಕ್ಷಿಣೆ–ಈಗಿನ ವಿಸ್ತಾರದ ಮೂರರಲ್ಲಿ ಒಂದರಷ್ಟಿದ್ದ ಪೋರ್ತುಗಲ್‌ನ ಪಟ್ಟ. ಇವರ ಮಗ ಅಲ್ಫೊನ್ಸೊ ಹೆನ್ರೀಕ್ ದಕ್ಷಿಣಕ್ಕೆ ದೇಶವನ್ನು ವಿಸ್ತರಿಸುತ್ತ ಹೋದ. ಲಿಸ್ಬನ್ ನಗರವನ್ನು ರಾಜಧಾನಿಯಾಗಿ ಮಾಡಿಕೊಂಡ. ಅರಬರು ಇವನನ್ನು 'ಅರಿಭಯಂಕರ' ಎಂದು ಕರೆದರು. ಸ್ಪೇನಿನ ಮೇಲಾಡಳಿತವನ್ನು ಧಿಕ್ಕರಿಸಿ. "ಪೋರ್ತುಗಲ್ ಸ್ವತಂತ್ರ ರಾಷ್ಟ್ರ" ಎಂದು ಸಾರಿದ, ಹೆನ್ರೀಕ್. 13ನೇ ಶತಮಾನದ ಪೋರ್ತುಗೀಸ್ ಅರಸ ಪೋಪನಿಗೇ ಸವಾಲು ಹಾಕಿದ. ಆ ಅವಧಿಯಲ್ಲಿ ಪೋರ್ತುಗೀಸ್ ನೌಕಾಪಡೆ ರೂಪು ತಳೆಯತೊಡಗಿತು. ಮುಂದಿನ ಎರಡು ಶತಮಾನಗಳಲ್ಲಿ ಮೈಮುಳ್ಳಾಗುವಂಥ ಅಧ್ಯಾಯವನ್ನೇ ಪೋರ್ತುಗಲ್ ಬರೆಯಿತು. 'ನೌಕಾಯಾತ್ರಿ' ಎಂಬ ಬಿರುದು ಪಡೆದ ಅರಸ ಹೆನ್ರಿ (ತಾಯಿ ಆಂಗ್ಲ ಆಢ್ಯಳು)

ಭೂಗೋಳದ ಶಾಲೆ ಸ್ಥಾಪಿಸಿದ. (ಸ್ವತಃ ಹೆನ್ರಿ ಜಿಬ್ರಾಲ್ಟರ್‌ನಾಚೆ ಹೋದವನಲ್ಲ!) ಕ್ರೈಸ್ತರು, ಯೆಹೂದಿಯರು, ಅರಬರು-ಅರಿವಿನ ನಿಧಿಗೆ ಕಾಣಿಕೆ ಸಲ್ಲಿಸಬಲ್ಲ ಸರ್ವರನ್ನೂ ಆ ಶಾಲೆ ಸ್ವಾಗತಿಸಿತು. ಭೂಶೋಧನೆಗಾಗಿ ನೌಕಾಯಾನಕ್ಕೆ ರಾಜ ಪ್ರೋತ್ಸಾಹ ನೀಡಿದ. ಶೋಧೆಯ ಫಲಶ್ರುತಿಯಾಗಿ ನೀಗ್ರೊ ಗುಲಾಮರ ಮೊದಲ ತಂಡ 1946ರಲ್ಲಿ ಲಿಸ್ಬನಿಗೆ ಬಂತು. ಹೆನ್ರಿಯ ಅನಂತರವೂ ಅನ್ವೇಷಣೆಯ ಪರಂಪರೆ ಮುಂದುವರಿಯಿತು. ಮೊದಲ ಲೋಕಸಾಮ್ರಾಜ್ಯವನ್ನು ಸ್ಥಾಪಿಸಿದ ಐರೋಪ್ಯರು ಪೋರ್ತುಗೀಸರೇ. ಡಯಾಜ್ ಆಫ್ರಿಕದ ದಕ್ಷಿಣ ತುದಿಯನ್ನು ಮುಟ್ಟಿದ. ಗ್ರಾಮ ಭಾರತ ತಲಪಿದ. ಆತ ತನ್ನ ದೊರೆಯಿಂದ ಕಲ್ಲಿಕೋಟೆಯ ರಾಜನಿಗೆ ಒಂದು ಪತ್ರ ತಂದಿದ್ದ:

> "ಭಾರತಕ್ಕೆ ಹೋಗಬೇಕೆಂಬುದು ನಮ್ಮ ಜನರ ಬಹಳ ದಿನಗಳ ಬಯಕೆ. ಆದರೆ, ದೇವರ ಒಪ್ಪಿಗೆ ದೊರೆಯದೆ ಇಷ್ಟು ಕಾಲ ಆ ಯಾನ ಸಾಧ್ಯವಾಗಿರಲಿಲ್ಲ. ಈಗ ದೇವರು ಅದನ್ನು ಬಯಸಿದ್ದಾನೆ. ಭಗವಂತನ ಆ ಇಚ್ಛೆಯನ್ನು ಇದಿರಿಸುವುದು ದೈವ ದ್ರೋಹವಾಗುತ್ತದೆ."

ಪತ್ರರಾಜಕಾರಣಕ್ಕೆ ಇದೊಳ್ಳೆಯ ಉದಾಹರಣೆ. ಕಲ್ಲಿಕೋಟೆಯ ರಾಜನಿಗೆ ಕಾಗದ. ನೆಲ ಮುಟ್ಟಿದ ಮೇಲೆ (1498), ಆ ರಾಜನ ವಿರುದ್ಧ ಕೊಚ್ಚಿಯ ಅರಸನಿಗೆ ಬೆಂಬಲ. ಹೀಗೆ ಮಾಡಿ-ಎಂಬ ಸೂಚನೆಯೂ ದೇವರಿಂದಲೇ ಬಂದಿರಬಹುದು! ಭೂಮಿಯ ಮೇಲಿನ ದೇವ ಪ್ರತಿನಿಧಿ ಪೋಪನಂತೂ ಯೂರೋಪಿನ ಹೊರಗಿರುವ ಭೂಮಿಯನ್ನೆಲ್ಲ ಜಯಿಸಿ ಸ್ಪೇನ್ ಮತ್ತು ಪೋರ್ತುಗಲ್ ಹಂಚಿಕೊಳ್ಳುವ ವಿಧಿವಿಧಾನಗಳ ಬಗ್ಗೆ ಆಜ್ಞೆ ಹೊರಡಿಸಿದ್ದ. ಆತನ ಧರ್ಮನ್ಯಾಯಸ್ಥಾನಕ್ಕೆ ಪೋರ್ತುಗಲ್ಲಿನಲ್ಲೂ ನೆಲೆ ದೊರೆಯಿತು.

16ನೆಯ ಶತಮಾನದಲ್ಲಿ ಗೋವಾ, ಮಲಬಾರ್, ಸಿಲೋನ್, ಆಗ್ನೇಯ ಏಷ್ಯದ ಮೆಲುಕು, ಚೀನದ ಮಕಾವೊ, ಆಫ್ರಿಕ, ದಕ್ಷಿಣ ಅಮೆರಿಕದ ಬ್ರೆಜೀಲ್ ಪೋರ್ತುಗೀಸರದಾದುವು. ಅವರ ಸಮ್ರಾಟ 'ದಿಗ್ವಿಜಯದ ಪ್ರಭು, ನೌಕಾಯಾನದ ದೊರೆ, ಭಾರತಾದಿ ದೇಶಗಳ ಜತೆ ವಾಣಿಜ್ಯದ ಏಕಸ್ವಾಮಿ' ಎಂದೆಲ್ಲ ವರ್ಣಿತನಾದ. ಈ ನಡುವೆ ಪೋರ್ತುಗಲ್ಲನ್ನು ಅದುಮಲು ಸ್ಪೇನ್ ಯತ್ನಿಸಿತು. ಆದರೆ ಬಲವಾಗಿತ್ತು ಪ್ರತಿಭಟನೆ.

ಮುಂದಿನ ಶತಮಾನದಲ್ಲಿ ಇಂಗ್ಲೆಂಡಿನ ದೊರೆ ಚಾರ್ಲ್ಸ್ ಪೋರ್ತುಗೀಸ್ ರಾಜಕನ್ನಿಕೆಯನ್ನು ಮದುವೆಯಾದ. ದೊರೆತ ವರದಕ್ಷಿಣೆಯಲ್ಲಿ ಸೇರಿತ್ತು ಮುಂಬಯಿ ದ್ವೀಪ!

ಸುಲಿಗೆಗಾಗಿ ಸೂರೆಗಾಗಿ ರಚಿತವಾದದ್ದು, ದೇವರು ಮತ್ತು ಧನ ಪಿಶಾಚಿಯ ಜಂಟಿ ಕಂಪೆನಿ. ಭದ್ರ ಕಾವಲಿನ ವಾಣಿಜ್ಯ ತಾಣಗಳ ಸರಮಾಲೆಯೇ ಈ ಕಂಪೆನಿಯ ಕಾರ್ಯಾಚರಣೆಯ ತಳಹದಿ. ಇತರ ವರ್ತಕಶಾಹಿಯ ತೋಳು ಹೆಚ್ಚು ಬಲಿಷ್ಠವಾದಾಗ ಪೋರ್ತುಗೀಸ್ ಸೂರ್ಯನಿಗೆ ಮೋಡ ಕವಿಯಿತು. ಹಾಗೆಂದು ನಿರಾಶೆಯೆ? ಬ್ರೆಜೀಲ್‌ನಲ್ಲಿ ಬಂಗಾರ–ವಜ್ರ ಥಳ ಥಳಿಸಿದ ಬಯಲುಗಳು ಕಂಡುಬಂದವು.

1755ರಲ್ಲಿ ಪೋರ್ತುಗಲ್ ಪ್ರಕೃತಿಯ ಪ್ರಕೋಪವನ್ನು ಇದಿರಿಸಬೇಕಾಯಿತು. ಭೂಕಂಪದಿಂದಾಗಿ ನಾಶವಾಯಿತು. ಲಿಸ್ಬನ್ ನಗರ. ನೋಡಿದವರು ವಿಸ್ಮಯಪಡುವಂತೆ ಆ ನಗರವನ್ನೂ ಮತ್ತೆ ಕಟ್ಟಿದವನು (ದೇಶದ ಆಡಳಿತವನ್ನೂ ಸುಗಮಗೊಳಿಸಿದವನು) ಅಸಾಧಾರಣ ರಾಜ ನೀತಿಜ್ಞ ಪೊಂಬಾಲ್.

ಫ್ರಾನ್ಸಿನಲ್ಲಿ ಮಹಾ ಕ್ರಾಂತಿಯಾದಾಗ ವಿಚಾರದ ಕಾವು ಪೋರ್ತುಗಲ್ಲಿಗೂ ತಟ್ಟಿತು. ನೆಪೋಲಿಯನನ ಚಿನಕುರುಳಿಗಳು ಹಾರಾಡತೊಡಗಿದಾಗ 'ಅಪಾಯ' ಮನೆಬಾಗಿಲಿಗೇ ಬಂತು. ಪೋರ್ತುಗಲ್ಲನ್ನು ಹಂಚಿಕೊಳ್ಳಲು ಫ್ರಾನ್ಸ್ ಮತ್ತು ಸ್ಪೇನ್ ನಿರ್ಧರಿಸಿದವು. ಫ್ರೆಂಚ್ ಸೇನಾನಿಯೊಬ್ಬ ಲಿಸ್ಬನನು ವಶಪಡಿಸಿಕೊಂಡ. ರಾಜ ಕುಟುಂಬವೂ ಆಸ್ಥಾನಿಕರೂ ಹಡಗು ಹತ್ತಿ ಬ್ರೆಜೀಲಿಗೆ ಹೋದರು. ಬ್ರಿಟಿಷರು ಫ್ರೆಂಚರನ್ನು ಹಿಂದಕ್ಕೆ ಅಟ್ಟಿದ ಮೇಲೂ, ಹದಿನಾಲ್ಕು ವರ್ಷ, ಪೋರ್ತುಗಲ್ಲಿನ ಪ್ರಭುತ್ವ ಬ್ರೆಜೀಲಿನಲ್ಲಿ ಅರಮನೆ ವಾಸ ಅನುಭವಿಸಿತು. ಮುಂದೆ ಕ್ರಾಂತಿ – ಪೋರ್ತುಗಲ್ಲಿನಲ್ಲೂ ಬ್ರೆಜೀಲಿನಲ್ಲೂ.

ಇಪ್ಪತ್ತನೆಯ ಶತಮಾನ ಆರಂಭವಾದಾಗ ಕಾರ್ಮಿಕ ಮುಷ್ಕರ, ರೈತ ಬಂಡಾಯ, ದಂಡಿನ ದಂಗೆ ಪೋರ್ತುಗಲ್ಲಿನಲ್ಲಿ ಸಾರ್ವತ್ರಿಕವಾಗಿದ್ದುವು.. ಇವುಗಳಲ್ಲಿ ಅನೇಕ ಹೋರಾಟಗಳು ವರ್ಗ ಸಂಘರ್ಷ ಸಿದ್ಧಾಂತದಿಂದ ಪ್ರೇರಿತ. 1910ರಲ್ಲಿ ಪೋರ್ತುಗಲ್ ಗಣರಾಜ್ಯವಾಯಿತು. ಜನರ ಕಷ್ಟಕೋಟಲೆಗಳು ಹೆಚ್ಚುತ್ತ ಹೋದುವು. ಹಾಗೆಯೇ ಪ್ರತಿಭಟನೆ ಸಹ. 1910–26ರ ಅವಧಿಯಲ್ಲಿ 24 ಕ್ರಾಂತಿಗಳೋ ಕ್ಷಿಪ್ರ ಕ್ರಾಂತಿಗಳೋ ನಡೆದವು. 26ರಲ್ಲಿ ಸೇನಾನಿ ಕರ್ಮೊನ ಅಧಿಕಾರದ ಸರ್ವಸೂತ್ರಗಳನ್ನೂ ತನ್ನದಾಗಿಸಿಕೊಂಡ. ಆಯವ್ಯಯ ಪತ್ರವನ್ನು ಸರಿಪಡಿಸಲೆಂದು ಅರ್ಥಶಾಸ್ತ್ರದ ಪ್ರಾಧ್ಯಾಪಕ ಡಾ. ಸಾಲಜಾರನ್ನು ಕರೆದ. 1932ರಲ್ಲಿ ಸಾಲಜಾರ್ ಪ್ರಧಾನಿಯಾದ, ಸರ್ವಾಧಿಕಾರಿಯೂ ಆದ. ಆತನದು 'ನವ ಪ್ರಭುತ್ವ'. ಉಳ್ಳವರ ಕೈವಾರಿ ಸಾಲಜಾರ್ ಜನರ, ದೇಶದ ಶೋಷಣೆಗಾಗಿ ಎಲ್ಲ ಅವಕಾಶ ಗಳನ್ನೂ ಒದಗಿಸಿದ. 1920 ಒಂದೇ ವರ್ಷದಲ್ಲಿ 9 ಸರ್ಕಾರಗಳನ್ನು ಕಂಡಿದ್ದ, ಭ್ರಷ್ಟಾಚಾರ ಮುಗಿಲು ಮುಟ್ಟಿದ್ದ ಪೋರ್ತುಗಲ್ಲಿನಲ್ಲಿ ಈಗ

'ಭದ್ರತೆಯ ಸುಖ'. ಮೊದಲ ಮಹಾಯುದ್ಧದಲ್ಲಿ 'ಮಿತ್ರ' ಪಕ್ಷಪಾತಿಯಾಗಿದ್ದದ್ದು ಎರಡನೆಯ ಮಹಾಯುದ್ಧದಲ್ಲಿ ತಟಸ್ಥ ಪಾತ್ರ ವಹಿಸಿತು. ಯುದ್ಧ ಮುಗಿದೊಡನೆ ಗೆದ್ದ ಎತ್ತಿನ ಬಾಲ ಹಿಡಿಯಿತು.

ಇನ್ನು ಇಳಿಜಾರು ದಾರಿ. 1961ರಲ್ಲಿ ಗೋವಾ ಬಂಧಮುಕ್ತವಾಯಿತು. ಆಫ್ರಿಕದ ಪೋರ್ತುಗೀಸ್ ವಸಾಹತುಗಳ ಒಡಲಿನಿಂದಲೂ ಗುಡುಗು–ಸದ್ದು. 1968ರಲ್ಲಿ ಲಕ್ವಾ ಹೊಡೆದಾಗಲಷ್ಟೇ ಸಾಲಜಾರನ 36 ವರ್ಷಗಳ ಸರ್ವಾಧಿಕಾರ ಕೊನೆಯ ಹಂತ ಮುಟ್ಟಿತು. ಸುತ್ತಲೂ ಸಿಡಿಲು ಮಿಂಚು. ಆದರೆ ಅದೊಂದರ ಅರಿವೂ ಇಲ್ಲದೆಯೇ ಅಸ್ವಸ್ಥ ಸ್ಥಿತಿಯಲ್ಲಿ ಮತ್ತೂ ಎರಡು ವರ್ಷ ಕಳೆದು, ಅತ ಮೃತನಾದ.

ಬೇಸತ್ತ ಪೋರ್ತುಗೀಸ್ ಜನತೆ ಪ್ರಜಾಪ್ರಭುತ್ವದ ಪ್ರಯೋಗಗಳನ್ನು ಸ್ವಾಗತಿಸಿತು. ಅದು 1974ರಲ್ಲಿ ಆದ ಕ್ರಾಂತಿ. ಪರಿಣಾಮವಾಗಿ, ಅಂಗೋಲ ಮೊಜಾಂಬಿಕ್‌ಗಳ ಬಿಡುಗಡೆಯ ನಿಟ್ಟುಸಿರು ಕೇಳಿಸಿತು. ಅಂಗೋಲದಿಂದ 200 ವರ್ಷ ಗುಲಾಮರು, ಮೂರು ಶತಮಾನ ಕಾಫಿ, ವಜ್ರ, ಜೋಳ, ಸಕ್ಕರೆ; ಮೊಜಾಂಬಿಕ್‌ನಿಂದ ಹತ್ತಿ, ಕೊಬ್ಬರಿ, ಸಕ್ಕರೆ ಜೋಳ, ಇಷ್ಟಕ್ಕೂ ಇನ್ನು ಖೋತಾ. ಮೂರು ಶತಮಾನ ಆ ಜನ ಹೊತ್ತೇ ಇದ್ದ ಸಂಕೋಲೆ ಕಡಿದು ಬಿತ್ತು.

ಪೋರ್ತುಗಲ್‌ಗೆ ಬಂದ ಸಂಪತ್ತಿನ ಹೇರು ಅದೆಲ್ಲಿಗೆ ಹೋಯಿತೊ? ಜನ ಆಗಲೂ ಬಡವರಾಗಿದ್ದರು; ಈಗಲೂ ಬಡವರೇ, ಒಂದು ಕೋಟಿಯಷ್ಟು ಜನಸಂಖ್ಯೆ. 35,510 ಚದರ ಮೈಲು ವಿಸ್ತೀರ್ಣ. 2700 ಬಗೆಯ ಮರಗಳು, ಪೊದೆಗಳು, ಹೂಗಳು. ಸ್ಪೇನಿನಂತೆ ಇಲ್ಲೂ ಗೂಳಿ ಕಾಳಗವಿದೆ. ಆದರೆ ಇಲ್ಲಿನವರು ಗೂಳಿಗಳನ್ನು ಕೊಲ್ಲುವುದಿಲ್ಲ. ಹಲವು ಸಂಸ್ಕಾರಗಳ ಮೂಸೆಯಲ್ಲಿ ಕಾದು ಕೆಂಪಾಗಿ, ಬದುಕಿನ ಸುತ್ತಿಗೆ ಏಟಿನ ಕೆಳಗೆ ಸ್ವಂತಿಕೆಯನ್ನು ರೂಪಿಸಿಕೊಂಡ ಜನಾಂಗ. ಹೀಗಿದ್ದರೂ, ಮಾನವನ ಬದುಕಿನ ಬೆಳವಣಿಗೆಯ ರುದ್ರನಾಟಕದಲ್ಲಿ ಇವರದಿನ್ನೂ ಚಿಲ್ಲರೆ ಪಾತ್ರವೇ.

2

ಯುವಕನ ಮುಂದಿದ್ದುದು ಹೊಟ್ಟೆಪಾಡಿನ ಪ್ರಶ್ನೆ. ಸೈನ್ಯ ಸೇರಿದ.

ನೌಕೆಗೂ ನೌಕೆಗೂ ಜಟಾಪಟಿ. ನೀರಿನ ಮೇಲಿನ ಯುದ್ಧ ಅದು. ಒಂದು ಕಾರ್ಯಾಚರಣೆಯಲ್ಲಿ ಇವನು ಗಾಯಗೊಂಡ. ಎಡಗೈ ನಿಷ್ಪ್ರಯೋಜಕವಾಯಿತು. ಬೇರೆ ಕೆಲಸ ಯಾರು ಕೊಡುತ್ತಾರೆ ? ಏಕ ಕೈಯ ವೀರ ಸೈನ್ಯದಲ್ಲೇ ಉಳಿದ. ಬಲಗೈ ಒಂದರಿಂದಲೂ ಎಷ್ಟೊಂದು ಕೆಲಸ ಮಾಡಬಹುದು ! ಕಡಲುಗಳ್ಳರು ಇವರ ನೌಕೆಯನ್ನು ಹಿಡಿದರು. ಸೈನಿಕರನ್ನೆಲ್ಲ ಬಂಧಿಸಿ, ಆಲ್ಜಿಯರ್ಸ್‌ನಲ್ಲಿ ಗುಲಾಮರಾಗಿ ಮಾರಿದರು.

ಈತ ನಾನಾ ಉಪಾಯ ಹೂಡಿ ಬಿಡುಗಡೆ ಹೊಂದಿ ಸ್ವದೇಶಕ್ಕೆ ಮರಳಿದ. 'ನಾನೊಂದು ಮದುವೆಯ ಮಾಡಿಕೊಂಬೆ.' ಸುಂಕದ ಕಟ್ಟೆಯಲ್ಲಿ ಪುಟ್ಟ ಅಧಿಕಾರಿಯ ಕೆಲಸ ಸಿಕ್ಕಿತು, ಗೃಹಸ್ಥನಿಗೆ.

ಇಗರ್ಜಿಗೆ ಸೇರಿದ ಕಾಳು ಬೇಳೆ ಆ ದಾರಿಯಾಗಿ ಬಂತು.

"ಕೊಡಿ ಸುಂಕ," ಎಂದ.

"ದೇವರ ಸರಕಿಗೆ ಸುಂಕ? ನಮ್ಮ ಹತ್ತಿರ ದುಡ್ಡಿಲ್ಲ."

"ಹಾಗಾದರೆ ಬಿಟ್ಟು ಹೋಗಿ ಸರಕು."

ಧರ್ಮಗುರು ಅವನಿಗೆ ಬಹಿಷ್ಕಾರ ಹಾಕಿದರು.

ಸುಂಕದ ಕಟ್ಟೆಯ ಲೆಕ್ಕ ಸರಿಯಾಗಿ ಇಡುತ್ತಿಲ್ಲ ಎಂದು ಆತನ ಮೇಲೆ ದೂರು.

ಧರ್ಮಾಧಿಕಾರಿ ಸೂಚಿಸಿದ:

"ವಿಧಿಸಿ ಸೆರೆಮನೆ ಶಿಕ್ಷೆ."

ಒಮ್ಮೆಯಲ್ಲ, ಎರಡು ಸಲ, ಎಷ್ಟು ಸುಲಭವಾಗಿ ಬಂತು ಕುಖ್ಯಾತಿ!

ಊರಿನ ಶ್ರೀಮಂತನೊಬ್ಬ ಇದ್ದಕ್ಕಿದ್ದಂತೆ ಸತ್ತ.

ಕಾನೂನಿನ ರಕ್ಷಕರಿಗೆ ಗುಮಾನಿ ಒಂಟಿ ಕೈ ನಾಯಕನ ಮೇಲೆ!

ಈತ ಗಹಗಹಿಸಿ ನಕ್ಕ.

...ಮೇಲಿನದು ಕಥೆಯಲ್ಲ; ಕಥೆಗಾರನೊಬ್ಬನ ಜೀವನ ಕಥೆ.

ಅವನು ಮಿಗ್ಯಾಲ್ ಸೆರ್ವಾಂತೆಷ್. ಹದಿನೇಳನೆಯ ಶತಮಾನದ ಆದಿಯಲ್ಲಿ ಸ್ಪೇನು ಜಗತ್ತಿಗೆ ನೀಡಿದ ಮಹೋನ್ನತ ಕಾದಂಬರಿ 'ದಾನ್ ಕ್ವಿವೊತ್' ಆ ಬರೆಹಗಾರನ ಸೃಷ್ಟಿ.

ಸೆರ್ವಾಂತೆಷ್‌ನ ಯಾತನೆಯ ಬದುಕಿನಲ್ಲಿ ಬಲಿಯುತ್ತ ಬಂದಿತ್ತು ಹಾಸ್ಯದ ಸೆಲೆ. ಸುಮಾರು ಅರವತ್ತರ ವಯಸ್ಸಿನಲ್ಲಿ ಬರೆದ ಆ ಕಾದಂಬರಿ ವ್ಯವಸ್ಥೆಯ ವಿಡಂಬನೆ; ಸಮಾಜವನ್ನು ಕುರಿತು ಶ್ರೇಷ್ಠ ರಸಮರ್ಶೆ. ಹೇರಳ ಕಿರುಗತೆಗಳನ್ನು ಬೇಯಿಸಿ ಇಳಿಸಿದ ರಸಪಾಕ ಅದು.* ಅದರ ಮುಂದಿನ ಭಾಗವನ್ನೂ ಸೆರ್ವಾಂತೆಷ್ ಮರಣಕ್ಕೆ ಮುನ್ನ ಬರೆದು ಮುಗಿಸಿದ. ಸಾಹಿತ್ಯೇತಿಹಾಸದಿಂದ ಉಲ್ಲೇಖ: "ಇಂಗ್ಲಿಷಿನ ಬೆಳವಣಿಗೆಗೆ ಶೇಕ್ಸ್‌ಪಿಯರ್ ಕಾರಣನಾದಂತೆ, ಸ್ಪಾನಿಶ್ ಭಾಷೆಯ ಮೇಲೆ ಸೆರ್ವಾಂತೆಷ್ ಪ್ರಭಾವ ಬೀರಿದ."

ಸ್ಪೇನಿನ ಜನ ತಮ್ಮದೆಂದು ಹೆಮ್ಮೆಯಿಂದ ಹೇಳುವ ಇನ್ನೊಂದು ಸಾಹಿತ್ಯ ಕೃತಿ 'ಪ್ರಭು' ಎಂಬ ಕಥನಕಾವ್ಯ– 'ದಿ ಸಿಡ್' ಅಥವಾ 'ಲಾರ್ಡ್.' 12ನೆಯ ಶತಮಾನದ್ದು. ಹಾಡುಗಾರರ ಮೂಲಕ ಅದು ಎಲ್ಲರನ್ನೂ ಮುಟ್ಟಿತು. ಮೆಚ್ಚುಗೆ ಗಳಿಸಿತು. ಕವಿಯ ಹೆಸರು ಮಾತ್ರ ಯಾರಿಗೂ ತಿಳಿಯದು. (ಕೊನೆಯ ಸಾಲಿನ ಕೊನೆಯ ಪದವಾಗಿ

---

* 'ಇಬ್ಬರು ಗೆಳೆಯರು' ಆ ರಸಪಾಕದ್ದೇ ಅಂಶ.

ಯಾದರೂ ತನ್ನ ಅಂಕಿತವನ್ನು ಬಳಸಬಾರದಾಗಿತ್ತೆ ಪುಣ್ಯಾತ್ಮ) ನಾಯಕ ಬಣ್ಣಿಸಲ್ಪಟ್ಟಿರುವುದು ಹೀಗೆ: ವೀರ, ಕ್ರೂರಿ, ಲೂಟಿಗಾರ. ಅರಸನೊಡನೆ ವಿರಸ. ತನ್ನ ಸಂಗಡಿಗರ ಸಮೇತ ಯಾವ ಪಕ್ಷವನ್ನು ಬೆಂಬಲಿಸಿ ಹೋರಾಡುವುಕ್ಕೂ ಸಿದ್ಧ. ಬೆಂಬಲಿಸುವ ಪಕ್ಷದಿಂದ ತನಗೆ ಲಾಭ ದೊರೆಯಬೇಕು, ಅಷ್ಟೆ. ಸೋಲನ್ನೇ ಅರಿಯ. ಇವ ಪವಾಡ ಪುರುಷ. ಇವನಿಗೆ ದೈವ ಬೆಂಬಲವಿದೆ – ಎಂದು ಜನರ ನಂಬಿಕೆ. ಪೋಪನ ಸೈನ್ಯದ ಮೇಲೂ ಜಯಗಳಿಸಿ "ಸ್ಪೇನ್ ಸ್ವತಂತ್ರ" ಎಂದು ಘೋಷಿಸುತ್ತಾನೆ. ಅಂತಿಮ ಯುದ್ಧದಲ್ಲಿ ಹತನಾದಾಗ, ರಣರಂಗದಲ್ಲಿ ಸಂಗಡಿಗರು ಅವನ ಶವವನ್ನು ಕುದುರೆಯ ಮೇಲೆ ನೆಟ್ಟಗೆ ಕುಳ್ಳಿರಿಸಿ, ಹೋರಾಟ ಮುಂದುವರಿಸಿ ಜಯಿಸುತ್ತಾರೆ. ಮುಂದೆ ಹತ್ತು ವರ್ಷ ಸನ್ಯಾಸಿಮಠದಲ್ಲಿ ಪ್ರಭುವಿನ ಹೆಣವನ್ನು ಕುಳಿತ ಭಂಗಿಯಲ್ಲಿ ಇಡುತ್ತಾರೆ. ಆತ ಹರಕೆಸಂದಾಯಕ್ಕೆ ಅರ್ಹನಾದ ಸಂತನಾಗಿ ಪೂಜೆಗೊಳ್ಳುತ್ತಾನೆ.

ಅನಾಮಧೇಯನ ಸೃಷ್ಟಿ ನಿಜ. ಆದರೆ 'ಪ್ರಭು'ವನ್ನು ತಕ್ಕಮಟ್ಟಿಗೆ ಹೋಲುವ ಒಬ್ಬ ಮನುಷ್ಯ – ರೊದ್ರಿಗೊ ಡಯಾಜ್ ಎಂಬಾತ – ಹಿಂದಿನ ಶತಮಾನದಲ್ಲಿ ಇದ್ದನಂತೆ. ಈ ಕಾವ್ಯ ರಚಿತವಾದ್ದು ಸ್ಪಾನಿಶ್ ಭಾಷೆಯ ಕಾಸ್ತಿಲಿಯ ಭಾಷಾಪ್ರಭೇದದಲ್ಲಿ.

ಅಂಥದೇ ಇನ್ನೊಂದು ಭಾಷಾಪ್ರಭೇದ ಕಾತಲಾನ್. 13–14ನೇ ಶತಮಾನಗಳಲ್ಲಿ ಸ್ಪೇನಿನ ಕಾವ್ಯವೆಲ್ಲ ಕಾತಲಾನ್‌ನಲ್ಲಿ ರಚಿತವಾಯಿತು.

ಇತಾಲಿ, ಫ್ರೆಂಚ್ ಭಾಷೆಗಳಂತೆ ಸ್ಪಾನಿಶ್ ಸಹ ಲ್ಯಾಟಿನಿನ ಆಡುಭಾಷಾ ರೂಪದಿಂದ ಹುಟ್ಟಿ ಬೆಳೆದದ್ದು. ಬೆಳೆಯುತ್ತ, ಅರಬಿ, ಅಮೆರಿಂಡಿಯ ಭಾಷಾ ಸಂಪತ್ತಿನಿಂದಲೂ ಪ್ರಭಾವಿತವಾಯಿತು. ಅದು ಮೈಗೂಡಿಸಿಕೊಂಡ ಗಾಂಭೀರ್ಯ, ನಾದ ಮಾಧುರ್ಯ, ಅಸಾಮಾನ್ಯ.

ಯುವಾನ್ ರಿಯಾಜ್ ಎಂಬಾತ 14ನೆಯ ಶತಮಾನದ ಧರ್ಮಾಧಿಕಾರಿ ಕವಿ. ಪವಿತ್ರ ಕನ್ನಿಕೆಗೆ ಸ್ತುತಿಗೀತೆ; ಜತೆಗೆ 'ಪೋಲಿ' ಕವಿತೆ! ಮುಂದಿನ ಶತಮಾನದ ಹೆಚ್ಚಿನ ಕವಿಗಳೆಲ್ಲ 'ಆಸ್ಥಾನ ಕಬ್ಬಿಗರೇ.' ಅನಂತರದ ಶತಮಾನದಲ್ಲಿ ಹಾಸ್ಯ, ವಿಡಂಬನೆ ತುಂಬಿದ ಜಾನಪದ ಸಾಹಿತ್ಯ ಮೆರೆಯಿತು. (10ನೆಯ ಶತಮಾನದ ಧಾರ್ಮಿಕ ಸಾಹಿತ್ಯದಿಂದ ವಿಡಂಬನೆಯನ್ನು ಮುಟ್ಟಲು ಹಿಡಿದದ್ದು 500 ವರ್ಷ.) 15–16ನೇ ಶತಮಾನಗಳಲ್ಲಿ ದಾನ್ ಯುವಾನ್ ಮಾನ್ಯುಎಲ್, ಎಮಿಲಿಯ ಬಾಜಾನ್, ಅಲೆಷ್ಯಾಂದ್ರಿ ಎರ್‌ಕುಲಾನೊ ಮತ್ತಿತರ ಕಥೆಗಾರರು ರಮ್ಯವಾದ ಸಣ್ಣ ಕಥೆಗಳನ್ನು ರಚಿಸಿದರು.

15ನೆಯ ಶತಮಾನದ ಆರಂಭದಲ್ಲಿ ಇತಾಲಿಯ ಪುನರುದಯದಿಂದ ಪ್ರಭಾವಿತವಾದರೂ ಕಾಲ ಕಳೆದಂತೆ ಸ್ಪಾನಿಶ್ ಸಾಹಿತ್ಯ ತನ್ನದೇ ಗಟ್ಟಿದ್ರವ್ಯವನ್ನು ರೂಪಿಸಿಕೊಂಡಿತು. 1713ರಲ್ಲಿ ಭಾಷೆಗಳ ಸ್ಪಾನಿಶ್

ಅಕಾಡಮಿ ಸ್ಥಾಪಿತವಾದದ್ದು ಈ ಬೆಳವಣಿಗೆಯ ದಾರಿಯಲ್ಲಿ ಒಂದು ಮೈಲುಗಲ್ಲು. ವೈವಿಧ್ಯದ ವಿಷಯದಲ್ಲಿ ಫ್ರೆಂಚ್ ಸಾಹಿತ್ಯದ ಬಳಿಕ ಸ್ಪಾನಿಶ್ ಸಾಹಿತ್ಯಕ್ಕೇ ಮಾನ್ಯತೆ. (ಲ್ಯಾಟಿನ್ ಅಮೆರಿಕದಲ್ಲೆಲ್ಲ ಜನರ ಭಾಷೆ ಸ್ಪಾನಿಶ್. ಪಾಪ್ಲೊ ನೆರೂದ – ಚಿಲಿಯ ಕವಿ – ಬರೆದದ್ದೂ ಸ್ಪಾನಿಶ್‌ನಲ್ಲೇ.)

ಸ್ಪೇನಿನ ನಾಟಕಗಳ ಜನಕ ದೆ ವೆಗ. ಲಾಜರಿಲ್‌ನಿಂದ ಲೋರ್ಕನವರೆಗೆ ಅವರ ನಾಟಕದ್ದು ಪ್ರಗತಿಯ ಪರಂಪರೆ. (ಒಬ್ಬ ಕಮ್ಮಾರನ ಮಗಳು ನಾಯಿಕೆಯಾಗಿ ರಂಗದ ಮೇಲೆ 1554ರಲ್ಲೇ ಚಿತ್ರಿತವಾದಳು.)

ಧರ್ಮಪ್ರಭುತ್ವ ಸುಮ್ಮನಿತ್ತೆ? ಎಂದು ಕೇಳಬೇಡಿ. ಸೆರ್ವಿಟಸ್ ಎಂಬ ಧರ್ಮಾಭ್ಯಾಸಿ ವಿಚಾರವಾದಿಯನ್ನು ಧರ್ಮನ್ಯಾಯಸ್ಥಾನಕ್ಕೆಳೆದು ಖಂಡಿಸಿತು, ದಂಡಿಸಿತು.

ಈ ಶತಮಾನದ ಮೊದಲ 20 ವರ್ಷಗಳಲ್ಲಿ ಸ್ಪಾನಿಶ್ ಸಾಹಿತ್ಯದ ಮೇಲೆ ಪ್ರಭಾವ ಬೀರಿದ ಹಿರಿಯ ಬರೆಹಗಾರ ಅಜೋರಿನ್. ಅವನೊಂದಿಗೆ ಒಂದು ಪರಂಪರೆ ಮುಗಿಯಿತು. ಮುಂದಿನವರಲ್ಲಿ ಪ್ರಮುಖರು ನಾಟಕಕಾರ – ಕವಿ – ಕಾದಂಬರಿಕಾರ ಲೋರ್ಕ; ಅಂಥವನೇ ಇನ್ನೊಬ್ಬ ಮಛಾದೊ. ಇಬ್ಬರನ್ನೂ ಫ್ರಾಂಕೊನ ಫಾಸಿಸ್ಟರು ಗುಂಡಿಕ್ಕಿ ಕೊಂದರು.

ಚಿತ್ರಕಲೆಯಲ್ಲಿ ಅತ್ಯಂತ ಹಳೆಯದು ಗವಿಗಳಲ್ಲಿನ ಗೋಡೆ ಚಿತ್ರಗಳು. ಸ್ಪೇನಿನ ಚಿತ್ರಕಲೆ, ವಾಸ್ತುಶಿಲ್ಪಗಳಲ್ಲಿ 8ನೆಯ ಶತಮಾನದ ಮೂರರ ಪ್ರಭಾವವನ್ನು ಕಾಣುತ್ತೇವೆ. ಎಲ್ ಗ್ರೆಕೊ (ಗ್ರೀಕರವನು) ಕ್ರೀಟ್‌ನಿಂದ ಬಂದ; ಆದರೆ ಸ್ಪೇನಿನವನಾಗಿಯೇ ಬೆಳೆದು ಚಿತ್ರಕಲೆಯಲ್ಲಿ ಪೂರ್ಣ ಅಭಿವ್ಯಕ್ತಿ ಕಂಡ (18ನೇ ಶತಮಾನ). ವಾತಾವರಣದ ಬಿಸಿಯುಸಿರನ್ನು ತನ್ನಲ್ಲಿ ತುಂಬಿಕೊಂಡ ಚಿತ್ರಕಾರ ಗೋಯಾ (18–19ನೇ ಶತಮಾನಗಳಲ್ಲಿ). ಮ್ಯಾಡ್ರಿಡ್ ಕಲಾಚಟುವಟಿಕೆಯ ಕೇಂದ್ರವೆಂದು ಪರಿಗಣಿತವಾಯಿತು. ಈ ಶತಮಾನದಲ್ಲಿ ಸ್ಪೇನಿನಿಂದ ಬಂದು ಪ್ಯಾರಿಸ್ ಮತ್ತಿತರ ಕೇಂದ್ರಗಳಲ್ಲಿ ಜಗದ್ವಿಖ್ಯಾತರಾದವರು ಪಿಕಾಸೊ, ದಾಲಿ, ಮಿರೊ...

ಗೆರೆನಿಕಾ ನಗರವನ್ನು ಜರ್ಮನ್ ಬಾಂಬರುಗಳು ಧ್ವಂಸಪಡಿಸಿದಾಗ ಕೆರಳಿದ ಪಿಕಾಸೊ ರಚಿಸಿದ ಕೃತಿ 'ಗೆರೆನಿಕಾ'. ಮುಂದೆ ಪ್ಯಾರಿಸನ್ನು ನುಗ್ಗಿದ ನಾಜಿ ಭಟರು ಪಿಕಾಸೊನ ಸ್ಟುಡಿಯೊವನ್ನು ಹೊಕ್ಕರು. ಅಲ್ಲಿ ತೂಗಹಾಕಿದ್ದ 'ಗೆರೆನಿಕಾ' ಚಿತ್ರವನ್ನು ನೋಡಿ ಆ ಭಟರ ನಾಯಕ ಕೇಳಿದ:

"ಯಾರು ಇದನ್ನು ಮಾಡಿದ್ದು?"

ಪಿಕಾಸೊ ಉತ್ತರಿಸಿದ:

"ನೀವು!"

...ಸ್ಪೇನಿನಲ್ಲೀಗ 225 ವೈಜ್ಞಾನಿಕ ಕೇಂದ್ರಗಳಿವೆ. ದಿನವೂ ಬೆಳಗ್ಗೆ ನೂರು ಪತ್ರಿಕೆಗಳು ಪ್ರಕಟವಾಗುತ್ತವೆ. ಮ್ಯಾಡ್ರಿಡ್‌ನಲ್ಲಿ ಆಧುನಿಕ ಆರ್ಟ್ ಗ್ಯಾಲರಿ ಇದೆ, ಈ ದೇಶದಲ್ಲಿ ಮೊದಲ ರೇಡಿಯೊ ಪ್ರಸಾರ 1923ರಲ್ಲಿ ಆಯಿತು. ಈಗ ಸರಕಾರೀ ಒಡೆತನದಲ್ಲಿ 39 ರೇಡಿಯೋ ಮತ್ತು ಟಿ.ವಿ. ಕೇಂದ್ರಗಳು ಕೆಲಸಮಾಡುತ್ತಿವೆ.

* * *

ಸಮಾಜದ ರೀತಿ ರಿವಾಜುಗಳಿಗಿಂತ ತುಸು ಬೇರೆಯಾಗಿ ನಡೆದುಕೊಳ್ಳುವವನಿಗೆ 'ಒಂದು ಸ್ಕ್ರೂ ಸಡಿಲ' 'ಪಿರ್ಕಿ' ಅಥವಾ 'ಹುಚ್ಚ' ಎಂಬ ವಿಶೇಷಣಗಳು ಅಂಟಬಹುದು. ಆ ಮನುಷ್ಯನಿಗೆ ಬರೆಯುವುದರಲ್ಲೇನಾದರೂ ಆಸಕ್ತಿ ಇದ್ದರೆ "ಕವಿ!" "ಕವಿ!" ಎಂದು ಮಿತ್ರರು ಚುಡಾಯಿಸಬಹುದು. ಆ 'ಕವಿ'ಗೇನಾದರೂ ಅಧಿಕಾರದ ಗದ್ದುಗೆಯೋ ಪೀಠವೋ ಇದ್ದರೆ, ಓಲೈಸುವವರಿಂದ ಹೊರಡುವ ರಾಗಾಲಾಪನೆ ವರ್ಣರಂಜಿತ. ಅಂಥ ಸ್ತುತಿಪಾಠಕರನ್ನು ಪಡೆದವನು ಪೋರ್ತುಗಲ್ಲನ್ನು 13ನೆಯ ಶತಮಾನದಲ್ಲಿ ಆಳಿದ ಒಬ್ಬಾತ,–ದಿನಿಜ್. ಸ್ವತಃ ಬರೆಯದಿದ್ದರೂ, ಸಾಹಿತ್ಯ ವಿದ್ವತ್ತು ಎಂದರೆ ಅವನಿಗೆ ಅಚ್ಚುಮೆಚ್ಚು. 1290ರಲ್ಲಿ ಅವನು ಲಿಸ್ಬನ್‌ನಲ್ಲಿ ವಿಶ್ವವಿದ್ಯಾನಿಲಯವನ್ನು ಸ್ಥಾಪಿಸಿದ. (ಮುಂದೆ ಅದು ಕೊಯಿಂಬ್ರಾಗೆ ಸ್ಥಳಾಂತರವಾಯಿತು.) ದಿನಿಜ್‌ಗೆ ಕೃಷಿಯಲ್ಲೂ ಆಸಕ್ತಿ ಇತ್ತು. ಅದಕ್ಕಾಗಿ 'ರೈತ ದೊರೆ' ಎಂಬ ಬಿರುದು ಲಭಿಸಿತು. (ಪುಸ್ತಕ ಮತ್ತು ಬದನೇಕಾಯಿ–ಎರಡೂ!)

ದ್ಯುರಾತೆ ಎಂಬ 15ನೇ ಶತಮಾನದ ಅರಸನೂ ಸಾಹಿತ್ಯ ಪ್ರಿಯನಾಗಿದ್ದ.

ರೋಮನರಿಂದ ಬಳುವಳಿಯಾಗಿ ಬಂದಿದ್ದ ಲ್ಯಾಟಿನಿನ ಆಡುರೂಪ ಸ್ಪೇನಿನಲ್ಲಿ ಸ್ಪಾನಿಶ್ ಆದಂತೆ, ಪೋರ್ತುಗಲ್ಲಿನಲ್ಲಿ ಪೋರ್ತುಗೀಸ್ ಆಯಿತು. ಸಾಮ್ರಾಜ್ಯ ಮೈ ತಳೆದಂತೆ ಭಾರತದ ಗೋವೆಯಲ್ಲೂ ದಕ್ಷಿಣ ಅಮೆರಿಕದ ಬ್ರೆಜೀಲಿನಲ್ಲೂ ಅದೇ ಭಾಷೆ. ಬ್ರೆಜೀಲಿನಲ್ಲಂತೂ ಈಗಲೂ ಆ ಭಾಷೆ ಜೀವಂತ.

16ನೆಯ ಶತಮಾನದಲ್ಲಿ ಇತಾಲಿಯಿಂದ ಗ್ರಾಮಾಯಣದ ಕಲ್ಪನೆಯನ್ನು ಎರವಲು ಪಡೆದವನು ಜಾರ್ಜ್ ದೆ ಮೊಂತೆಮಾಯರ್. ಅವನ 'ಡಯಾನಾ' ಕಾದಂಬರಿ ಗ್ರಾಮಜೀವನವನ್ನು, ವಿಶೇಷವಾಗಿ ಕುರಿಗಾಹಿಗಳ ಬದುಕನ್ನು ಚಿತ್ರಿಸಿತು. ತಮಗೆ ಹತ್ತಿರವಾಗಿರುತ್ತ ಅದು ನೀಡಿದ ರಂಜನೆಗಾಗಿ ಪೋರ್ತುಗೀಸ್ ಓದುಗರು ಅದನ್ನು ಮೆಚ್ಚಿಕೊಂಡರು.

ಅದೇ ಕಾಲದಲ್ಲಿ ಗಾಮನ ಜತೆ ಭಾರತಕ್ಕೆ ಪ್ರವಾಸ ಹೊರಟವರಲ್ಲಿ ಒಬ್ಬ ಸಾಹಸೀ ಸದ್ಗೃಹಸ್ಥ ಕವಿ ಇದ್ದ. ಲುಜಿ ದೆ ಕಾಮೊಯೆನ್ಸ್.

ಅವನು ಸಾಮ್ರಾಜ್ಯ ನಿರ್ಮಾಣದ ಪ್ರತ್ಯಕ್ಷದರ್ಶಿ. ಆ ಅದ್ಭುತ ಸಂಭವ ಮಹಾಕಾವ್ಯವಾಗಿ ಮೂಡಬೇಕೆಂಬ ಹೆಬ್ಬಯಕೆ ಅವನದು. ಹಡಗಿನಲ್ಲೇ ಬರೆಯಲು ಆರಂಭಿಸಿದ. ಮತ್ತೊಮ್ಮೆ ಯಾನ ಕೈಕೊಂಡು ಗೋವೆಯಲ್ಲೂ ಸ್ವಲ್ಪ ಕಾಲ ನೆಲೆಸಿದ. ಆತ ಮಹಾನ್ ಪ್ರತಿಭಾಶಾಲಿಯಾಗಿರಲಿಲ್ಲ. ಆದರೆ ಅದು ಅವನ ತಪ್ಪೆ? ಕಾವ್ಯದ ಶೀರ್ಷಿಕೆ: 'ಲೂಸಿಯಾದಸ್' (ಅಂದರೆ ಲೂಸಿಟಾನಿಯರು, ಇಲ್ಲವೆ ಪೋರ್ತುಗೀಸರು). ಇದರಲ್ಲಿ ಜೀವಂತ ವ್ಯಕ್ತಿಗಳಿದ್ದಾರೆ; ಸ್ಮೃತಿ ವಾಹಿನಿಯಲ್ಲಿ ತೇಲಿಬಂದ ಚೇತನ ಗಳಿದ್ದಾರೆ. ಗ್ರೀಕರ, ರೋಮನರ ದೇವತೆಗಳು ಇಲ್ಲಿ ಮಧ್ಯಪ್ರವೇಶ ಮಾಡುತ್ತಾರೆ: ವೀನಸ್, ಮಾರ್ಸ್, ಜೂಪಿಟರ್ ಮೊದಲಾದವರು.

ಪೋರ್ತುಗಲ್ ಗಣರಾಜ್ಯವಾದಾಗ ಮೊದಲು ಅಧ್ಯಕ್ಷನಾದವನು ಥಿಯೋಫಿಲ ಬ್ರಾಗ. ಆತ ವಿದ್ವಾಂಸನಾಗಿದ್ದ, ಲೇಖಕನೂ ಆಗಿದ್ದ. ಆಗಿನಿಂದ ಅಕ್ಷರ ಲೋಕದಲ್ಲಿ ಬೆಳಗಿದವರು: ಇಕಾ ದೆ ಕ್ವೆಯ್‌ರೊಯ್, ಫಿಯಾಲ್ಹೊ ದಿ ಆಲ್ಮೀದಾ, ಅಲ್ಫೊನ್ಸೊ ಬೊಲೆಲ್ಹೊ... ಕ್ವೆಂತಾಲ್ ಖ್ಯಾತ ಕವಿ, ಎಡಪಂಥೀಯ ಬುದ್ಧಿಜೀವಿ. 19ನೇ ಶತಮಾನದ ಪ್ರಸಿದ್ಧ ಕಾದಂಬರಿಕಾರ ಮತ್ತು ಕಥೆಗಾರ, ಕಾಸ್ತೆಲೊ ಬ್ರಾಂಕೊ. 19–20ರಲ್ಲಿ ಅದೇ ಪ್ರಕಾರಗಳ ಇನ್ನೊಬ್ಬ ಪ್ರಮುಖ, ರಿಬೀರಾ. ತೋರ್ಗ–ಕವಿ, ನಾಟಕಕಾರ, ಕಾದಂಬರಿಕಾರ.

ಗುಡ್ಡದ ತುದಿಯ ಕೆಲ್ಟ್‌ಕೋಟೆ ಪುರಾತತ್ವಜ್ಞರ ದಾಖಲೆಗಳಲ್ಲಿ ಕೇವಲ ಚುಕ್ಕಿ. ಪೋರ್ತುಗಲ್ಲಿನ ಜನತೆಯನ್ನು ಈಗ ಕೈಬೀಸಿ ಕರೆಯುತ್ತಿರುವುದು ಸಾಧನೆಯ ದೂರದ ಗುರಿ. ಅದರತ್ತ ಪೋರ್ತುಗಲ್ ಕುಂಟುತ್ತ ಸಾಗಿದೆ.

3

ಸ್ಪೇನ್, ಪೋರ್ತುಗಲ್ ಇಬ್ಬರು ಗೆಳೆಯರು. ಅವಳಿ ಸಂತಾನವೆಂದರೂ ಸರಿಯೆ. ಹಲವು ಸಹಸ್ರ ವರ್ಷ ಅವರು ದಾರಿ ಸವೆದ ರೀತಿಯನ್ನು ನೀವು ಗಮನಿಸಿದ್ದೀರಿ. ಉತ್ತಮ ಬದುಕಿನತ್ತ ಆ ದೇಶಗಳು ಸಾಗುವ ಮುಂದಿನ ಪಯಣದ ಕಲ್ಪನೆಯೂ ಸಾಧ್ಯ.

ಇಲ್ಲಿನ ತನಕ ಓದಿದುದರ ಕೆಲ 'ನೋಟ'ಗಳನ್ನು ಕಥೆಗಳ ಚೌಕಟ್ಟಿನಲ್ಲಿ ಇನ್ನು ಕಾಣುವಿರಿ. ಸ್ಪೇನಿನ ಏಳು ಕಥೆಗಳು; ಪೋರ್ತು ಗಲ್ಲಿನವು ಮೂರು. ಹತ್ತನೆಯ ಕಥೆ '...ಕೊನೆಯ ಗೂಳಿಕಾಳಗ'. ಅಲ್ಲಿ ಜನಸಂದಣಿಯ ನಡುವೆ 'ಇಬ್ಬರು ಗೆಳೆಯರು' ಮತ್ತೆ ಕಣ್ಣಿಗೆ ಬಿದ್ದರೆ ಅಚ್ಚರಿ ಪಡಬೇಡಿ.

ಯುಗಾದಿ, 1982
ಬೆಂಗಳೂರು

ನಿರಂಜನ
ಪ್ರಧಾನ ಸಂಪಾದಕ

ಸ್ಪೇನ್

○ ಮಿಗ್ಯಾಲ್ ಸೆರ್‌ವಾಂತೆಷ್

ಇಬ್ಬರು ಗೆಳೆಯರು

ಕಷ್ತಿಲೆ ಹಾಗೂ ಆಂದಲುಜಿಯ ಪ್ರಾಂತ್ಯಗಳ ನಡುವೆ, ಆಲ್ಕುದಿಯದ ಹೊರವಲಯದಲ್ಲಿ 'ಪುಟಾಣಿ ಗಾಳಿಗಿರಣಿ' ಎಂಬ ಹೆಸರಿನ ನಿಲುಮನೆಯೊಂದಿದೆ. ಪ್ರಯಾಣಿಕರ ಮನರಂಜನೆಗೆ ಮೀಸಲಾದ ನಿಲುಮನೆಯದು. ಬೇಸಿಗೆಯಲ್ಲಿ, ತುಂಬ ಸೆಕೆಯಿದ್ದ ಒಂದು ದಿನ ಇಬ್ಬರು ಹುಡುಗರು ಈ ಮನೆಯ ಬಳಿ ಕೆಲಸ ವಿಲ್ಲದೆ ಸುತ್ತಾಡುತ್ತಿದ್ದರು. ಒಬ್ಬನಿಗೆ ಹದಿನಾಲ್ಕು ವರ್ಷ; ಮತ್ತೊಬ್ಬ ಹದಿನೇಳು ಮುಟ್ಟಿದ್ದಾನು. ನೋಡಲು ಚೆನ್ನಾಗಿದ್ದ ಇಬ್ಬರೂ ಈಗ ತುಂಬ ಅನಾಥ ಸ್ಥಿತಿಯಲ್ಲಿದ್ದರು. ಇಬ್ಬರಿಗೂ ಕೋಟುಗಳಿಲ್ಲ; ಒರಟು ಬಟ್ಟೆಯ ಷರಾಯಿಗಳು. ಕಾಲುಚೀಲಗಳಿಲ್ಲದೆ ಬರಿಗಾಲು ಗಳಲ್ಲೇ ತೃಪ್ತರಾಗಿ ಓಡಾಡುತ್ತಿದ್ದರು.

ಅವರು ತಮ್ಮ ಪಾದಗಳನ್ನು ಮುಚ್ಚುವಂತೆ ಮಾಡಿಕೊಂಡಿದ್ದು ಏನೋ ನಿಜ. ಒಬ್ಬ ಅದಕ್ಕೆ ಹುಲ್ಲನ್ನು ಸುತ್ತಿಕೊಂಡಿದ್ದ. ಮತ್ತೊಬ್ಬನ ಷೂಗಳು ವಿಚಿತ್ರ ಆಕಾರದಲ್ಲಿದ್ದವು. ಗಾಳಿ ಮತ್ತು ನೀರು ಅಗತ್ಯಕ್ಕಿಂತ ಹೆಚ್ಚು ಸ್ಪರ್ಶಿಸುವಂತೆ ಅಳವಡಿಸಿ ತೊಟ್ಟುಕೊಂಡಿದ್ದ ಬಗೆಯಲ್ಲಿ ಆ ಷೂಗಳ ಯಜಮಾನನ ಪ್ರತಿಭೆ ಎದ್ದುಕಾಣುವಂತಿತ್ತು. ಟೋಪಿಯಂಥದೇನೋ ಒಬ್ಬನ ತಲೆ ಮೇಲೆ ಇತ್ತು. ಮತ್ತೊಬ್ಬನ ತಲೆ ಮೇಲೆ ಒಂದು ಹ್ಯಾಟು; ಹ್ಯಾಟಿನ ಮೇಲುಭಾಗ ಹಾಗೂ ಅಂಚುಗಳಲ್ಲಿ ಸಾಕಷ್ಟು ಕೊರತೆ ಇದ್ದುದರ ಬಗ್ಗೆ ಅವನಿಗೆ ಅಷ್ಟೇನೂ ಕೊರಗು ಇದ್ದಂತಿರಲಿಲ್ಲ. ಮೆತುವಾದ ತೊಗಲಿನ ಬಣ್ಣವುಳ್ಳ ಅಂಗಿಯೊಂದರ ಅಳಿದುಳಿದ ಭಾಗಗಳು ಚಿಕ್ಕವನ ಕತ್ತು ಹಾಗೂ ಹೆಗಲುಗಳನ್ನು ಅಲಂಕರಿಸಿದ್ದರೆ, ಅವನ ಜತೆಗಾರ ಅದರ ಕೊರತೆಯಿಂದಾದ ತೊಡಕನ್ನು ಹಳೆಯ ಷರಾಯಿಯ ಸೊಂಟಪಟ್ಟಿಯೊಂದರಿಂದ ನಿವಾರಿಸಿಕೊಂಡಿದ್ದ. ಜಿಡ್ಡು ಮೆತ್ತಿಕೊಂಡು ಚಿಂದಿಚಿಂದಿಯಾಗಿದ್ದ ಆ ಸೊಂಟಪಟ್ಟಿ ಅವನ ಕತ್ತಿನಿಂದ ನೇತಾಡುತ್ತ ಎದೆಯವರೆಗೂ ಬಂದಿದ್ದು, ಅಲ್ಲಿ ಚಿಕ್ಕ ಕಟ್ಟೊಂದನ್ನು ಮುಚ್ಚಿಟ್ಟಂತಿತ್ತು. ಆ ಕಟ್ಟು ಅಮೂಲ್ಯ ಕೋಶ. ಅದರಲ್ಲಿ ಇದ್ದುದು ಇಸ್ಪೀಟು ಎಲೆಗಳು. ಆ ಎಲೆಗಳು ಸಾಮಾನ್ಯವಾಗಿ ಬಳಸುವ ಎಲೆಗಳಿಗಿಂತ ಆಕಾರದಲ್ಲಿ ಬೇರೆಯೇ ಆಗಿದ್ದವು. ಎಷ್ಟೋ ಕಾಲದಿಂದ ಸೇವೆ ಸಲ್ಲಿಸುತ್ತ

ಬಂದದ್ದರಿಂದ, ಮೂಲೆಗಳು ಸವೆದು ಸವೆದು ಎಲೆಗಳು ಗುಂಡಾದ ಆಕಾರವನ್ನು ತಳೆಯ ತೊಡಗಿದ್ದವು. ಆ ಚಕ್ರಾಕಾರವೇ ಹೆಚ್ಚು ಬಳಕೆಗೆ ಬರುವುದೆಂದು ಖಚಿತಗೊಂಡದ್ದರಿಂದ ಆ ಆಕಾರವನ್ನು ಕತ್ತರಿಯ ಬಳಕೆಯಿಂದ ಮತ್ತಷ್ಟು ಸ್ಪಷ್ಟಗೊಳಿಸಲಾಗಿತ್ತು. ಇಬ್ಬರದೂ ಬಿಸಿಲಿನಿಂದ ಕಂದಿದ ಚರ್ಮ. ಉಗುರುಗಳಲ್ಲಿ ತುಂಬಿ ತುಳುಕುವ ಕೊಳೆ, ಚರ್ಮವಂತೂ ಶುಚಿಯಾಗಿತ್ತೆಂದು ಹೇಳಬರುವಂತಿಲ್ಲ. ಒಬ್ಬನ ಬಳಿ ಮುರಿದ ಕತ್ತಿ; ಮತ್ತೊಬ್ಬನ ಬಳಿ ಹಳದಿ ಹಿಡಿಯ ಚಾಕು ಇದ್ದವು. ಇಷ್ಟು ಹೇಳಿದರೆ ಅವರ ವೇಷಭೂಷಣಗಳ ವರ್ಣನೆ ಮುಗಿಯಿತೆನ್ನಬೇಕು.

ನಿಲುಮನೆಯಿಂದ ಹೊರಬಂದ ಅವರು ಜಗಲಿಯ ಮೇಲೆ ಒಬ್ಬರೆದುರು ಒಬ್ಬರು ಕುಳಿತರು. ಹಿರಿಯವನು ಇನ್ನೊಬ್ಬನಿಗೆ ನಮ್ರವಾಗಿ ಬಾಗಿ, ಶಿಷ್ಟ ವರ್ಗದ ಒಬ್ಬ ವ್ಯಕ್ತಿಯ ಧಾಟಿಯಲ್ಲಿ ಮಾತಾಡತೊಡಗಿದ.

"ದೊಡ್ಡ ಮನುಷ್ಯರಂತೆ ತೋರುವ ತಮ್ಮಂಥ ಸಭ್ಯರನ್ನು, ಪರಸ್ಪರ ಪರಿಚಯವಾಗುವ ಮೊದಲೇ ಮಾತನಾಡಿಸುವ ಸ್ವಾತಂತ್ರ್ಯವನ್ನು ನಾನು ತೆಗೆದುಕೊಳ್ಳಬಹುದಾದರೆ, ತಮ್ಮನ್ನು ತನ್ನ ನಿವಾಸಿ ಎಂದು ಕರೆದುಕೊಳ್ಳುವ ಸೌಭಾಗ್ಯವು ನಾಡಿನ ಯಾವ ಪ್ರಾಂತ್ಯಕ್ಕೆ ದೊರಕಿದೆಯೆಂದೂ, ತಾವು ಈಗ ಎಲ್ಲಿಗೆ ಪ್ರಯಾಣ ಮಾಡಲು ಉದ್ದೇಶಿಸಿರುವಿರಿ ಎಂದೂ ಕೇಳಬಯಸುವೆನು."

ಅಷ್ಟೇ ವಿಧಿಪೂರ್ವಕವಾಗಿ, ನಮ್ರತೆಯಿಂದ ಮತ್ತೊಬ್ಬ ಉತ್ತರಿಸಿದ:

"ಮಾನ್ಯರೇ, ತಮ್ಮ ಮೊದಲ ಪ್ರಶ್ನೆಗೆ ಉತ್ತರ: ತಮ್ಮ ಕುತೂಹಲವನ್ನು ತಣಿಸಲು ನಾನು ಅಸಮರ್ಥನಾಗಿರುವುದಕ್ಕೆ ಮನಸ್ಸಿಗೆ ಖೇದವೆನಿಸುತ್ತದೆ. ಏಕೆಂದರೆ ಆ ವಿಚಾರದಲ್ಲಿ ನಾನೇ ಪೂರಾ ಅಜ್ಞಾನಿಯಾಗಿದ್ದೇನೆ. ಇನ್ನು ಎರಡನೇ ಪ್ರಶ್ನೆ: ಇದರ ಬಗ್ಗೆಯೂ ನಾನು ಕಿಂಚಿತ್ತಾದರೂ ಮಾಹಿತಿಯನ್ನು ಒದಗಿಸಲಾರೆನಲ್ಲಾ ಎಂದು ಕೊರಗುತ್ತಿದ್ದೇನೆ. ಏಕೆಂದರೆ ಆ ಬಗ್ಗೆಯೂ ನನಗೆ ಏನೇನೂ ಗೊತ್ತಿಲ್ಲ."

ಅಂಗಿಯಿಲ್ಲದವನು ಹೇಳಿದ:

"ಯಾಕೆ ಸ್ವಾಮಿ? ಈ ಬಗ್ಗೆ ನನ್ನ ಅಭಿಪ್ರಾಯವನ್ನು ಹೇಳಬಹುದಾದರೆ ತಾವು ಯಾವುದಾದರೂ ಸ್ವರ್ಗದಿಂದ ಇಳಿದುಬಂದವರಂತೆ ತೋರುತ್ತಿಲ್ಲ; ಹಾಗೇನಾದರೂ ಆಗಿದ್ದರೆ ತಮ್ಮ ಅವತಾರಕ್ಕೆ ಈ ಜಾಗವನ್ನು ಆರಿಸಿಕೊಳ್ಳುತ್ತಿದ್ದಿರೆಂದು ನಾನು ಭಾವಿಸಲಾರೆ. ಅಲ್ಲದೆ ತಾವು ಯಾವುದಾದರೂ ಒಂದು ಕಡೆಗೆ ಹೋಗುವುದಂತೂ ಖಂಡಿತ ತಾನೆ?"

ಹ್ಯಾಟು ಹಾಕಿದವನು ಉತ್ತರಿಸಿದ:

"ಅದು ಖಚಿತವಾದ ಮಾತೇ ಸರಿ; ಹೀಗಿದ್ದರೂ ನಾನು ತಮಗೆ ಸತ್ಯವನ್ನೇ ಹೇಳಿರುವೆನು. ನನ್ನ ತಂದೆ ನನ್ನನ್ನು ಮನೆಬಿಟ್ಟು ಓಡಿಸಿದ್ದಾನಾದ್ದರಿಂದ ನನ್ನ ನಾಡು ಈಗ ನನ್ನದಾಗಿ ಉಳಿದಿಲ್ಲ. ಇನ್ನು ಮುಂಬರುವ ದಿನಗಳ ಬಗ್ಗೆ ನಾನು ಅದೃಷ್ಟವನ್ನೇ ನಂಬಿಕೊಂಡಿರ ಬೇಕಾಗಿದೆ. ಪ್ರಾಮಾಣಿಕವಾಗಿ ಜೀವನ ನಡೆಸಲು ಸಾಧ್ಯವಾಗುವಂಥ ಯಾವುದಾದರೊಂದು ಅವಕಾಶವನ್ನು ಅದು ನನ್ನ ಮುಂದಿಡಬಹುದೆಂದು ನನ್ನ ನಿರೀಕ್ಷೆ."

ಮೊದಲು ಪ್ರಶ್ನೆ ಕೇಳಿದವನೇ ಮತ್ತೆ ಕೇಳಿದ:

"ಕ್ಷಮಿಸಿ, ತಾವು ಯಾವುದಾದರೂ ವೃತ್ತಿಗೆ ಸೇರಿದವರೇ ಎಂದು ಕೇಳಬಹುದೇ?"

ಕಿರಿಯವನು ಉತ್ತರಿಸಿದ:

"ಮೊಲದಂತೆ ಓಡುವುದು, ಜಿಂಕೆಯಂತೆ ಹಾರುವುದು ಇಲ್ಲವೇ ಬಲು ನಾಜೂಕಾಗಿ

ಕತ್ತರಿಯನ್ನು ಬಳಸುವುದು ಇದಲ್ಲದೆ ಬೇರೆ ಯಾವುದೂ ನನಗೆ ಹೊಂದಿಕೆಯಾಗಲಾರದು."

"ಹಾಗಿದ್ದರೆ ಅದು ಒಳ್ಳೆಯದು; ಪ್ರಯೋಜನಕ್ಕೆ ಬರುತ್ತದೆ. ಮುಂದಿನ ಪವಿತ್ರ ಗುರುವಾರ ಇಗರ್ಜಿಯಲ್ಲಿ ಅಲಂಕಾರಕ್ಕೆ ಕಾಗದವನ್ನು ಕತ್ತರಿಸುವ ಕೆಲಸ ತಮಗೆ ಸಿಗುವುದು," ಎಂದ ಅವನ ಗೆಳೆಯ.

ಕಿರಿಯ ಸಭ್ಯ ಮನುಷ್ಯ ನುಡಿದ:

"ಓಹ್, ಆದರೆ ನನ್ನಲ್ಲಿರುವ ಕತ್ತರಿಸುವ ಸಾಮರ್ಥ್ಯ ಆ ಬಗೆಯದಲ್ಲ. ದೇವರ ಕರುಣೆಯಿಂದ ನನ್ನ ತಂದೆ ಸಿಂಪಿಗ; ಪಾದರಕ್ಷೆ ಹೊಲಿಯುವವನು ಕೂಡ. ಅವನು ಅಂತಿಪರಸ್ ಎಂಬ ಮೊಚ್ಚುಗಳನ್ನು ಕತ್ತರಿಸಲು ನನಗೆ ಹೇಳಿಕೊಟ್ಟ. ತಮಗೆ ಬಹುಶಃ ಗೊತ್ತಿರಬಹುದು, ಈ ಅಂತಿಪರಸ್ ಎಂದರೆ ಕುಯ್ಲು ಕಾಲದಲ್ಲಿ ಕೆಲಸಗಾರರು ತೊಟ್ಟುಕೊಳ್ಳುವ ಪಾದರಕ್ಷೆ. ಈ ಕಲೆಯಲ್ಲಿ ನಾನು ಎಷ್ಟು ಪಾರಂಗತನಾಗಿಬಿಟ್ಟೆನೆಂದರೆ, ಶ್ರೇಷ್ಠ ಕಲಾವಿದನಾಗಲು ಇರಬಹುದಾದ ಎಲ್ಲ ಪರೀಕ್ಷೆಗಳನ್ನೂ ತೇರ್ಗಡೆ ಹೊಂದಬಲ್ಲವನಾಗಿದ್ದೆ; ಆದರೆ ದುರದೃಷ್ಟವೊಂದು ನಾನು ಉದ್ಯೋಗವನ್ನು ಕಳೆದುಕೊಳ್ಳುವಂತೆ ಮಾಡಿತು."

ಈ ಮಾತು ಕೇಳಿ ಹಿರಿಯ ಮಹನೀಯ ಸಹಾನುಭೂತಿಯಿಂದ ಹೇಳಿದ:

"ಎಲ್ಲ ಮಹಾಪುರುಷರಿಗೂ ಹೀಗೇ ಆಗುವುದು. ಶ್ರೇಷ್ಠ ಸಾಮರ್ಥ್ಯ ಇರುವವರಿಗೆ ದುರದೃಷ್ಟವೇ ಒದಗಿಬರುವುದೆಂದು ಕೇಳಿ ಬಲ್ಲೆ. ಆದರೆ ತಮ್ಮಷ್ಟು ಸಾಮರ್ಥ್ಯವುಳ್ಳ ಪುರುಷರಿಗೆ ಭವಿಷ್ಯವನ್ನು ಉತ್ತಮಗೊಳಿಸುವ ದಾರಿಯನ್ನು ಹುಡುಕುವುದು ಕಷ್ಟವೆಂದು ನಾನು ತಿಳಿಯುವುದಿಲ್ಲ. ಅಲ್ಲದೆ ನನ್ನ ವಿವೇಚನಾ ಶಕ್ತಿ ನನಗೆ ಮೋಸಮಾಡುವುದಿಲ್ಲ ಎಂದುಕೊಂಡರೆ ತಮ್ಮಲ್ಲಿ ಇನ್ನೂ ಇತರ ಸಾಮರ್ಥ್ಯಗಳಿದ್ದು ಅದನ್ನು ಬಹಿರಂಗಪಡಿಸಲು ತಾವು ಸಂಕೋಚ ಪಡುತ್ತಿರುವಿರೆಂದು ಭಾವಿಸುತ್ತೇನೆ."

ಅಂಗಿಯವನು ನಗುತ್ತಾ ನುಡಿದ: "ಅದೇನೋ ನಿಜವೆನ್ನಿ. ಆದರೆ ನೀವಂದಂತೆ ಅವೆಲ್ಲ ಸಾರ್ವಜನಿಕರ ಮುಂದೆ ಪ್ರದರ್ಶಿಸುವಂಥವಲ್ಲ."

ಮೊದಲನೆಯವ ತಕ್ಷಣ ಹೇಳಿದ:

"ಸರಿ, ಹಾಗಾದರೆ, ಹೆಚ್ಚಿನ ಯುವಕರಲ್ಲಿರುವಷ್ಟು ಯುಕ್ತಾಯುಕ್ತ ಪರಿಜ್ಞಾನ ನನ್ನಲ್ಲಿದೆ ಅಂತ ನಾನು ತಿಳಿದಿದ್ದರೂ, ನನ್ನ ಮೇಲೆ ತಮಗೆ ನಂಬಿಕೆ ಉಂಟಾಗಲೆಂದು ಕೊಂಚ ತೆರೆದ ಮನಸ್ಸಿನಿಂದ ಮಾತಾಡುತ್ತೇನೆ ಹಾಗೂ ತಮ್ಮಿಂದಲೂ ಅದೇ ಬಗೆಯನ್ನು ಬಯಸುತ್ತೇನೆ. ಯಾಕೆಂದರೆ ಯಾವುದೋ ಉದ್ದೇಶವಿಲ್ಲದೆ ವಿಧಿ ನಮ್ಮನ್ನು ಹೀಗೆ ಒಟ್ಟಿಗೆ ಸೇರಿಸಿರಲಾರದು. ನಾವು ಗೆಳೆಯರಾಗದೇ ಹೋದರೆ ತುಂಬಾ ಹಾನಿಯಾಗುವುದು ಖಂಡಿತ. ನನ್ನ ಹೆಸರು ಪೆದ್ರೋ ದ ರಿಂಕಾನ್, ನಾನು ಫುಯೇನ್‌ಫ್ರೀದ ಎಂಬ ಸಾಕಷ್ಟು ಪ್ರಖ್ಯಾತವಾದ ಊರಿನವನು. ನನ್ನ ತಂದೆ ಇಗರ್ಜಿಯಲ್ಲಿ ಕಾರ್ಯಕರ್ತ, ಎಂದರೆ ಪೋಪರ ಕ್ಷಮಾ ಪತ್ರಗಳನ್ನು ಮಾರುವವನು. ಕ್ಷುಲ್ಲಕ ಜನ ಅವನನ್ನು 'ಬುಲೆರೋ' ಎಂದು ಕರೆಯುವುದುಂಟು. ಈ ವ್ಯವಹಾರದಲ್ಲಿ ನಾನು ಅವನಿಗೆ ಸಹಾಯಕ. ಚೌಕಾಸಿ ಮಾಡುವಲ್ಲಿ ನಾನು ಎಷ್ಟು ಚತುರನಾಗಿದ್ದೆನೆಂದರೆ ನನಗೆ ಮೋಸಮಾಡುವುದಕ್ಕೆ ಯಾರಿಗೂ ಸಾಧ್ಯವಾಗುತ್ತಿರಲಿಲ್ಲ. ಈ ವ್ಯವಹಾರಕ್ಕಿಂತ ಅದರಲ್ಲಿ ಬರುವ ಹಣದಲ್ಲೇ ನನ್ನ ಆಸಕ್ತಿ ಹೆಚ್ಚಾದುದನ್ನು ಕಂಡುಕೊಂಡ ನನ್ನ ತಂದೆ ಒಂದು ದಿನ ಕೆಲವು ಡಾಲರುಗಳಿದ್ದ ಚೀಲವನ್ನು ನನ್ನ ಕೈಯಲ್ಲಿಟ್ಟು, ಮುಂದಿನ ಅದೃಷ್ಟವನ್ನು ನಾನೇ ರೂಪಿಸಿಕೊಳ್ಳಬೇಕೆಂದು ಮಾದ್ರಿದ್‌ಗೆ ಕಳುಹಿಸಿದರು.

"ನಗರದ ಪ್ರಲೋಭನೆಗಳಿಂದಾಗಿ ನನ್ನ ಚೀಲದಲ್ಲಿದ್ದುದೆಲ್ಲಾ ಮಾಯವಾಯಿತು. ಆಗ ನನ್ನ ಬಳಿ ಉಳಿದಿದ್ದು ಸಂಪತ್ತಿಗಿಂತ ಹೆಚ್ಚಾಗಿ ಕೊಂಚ ಬುದ್ಧಿ ಮಾತ್ರ. ನನ್ನ ಹಣವನ್ನು ಖರ್ಚುಮಾಡಲು ನನಗೆ ನೆರವಾಗಿದ್ದ ಕೆಲವರನ್ನು ನಾನು ಹೋಗಿ ಕಂಡೆ. ನನ್ನ ಗತಿಯನ್ನು ಅವರಲ್ಲಿ ತೋಡಿಕೊಂಡಾಗ ಆ ಕೀಳುಜನರ ನೆನಪೆಲ್ಲಾ ಮಾಯವಾಗಿ ಹೋಗಿತ್ತು. ಕೆಲವರು ನನ್ನ ಪರಿಚಯವೇ ಇಲ್ಲವೆಂಬಂತೆ ನಟಿಸಿದರು. ಉಳಿದವರು ಮುಂದೆಯಾದರೂ ಎಚ್ಚರವಾಗಿರು ಎಂದು ಬುದ್ಧಿ ಹೇಳಿ ಹೊರಟರು. ನಾನು ಸುಮ್ಮನೆ ಭುಜ ಕುಣಿಸಿ ಬಂದು ಎಲ್ಲವನ್ನು ನುಂಗಿ ಸಹಿಸಿದೆ. ಮತ್ತೆ ಭವಿಷ್ಯವನ್ನು ಎದುರಿಸಲು ಸಿದ್ಧನಾದೆ. ಅದಕ್ಕಾಗಿ ಎಲ್ಲ ಸುಖಗಳನ್ನೂ ಕೈಬಿಟ್ಟೆ. ನನ್ನಲ್ಲಿ ಉಳಿದಿದ್ದರಲ್ಲಿ ತೀರಾ ಬೇಕೆನಿಸಿದ್ದಷ್ಟನ್ನು ಮಾತ್ರ ಇರಿಸಿಕೊಂಡೆ. ಅವುಗಳಲ್ಲಿ ಈ ಇಸ್ಪೀಟು ಎಲೆಗಳೂ (ಬಚ್ಚಿಟ್ಟಿದ್ದ ಜಾಗದಿಂದ ಅವುಗಳನ್ನು ಹೊರದೆಗೆಯುತ್ತ) ಸೇರಿವೆ. ಇವುಗಳ ನೆರವಿನಿಂದ ಪ್ರಯಾಣಿಕರು ಸೇರುವ ನಿಲುಮನೆಗಳಲ್ಲಿ ನಾನು ಜೀವನಾಧಾರಕ್ಕೆ ಬೇಕಾದಷ್ಟನ್ನು ಸಂಪಾದಿಸಿಕೊಳ್ಳುತ್ತೇನೆ. ನನ್ನ ಉದ್ದೇಶಕ್ಕೆ ತಕ್ಕ ಆಟ 'ಇಪ್ಪತ್ತೊಂದು'. ಅದನ್ನೇ ನಾನು ಯಾವಾಗಲೂ ಆಡುವುದು. ಬಳಸುವುದಕ್ಕೆ ಆಗದಂತೆ ಸವೆದುಹೋಗಿವೆ ಈ ಎಲೆಗಳು. ಆದರೂ ಬಲ್ಲವರಿಗೆ ಸಾಕಷ್ಟು ನೆರವಿಗೆ ಬರುತ್ತವೆ ಎನ್ನಿ. ಈ ಇಸ್ಪೀಟು ಎಲೆಗಳು ನನಗೆ ಎಷ್ಟೊಂದು ಪರಿಚಯವಾಗಿಬಿಟ್ಟಿವೆ ಎಂದರೆ ಈ ಎಲೆಗಳ ಮುಂಬದಿ ಮಾತ್ರವಲ್ಲ, ಹಿಂಬದಿಯನ್ನು ನೋಡಿದರೂ ಯಾವ ಎಲೆ ಎಂಬುದನ್ನು ನಾನು ಪತ್ತೆ ಹಚ್ಚಬಲ್ಲೆ.

"ಈ ಎಲೆಗಳ ಬಗ್ಗೆ ಇರುವ ಈ ಸೌಲಭ್ಯ ಹಾಗಿರಲಿ. ಒಬ್ಬ ರಾಯಭಾರಿಯಿಂದ ಅವುಗಳ ಬಯಕೆಯ ಹಲವು ಬಗೆಗಳನ್ನು ನಾನು ಕಲಿತೆ. ಅದರಿಂದಾಗಿ ಈ ಎಲೆಗಳ ತಲೆಬುಡವೆಲ್ಲ ನನಗೆ ಚೆನ್ನಾಗಿ ಗೊತ್ತಾಗಿಹೋಗಿದೆ. ನೀವು 'ಅಂತಿಪರಸ್' ಕತ್ತರಿಸುವುದರಲ್ಲಿ ಎಷ್ಟು ಸಮರ್ಥರೋ ನಾನೂ ಈ ಕಸುಬಿನಲ್ಲಿ ಅಷ್ಟೇ ಸಮರ್ಥ. ಹೀಗೆ, ನೋಡಿ, ನಾನು ಈಗಂತೂ ಹಸಿವಿನಿಂದ ಸಾಯುವ ಸ್ಥಿತಿಯಲ್ಲಿ ಇಲ್ಲ. ಯಾಕಂತೀರೋ, ನಾನು ಎಲ್ಲೇ ಇರಲಿ, ಈ ಮುಗ್ಧ ಆಟದಲ್ಲಿ ಮಗ್ನರಾಗಿ ಜಗದ ಜಂಜಡವನ್ನು ಕಳೆದುಕೊಳ್ಳುವುದಕ್ಕೆ ಸಿದ್ಧವಿರುವ ಜನರು ಸಿಕ್ಕೇ ಸಿಗುತ್ತಾರೆ. ಯಾವನಿಗೆ ಕಡಿಮೆ ಅನುಭವ ಇರುವುದೋ ಅವನು ಸೋಲುವುದು ಖಂಡಿತ. ಈಗ ನೋಡಿ ಇಲ್ಲಿ ಒಳಗಿರುವ ಪ್ರಯಾಣಿಕರಲ್ಲಿ ಯಾವುದಾದರೂ ಸಾಧು ಪ್ರಾಣಿ ನಮಗಾಗಿ ಸಿಗುವುದೋ ನೋಡೋಣ. ಇಲ್ಲಿ ಕುಳಿತು ಬಲು ಗಮನವಿಟ್ಟು ಆಡುತ್ತ ಇರುವವರ ಹಾಗೆ ನಟಿಸೋಣ. ಯಾರಾದರೂ ಬಂದು ಆಟಕ್ಕೆ ಮೂರನೆಯವರಾಗಿ ಕೂರುತ್ತೇನೆ ಅಂದರೋ, ನೋಡುತ್ತಿರಿ ಅವರೇ ಮೊದಲು ಹಣವನ್ನು ಕಳೆದುಕೊಳ್ಳುವವರು."

ಕಿರಿಯ ಸಾಹಸಿ ಮರು ನುಡಿದ:

"ತಮ್ಮ ಈ ತೆರೆದ ಮನಸ್ಸಿಗೆ ನಾನು ತುಂಬಾ ಕೃತಜ್ಞ. ಪ್ರತಿಯಾಗಿ ನಾನು ಕೆಲವೇ ಮಾತಿನಲ್ಲಿ ನನ್ನ ಬಗ್ಗೆ ಹೇಳಿಕೊಳ್ಳಬಲ್ಲೆ ಅಷ್ಟೆ. ಸಲಮಂಕಾ ಹಾಗೂ ಮೆದಿನಾ ದೆಲ್ ಕಾಂಪೊಜ್‌ಗಳ ನಡುವೆ ಇರುವ ಒಂದು ನಾಡಿನವನು ನಾನು. ತಂದೆ ಸಿಂಪಿಗ; ಕತ್ತರಿಯನ್ನು ಎಷ್ಟು ಚೆನ್ನಾಗಿ ಬಳಸಲು ಆತ ನನಗೆ ಕಲಿಸಿದ ಅಂದರೆ, ನಾನು ಬಟ್ಟೆ ಕತ್ತರಿಸುವುದರ ಬದಲು ಜೇಬು ಕತ್ತರಿಸುವುದನ್ನೂ ಕಲಿತೆ. ಆ ಪುಟ್ಟ ಹಳ್ಳಿಯ ಇಕ್ಕಟ್ಟಿನಲ್ಲಿ ಇರುವುದು ನನಗೆ ಆಗಲಿಲ್ಲ. ಅಲ್ಲದೆ ಅತ್ತೆಯೊಬ್ಬಳು ಕೊಡುತ್ತಿದ್ದ ಹಿಂಸೆಗೆ ನಾನಾಗಲೇ ರೋಸಿಹೋಗಿದ್ದೆ. ಮನೆ ಬಿಟ್ಟು ತೊಲೇದೊ ನಗರಕ್ಕೆ ಬಂದು ಅಲ್ಲಿ ನನ್ನ ಸಾಮರ್ಥ್ಯಕ್ಕೆ ಪೂರ್ಣ ಅವಕಾಶ ಪಡೆದುಕೊಂಡೆ.

ಏನೇನು ಸಾಧಿಸಿದೆ ಅಂತೀರಿ? ಸರಗಳನ್ನು ಎಷ್ಟು ಜಾಗರೂಕತೆಯಿಂದ ಧರಿಸಿಕೊಂಡಿರಲಿ ಅಥವಾ ಜೇಬುಗಳನ್ನು ಎಷ್ಟು ಚಾಣಾಕ್ಷತೆಯಿಂದ ರಚಿಸಿಕೊಂಡಿರಲಿ, ನನ್ನ ಬೆರಳಿಗಾಗಲೀ, ಕತ್ತರಿಗಾಗಲೀ ಅವು ಸಿಗದೇ ಹೋಗುತ್ತಿದ್ದುದು ಅಪರೂಪ. ಆ ಊರಿನಲ್ಲಿದ್ದ ನಾಲ್ಕು ತಿಂಗಳು ಕಾಲ ಎಲ್ಲ ತೊಂದರೆಗಳಿಂದಲೂ ದೂರವಾಗಿದ್ದೆ. ಸೆರೆಮನೆ ನೋಡಲಿಲ್ಲ; ನನ್ನ ಎಚ್ಚರ ತಪ್ಪಲಿಲ್ಲ; ಹಿಡಿಯುವ ಜನರ, ತುಬ್ಬುಗಾರರ ಕಣ್ಣಿಗೆ ಬೀಳಲಿಲ್ಲ.

"ಆದರೆ, ಎಂಟು ದಿನದ ಹಿಂದೆ ಒಬ್ಬ ಪೊಲೀಸ್ ತುಬ್ಬುಗಾರ ನನ್ನನ್ನು ಕಂಡುಹಿಡಿದು ನ್ಯಾಯಾಧೀಶನಿಗೆ ವರದಿ ಮಾಡಿದ. ಪ್ರತಿಭಾವಂತರ ಬಗ್ಗೆ ಬಹಳ ಮೆಚ್ಚುಗೆ ಇದ್ದ ಆ ನ್ಯಾಯಾಧೀಶ ನನ್ನನ್ನು ಭೇಟಿ ಮಾಡಲು ಬಯಸಿದ. ನಾನೋ ಸಂಕೋಚದ ಮುದ್ದೆ. ಅವರ ಭೇಟಿಯ ಗೌರವವನ್ನು ಪಡೆದುಕೊಳ್ಳಲು ಈ ಸಂಕೋಚವೇ ನಾನು ಹಿಂದೇಟು ಹಾಕುವಂತೆ ಮಾಡಿತು. ಹುಟ್ಟಿನಿಂದಾಗಲೀ ವಿದ್ಯೆಯಿಂದಾಗಲೀ ಆ ಅಂತಸ್ತಿನ ಸಮಾಜಕ್ಕೆ ಪರಿಚಿತನಾಗಲು ನಾನು ಅರ್ಹನಲ್ಲ ಎಂದುಕೊಂಡೆ. ನ್ಯಾಯಾಧೀಶರ ಕೋರಿಕೆಯನ್ನು ನಿರಾಕರಿಸುವುದು ಅನಿವಾರ್ಯವಾಯಿತು. ಅದಕ್ಕಾಗಿ ತೋಲೇದೊ ನಗರವನ್ನು ನಾನು ಬಿಡಬೇಕಾಯಿತು. ಎಷ್ಟು ಬೇಗ ಎಂದರೆ, ಸವಾರಿಗಾಗಿ ಒಂದು ಗಾಡಿಯನ್ನು ಬಾಡಿಗೆಗೆ ತೆಗೆದುಕೊಳ್ಳಲು, ಪ್ರಯಾಣ ಕಾಲದಲ್ಲಿ ಸಭ್ಯಮನುಷ್ಯರಿಗೆ ಅವಶ್ಯವಾದ ವಸ್ತುಗಳನ್ನು ಹೊಂದಿಸಿಕೊಳ್ಳಲು, ಇಲ್ಲವೇ ಬೇಕಾದ ಬಟ್ಟೆಗಳನ್ನು ಜೋಡಿಸಿಕೊಳ್ಳಲು ಕೂಡ ಸಮಯವಿರಲಿಲ್ಲ. ಆದ್ದರಿಂದ ನೋಡಿ, ನಿಮ್ಮ ಎದುರು ಹೀಗೆ ಇದ್ದೇನೆ."

ರಿಂಕಾನ್ ಹಲ್ಲು ಕಿರಿದು ಹೇಳಿದ:

"ಇದಂತೂ ಸೊಗಸಾಗಿದೆ. ಈಗಂತೂ ನಾವಿಬ್ಬರೂ ಒಬ್ಬರಿಗೊಬ್ಬರು ಪರಿಚಿತರಾಗಿರುವುದರಿಂದ ಈ ಸಭ್ಯ ಸದಾಚಾರಗಳನ್ನು ಬಿಟ್ಟುಬಿಡೋಣ. ಈಗ ನಮ್ಮ ಬಳಿ ಏನಿದೆಯೋ ಅದನ್ನು ಬಿಟ್ಟರೆ ಮತ್ತೇನೂ ನಮ್ಮಲ್ಲಿ ಇಲ್ಲವೆಂಬುದನ್ನು ಸುಮ್ಮನೆ ಒಪ್ಪಿಕೊಳ್ಳೋಣ."

ಚಿಕ್ಕವನ ಹೆಸರು ದಿಯಾಗೋ ಕೊರ್ತಾದೊ. ಅವನೀಗ ನುಡಿದ:

"ಹೌದು, ನಿಜ ಸಂಗತಿಯನ್ನು ಮರೆಮಾಚುವುದರಲ್ಲಿ ಪ್ರಯೋಜನವಿಲ್ಲ. ನಮ್ಮ ಪರಿಸ್ಥಿತಿಯ ಬಗ್ಗೆ ನೀವು ಹೇಳಿದ್ದು ಸರಿ. ಇನ್ನು, ನಮ್ಮ ಗೆಳೆತನ ಸದಾ ಕಾಲ ಉಳಿಯಬೇಕಾಗಿರುವುದರಿಂದ, ಶ್ರೀ ರಿಂಕಾನ್ ಅವರೇ, ಮೊದಲು ಪರಸ್ಪರರ ಬಗೆಗಿನ ನಮ್ಮ ಭಾವನೆಗಳನ್ನು ಸರಿಯಾದ ರೀತಿಯಲ್ಲಿ ವ್ಯಕ್ತಪಡಿಸೋಣ."

ಅನಂತರ ಇಬ್ಬರೂ ಮೇಲೆದ್ದು ಒಬ್ಬರನ್ನೊಬ್ಬರು ಬಹಳ ಪ್ರೀತಿಯಿಂದೆಂಬಂತೆ, ಸದ್ಭಾವನೆಯ ನಿದರ್ಶನ ಎಂಬಂತೆ ಅಪ್ಪಿಕೊಂಡರು. ಈ ವಿಧಿಯಿಂದ ಪೂರ್ಣಗೊಳಿಸಿ, ಈಗಾಗಲೇ ಹೇಳಲಾದ ಇಸ್ಪೀಟು ಎಲೆಗಳನ್ನು ಹಿಡಿದು ಅವುಗಳಲ್ಲಿದ್ದ ಧೂಳು, ಕಸಕಡ್ಡಿಗಳನ್ನು ತೆಗೆದರು; ಆದರೆ ಅದಕ್ಕೆ ಹತ್ತಿದ ಜಿಗುಟು, ಮೋಸದ ಗುರುತುಗಳನ್ನು ಹಾಗೇ ಉಳಿಸಿದರು. ಬಳಿಕ ಅವರು ಆಡಲು ಕುಳಿತರು. ಕೆಲವೇ ಆಟಗಳಲ್ಲಿ ಕೊರ್ತಾದೊ ತನ್ನ ಗುರು ರಿಂಕಾನ್‌ನಷ್ಟೇ ಪಳಗಿದ.

ಇಷ್ಟು ಹೊತ್ತಿಗೆ ಪ್ರಯಾಣಿಕರಲ್ಲೊಬ್ಬ ನಿಲುಮನೆಯಿಂದ ಹೊರಬಂದ. ಅಲ್ಲಿ ಇಸ್ಪೀಟಾಡುತ್ತಿದ್ದ ಈ ಇಬ್ಬರು ಹುಡುಗರನ್ನು ನೋಡಿ, ಮೂರನೆಯವನೊಬ್ಬನನ್ನು ಸೇರಿಸಿಕೊಳ್ಳಲು ಅವರ ಅಭ್ಯಂತರವೇನಾದರೂ ಇದೆಯೇ ಎಂದು ಆತ ವಿಚಾರಿಸಿದ. ಅವರು ಸಭ್ಯತನದಿಂದ ಒಪ್ಪಿ ಅವನನ್ನು ಸೇರಿಸಿಕೊಂಡರು. ಅದೃಷ್ಟ ಹುಡುಗರನ್ನು ಎಷ್ಟು ಒಲಿದಿತ್ತೆಂದರೆ ಅರ್ಧ ಗಂಟೆಯೊಳಗೆ ಆ ಮೂರನೆಯವನು ಹನ್ನೆರಡು ರೇಲ್ ಹಾಗೂ ಇಪ್ಪತ್ತೆರಡು ಮಾರವೇಡಿಸ್ ಕಳೆದುಕೊಂಡ.

ಅವುಗಳನ್ನು ಕೊಡುವಾಗ ಅವನ ಮನಸ್ಸು ಚುಚ್ಚಿತು. ತನ್ನ ಎದುರಾಳಿಗಳು ಹೇಗೂ ಹುಡುಗರೆಂಬುದನ್ನು ಕಂಡು ಅವರನ್ನು ಹೆದರಿಸಿ ಹಣವನ್ನು ಪುನಃ ಕಿತ್ತುಕೊಳ್ಳಬಹುದೆಂದು ಆತ ಅಂದುಕೊಂಡ. ಆದರೆ ಒಬ್ಬ ಹುಡುಗ ತನ್ನ ಮೋಟು ಖಡ್ಗವನ್ನು ಹಿರಿದು ನಿಂತ. ಮತ್ತೊಬ್ಬ ಚೂರಿಯನ್ನು ಹೊರತೆಗೆದು ಗಾಳಿಯಲ್ಲಿ ತಿರುವಿದ. ಇದನ್ನು ಅವರು ಎಷ್ಟು ಕೌಶಲದಿಂದ ಮಾಡಿದರೆಂದರೆ, ಗೆಳೆಯ ನೆರವಿಗೆ ಬಾರದೆ ಇರುತ್ತಿದ್ದರೆ, ಅವನಿಗೆ ಅಪಾಯವಾಗುವ ಸಂಭವವಿತ್ತು.

ಆ ವೇಳೆಗೆ ಕುದುರೆಯ ಮೇಲೆ ಕುಳಿತು ಹೋಗುತ್ತಿದ್ದ ಗುಂಪೊಂದು ಆ ದಿಕ್ಕಿನಲ್ಲಿ ಬಂತು. ಇಲ್ಲಿ ಹುಡುಗರು ಹಾಗೂ ಮತ್ತೊಬ್ಬನ ನಡುವೆ ಏನೋ ಜಗಳವಾಗುತ್ತಿದ್ದುದನ್ನು ಕಂಡು ಆ ಗುಂಪಿನಲ್ಲಿದ್ದ ಜನ ಅವರನ್ನು ಬಿಡಿಸಿ ದೂರ ಸರಿಸಿದರು. ತಾವೆಲ್ಲ ರಾತ್ರಿಯನ್ನು ಸುಮಾರು ಮೂರು ಮೈಲು ದೂರದಲ್ಲಿರುವ ಜಾಗವೊಂದರಲ್ಲಿ ಕಳೆಯುತ್ತೇವೆಂದೂ ಬೇಕಿದ್ದರೆ ಈ ಇಬ್ಬರು ಹುಡುಗರೂ ತಮ್ಮ ಜೊತೆ ಬರಬಹುದೆಂದೂ ಅವರು ಹೇಳಿದರು.

"ಖುಷಿಯಿಂದ ಹೋಗೋಣಂತೆ; ಬದಲಿಗೆ ನಮ್ಮಿಂದ ಕೈಲಾದ ನೆರವು ನಿಮಗೆ ಸಿಗೋ ಹಾಗಾದರೆ ಇನ್ನೂ ಖುಷೀನೇ" ಎಂದ ರಿಂಕಾನ್.

ಮತ್ತೆ ಮತ್ತೆ ಕರೆಸಿಕೊಳ್ಳದೆ ಅವರು ಕುದುರೆ ಸವಾರರ ಬಳಿಯಿದ್ದ ಎರಡು ಹೇಸರಗತ್ತೆಗಳನ್ನು ಏರಿ ಆ ಗುಂಪಿನೊಡನೆ ಮುನ್ನಡೆದರು. ಕೋಪಗೊಂಡು ಉರಿಯುತ್ತಿದ್ದ ಸೋತವನನ್ನು ಅವನ ಪಾಡಿಗೆ ಬಿಟ್ಟು ಹೊರಟುಬಿಟ್ಟರು. ನಿಲುಮನೆಯ ಮಾಲಿಕ ಈ ಹುಡುಗರ ಚಾಲೂಕುತನಕ್ಕೆ ನಗುತ್ತಿದ್ದ. ಅವರಿಬ್ಬರ ಮಾತುಕತೆಗಳನ್ನು ಕದ್ದು ಕೇಳಿದ್ದರಿಂದ ಆ ಎಲೆಗಳು ನಕಲಿಯವೆಂಬುದು ಅವನಿಗೆ ಗೊತ್ತಾಗಿತ್ತು. ಇದು ತಿಳಿದ ಮೇಲಂತೂ ಸೋತವನಿಗೆ ಮತ್ತಷ್ಟು ಉರಿ ಕಿತ್ತುಕೊಂಡಿತು. ತನಗೆ ಗೊತ್ತಿದ್ದ ಬೈಗಳನ್ನೆಲ್ಲಾ ಆತ ಬಳಸಿದ. ಶಾಪ ಹಾಕಿದ. ಆ ಇಬ್ಬರು ದಗಲಬಾಜಿ ಹುಡುಗರನ್ನು ಬೆನ್ನು ಹತ್ತಿ ಅವರ ಬಳಿ ತಾನು ಕಳೆದುಕೊಂಡದ್ದನ್ನೆಲ್ಲಾ ಮತ್ತೆ ದೋಚುವ ತನ್ನ ಉದ್ದೇಶವನ್ನು ಸಾರಿ ಹೇಳಿದ. ದುಡ್ಡು ಮುಖ್ಯ ಅಲ್ಲ; ತನ್ನಂಥ ಆಢ್ಯ ಎರಡು ಪಿಳ್ಳೆಗಳಿಂದ ಮೋಸ ಹೋಗುವುದು ಅಂದರೇನು? ಎಂದು ಕೂಗಾಡಿದ. ಅವನ ಜೊತೆಗಾರ ಅವನನ್ನು ಸಂತೈಸಲು ಯತ್ನಿಸುತ್ತಾ ಹೇಳಿದ:

"ನಿನ್ನ ದಡ್ಡತನಕ್ಕೆ ಜನ ನಗ್ತಿದ್ದಾರೆ. ಇನ್ನಷ್ಟು ನಗೆಪಾಟಲಾಗೋದಕ್ಕಿಂತ ಸುಮ್ಮನೆ ಹೋದದ್ದು ಹೋಯಿತು ಅಂತ ತೆಪ್ಪಗಿರೋದು ಲೇಸು."

ಗೆಳೆಯರಿಬ್ಬರೂ ಒಬ್ಬರನ್ನೊಬ್ಬರು ತಮ್ಮನ್ನು ಒಲಿದು ಬಂದ ಅದೃಷ್ಟಕ್ಕಾಗಿ ಅಭಿನಂದಿಸಿಕೊಂಡರು. ಜೊತೆಯ ಪ್ರಯಾಣಿಕರಿಗೆ ಅವರೆಷ್ಟು ನೆರವಾದರೆಂದರೆ, ಉಳಿದ ಪ್ರಯಾಣದುದ್ದಕ್ಕೂ ಆ ಸವಾರರ ಬೆನ್ನಹಿಂದೆ ಕುದುರೆಗಳ ಮೇಲೆ ಕುಳಿತುಕೊಳ್ಳಲು ಅವರಿಗೆ ಅವಕಾಶ ನೀಡಲಾಯಿತು. ಅವರು ಹೋಗುತ್ತಿದ್ದದ್ದು ಸೆವಿಲ್ ನಗರಕ್ಕೆ. ಈ ಅವಧಿಯಲ್ಲಿ ತಮ್ಮ ಕೌಶಲವನ್ನು ಪ್ರಕಟಿಸಲು ಹಲವಾರು ಅವಕಾಶಗಳು ಹುಡುಗರ ಕೈಯಳತೆಯೊಳಗೆ ಬಂದಿದ್ದರೂ ಅದರಿಂದ ತಮ್ಮ ಪ್ರಯಾಣಕ್ಕೇ ಧಕ್ಕೆ ಉಂಟಾಗಬಹುದೆಂಬುದನ್ನು ನೆನೆದು, ತಮ್ಮ ಉತ್ಸಾಹಕ್ಕೆ ಕಡಿವಾಣ ಹಾಕಿಕೊಂಡರು. ಆದರೂ ಅದುನಾ ದ್ವಾರದ ಮೂಲಕ ಸೆವಿಲ್ ನಗರದೊಳಗೆ ಹೋಗುತ್ತಿದ್ದಂತೆ ಕೊರ್ತಾಡೊಗೆ ತಡೆಯಲಾಗದೆ, ತನ್ನನ್ನು ಹಿಂದೆ ಕೂರಿಸಿಕೊಂಡು ಬರುತ್ತಿದ್ದ ಫ್ರೆಂಚ್ ಮನುಷ್ಯನ ಚರ್ಮದ ಚೀಲವನ್ನು ಆತ ಕತ್ತರಿಸಿ ಬಿಟ್ಟ. ಅವನ ಚೂರಿ ಎಲ್ಲ ಕಾಲಕ್ಕೂ ನೆರವಾಗಿ ಬರುವಂಥದು. ಆ ಚೀಲಕ್ಕೆ ಆತ ಎಂಥ ಬಲವಾದ

ಗಾಯವನ್ನು ಮಾಡಿದನೆಂದರೆ, ಒಳಗಿದ್ದುದೆಲ್ಲ ಕಾಣತೊಡಗಿ ಅದರಿಂದ ಎರಡು ಅಂಗಿ, ಒಂದು ನೆರಳು ಗಡಿಯಾರ ಹಾಗೂ ಒಂದು ಚಿಕ್ಕ ಪುಸ್ತಕ ತೆಗೆದುಕೊಂಡ. ಇವೆಲ್ಲಾ ಜುಜುಬಿ ನಿಜ. ಆದರೆ ಇಪ್ಪತ್ತು ರೇಲ್ ತುಂಬಿದ್ದ ಅವರ ಚೀಲದಲ್ಲಿ ಉಳಿದ ಜಾಗವನ್ನು ಭರ್ತಿಮಾಡಲು ಇವು ನೆರವಾದವು.

ಇಷ್ಟನ್ನು ಗಳಿಸಿದ ಮೇಲೆ ಊರು ನೋಡಲು ಹೊರಟರು. ಆ ಊರ ಬಗ್ಗೆ ಸಾಕಷ್ಟು ಕೇಳಿದ್ದ ಅವರು ಇಗರ್ಜಿಯನ್ನು ಕಂಡು ಮೆಚ್ಚುಗೆಯಿಂದ ಉತ್ಸಾಹಿತರಾದರು. ನದಿಯಲ್ಲಿ ನಾವೆಗಳನ್ನೂ, ಜನಸಂದಣಿಯನ್ನೂ ನೋಡಿ ಚಕಿತರಾದರು. ಒಂದಲ್ಲ ಒಂದು ದಿನ ನಾವೆಗಳನ್ನು ಬಲು ಹತ್ತಿರದಿಂದ ನೋಡುವ ಸಾಧ್ಯತೆಯನ್ನು ನೆನೆಯುತ್ತ ಅವರಿಗೇ ತಿಳಿಯದಂತೆ ನಿಟ್ಟುಸಿರು ಅವರಿಂದ ಹೊರಬಂತು.

ಕೂಲಿಗೆಂದು ಬುಟ್ಟಿ ಹೊತ್ತು ಓಡಾಡುತ್ತಿದ್ದ ಹುಡುಗರ ಸಂಖ್ಯೆಯನ್ನು ಕಂಡು ಅವರಿಗೆ ಸೋಜಿಗವಾಯಿತು. ಅದೇ ಸಮಯದಲ್ಲಿ ಅಲ್ಲೇ ಓಡಾಡುತ್ತಿದ್ದವನೊಬ್ಬನನ್ನು ಹಿಡಿದು ಈ ಕೆಲಸ ಬಲು ಕಷ್ಟದ್ದೇ ಎಂದೂ, ಎಷ್ಟು ಸಂಪಾದನೆಯಾಗುತ್ತದೆ ಎಂದೂ ಅವರು ವಿಚಾರಿಸಿ ತಿಳಿದುಕೊಂಡರು. ಅವರು ಹೀಗೆ ವಿಚಾರ ಮಾಡಿದ ಹುಡುಗನೊಬ್ಬ ಅಸ್ತೂರಿಯ ಪ್ರಾಂತ್ಯದವ. ಅವನು ಹೇಳಿದ:

"ಈ ವ್ಯವಹಾರ ಸಾಕಷ್ಟು ಸುಲಭ. ಸುಂಕ ಕೂಡ ಕೊಡಬೇಕಾಗಿಲ್ಲ. ಒಂದು ದಿನ ಐದು ರೇಲ್ ಸಿಕ್ಕರೆ, ಮತ್ತೊಂದು ದಿನ ಆರು ರೇಲ್ ಸಿಗೋದುಂಟು. ಹೇಗೋ ಈ ಹಣದಿಂದ ರಾಜರ ಹಾಗೆ ಇದ್ದೇವೆ. ಚೆನ್ನಾಗಿ ಕಾಸು ಕೊಡೋ ಯಜಮಾನನ್ನ ಹುಡುಕಿಕೊಳ್ಳೋದಕ್ಕೆ ಅವಕಾಶವಂತೂ ಇದ್ದೇ ಇರ್ತದೆ. ನಮ್ಮದೇ ಆದ ಬಗೆಯಲ್ಲಿ ಸುಖವಾಗಿದ್ದೇವೆ."

ಇಬ್ಬರು ಗೆಳೆಯರಿಗೂ ಅಸ್ತೂರಿಯದ ಹುಡುಗನ ವಿವರಣೆ ಕೇಳಿ ತುಂಬ ತೃಪ್ತಿಯಾಯಿತು. ತಮ್ಮ ವಿಶಿಷ್ಟ ಸಾಮರ್ಥ್ಯದ ದೃಷ್ಟಿಯಿಂದ ಬೇರೆಯವರ ವಸ್ತುಗಳನ್ನು ಹೊತ್ತು ಸಾಗಿಸುವ ಕೆಲಸ ಅವರಿಗೆ ತುಂಬಾ ಪ್ರಯೋಜನಕರವಾಗಿ ಕಾಣಿಸಿತು. ಈ ಹೊಸ ವೃತ್ತಿಗೆ ಬೇಕಾದ ವಸ್ತುಗಳನ್ನು ಕೊಳ್ಳಲು ಅವರು ನಿರ್ಧರಿಸಿದರು. ಕೆಲವು ಚಿಕ್ಕ ಚೀಲಗಳು ಹಾಗೂ ಮೂರು ಬುಟ್ಟಿಗಳನ್ನು ಕೊಳ್ಳಲು ಆ ಅಸ್ತೂರಿಯದ ಹುಡುಗ ಹೇಳಿದ್ದ. ಮೀನು, ಮಾಂಸ, ಹಣ್ಣು ಇವನ್ನೆಲ್ಲಾ ಸಾಗಿಸಲು ಬುಟ್ಟಿಗಳನ್ನು ಬಳಸಬೇಕೆಂದೂ, ಬ್ರೆಡ್ಡನ್ನು ಸಾಗಿಸಲು ಮಾತ್ರ ಚೀಲಗಳನ್ನು ಬಳಸಬೇಕೆಂದೂ ಆತ ಸೂಚಿಸಿದ್ದ. ಇಷ್ಟೆಲ್ಲ ಅವಶ್ಯ ವಸ್ತುಗಳನ್ನು ಕೊಂಡ ಮೇಲೆ, ಬೆಳಗಿನ ವೇಳೆಯಲ್ಲಿ ಸಾನ್ ಸಾಲ್ವದೊರ್ ಚೌಕದಲ್ಲಿರುವ ಮಾಂಸದ ಮಾರುಕಟ್ಟೆಗೆ, ಜನ ಉಪವಾಸ ಆಚರಿಸುವ ದಿನಗಳಲ್ಲಿ ಮೀನು ಮಾರುಕಟ್ಟೆಗೆ ಮತ್ತು ಸಂಜೆಯ ವೇಳೆ ನದಿಯ ದಂಡೆಯಲ್ಲಿ ಕೂಲಿ ಹುಡುಕಿಕೊಂಡು ಹೋಗಬೇಕೆಂದು ಅವನು ಹೇಳಿಕೊಟ್ಟ. ಗೆಳೆಯರಿಬ್ಬರೂ ಈ ವಿವರವನ್ನು ನೆನಪಿಟ್ಟುಕೊಂಡರು. ಫ್ರೆಂಚ್ ಮನುಷ್ಯನಿಂದ ಲಪಟಾಯಿಸಿದ್ದರಲ್ಲಿ ಬೇಕಾದ ವಸ್ತುಗಳನ್ನು ಕೊಂಡುಕೊಂಡರು. ಮರುದಿನ ಬೆಳಿಗ್ಗೆ ಸಾನ್ ಸಾಲ್ವದೊರ್ ಚೌಕದ ಬಳಿ ಹಾಜರಾದರು. ಅವರು ಅಲ್ಲಿಗೆ ಹೋಗಿ ಕೊಂಚ ವೇಳೆಯಾಗುವುದರೊಳಗಾಗಿ ಈ ಹೊಸ ಬುಟ್ಟಿಗಳು ಉಳಿದ ಹುಡುಗರ ಗಮನವನ್ನು ಸೆಳೆದವು. ಅವರು ಇವರನ್ನು ಸುತ್ತುವರಿದರು. ಎಲ್ಲಿಂದ ಬಂದವರು, ಯಾರಿವರು ಎಂದು ತಿಳಿಯುವ ಕುತೂಹಲ ಅವರದು. ಗೆಳೆಯರಿಬ್ಬರೂ ತಮ್ಮ ಚಾಣಾಕ್ಷತನವನ್ನಿಲ್ಲಿ ಬಳಸಿದರು. ಜಾಣತನ, ವಿವೇಚನೆ ಉಳ್ಳ ಹುಡುಗರು ಯಾವ ವಿವರಗಳನ್ನು ನೀಡಬಹುದೋ ಅದಷ್ಟನ್ನು ನೀಡಿ ಸುಮ್ಮನಾದರು.

ಈ ವೇಳೆಗೆ ಒಬ್ಬ ಸೈನಿಕ ಹಾಗೂ ಒಬ್ಬ ಧಾರ್ಮಿಕ ವಿದ್ಯಾರ್ಥಿ ಅತ್ತ ಬಂದರು; ಈ ಗೆಳೆಯರಿಬ್ಬರ ಬುಟ್ಟಿಗಳು ಶುಭ್ರವಾಗಿರುವುದನ್ನು ಕಂಡು ಸೈನಿಕ ರಿಂಕಾನ್‌ನನ್ನೂ, ವಿದ್ಯಾರ್ಥಿ ಕೊರ್ತಾದೊನನ್ನೂ ಕರೆದರು. ಕೆಲಸಕ್ಕೆ ತೊಡಗುವ ಮೊದಲು ರಿಂಕಾನ್ ತನ್ನನ್ನು ಕೂಲಿಗೆ ನೇಮಿಸಿಕೊಂಡವನನ್ನು ಬಹಳ ವಿನಯದಿಂದ ವಂದಿಸಿ ಎಂದ:

"ನಾನು ಈ ಕೆಲಸಕ್ಕೆ ಹೊಸಬ, ತಾವು ಇದನ್ನು ಮರೆಯೋದಿಲ್ಲ ಅಂತ ನಂಬಿದ್ದೀನೆ ಮಹಾಸ್ವಾಮಿ."

"ಹೆದರಬೇಡ. ನಿನಗೆ ಸಿಗೋ ಕೂಲಿಗೇನೂ ಕೊರತೆ ಆಗೋದಿಲ್ಲ. ನಾನು ಕೊಂಚ ಧಾರಾಳಿ. ನನ್ನ ಪ್ರೇಯಸಿಯ ಗೆಳೆಯರಿಗೆ ಇವತ್ತು ನಾನೊಂದು ಔತಣಕೂಟವನ್ನು ನೀಡಲಿದ್ದೇನೆ," ಎಂದು ಸೈನಿಕ ಹೇಳಿದ.

ಅದಕ್ಕೆ ಆ ಹುಡುಗ ನುಡಿದ:

"ಹಾಗಿದ್ದ ಮೇಲೆ ನಿಮಗೆ ಬೇಕಾದಷ್ಟು ಹೊರೆ ಹೊರಿಸಿ ಸ್ವಾಮಿ, ಇಡೀ ಮಾರುಕಟ್ಟೆಯನ್ನೇ ಬೇಕಾದರೂ ನಾನು ಹೊತ್ತುಕೊಂಡೊಯ್ಯಬಲ್ಲೆ. ಅಷ್ಟು ಶಕ್ತಿ ಇದೆ ನನ್ನಲ್ಲಿ. ಮನಸ್ಸೂ ಇದೆ. ಅಲ್ದೆ ಮಹಾಸ್ವಾಮಿ ಇಷ್ಟಪಡೋದಾದ್ರೆ ರುಚಿಗೇಂತ ಸಕ್ಕರೆ ಮೂಟೆ ಕೂಡ ಪೇರಿಸ್ಬಹುದು."

ಹುಡುಗ ಚೂಟಿ ಎಂದು ಕಂಡು ಸೈನಿಕನಿಗೆ ಖುಷಿಯಾಯಿತು. ಈ ಕೆಲಸ ಬಿಟ್ಟು ಬರಲು ಬಯಕೆ ಇದ್ದರೆ ಅವನನ್ನು ತಾನು ಕೆಲಸಕ್ಕೆ ನೇಮಿಸಿಕೊಳ್ಳುವುದಾಗಿ ಹೇಳಿದ. ಇದಕ್ಕೋಸ್ಕರ ಸೈನಿಕನಿಗೆ ವಂದನೆಗಳನ್ನು ಸಲ್ಲಿಸುತ್ತಾ ರಿಂಕಾನ್ ಹೇಳಿದ:

"ನಾನೀಗ ತೊಡಗಿರೋ ಕೆಲಸ ತೀರಾ ಹೊಸದು. ಇದರಿಂದ ಏನಾದರೂ ಕೈಕುದುರುತ್ತೋ ಇಲ್ಲವೋ ಅನ್ನೋದನ್ನು ಇನ್ನೂ ತಿಳಿಯಬೇಕಾಗಿದೆ. ಒಂದು ವೇಳೆ ಇದು ವಿಫಲವಾದರೂ ತಮ್ಮಂಥ ಮರ್ಯಾದಸ್ಥ ಸಜ್ಜನರ ಸೇವೆ ಸಲ್ಲಿಸೋ ಗೌರವ ನನ್ನ ಪಾಲಿಗೆ ಲಭ್ಯವಿಲ್ಲ. ಯಾಕೆಂದರೆ ಪಾದ್ರಿಯೊಬ್ಬರಿಗೆ ಈ ವಿಷಯದಲ್ಲಿ ನಾನು ಈಗಾಗಲೇ ಮಾತುಕೊಟ್ಟಿದ್ದೇನೆ."

ಇದನ್ನು ಕೇಳಿ ಸೈನಿಕ ನಕ್ಕು, ಅವನ ಮೇಲೆ ಸಾಕಷ್ಟು ಹೊರೆ ಹೊರಿಸಿ, ತನ್ನ ಪ್ರೇಯಸಿಯ ಮನೆ ಇರುವ ದಿಕ್ಕನ್ನು ತಿಳಿಸಿ, ಆಗಾಗ ಆ ಮನೆಗೆ ಹೋಗಬೇಕಾಗಿ ಬರುವುದರಿಂದ ಗುರುತನ್ನು ಮರೆಯದೆ ನೆನಪಿನಲ್ಲಿಡುವಂತೆ ಹೇಳಿದ. ಇದಾದಮೇಲೆ ಮೂರು ಕ್ವಾರ್ತೊಗಳನ್ನು ಕೊಟ್ಟು ಅವನನ್ನು ಆ ಮನೆಯ ಕಡೆಗೆ ಕಳುಹಿಸಿದ. ರಿಂಕಾನ್ ತಡಮಾಡದೆ, ಚೌಕಕ್ಕೆ ಹಿಂತಿರುಗಿದ. ತಡಮಾಡಿದರೆ ಅವಕಾಶಗಳು ಕೈತಪ್ಪಿ ಹೋಗುತ್ತವೆ ಎಂಬ ತರಾತುರಿಯಲ್ಲಿ ಆತ ಇದ್ದಂತಿತ್ತು. ಯಾಕೆಂದರೆ ಯಾವಾಗಲೂ ಚಟುವಟಿಕೆಯಿಂದ, ನಂಬಿಕೆಗೆ ಅರ್ಹವಾಗಿ ನಡೆದುಕೊಳ್ಳ ಬೇಕೆಂದು ಅಸ್ತೂರಿಯದ ಹುಡುಗ ಅವರನ್ನು ಎಚ್ಚರಿಸಿದ್ದ. ಮೀನು, ಇಲ್ಲವೇ ಅದರಂಥ ವಸ್ತುವನ್ನು ಒಯ್ಯುವಾಗ ಅಲ್ಪಸ್ವಲ್ಪ ಅದರಿಂದ ತೆಗೆಯುವುದರಿಂದ ತೊಂದರೆ ಏನೂ ಇಲ್ಲ; ಆದರೆ ಗೊತ್ತಾಗುವ ಅವಕಾಶ ಇರುವುದಾದರೆ ಅದನ್ನು ಮುಟ್ಟಲೂ ಕೂಡದು. ಏಕೆಂದರೆ ತಮ್ಮ ವೃತ್ತಿಗೆ ಆತ್ಮಸದೃಶವಾದುದು ಎಂದರೆ ನಂಬಿಕೆ ಎಂದು ಆ ಹುಡುಗ ಹೇಳಿದ್ದ.

ಕೊರ್ತಾದೊ ಕೂಡ ರಿಂಕಾನ್ ಹಿಂತಿರುಗುವ ವೇಳೆಗೆ ತಾನೂ ಬಂದ. ರಿಂಕಾನ್ ಅವನಿಗೆ ತನ್ನ ಮೂರು ಕ್ವಾರ್ತೊ ತೋರಿಸಿ ಅವನಿಗೆಷ್ಟು ಅದೃಷ್ಟ ಖುಲಾಯಿಸಿತೆಂದು ಕೇಳಿದ. ಕೊರ್ತಾದೊ ತನ್ನ ಮೇಲಂಗಿಯ ಮುಂಭಾಗದಲ್ಲಿ ಕೈ ತೂರಿಸಿ, ಬಲು ಹಳೆಯ ಕಾಲದ್ದೆಂದು ತೋರುತ್ತಿದ್ದ ಹಮ್ಮಿಣಿಯೊಂದನ್ನು ತೆಗೆದ. ಅದು ಹಳೆಯದಾದರೂ ದುಡ್ಡು ಸಾಕಷ್ಟು ತುಂಬಿದಂತಿತ್ತು. ಅದನ್ನು ರಿಂಕಾನ್‌ಗೆ ತೋರಿಸಿ ಆತ ಹೇಳಿದ:

"ನನಗೆ ಕೆಲಸ ನೀಡಿದ ಪೂಜ್ಯರು ಅದಕ್ಕೆ ಪ್ರತಿಫಲವಾಗಿ ಈ ಹಮ್ಮಿಣಿಯನ್ನೇ ಕೊಟ್ಟು ಉಪಕಾರ ಮಾಡಿದ್ದಾರೆ. ಜೊತೆಗೆ ಎರಡು ಕ್ವಾರ್ಟೊ ಕೂಡ ಕೊಟ್ಟಿದ್ದಾರೆ. ರಿಂಕಾನ್ ಈ ಹಮ್ಮಿಣಿಯನ್ನು ನೀನೇ ತೆಗೆದುಕೋ. ಒಂದು ವೇಳೆ ಮನಸ್ಸು ಬದಲಾಯಿಸಿ ಅವರು ಮತ್ತೆ ಬಂದರೂ ಬರಬಹುದು."

ರಿಂಕಾನ್ ಹಮ್ಮಿಣಿಯನ್ನು ತೆಗೆದುಕೊಂಡ. ಕೊಂಚ ವೇಳೆಯೊಳಗೆ ಆ ವಿದ್ಯಾರ್ಥಿ ಓಡಿಬಂದ. ಅವನಲ್ಲಿ ಉದ್ವೇಗ, ಗೊಂದಲಗಳು ತುಂಬಿದ್ದವು. ಕೊರ್ತಾದೊ ಬಳಿಗವನು ಬಂದು ಕೇಳಿದ:

"ಮರಿ, ಇಂಥಿಂಥ ಗುರುತುಗಳಿರೋ ಒಂದು ಹಮ್ಮಿಣಿಯನ್ನು ನೀನೇನಾದರೂ ನೋಡಿದೆಯಾ? ಅದರಲ್ಲಿ ಹದಿನೈದು ಚಿನ್ನದ ಕ್ರೌನ್‌ಗಳಿದ್ದವು. ಜೊತೆಗೆ ಮೂರು ರೇಲ್‌ಗಳೂ ಎಷ್ಟೋ ಚಿಲ್ಲರೆ ನಾಣ್ಯಗಳೂ ಇದ್ದವು. ನೀನು ಹೊತ್ತು ಒಯ್ದ ಮಾಂಸವನ್ನು ಕೊಳ್ಳುವಾಗ ಮಾತ್ರ, ಆ ಚಿಲ್ಲರೆ ನಾಣ್ಯಗಳಲ್ಲಿ ಕೆಲವನ್ನು ಅದರಿಂದ ತೆಗೆದಿದ್ದೆ."

ತನ್ನ ಚರ್ಯೆಯಲ್ಲಿ ಕೊಂಚ ಕೂಡ ಬದಲಾವಣೆ ತರದೆ ಕೊರ್ತಾದೊ ಹೇಳಿದ:

"ಪೂಜ್ಯರೆ, ನೀವು ಸಾಕಷ್ಟು ಎಚ್ಚರ ವಹಿಸಿದ್ದರೆ ನಿಮ್ಮ ಹಮ್ಮಿಣಿ ಕಳೆದು ಹೋಗುತ್ತಿರಲಿಲ್ಲ ಅಂತ ಮಾತ್ರ ನಾನು ಹೇಳಬಲ್ಲೆ."

"ಅದೇನೋ ನಿಜ. ನಾನೇ ಪಾಪಿ. ನನ್ನ ಎಚ್ಚರದಲ್ಲಿ ನಾನು ಇದ್ದಿದ್ದರೆ ಯಾವನೋ ಖದೀಮ ಅದನ್ನು ಲಪಟಾಯಿಸೋದಕ್ಕೆ ಆಗ್ತಾ ಇರಲಿಲ್ಲ" ಎಂದ ವಿದ್ಯಾರ್ಥಿ.

ಅದಕ್ಕೆ ಕೊರ್ತಾದೊ ಉತ್ತರಿಸಿದ:

"ಈ ತೊಂದರೆ ಎಲ್ಲ ಕೊನೆಯಾಗೋದು ಸಾವಿನಲ್ಲಿ ಮಾತ್ರ ಅನ್ನೋದನ್ನು ತಮ್ಮಂಥವರು ಬಲ್ಲಿರಿ. ಅಂದರೆ ಬದುಕಿರುವವರೆಗೂ ಕಳೆದುಕೊಳ್ಳೋದು ತಪ್ಪೋದಿಲ್ಲ. ಈಗ ಮೊದಲು ದೇವರು ಕೃಪೆಮಾಡಿ ಕೊಟ್ಟಿರೋ ತಾಳ್ಮೆಯನ್ನು ತಾವು ಹೊಂದಬೇಕೂಂತ ತಮ್ಮಲ್ಲಿ ಕೋರ್ತೇನೆ. ಒಂದು ದಿನ ಕಳೆದ ಮೇಲೆ ಮತ್ತೊಂದು ಬರ್ತದೆ. ಕೊಟ್ಟವನು ಕಿತ್ತುಕೊಳ್ತಾನೆ. ಹೀಗೆ ನಿಮ್ಮಿಂದ ಹಮ್ಮಿಣಿ ಕಿತ್ತವನು ಪಶ್ಚಾತ್ತಾಪ ಹೊಂದಿ ನಿಮಗೆ ಅದನ್ನು ಮೊದಲಿಗಿಂತಲೂ ಉತ್ತಮ ಸ್ಥಿತಿಯಲ್ಲಿ ಹಿಂತಿರುಗಿಸಲೂಬಹುದು."

"ಆಗ ಅದನ್ನು ನಾನು ಕ್ಷಮಿಸಬಲ್ಲೆ," ಎಂದು ನಡುವೆಯೇ ನುಡಿದ ವಿದ್ಯಾರ್ಥಿ.

ಕೊರ್ತಾದೊ ಮುಂದುವರಿಸಿದ:

"ನನ್ನ ಮಟ್ಟಿಗೆ ಹೇಳೋದಾದರೆ ನಾನು ಹಮ್ಮಿಣಿ ಕದಿಯೋ ಜುಜುಬಿ ಕೆಲಸಕ್ಕೆ ಕೈ ಹಾಕಲಾರೆ. ಅದರಲ್ಲೂ ತಾವಂತೂ ಪವಿತ್ರವಾದ ಗುರುಶ್ರೇಣಿಗೆ ಸೇರಿದವರು, ತಮ್ಮ ವಿಷಯದಲ್ಲಿ ಅಂಥದೇನಾದರೂ ನಡೆದಿದ್ದಾದರೆ ಅದೊಂದು ಪಾತಕವೇ ಸರಿ."

ನೊಂದ ವಿದ್ಯಾರ್ಥಿ ನುಡಿದ:

"ನೀನು ಹೇಳೋದು ನಿಜ. ಆದರೆ ನಾನು ಗುರುವಲ್ಲ. ಮಠದ ಪಾರುಪತ್ತೆದಾರ. ನಾನೀಗ ಕಳಕೊಂಡ ಹಣ ಪಾದ್ರಿಯ ಸಂಬಳದ ಮೂರರಲ್ಲೊಂದು ಭಾಗ. ಅದನ್ನವರು ನನ್ನ ಬಳಿ ಇಟ್ಟಿದ್ದರು. ಹೀಗಾಗಿ ಅದು ಪವಿತ್ರವಾದ ಹಣ."

ಕೊರ್ತಾದೊ ಸಂತಾಪದ ದನಿಯಲ್ಲಿ ಹೇಳಿದ:

"ಮಾಡಿದ್ದುಣ್ಣೋ ಮಹಾರಾಯ ಅಂತಾರಲ್ಲ ? ಹಾಗೆ ಆದದ್ದನ್ನು ಸಹಿಸಲೇಬೇಕು. ಆದರೆ ಎಲ್ಲ ತೀರ್ಮಾನವಾಗೋ ದಿನ ಕೂಡ ಬರ್ತದೆ. ಪಾದ್ರಿಯ ಸಂಬಳದ ಹಣವನ್ನು ಕದಿಯೋ ಅಷ್ಟು ಪಾಖಂಡಿಯಾಗಿ ಹೋದ ಆ ಖದೀಮನನ್ನು ಆ ದಿನ ನಾವು ನೋಡ್ತೇವೆ. ಅಂದಹಾಗೆ

ಸ್ವಾಮಿ, ಪಾರುಪತ್ತೆದಾರರೇ, ತಮ್ಮ ಗೆಳೆಯ ಪಾದ್ರಿಯವರು ವರ್ಷಕ್ಕೊಮ್ಮೆ ಸಂಬಳ ಪಡೀತಾರೆ ಅನ್ನೋದನ್ನು ಹೇಳ್ತೀರಾ?"

ಕೊರ್ತಾಡೊ ದನಿಯಲ್ಲಿ ಅಮಾಯಕತೆ ತುಂಬಿತ್ತು.

ಪಾರುಪತ್ತೆದಾರನಿಗೆ ಇದೆಲ್ಲಾ ಯಾಕೋ ಚಕ್ಕಂದವಾಡಿದಂತೆ ತೋರಿತು. ಆತ ಕೋಪಗೊಂಡು ಹೇಳಿದ: "ಸೈತಾನನ ಸಂಬಳ! ಇದು ಸಂಬಳದ ಮಾತಾಡೋದಕ್ಕೆ ತಕ್ಕ ಸಮಯವೇ? ಏನಯ್ಯಾ ಆ ಹಮ್ಮಿಣಿಯನ್ನು ನೀನು ಕಂಡಿದೀಯಾ? ಹಾಗಿದ್ದರೆ ಹೇಳು, ಇಲ್ಲವೋ ಸರಿ. ದೇವರು ಒಳ್ಳೇದು ಮಾಡಲಿ, ನಾನೀಗ ಹೊರಟು ಅದು ಕಳೆದು ಹೋದದ್ದನ್ನು ಡಂಗುರ ಸಾರಿಸಬೇಕು.

ಹಾಗೆ ಹೇಳಿ ಹೊರಟ ಆ ಪಾರುಪತ್ತೆದಾರನ ಬೆನ್ನು ಹತ್ತಿ ಕೊರ್ತಾಡೊ ಎಂದ:

"ಅದೀಗ ನೀವು ಮಾಡಬಹುದಾದ ಉತ್ತಮ ಕೆಲಸ. ಹಾಗೇ ನೆನಪಿನಲ್ಲಿಡಿ: ಹಮ್ಮಿಣಿ ಹೇಗಿತ್ತು ಅನ್ನೋದನ್ನು, ಅದರಲ್ಲಿ ಎಷ್ಟು ಹಣವಿತ್ತು ಅನ್ನೋದನ್ನು ಚಾಚೂ ತಪ್ಪದೇ ನೀವು ವಿವರಿಸಬೇಕಾಗ್ತದೆ. ಯಾಕೆಂದರೆ ಅದರಲ್ಲಿ ಒಂದು ಕುರುಡು–ಕಾಸು ವ್ಯತ್ಯಾಸವಿದ್ದರೂ ಅದು ನಿಮ್ಮ ಕೈ ಹತ್ತದೇ ಹೋಗ್ಬಹುದು. ಸ್ವಾಮಿ, ಇದೊಂದು ಸಲಹೆ ಮಾತ್ರ."

"ಅದರದೇನೂ ಭಯವಿಲ್ಲ. ನನ್ನ ನೆನಪಿನಲ್ಲಿ ಅದು ಭದ್ರವಾಗಿದೆ. ಒಂದು ಎಳೆಯಷ್ಟೂ ನಾನದರಲ್ಲಿ ತಪ್ಪುವವನಲ್ಲ" ಎಂದು ಹೇಳಿ, ಪಾರುಪತ್ತೆದಾರ ತನ್ನ ಮುಖದ ಮೇಲಿದ್ದ ಬೆವರನ್ನು ಒರೆಸಲು ಜೇಬಿನಿಂದ ಕರವಸ್ತ್ರವನ್ನು ತೆಗೆದ. ಇದನ್ನು ಗಮನಿಸಿದ ಕೊರ್ತಾಡೊ, ಈ ಬಡಮನುಷ್ಯ ಕಳಕೊಂಡ ವಿಚಾರದಲ್ಲಿ ಆಸಕ್ತಿ ತಳೆದವನಂತೆ ಅವನ ಬಳಿ ಹೋಗಿ, ಕಳೆದದ್ದನ್ನು ಮರಳಿ ಪಡೆಯುವ ಹಲವಾರು ಬಗೆಗಳನ್ನು ಸೂಚಿಸಿದ. ಕೊರ್ತಾಡೊ ಕೊಟ್ಟ ಸಲಹೆಗಳು ಎಷ್ಟೊಂದು ಅಸ್ಪಷ್ಟವಾದುದೆಂದರೆ, ಪಾರುಪತ್ತೆದಾರ ಮತ್ತೆ ಮತ್ತೆ ಅದನ್ನು ಕುರಿತು ವಿಚಾರಿಸಬೇಕಾಯಿತು. ಹೀಗೆ ವಿಚಾರಿಸುತ್ತಿರುವಾಗ, ಪಾರುಪತ್ತೆದಾರನ ಆತಂಕದ ನಡುವೆ ಅವನ ಕರವಸ್ತ್ರವನ್ನು ಅಪಹರಿಸುವಲ್ಲಿ ಕೊರ್ತಾಡೊ ಯಶಸ್ವಿಯಾದ. ಅದಾದಮೇಲೆ ಆತ ಮತ್ತಷ್ಟು ಸಂತಾಪದ ನುಡಿಗಳನ್ನು ಹೇಳಿ, ಕಳೆದು ಹೋದದ್ದನ್ನು ಮರಳಿ ಪಡೆಯಲು ಎಲ್ಲ ಚಾತುರ್ಯಗಳನ್ನೂ ಹೇಳಿಕೊಟ್ಟು ಪಾರುಪತ್ತೆದಾರನನ್ನು ಬೀಳ್ಕೊಟ್ಟು ರಿಂಕಾನ್ ಬಳಿಗೆ ಬಂದ.

"ಏನದು ಆ ವಿದ್ಯಾರ್ಥಿಯ ಜೊತೆಗೆ ಅಷ್ಟೊಂದು ಗಹನವಾದ ವ್ಯವಹಾರ?" ಎಂದು ವಿಚಾರಿಸಿದ ಅವನ ಸಂಗಾತಿ.

"ಪಾಪ ಆ ಬಡ ಸಜ್ಜನನ ಗೋಳನ್ನು ಕೇಳಿ ಬಹಳ ದುಃಖವಾಯ್ತು. ಎಷ್ಟು ದುಃಖವಾಯ್ತು ಅಂದರೆ ಅವನ ಕರವಸ್ತ್ರವನ್ನು ಎರವಲು ಪಡೆಯದೆ ವಿಧಿಯೇ ಇರಲಿಲ್ಲ" ಎನ್ನುತ್ತ ಆ ಕಿಲಾಡಿ ಹುಡುಗ ಕರವಸ್ತ್ರವನ್ನು ತೋರಿಸಿ ಕಣ್ಣಿಗೆ ಒತ್ತಿಕೊಂಡ.

ಅನಂತರ ಇಬ್ಬರು ಖದೀಮರೂ ಆ ಬಡ ಪಾರುಪತ್ತೆದಾರನ ವಿಷಯವನ್ನೆತ್ತಿಕೊಂಡು ಒಂದಷ್ಟು ಸಮಯ ಗೇಲಿಮಾಡಿದರು. ಆದರೆ ಕೊರ್ತಾಡೊ ಪಾರುಪತ್ತೆದಾರನ ಕರವಸ್ತ್ರವನ್ನು ಲಪಟಾಯಿಸಿದ್ದುದನ್ನು ಗಮನಿಸಿದ್ದ ಹುಡುಗನೊಬ್ಬ ಅಲ್ಲಿದ್ದ. ಅವನು ಇವರಿಬ್ಬರ ಬಳಿ ಬಂದು "ಏನು ಸ್ವಾಮಿ? ತಮ್ಮದು ಯಾವ ವೃತ್ತಿ ಅಂತ ಕೇಳಬಹುದೋ?" ಎಂದ.

"ತಾವೇನು ಹೇಳುತ್ತಿದ್ದಿರೋ ತಿಳಿಯುತ್ತಿಲ್ಲ" ಎಂದ ರಿಂಕಾನ್.

ಆ ಹುಡುಗ ಮತ್ತೆ "ತಾವಿಬ್ಬರೂ ಮುರ್ಸಿಯದವರೇನು ಅಂತ ಕೇಳಿದೆ" ಎಂದು ಹೇಳಿದ.

"ಮುರ್ಸಿಯವೂ ಅಲ್ಲ. ಥೀಬ್ಸೂ ಅಲ್ಲ... ಇನ್ನೇನೂ ಕೇಳೋದಕ್ಕೆ ಇಲ್ಲದಿದ್ದರೆ ತಾವಿನ್ನು ಇಲ್ಲಿಂದ ಹೊರಡಬಹುದು," ಎಂದ ಕೊರ್ತಾಡೊ.

ಆದರೆ ಪ್ರಶ್ನೆ ಕೇಳಿದ ಹುಡುಗ ಇದರಿಂದ ವಿಚಲಿತನಾಗದೆ ಮತ್ತೆ ಹೇಳಿದ:

"ನಾನೇನು ಹೇಳ್ತಾ ಇದ್ದೇನೆ ಅನ್ನೋದನ್ನ ಅರ್ಥಮಾಡಿಕೊಳ್ಳೋ ಇಚ್ಛೆ ತಮಗಿಲ್ಲ ಅಂತ ಕಾಣ್ತದೆ. ಅಲ್ವೆ, ಗುರುಗಳೆ? ಆದರೆ ಇಷ್ಟರಲ್ಲೆ ನಿಮಗದು ತಿಳಿಯೋ ಹಾಗೆ ಮಾಡೋ ತಾಕತ್ತಿದೆ ನನ್ನಲ್ಲಿ – ಮೂಗು ಹಿಡಿದರೆ ಬಾಯಿ ಬಿಟ್ಟೇ ಬಿಡ್ತೀರ. ಏನು ಗೊತ್ತಾಯಿತೆ? ನಾನು ಕೇಳಿದ್ದು ಇಷ್ಟೆ – ತಾವಿಬ್ಬರು ಮಹನೀಯರು ಕಳ್ಳರು ಹೌದೋ ಅಲ್ಲವೋ ಅಂತ. ಪ್ರಶ್ನೆ ನಿರುಪಯುಕ್ತವಾದದ್ದು ಅಂತಿಟ್ಟುಕೊಳ್ಳೋಣ. ಯಾಕೆಂದರೆ ತಾವು ಕಳ್ಳರು ಅನ್ನೋದನ್ನು ನಾನಾಗಲೇ ಕಂಡಿದ್ದೇನೆ. ಆದ್ದರಿಂದ ಕೇಳಬೇಕಾದದ್ದು ಇಷ್ಟೇನೆ. ಶ್ರೀಮಾನ್ ಮೊನಿಪಾದ್ಯು ಅವರಿಗೆ ಅವರ ಪಾಲಿನ ತೆರವನ್ನು ನೀವು ಕೊಟ್ಟಿದ್ದೀರೋ ಇಲ್ಲವೋ?"

ಅವನ ಸವಾಲಿಗೆ ರಿಂಕಾನ್ ಉತ್ತರಿಸಿದ:

"ಏನು ಸ್ವಾಮಿ, ಈ ದೇಶದಲ್ಲಿ ಕಳ್ಳರೂ ಕೂಡ ತೆರಿಗೆ ಕೊಡ್ತಾರೇನು?"

"ನಿಜವಾಗಿ ಕೊಡ್ತಾರೋ ಇಲ್ಲವೋ, ಅದು ಬೇರೆ ಪ್ರಶ್ನೆ. ಆದರೆ ಶ್ರೀಮಾನ್ ಮೊನಿಪಾದ್ಯು ಅವರ ನಜರಿಗೆ ಬಿದ್ದು ದಾಖಲಾಗಿರ್ಬೇಕು. ಅವರೇ ಎಲ್ಲ ಕಳ್ಳರಿಗೂ ತಂದೆ; ಯಜಮಾನ. ಆದ್ದರಿಂದ ನನ್ನ ಸಲಹೆ ಕೇಳಿ ಬನ್ನಿ. ಆ ಉದ್ದೇಶಕ್ಕೆ ಅಂತಲೇ ನಾವೀಗ ಅವರ ಬಳಿ ಹೋಗೋಣ. ಬರದೇ ಇದ್ದರೆ ಅದಕ್ಕೋಸ್ಕರ ನೀವು ಪಶ್ಚಾತ್ತಾಪಪಡ್ಬೇಕಾಗಿ ಬಂದೀತು."

ಆಗ ಕೊರ್ತಾದೊ ನುಡಿದ:

"ಕದಿಯೋದು ಅಂದರೆ ಅನಿಯಂತ್ರಿತ ವ್ಯಾಪಾರ; ತೆರಿಗೆ, ಸುಂಕ ಏನೂ ಇಲ್ಲ ಅಂತ ನಾನೂ ತಿಳ್ಕೊಂಡಿದ್ದೆ. ಬಲು ದೊಡ್ಡ ಕಳ್ಳರೇನಾದರೂ ತೆರಿಗೆ ಸುಂಕ, ಕೊಡೋದಾದರೆ ಅದು ಬಂಡವಾಳ ಹೂಡುವಾಗ ಅಥವಾ ಕೈಬಿಸಿ ಮಾಡಲು, ಹಿಂದಿನಿಂದ, ಪಕ್ಕದಿಂದ ಕೊಡುವ ಒಂದಿಷ್ಟು ಲಂಚ. ಹೀಗಿದ್ದರೂ ಪ್ರತಿಯೊಂದು ದೇಶಕ್ಕೂ ತನ್ನದೇ ಆದ ರೀತಿನೀತಿ ಇದ್ದೇ ಇರೋದು ಸಹಜ. ನಾವು ಈ ದೇಶದಲ್ಲಿದ್ದ ಮೇಲೆ ಇಲ್ಲಿಗೆ ಹೊಂದಿಕೊಳ್ಳೋದು ಮೇಲು. ಅದೇ ಖುಷಿ. ತಮ್ಮಂಥ ಗೌರವಾನ್ವಿತ ಮುಖಚರ್ಯೆಯ ವ್ಯಕ್ತಿಯಲ್ಲಿ ನಾವು ಬೇಡೋದಿಷ್ಟೆ. ತಾವಿದುವರೆಗೂ ಯಾರನ್ನು ಕುರಿತು ಮಾತನಾಡಿದಿರೋ ಆ ಧೀರ ಪುರುಷರ ಬಳಿಗೆ ನಮ್ಮನ್ನು ಒಯ್ಯಿರಿ. ಈ ವಿದ್ಯೆಯಲ್ಲಿ ನಮ್ಮ ಸಾಮರ್ಥ್ಯವನ್ನು ನಾವಲ್ಲಿ ತೋರಿಸ್ತೇವೆ."

"ಇದೀಗ ಸರಿ. ನಮ್ಮ ಯಜಮಾನರು ತಮ್ಮ ಸ್ಥಾನಕ್ಕೆ ಎಷ್ಟು ಅರ್ಹರು! ಅನ್ನೋದನ್ನು ನೀವೇ ನೋಡ್ತೀರಿ. ಯಾಕೆ ನಮ್ಮನ್ನೆಲ್ಲಾ ಅವರು ತಮ್ಮ ಉಸ್ತುವಾರಿಗೆ ತಗೊಂಡು ಈಗ ನಾಲ್ಕು ವರ್ಷ ಆಯಿತೂನ್ನಿ. ಈ ನಾಲ್ಕು ವರ್ಷಗಳಲ್ಲಿ ಮರಣದಂಡನೆಗೆ ಗುರಿಯಾದವರ ಸಂಖ್ಯೆ ನಾಲ್ಕಕ್ಕಿಂತ ಹೆಚ್ಚೇನೂ ಇಲ್ಲ. ಬನ್ನಿ ಹೋಗುವಾಗ ದಾರಿಯಲ್ಲಿ ನಾವು ಮಾತುಕತೆಯಲ್ಲಿ ಬಳಸೋ ಕೆಲವು ಪದಗಳನ್ನು ಹೇಳಿಕೊಡ್ತೇನೆ. ನೀವು ಅದನ್ನು ತಿಳಿದಿರಲೇಬೇಕಾಗ್ತದೆ."

ಅವರು ನಡೆದದ್ದು ತೀರಾ ಅಲ್ಪ ದೂರವೇನೂ ಅಲ್ಲ. ಹೋಗುವಾಗ ಹೊಸ ಪರಿಚಯ ದವನು ಅವರಿಗೆ ವೃತ್ತಿಯ ಭಾಷೆಯನ್ನು ಹೇಳಿಕೊಟ್ಟ. ಹೊಸಬರಿಗೆ ಅವನಿಂದ ತಕ್ಕ ಶಿಕ್ಷಣ ದೊರೆಯಿತು.

ಕೊನೆಗೆ ರಿಂಕಾನ್ ಅವನೊಡನೆ ಕೇಳಿದ:

"ಏನು ಸ್ವಾಮಿ, ಒಂದು ಮಾತು ಕೇಳ್ತೀನೆ. ತಾವು ಸಹ ಒಬ್ಬ ಕಳ್ಳನೊ?"

"ದೇವರ ಕೃಪೆಯಿಂದ, ಸಜ್ಜನರ ಪ್ರಾರ್ಥನೆಯಿಂದ ನಾನೊಬ್ಬ ಕಳ್ಳ ಆಗ್ಬೇಕು ಅಂದುಕೊಂಡಿದ್ದೇನೆ, ಆದರೆ ಇನ್ನೂ ನನ್ನ ಶಿಷ್ಯವೃತ್ತಿ ಮುಗಿದಿಲ್ಲ."

ಕೊರ್ತಾರ್ದೊ: "ಕ್ಷಮಿಸಿ, ಈ ಮಾತು ಹೇಳಿದೆ ಅಂತ ತಪ್ಪು ತಿಳೀಬೇಡಿ. ನಾನೂ ಸಾಕಷ್ಟು ಲೋಕ ಕಂಡಿದ್ದೇನೆ. ಆದರೆ ದೇವರ ಕೃಪೆಯಿಂದ ಹಾಗೂ ಸಜ್ಜನರ ಪ್ರಾರ್ಥನೆಯಿಂದ ಕಳ್ಳತನ ಮಾಡೋದನ್ನು ಮಾತ್ರ ಎಂದೂ ಕೇಳಿಲ್ಲವಲ್ಲ !"

ಮಾರ್ಗದರ್ಶಿ ಉತ್ತರ ನೀಡಿದ:

"ನಾನೇನು ಮತಧರ್ಮ ಶಾಸ್ತ್ರದ ವಿದ್ವಾಂಸನಲ್ಲ ಸ್ವಾಮಿ. ಅದರಿಂದ ಈ ವಿಚಾರ ಕುರಿತು ವಾದ ಹೂಡಲಾರೆ. ವಿಧಿ ನಮ್ಮನ್ನು ಯಾವ ಉದ್ದೇಶದಿಂದ ಒಂದು ಉದ್ಯೋಗದಲ್ಲಿ ನಿಲ್ಲಿಸಿರ್ತದೋ ಅಲ್ಲಿ ನೆಲೆಯಾಗಿ ನಾವು ದೇವರನ್ನು ವಂದಿಸ್ಬೇಕು. ಇದಿಷ್ಟೇ ನನಗೆ ಗೊತ್ತಿರೋದು. ಅದೂ ಅಲ್ಲದೆ ಒಡೆಯರಾದ ಮೊನಿಪಾದ್ಯು ಅವರು ಆ ರೀತಿ ಕಟ್ಟಪ್ಪಣೆ ಮಾಡಿರೋದ ರಿಂದಲಂತೂ ಹಾಗೇ ಭಾವಿಸ್ಬೇಕು."

ರಿಂಕಾನ್: "ತಮ್ಮ ಕೈಕೆಳಗಿನ ಕಳ್ಳರು ಕೂಡ ದೇವರನ್ನು ಸ್ತುತಿಸೋ ಹಾಗೇ ಮಾಡ್ತಿರುವ ಆ ಮಹನೀಯರು ಧಾರ್ಮಿಕ ಮನೋಭಾವದವರು ಅನ್ನೋದರಲ್ಲಿ ಸಂದೇಹವೇ ಇಲ್ಲ."

ಯುವಕ: "ನಮ್ಮ ವೃತ್ತಿಯಲ್ಲೇ ಅವರೊಬ್ಬ ಮಹಾನುಭಾವರು. ನಾವು ಕದ್ದಿದ್ದರಲ್ಲಿ ಒಂದು ಪಾಲನ್ನು, ನಗರದಲ್ಲಿರೋ ಮಹಿಮಾನ್ವಿತ ವಿಗ್ರಹವೊಂದರ ಮುಂದೆ ಹಚ್ಚುವ ದೀಪದ ಎಣ್ಣೆಗಾಗಿ ತೆಗೆದಿರಿಸಬೇಕು ಅಂತ ಅವರು ಅಪ್ಪಣೆ ಮಾಡಿದ್ದಾರೆ. ಇದರಿಂದ ಏನೇನು ಒಳಿತಾಗಿದೆ ಅನ್ನೋದನ್ನು ನಾವು ಕಣ್ಣಾರೆ ಕಾಣ್ತಾ ಇದ್ದೇವೆ. ಮೊನ್ನೆ ಏನಾಯ್ತು ಅಂತೀರಿ. ನಮ್ಮ ಗೆಳೆಯನೊಬ್ಬನಿಗೆ ಎರಡು ಕತ್ತೆ ಕದ್ದದ್ದಕ್ಕೆ ಶಿಕ್ಷೆ ವಿಧಿಸಿಬಿಟ್ಟಿದ್ದರು. ಈ ಶಿಕ್ಷೆ ಏನೇನೂ ಅಲ್ಲ ಅನ್ನೋ ಹಾಗೆ, ಅವನು ಒಂದು ತುಟಿ ಪಿಟಕ್ಕೆನ್ನದೆ ಅದನ್ನು ಅನುಭವಿಸಿದ. ನಾವು ಅಷ್ಟೊಂದು ಭಕ್ತಿ ಇಡದೇ ಹೋಗಿದ್ದರೆ ಆ ಸ್ಥೈರ್ಯ ಅವನಿಗೆ ಹೇಗೆ ಬರ್ತಿತ್ತು? ಇನ್ನೂ ಒಂದು ಸಂಗತಿ ಕೇಳಿ. ನಮ್ಮ ಗುಂಪಿನಲ್ಲಿ ಕೆಲವರಂತೂ ಇನ್ನೂ ಮುಂದುವರಿದಿದ್ದಾರೆ. ಶುಕ್ರವಾರ ಕದಿಯೋದಿಲ್ಲ. ಮೇರಿ ಎಂಬ ಹೆಸರಿನ ಯಾವುದೇ ಹೆಂಗಸಿನ ಜೊತೆ ಸಬ್ಬತಿನ ದಿನ ಮಾತು ಕೂಡ ಆಡೋದಿಲ್ಲ."

"ಹೌದೇನು? ಎಂಥ ಉದಾರ ನಡವಳಿಕೆ ! ಆದರೆ ಇಂಥ ಧರ್ಮ ಬುದ್ಧಿಯ ಜನರಿಗೂ ಇಗರ್ಜಿಯ ಗುರುಗಳು ತಪ್ಪು ಕಾಣಿಕೆಯನ್ನು, ಇಲ್ಲವೇ ಪ್ರಾಯಶ್ಚಿತ್ತ ಶಿಕ್ಷೆಯನ್ನು ವಿಧಿಸ್ತಾರಲ್ಲವೆ?" ಎಂದು ಕೇಳಿದ ರಿಂಕಾನ್.

"ಇಲ್ಲವಲ್ಲ. ಯಾಕೆಂದರೆ ತಪ್ಪೊಪ್ಪಿಗೆಗೆ ಅವರು ಯಾವತ್ತೂ ಹೋಗೋದೇ ಇಲ್ಲ; ಅವರಿಗೆ ಬಹಿಷ್ಕಾರ ಹಾಕೋ ಪತ್ರಗಳನ್ನು ಓದುತ್ತಾರೆ ಅಂತಿಟ್ಟುಕೊಳ್ಳಿ. ಇಗರ್ಜಿಯಲ್ಲಿ ಅವನ್ನು ಓದುವಾಗ ಇವರು ಅಲ್ಲಿರೋದೇ ಇಲ್ಲ. ಅದರಿಂದಾಗಿ ಅದು ಇವರಿಗೆ ತಿಳಿಯೋದೇ ಇಲ್ಲ. ಇವರು ಇಗರ್ಜಿಗೆ ಹೋಗೋದು ಆ ದೊಡ್ಡ ಉತ್ಸವದ ದಿನದಂದು ಮಾತ್ರ. ಅದು ಸಹ ಕೇವಲ ವ್ಯವಹಾರ ದೃಷ್ಟಿಯಿಂದ – ತಮ್ಮ ಕಸುಬನ್ನು ಸಾಗಿಸೋದಕ್ಕಾಗಿ. ಯಾಕೆಂದರೆ ಆ ದಿನ ಅಲ್ಲಿ ಭಾರಿ ಜನಸಂದಣಿ ಸೇರ್ತದೆ."

ರಿಂಕಾನ್ ನುಡಿದ: "ಧರ್ಮಭೀರು ಖದೀಮರು !"

"ಏನೀಗ ಅದರಿಂದ ತೊಂದರೆ ? ಸುಮ್ಮನೆ ಪಾಖಂಡಿಯಾಗಿರೋದಕ್ಕಿಂತ ಇಲ್ಲವೆ ನಮ್ಮ ತಂದೆ ತಾಯಿಯರನ್ನು ಕೊಲ್ಲೋದಕ್ಕಿಂತ ಅದು ಮೇಲಲ್ಲವೆ ?" ಎಂದು ಕೇಳಿದ ಆ ಮತ್ತೊಬ್ಬ ಹುಡುಗ.

ರಿಂಕಾನ್ ನಗುತ್ತಾ ನುಡಿದ:

"ಅದಂತೂ ಇನ್ನೂ ಕೆಟ್ಟದ್ದೇ ಸರಿ. ಏನೋ ಕಾಲ ಒದಗಿಬಂದು ಈ ಮಹನೀಯರ ಒಡನಾಟ ನಮಗೆ ಸಿಗುವಂತಾಗಿದೆ. ದಯವಿಟ್ಟು ಬೇಗ ಹೆಜ್ಜೆ ಹಾಕಿ ಸ್ವಾಮಿ, ತಾವೀಗ ಗುಣಶಾಲಿ ಅಂತ ಬಣ್ಣಿಸಿದ ಈ ಗೌರವಾನ್ವಿತ ಮಹನೀಯರಾದ ಮೊನಿಪಾದ್ಯು ಅವರನ್ನು ನೋಡಲೆಂದು ನನ್ನ ಹೃದಯ ತುಡೀತಿದೆ."

"ನಿಮ್ಮ ಈ ಶ್ಲಾಘನೀಯವಾದ ತ್ವರೆಗೆ ತಕ್ಕ ಮನ್ನಣೆ ಇನ್ನೇನು ಸಿಗಲಿದೆ. ಇಗೋ ನಾವು ತಲಪಿಯೇ ಬಿಟ್ಟೆವು. ಇಲ್ಲಿ ನೀವು ಕೊಂಚ ಹೊರಗೆ ಕಾಯಬೇಕು. ನಾನು ಒಳ ಹೋಗಿ ಅವರೀಗ ವಿಶ್ರಾಂತಿಯಲ್ಲಿರುವರೋ ಇಲ್ಲವೋ ನೋಡಿ ಬರ್ತೇನೆ. ಅವರು ಸಾಮಾನ್ಯವಾಗಿ ದರ್ಶನ ಕೊಡುವ ವೇಳೆ ಇದೇನೆ."

ಗೆಳೆಯರಿಬ್ಬರೂ, ಅಷ್ಟೇನೂ ಕಣ್ಸೆಳೆಯುವಂತಿರದ ಮನೆಯನ್ನು ಒಮ್ಮೆ ಕಣ್ಣಾಡಿಸಿ ನೋಡುವ ಹೊತ್ತಿಗೆ ಅವರ ಮಾರ್ಗದರ್ಶಿ ಬಂದು ಒಳಬರಲು ಕರೆದ. ಅವರು ಒಂದು ಚಿಕ್ಕ ಅಂಗಳದೊಳಗೆ ಹೋದರು. ತರಹೆವಾರಿ ಆಕಾರದ, ಕೆಂಪು ಬಣ್ಣದ ಉಜ್ವಲವಾದ ಇಟ್ಟಿಗೆಗಳನ್ನು ಹಾಕಿ ಮಾಡಿದ ಅಂಗಳ. ಒಂದು ಕಡೆ ಮೂರು ಕಾಲಿನ ಒಂದು ಬೆಂಚು. ಇನ್ನೊಂದು ಕಡೆ ಅಷ್ಟೇನೂ ಉತ್ತಮ ಸ್ಥಿತಿಯಲ್ಲಿಲ್ಲದ ಹಲಗೆನಿಲುವಿನಲ್ಲಿಟ್ಟ ಮುರಿದ ಹೂಜಿ. ಉಳಿದ ಕಡೆ ಜೊಂಡಿನ ಚಾಪೆ ಹಾಸಿತ್ತು. ನಡುವೆ ಹೂಗಳನ್ನಿಡಲು ಜಾಗವಿತ್ತು.

ಹುಡುಗರು ಎಲ್ಲವನ್ನೂ ಗಮನಿಸಿದರು. ಶ್ರೀಮಾನ್ ಮೊನಿಪಾದ್ಯು ಇನ್ನೂ ದರ್ಶನವನ್ನು ನೀಡಲಿಲ್ಲವಾಗಿ, ಪಕ್ಕದಲ್ಲೇ ಇದ್ದ ಇನ್ನೊಂದು ಕಿರು ಕೋಣೆಯೊಳಗೆ ಹೋಗಲು ಮನಸ್ಸು ಮಾಡಿದರು. ಅಲ್ಲಿ ಎರಡು ಕಾಳಗದ ಕತ್ತಿಗಳು ಕಂಡವು. ಗೂಟಕ್ಕೆ ತೂಗುಹಾಕಿದ್ದ ಬೆಂಡಿನ ಎರಡು ಗುರಾಣಿಗಳು. ಹೊದಿಕೆ ಇರದ ಬಿಲ್ಲು, ಇನ್ನೂ ಮೂರು ಜೊಂಡಿನ ಚಾಪೆಗಳು ಇದ್ದವು. ಎದುರಿನ ಗೋಡೆಯಲ್ಲಿದ್ದ ಗೂಡಿನಲ್ಲಿ ಕನ್ಯಾ ಮೇರಿಯ ವಿಗ್ರಹವಿತ್ತು. ಅದರ ರಚನೆಯಲ್ಲಿ ಕುಶಲಕರ್ಮಿಯ ಕೈವಾಡವೇನೂ ಇರಲಿಲ್ಲ. ಅದರಡಿಯಲ್ಲಿ ಒಂದು ಬುಟ್ಟಿ, ಬಿಳಿಯ ದುಂಡುಪಾತ್ರೆ. ರಿಂಕಾನ್ ಇವೆರಡೂ ಕೆಲಸಕ್ಕೆ ಬೀಳುವ ವಸ್ತುಗಳೆಂದು ತೀರ್ಮಾನಿಸಿದ. ಬುಟ್ಟಿ ದಾನವನ್ನು ಪಡೆಯುವುದಕ್ಕೆ; ಹಾಗೆಯೇ ದುಂಡುಪಾತ್ರೆ ಪವಿತ್ರ ತೀರ್ಥವನ್ನು ಇಟ್ಟುಕೊಳ್ಳುವುದಕ್ಕೆ.

ಅವರು ಕಾಯುತ್ತಿರುವಂತೆ ಸುಮಾರು ಇಪ್ಪತ್ತು ವಯಸ್ಸಿನ, ಮಠದ ವಿದ್ಯಾರ್ಥಿಗಳಂತೆ ಉಡುಪು ಧರಿಸಿದ್ದ ಇಬ್ಬರು ಹುಡುಗರು ಬಂದರು. ಕೊಂಚ ಹೊತ್ತಿನಲ್ಲಿ ಇವರಿಬ್ಬರೊಡನೆ ಬುಟ್ಟಿ ಹಿಡಿದು ಕೂಲಿಗೆ ನಿಂತಿದ್ದ ಇಬ್ಬರು ಹಾಗೂ ಒಬ್ಬ ಕುರುಡನೂ ಬಂದರು. ಇವರೆಲ್ಲ ತೆರವಾಗಿದ್ದ ಜಾಗಕ್ಕೆ ಹೋಗಿ ಮಾತಿಲ್ಲದೆ ನಿಂತರು. ಇನ್ನೂ ಕೊಂಚ ಹೊತ್ತಿನಲ್ಲಿ ಕನ್ನಡಕ ಹಾಕಿದ್ದ ಇಬ್ಬರು ವಯಸ್ಸಾದವರು ಬಂದರು. ಗಂಭೀರವಾಗಿ, ಗೌರವ ಹುಟ್ಟಿಸುವಂತಿದ್ದ ಅವರ ಕೈಗಳಲ್ಲಿ ಸಾಕಷ್ಟು ದೊಡ್ಡ ಗಾತ್ರದ ಮಣಿಯ ಜಪಸರಗಳಿದ್ದವು. ಆಮೇಲೆ ಬಂದವಳು ಒಬ್ಬಳು ಮುದುಕಿ. ಬಂದವಳೇ ಕನ್ಯಾ ಮೇರಿಯ ಮೂರ್ತಿಯ ಬಳಿಗೆ ಹೋಗಿ, ಭಯ ಭಕ್ತಿಯಿಂದ ಪವಿತ್ರ ತೀರ್ಥವನ್ನು ತೆಗೆದುಕೊಂಡು ಆಕೆ ಮೂರ್ತಿಯ ಎದುರು ಬಾಗಿ ನಮಿಸಿದಳು. ಈ ಭಕ್ತಿಯ ಚಟುವಟಿಕೆಯಲ್ಲಿ ಕೊಂಚ ಕಾಲ ಕಳೆದ ಮೇಲೆ ಅವಳು ಎದ್ದು ಬುಟ್ಟಿಯೊಳಗೆ ಒಂದಷ್ಟು ಕಾಣಿಕೆ ಹಾಕಿ, ನೆಲಕ್ಕೆ ಮೂರು ಬಾರಿ ಮುತ್ತಿಟ್ಟು ಕಣ್ಣುಗಳನ್ನು ಆಗಸಕ್ಕೆ ಎತ್ತಿ, ಉಳಿದವರನ್ನು ಅಂಗಳದಲ್ಲಿ ಕೂಡಿಕೊಂಡಳು. ಈ ಗುಂಪಿಗೊಂದು ಮೆರಗು **ತರುವಂತೆ,** ಕೊನೆಗೆ ಬಂದವರೆಂದರೆ, ಅತ್ಯಂತ ದುಷ್ಟ ಕಳೆಯ ಇಬ್ಬರು ಕೊಲೆಗಡುಕರು, ಕಿವಿ

ಬಳಿ ಪೊದೆಗೂದಲು, **ಜೋತುಬಿದ್ದ** ಹ್ಯಾಟುಗಳು, ಹಿಗ್ಗಾ ಮುಗ್ಗಾ ಎಳೆದ ಕೊರಳು ಪಟ್ಟಿಗಳು. ಶಸ್ತ್ರಧಾರಿಗಳಾಗಿದ್ದ ಅವರ ಬಳಿ ಭಾರಿ ಖಡ್ಗಗಳೂ, ಎಷ್ಟೋ ಪಿಸ್ತೂಲುಗಳೂ ಇದ್ದವು. ಸೊಂಟಪಟ್ಟಿಯಲ್ಲಿ ಅವರ ಗುರಾಣಿಗಳು ತೂಗಾಡುತ್ತಿದ್ದವು. ಈ ಮಹಾನುಭಾವರು ನಮ್ಮ ಗೆಳೆಯರಿಬ್ಬರನ್ನು ಕಂಡಕೂಡಲೇ ಅವರ ಬಳಿ ಬಂದು ಅವರು ಈ ಸಮೂಹಕ್ಕೆ ಸೇರಿದವರೇ ಎಂದು ವಿಚಾರಿಸಿಕೊಂಡರು. ಅತಿಯಾದ ಗೌರವವನ್ನು ತೋರಿಸುತ್ತಾ ರಿಂಕಾನ್ ಹೌದೆಂದ. ಅಂಥ ಗೌರವವನ್ನು ಬಯಸುವ ಹಾಗೆಯೇ ಇತ್ತು ಪ್ರಶ್ನಿಸಿದವರ ಸ್ವರೂಪ. ಇಷ್ಟು ಹೊತ್ತಿಗೆ ಶ್ರೀಮಾನ್ ಮೊನಿಪಾದ್ಯು ಅಲ್ಲಿಗೆ ಬಂದ. ಆತ ಬಂದಕೂಡಲೇ ನೆರೆದಿದ್ದವರೆಲ್ಲ ಆನಂದತುಂದಿಲರಾದರು.

ಅವನಿಗೆ ಸುಮಾರು ನಲವತ್ತೈದು ವರ್ಷ ವಯಸ್ಸಾಗಿದ್ದಿರಬಹುದು. ಎತ್ತರದ ಮೈಕಟ್ಟು, ಬಿಗಡಾಯಿಸಿಕೊಂಡ ಮುಖಚರ್ಯೆ, ಆಳಕ್ಕಿಳಿದ ಕಣ್ಣುಗಳು, ಕೂಡಿದ ಹುಬ್ಬು, ಕಪ್ಪು ಪೊದೆಗಡ್ಡ. ಆತ ಒಂದು ಅಂಗಿ ತೊಟ್ಟಿದ್ದು, ಕಾಲುಮುಚ್ಚುವಂತಿದ್ದ ಮೇಲುದವನ್ನು ಹೊದ್ದಿದ್ದ. ಪಾದಗಳಿಗೆ ಹಳೆಯ ಷೂಗಳು, ಬೀದಿ ಪೋಕರಿಗಳು ಹಾಕುವ ಹ್ಯಾಟು; ಅದು ಮೇಲುಭಾಗದಲ್ಲಿ ಗಂಟೆಯಾಕಾರದಲ್ಲಿದ್ದು ಅಡಿಯಲ್ಲಿ ಅಗಲವಾಗಿತ್ತು. ಹೆಗಲ ಮೇಲೆ ಆಚೀಚೆಗೆ ಒಂದು ಪಟ್ಟಿ ಅದಕ್ಕೆ ಚಿಕ್ಕ ಆದರೆ ಬಲವಾದ ಖಡ್ಗ ತೂಗು ಬಿದ್ದಿತ್ತು. ಕುಳ್ಳ ಕೈಗಳು, ದಪ್ಪ ಬೆರಳುಗಳು, ಉದ್ದನೆಯ ಉಗುರುಗಳು; ಪಾದಗಳು ಒಂದಕ್ಕೊಂದು ತಾಳೆಯಾಗುವಂತಿರಲಿಲ್ಲ.

ಇಷ್ಟೆಲ್ಲ ಹೊಗಳಿಸಿಕೊಂಡಿದ್ದ ಈ ಮಹನೀಯನ ತೋರಿಕೆಯ ರೂಪ ಅಷ್ಟೇನೂ ಹಿತಕರ ವಾಗಿರಲಿಲ್ಲ. ದುರದೃಷ್ಟವಶಾತ್ ಆತ, ಜಗತ್ತಿನಲ್ಲೇ ಅತ್ಯಂತ ಕುರೂಪಿಯೂ ವಿಕೃತ ಆಕಾರ ದವನೂ ಆಗಿದ್ದ. ರಿಂಕಾನ್ ಮತ್ತು ಅವನ ಗೆಳೆಯನನ್ನು ಕರೆತಂದ ಯುವಕ ಇವರಿಬ್ಬರನ್ನೂ ಮುಂದಕ್ಕೆ ಒಯ್ದು ಆ ಘನವ್ಯಕ್ತಿಗೆ ಅವರನ್ನು ಪರಿಚಯಿಸುತ್ತ ಹೇಳಿದ:

"ಈ ಇಬ್ಬರು ಸಜ್ಜನರ ಬಗ್ಗೆ ತಮ್ಮ ಬಳಿ ಅರಿಕೆ ಮಾಡಿಕೊಂಡಿದ್ದೆ. ತಮಗೆ ಬೇಕೆನಿಸಿದರೆ ಇವರನ್ನು ತಾವು ಪರೀಕ್ಷಿಸಿ ನಮ್ಮ ಸಮಾಜಕ್ಕೆ ಪ್ರವೇಶ ಪಡೆಯಲು ತಕ್ಕವರೇ ಅನ್ನೋದನ್ನು ಕಂಡುಕೊಳ್ಳಬಹುದು."

ಮೊನಿಪಾದ್ಯು "ಅದನ್ನು ನಾನು ಖುಷಿಯಿಂದ ನೆರವೇರಿಸುವೆ" ಎಂದ. ಅವನು ಅಂಗಳವನ್ನು ಪ್ರವೇಶಿಸಿದಾಗ ಆ ಇಬ್ಬರು ಖೂನಿಗಾರರನ್ನು ಬಿಟ್ಟು ಉಳಿದವರೆಲ್ಲ ಗೌರವ ಸೂಚಕವಾಗಿ ಬಾಗಿದ್ದರೆಂಬುದನ್ನು ಇಲ್ಲಿ ಗಮನಿಸಬೇಕು. ಆದರೆ ತಾವು ಉನ್ನತ ಕಲಾಕೋವಿದ ರೆಂದು ಭಾವಿಸಿದ್ದ ಆ ಇಬ್ಬರು ಮಾತ್ರ ಸುಮ್ಮನೆ ಹ್ಯಾಟಿನ ತುದಿಯನ್ನು ಮುಟ್ಟುವ ಮೂಲಕ ವಂದಿಸಿದ್ದರು. ತನ್ನನ್ನು ಭೇಟಿ ಮಾಡಲು ಬಂದವರನ್ನು ನೋಡುವ ಸಲುವಾಗಿ ಅಂಗಳವನ್ನೆಲ್ಲ ಸುತ್ತಿದ ಮೊನಿಪಾದ್ಯು ಹೊಸಬರ ಬಳಿಬಂದು, ಅವರ ವೃತ್ತಿ, ದೇಶ, ಹೆಸರು ಇತ್ಯಾದಿಗಳನ್ನು ಕುರಿತು ಕೇಳಿದ. ವೃತ್ತಿ ಏನೆಂಬುದಕ್ಕೆ ಅಷ್ಟೇನೂ ವಿವರಣೆ ಬೇಕಿಲ್ಲ; ಉಳಿದ ಪ್ರಶ್ನೆಗಳಿಗೆ ಉತ್ತರ ಮುಖ್ಯವಲ್ಲ, ಉನ್ನತ ದರ್ಜೆಯನ್ನು ಹೊಂದಲಿರುವವರಿಂದ ಅಂತಹ ಮಾಹಿತಿಗಳನ್ನು ಅಪೇಕ್ಷಿಸುವುದು ಅನವಶ್ಯಕ ಎಂದು ರಿಂಕಾನ್ ಉತ್ತರಿಸಿದ.

ಅದಕ್ಕೆ ಮೊನಿಪಾದ್ಯು ಎಂದ:

"ನೀನು ಹೇಳೋದು ಸರಿ, ಹುಡುಗಾ. ಆ ವಿವರಗಳನ್ನೆಲ್ಲ ಮುಚ್ಚಿಡ್ಬೇಕು. ಯಾಕಂತಿಯೋ? ವ್ಯವಹಾರ ಕುದುರಲಿಲ್ಲ ಅಂದುಕೊಳ್ಳೋಣ. ಆಗ ಇಂಥಿಂಥವ ಇಂಥಿಂಥವನ ಮಗ, ಇಂಥಿಂಥ ಊರಿನವ; ಇಂಥ ಕಳ್ಳತನಕ್ಕಾಗಿ ಬೇಡಿಯ ಮರದಲ್ಲಿ ನಿಂತಿದ್ದನೆಂದೋ ಇಂಥಿಂಥ ದಿನ ಛಡಿ ಏಟು ತಿಂದನೆಂದೋ ತಿಳಿಯೋದು ಯಾವ ತಂದೆತಾಯಿಗಳಿಗೆ ತಾನೆ ಹಿಡಿಸ್ತದೆ?

ಇಲ್ಲ ಇಲ್ಲ. ನೀನು ಹೇಳಿದ್ದೇ ಸರಿ. ಇಕ್ಕಟ್ಟು ಗೊಂದಲ ಉಂಟಾಗ್ಬಾರದು ಅಂದುಕೊಂಡು ಒಬ್ಬೊಬ್ಬನೂ ಅವನಿಗೆ ಬೇಕಾದ ಅಂಕಿತವನ್ನು ಇಟ್ಟುಕೊಳ್ಬಹುದು. ನಿಮ್ಮ ನಿಜ ಹೆಸರು ನಮಗೆ ಮಾತ್ರ ತಿಳಿದಿದ್ದರೆ ಸಾಕು."

ಆ ಹೆಸರುಗಳನ್ನು ಈ ಇಬ್ಬರೂ ಹುದ್ದರಿಗಳೂ ತಿಳಿಸಿದರು. ಅನಂತರ ಮೊನಿಪಾದ್ಯು ಮುಂದುವರಿಸಿದ:

"ಇನ್ನು ಮೇಲೆ ಈಗಿನ ಹೆಸರುಗಳಿಗೆ ಬದಲಾಗಿ ನಿಮ್ಮ ಹೆಸರು ರಿಕೊನೆಕ್ ಹಾಗೂ ಕೊರ್ತದಿಲೊ ಎಂಬುದಾಗಿ ಇರಲಿ. ನಿಮ್ಮ ಉದ್ಯೋಗದ ದೃಷ್ಟಿಯಿಂದಲೂ ಇವು ತಕ್ಕ ಹೆಸರುಗಳೇ ಆಗಿವೆ. ಇದೇ ರೀತಿಯಲ್ಲಿ ನಿಮ್ಮ ತಂದೆ ತಾಯಿಯರ ಹೆಸರುಗಳನ್ನೂ ನಮಗೆ ಅಂತರಂಗದಲ್ಲಿ ತಿಳಿಸಬೇಕು. ಯಾಕೆಂದರೆ ನಮ್ಮನ್ನಗಲಿದ ಅಂಥ ಬಂಧುಗಳ ಆತ್ಮಗಳಿಗೆ ಶಾಂತಿ ಕೋರಲು ವರ್ಷಕ್ಕೊಮ್ಮೆ ಒಂದು ಪ್ರಾರ್ಥನಾ ಸಭೆ ಸೇರಿಸೋದು ನಮ್ಮ ಕಟ್ಟಲೆ. ಅದರ ಖರ್ಚು ವೆಚ್ಚಗಳಿಗೆ ಸಾಮೂಹಿಕ ನಿಧಿಯೊಂದಿದೆ. ಆ ಹಣವೆಲ್ಲ ಈ ಸಮೂಹದ ಒಳಿತಿಗಾಗಿಯೇ. ನಮ್ಮ ಪರವಾಗಿ ವಾದಿಸುವ ವಕೀಲರಿಗೆ, ಸಲಹೆ ನೀಡುವ ಗುರುಗಳಿಗೆ, ನಮ್ಮ ಯಾವನೇ ಒಬ್ಬ ಸದಸ್ಯನ ವಿರುದ್ಧ ಕೂಗೆದ್ದಾಗ ಕಳೆದುಕೊಂಡವನನ್ನು ಸಂತೈಸಿ, ಪಾಪಿಗಳಿಗೆ ದೇವರು ಶಿಕ್ಷೆ ನೀಡುವನೆಂದು ಹೇಳಿ, ಜನರ ಗಮನವನ್ನು ಬೇರೆ ಕಡೆಗೆ ಹರಿಸುವ ಮೂಲಕ ನಮಗೆ ನೆರವಾಗುವ ಕೆಲವು ಗೆಳೆಯರಿಗೆ ಈ ಹಣವನ್ನು ನೀಡಲಾಗುವುದು."

ತನ್ನ ಹೊಸ ಹೆಸರಿಗೆ ಆಗಲೇ ಹೊಂದಿಕೊಂಡಿದ್ದ ರಿಕೊನೆತ್ ಹೇಳಿದ:

"ಇವೆಲ್ಲ ಸೊಗಸಾದ ಕಟ್ಟಲೆಗಳು. ಇವನ್ನೆಲ್ಲಾ ರೂಪಿಸಿದವರ ಪರಿಜ್ಞಾನವನ್ನು ಹೊಗಳೋದಕ್ಕೆ ನಾನು ಅಸಮರ್ಥನಾಗಿದ್ದೇನೆ. ಆದರೂ ಸ್ವಾಮಿ, ನಮ್ಮ ತಂದೆತಾಯಿಯರು ಇನ್ನೂ ಈ ಲೋಕದಲ್ಲೇ ಇದ್ದಾರಾಗಿ ಈ ಗುಂಪಿನ ದಯಾಮಯತೆ ಅವರಿಗೆ ಅನವಶ್ಯ ಅಂತ ನಮ್ಮ ಭಾವನೆ. ಒಂದು ವೇಳೆ ಅಂಥದೇನಾದರೂ ಬದಲಾವಣೆ ನಡೆದುದಾದರೆ ಅದನ್ನು ನಾವು ತಿಳಿಸದೇ ಇರೋದಿಲ್ಲ."

"ಹಾಗೇ ಆಗಲಿ" ಎಂದ ಮೊನಿಪಾದ್ಯು ಇವರನ್ನು ಕರೆದುತಂದ ಹುಡುಗನನ್ನು ಕೈಮಾಡಿ ಕರೆದು ಕೇಳಿದ: "ಗನ್‌ಷೋಸೋ, ಪಹರೆಯವರನ್ನು ನಿಲ್ಲಿಸಿದ್ದಾಯಿತೇ?"

"ಏನೇ ಅನಿರೀಕ್ಷಿತ ಘಟನೆಯೂ ನಡೆಯದಂತೆ ಮೂವರನ್ನು ನಿಲ್ಲಿಸಲಾಗಿದೆ ಮಹಾಸ್ವಾಮಿ."

ಚೋರ ಪಂಡಿತ ಸಂತುಷ್ಟನಾಗಿ ನುಡಿದ:

"ಬಹಳ ಒಳ್ಳೆಯದು. ಈಗ ನಮ್ಮ ವ್ಯವಹಾರಕ್ಕೆ ಬರೋಣ. ರಿಕೊನೆತ್ ನಿನ್ನ ಸಾಧನೆ ಏನು ಹೇಳು ನೋಡೋಣ."

ರಿಂಕಾನ್ ಉತ್ತರಿಸಿದ:

"ನನ್ನಲ್ಲಿ ಈ ಕಲೆಯ ಗಂಧ ಒಂದು ಚೂರು ಇದೆ. ಇಸ್ಪೀಟು ಎಲೆಗಳಲ್ಲಿ ಕೈಯಾಡಿಸಿ ಗೊತ್ತು. ಎಕ್ಕವನ್ನು ರಾಜನನ್ನಾಗಿ ಮಾಡಬಲ್ಲೆ. ಹೀಗೆ, ಇಂಥವೇ ಒಂದಷ್ಟು ಕೈಚಳಕಗಳು ಗೊತ್ತು. ಹತ್ತು ಕಟ್ಟಪ್ಪಣೆಗಳಿಗಿಂತ ಚೆನ್ನಾಗಿ ಅದೃಷ್ಟಪಟದ ಗತಿಯನ್ನು ಅರಿತಿದ್ದೇನೆ. ಸಾಲ ಮಾಡಿ ಒಂದು ಕಾಸು ಸಂಪಾದಿಸೋದಕ್ಕಿಂತ ಕದ್ದು ರೂಪಾಯಿ ಗಳಿಸೋದು ಮೇಲು ಅನ್ನೋ ಪಾಠವನ್ನು ಕಲಿತಿದ್ದೇನೆ."

ಮೊನಿಪಾದ್ಯು: "ವ್ಯವಹಾರಕ್ಕೆ ಕೈ ಹಾಕುವವನಿಗೆ ಇಷ್ಟಾದರೂ ತಿಳಿದಿರಲೇಬೇಕು. ಆದರೆ ನಿನಗೇ ಗೊತ್ತು. ಇದು ಈ ಕಲೆಗೆ ಒಂದು ತಳಹದಿ ಮಾತ್ರ. ಇನ್ನೂ ಹತ್ತಿಪ್ಪತ್ತು ಪಾಠಗಳನ್ನು

ಕಲಿತೆಯೆಂದರೆ ದೇವರ ಕೃಪೆಯಿಂದ ನಿನ್ನನ್ನೊಬ್ಬ ಉತ್ತಮ ಕಲಾವಿದನನ್ನಾಗಿ ಮಾಡಬಹುದು ಅಂತ ನಾನು ಅಂದುಕೊಂಡಿದ್ದೇನೆ."

ರಿಕೊನೆತ್ ಬಾಗಿ, ಒಡೆಯನಿಗೆ ವಂದಿಸಿದ. ಒಡೆಯ ಕೊರ್ತದಿಲೋನನ್ನು ಕರೆದು ಅವನ ಅರ್ಹತೆಗಳನ್ನು ತಿಳಿಸಲು ಹೇಳಿದ.

ಕೊರ್ತದಿಲೊ: " 'ಎರಡನ್ನು ಹಾಕಿ ಐದನ್ನು ತೆಗೆ' ಅನ್ನೋ ಗಣಿತದ ಸೂತ್ರವನ್ನು ನಾನು ಕಲಿತಿದ್ದೇನೆ. ಅಲ್ಲದೆ ಯಾವುದೇ ಒಂದು ಜೇಬಿನೊಳಗೆ ಅಪಾಯವಿಲ್ಲದೆ ಸುಲಭವಾಗಿ ಕೈ ತೂರಿಸೋದು ಹೇಗೆ ಅನ್ನೋದೂ ನನಗೆ ಗೊತ್ತು."

ಮೊನಿಪಾದ್ಯು: "ಇಷ್ಟೇನಾ?"

"ನನ್ನ ದುರದೃಷ್ಟಕ್ಕೆ ಇಷ್ಟೇ ಸ್ವಾಮಿ," ಎಂದ ಕೊರ್ತದಿಲೊ.

ಅದಕ್ಕೆ ಆ ಚೋರ ಪಂಡಿತ ನುಡಿದ:

"ಪರವಾಗಿಲ್ಲ ಬಿಡು. ನೀನು ಒಳ್ಳೆಯ ಶಾಲೆಗೆ ಬಂದಿದ್ದಿ. ನನ್ನ ಬೋಧನೆಗಳನ್ನು ಸರಿಯಾಗಿ ಅನುಸರಿಸಿದಲ್ಲಿ ನೀನು ಬೇಗ ಸುಧಾರಿಸೋದು ಖಂಡಿತ."

"ನಮ್ಮ ವೃತ್ತಿ ಕಲೆಗಳನ್ನು ಉತ್ತಮಪಡಿಸಿಕೊಳ್ಳೋ ಆಸೆ ನಮ್ಮಲ್ಲಿ ತುಂಬಿ ತುಳುಕುತ್ತಿದೆ," ಎಂದ ರಿಕೊನೆತ್.

ಮೊನಿಪಾದ್ಯು: "ಒಳ್ಳೆಯದು, ಸಮಯ ಬಿದ್ದರೆ ಒಂದಿಪ್ಪತ್ತು ಚಾಟಿ ಏಟುಗಳನ್ನು ತುಟಿ ಪಿಟಕ್ಕೆನ್ನದೆ ಸಹಿಸಬಲ್ಲಿರೋ ಹೇಗೆ? ತುಟಿ ತೆರೆಯಬಾರದು ಅಂದರೆ 'ಇದು ನನ್ನ ಬಾಯಿ' ಅನ್ನೋದನ್ನು ಕೂಡ ಹೇಳಕೂಡದು."

ಕೊರ್ತದಿಲೊ: "ಆ ಬಗ್ಗೆ ನಮಗೆ ಸಾಕಷ್ಟು ಶಿಕ್ಷಣ ದೊರೆತಿದೆ. ನಾಲಿಗೆ ಎರವಲು ಪಡೆದಿದ್ದನ್ನು ಕೆಲವು ಸಲ ಗಂಟಲು ಹಿಂತಿರುಗಿಸುತ್ತದೆ. ಇದು ನಮಗೆ ಗೊತ್ತು. 'ಹೌದು' ಅಂತ ಹೇಳುವಷ್ಟೇ ಸುಲಭವಾಗಿ 'ಇಲ್ಲ' ಅಂತ ಹೇಳಬಹುದು ಅನ್ನೋದು ಗೊತ್ತಿಲ್ಲದ ದಡ್ಡನಿಗೆ ದೇವರೇ ಗತಿ."

ಮೊನಿಪಾದ್ಯು ನುಡಿದ:

"ಇಷ್ಟು ಸಾಕು. ನೀವು ಚಾಲೂಕಿನ ಹುಡುಗರು. ಇದು ಖಂಡಿತ. ನಿಮ್ಮ ಬಗ್ಗೆ ನನಗೆ ಸಾಕಷ್ಟು ತೃಪ್ತಿ ಇದೆ. ನಿಮ್ಮನ್ನು ನಮ್ಮ ಸಮಾಜಕ್ಕೆ ಸದಸ್ಯರನ್ನಾಗಿ ಸೇರಿಸಿಕೊಳ್ಳಲಾಗಿದೆ. ಶಿಷ್ಯವೃತ್ತಿಯ ಅವಧಿ, ಪ್ರವೇಶ ಶುಲ್ಕಗಳನ್ನು ಮನ್ನಾ ಮಾಡಲಾಗಿದೆ."

ತಮ್ಮ ಯಜಮಾನನ ತೀರ್ಮಾನಕ್ಕೆ ಒಪ್ಪಿಗೆ ಇದೆ ಎಂದು ಗುಂಪು ಹೇಳಿತು. ಹೊಸದಾಗಿ ಆಯ್ಕೆಯಾದ ಒಡನಾಡಿಗಳನ್ನು ಅವರು ಅಭಿನಂದಿಸಿದರು. ಆ ವೇಳೆಗೆ ಪಹರೆಯವನೊಬ್ಬ ಓಡಿಬಂದು ಪುಂಡು ಪೋಕರಿಗಳ ಮೇಲು ವಿಚಾರಣೆ ನೋಡಿಕೊಳ್ಳುವ ನಗರ ರಕ್ಷಕನೊಬ್ಬ ಈ ಕಡೆಗೆ ಬರುತ್ತಿದ್ದಾನೆಂದು ತಿಳಿಸಿದ.

ಈ ಸುದ್ದಿ ಕೇಳಿ ಕಳವಳದ ಚಿಹ್ನೆ ತೋರಿಸಿದ ತನ್ನ ಗೆಳೆಯರಿಗೆ ಮೊನಿಪಾದ್ಯು ಹೇಳಿದ:

"ಏನೂ ಕಳವಳ ಬೇಡ. ಈತ ನನ್ನ ಗೆಳೆಯ. ತೊಂದರೆ ಮಾಡೋ ಉದ್ದೇಶದಿಂದ ಬಂದಿರಲಾರ. ಹೋಗಿ ಅವನಿಗೇನು ಬೇಕು ಅನ್ನೋದನ್ನು ನೋಡಿಬರ್ತೇನೆ."

ಎಲ್ಲರೂ ಈ ಮಾತು ಕೇಳಿ ಸುಮ್ಮನಾದರು. ಮೊನಿಪಾದ್ಯು ಗೆಳೆಯನೊಡನೆ ಮಾತಾಡಲು ಬಾಗಿಲಿಗೆ ಹೋದ. ಅವನೊಡನೆ ಮಾತುಕತೆಗೆ ಕೊಂಚ ಕಾಲ ಹಿಡಿಯಿತು. ಹಿಂತಿರುಗಿ ಬಂದು ಸಾನ್ ಸಾಲ್ವದೊರ್‌ನ ಚೌಕದಲ್ಲಿ ಈ ದಿನ ಬೆಳಿಗ್ಗೆ ಇದ್ದವರು ಯಾರೆಂದು ಆತ ಕೇಳಿದ.

ನಮ್ಮ ಗೆಳೆಯರ ಮಾರ್ಗದರ್ಶಿಯಾಗಿದ್ದ ಹುಡುಗ ಆಗ "ನಾನು ಅಲ್ಲಿದ್ದೆ" ಎಂದ.

"ಹಾಗಾದರೆ ನೀನು ಅಲ್ಲಿ ಲಪಟಾಯಿಸಿದ ಹಮ್ಮಿಣಿಯ ವಿಚಾರವನ್ನು ನನಗ್ಯಾಕೆ ಹೇಳಲಿಲ್ಲ? ಅದರಲ್ಲಿ ಹದಿನೈದು ಚಿನ್ನದ ಕ್ರೌನ್‌ಗಳು, ಎರಡು ರೇಲ್‌ಗಳು ಕೆಲವು ಕ್ವಾರ್ಟೋಗಳು ಇದ್ದವು" ಎಂದ ಮೊನಿಪಾದ್ಯು.

"ಯಾಕೆ ಸ್ವಾಮಿ? ನಿಜವಾಗಿಯೂ ಆ ಹಮ್ಮಿಣಿಯನ್ನು ನಾನು ಕಂಡಿಲ್ಲ. ನಾನದನ್ನು ತೆಗೆದುಕೊಂಡಿಲ್ಲ. ನನಗೆ ಸಿಡಿಲು ಬಡಿಯಲಿ, ಯಾರು ತೆಗೆದುಕೊಂಡರೋ ನನಗಂತೂ ಗೊತ್ತಿಲ್ಲ." ಎಂದ ಹುಡುಗ.

"ಈ ಆಟವನ್ನೆಲ್ಲಾ ನನ್ನ ಹತ್ತಿರ ಆಡಬೇಡ. ಕೊಟ್ಟುಬಿಡು. ಹಮ್ಮಿಣಿ ಈಗ ಹೊರಬರಲೇ ಬೇಕು. ಈ ನಗರ ರಕ್ಷಕ ನನ್ನ ಗೆಳೆಯ. ಅವನು ನಮಗೆ ಒಂದಲ್ಲ ಹಲವು ಬಾರಿ ನೆರವಾಗಿದ್ದಾನೆ."

ತನಗೆ ಅದರ ಬಗ್ಗೆ ಏನೇನೂ ಗೊತ್ತಿಲ್ಲವೆಂದು ಹುಡುಗ ಬಲವಾಗಿ ಪ್ರತಿಭಟಿಸಿದ. ಮೊನಿಪಾದ್ಯು ಸಿಟ್ಟಿಗೇಳುತ್ತಿರುವಂತೆ ಕಂಡಿತು. ಕೋಪದಿಂದ ಉರಿಯುತ್ತ ಅವನೆಂದ:

"ಯಾರೂ ನನ್ನ ಹತ್ತಿರ ಬಾಲಬಿಚ್ಚೋದಕ್ಕೆ ಆಗೋದಿಲ್ಲ. ಹಮ್ಮಿಣಿಯನ್ನು ತಂದಿಡು ಇಲ್ಲವೆ ಫಲವನ್ನು ಅನುಭವಿಸಲು ಸಿದ್ಧನಾಗು."

ಹುಡುಗ ಮತ್ತೆ ತನ್ನ ಅಮಾಯಕತೆಯನ್ನು ತೋಡಿಕೊಂಡ. ಅದರಿಂದ ಒಡೆಯನ ಕೋಪ ಮತ್ತಷ್ಟು ಹೆಚ್ಚಾಯಿತು. ನೆರೆದಿದ್ದವರಲ್ಲೆಲ್ಲ ನಿಯಮಗಳ ವಿರುದ್ಧ ನಡೆದಿರುವ ಈ ಹುಡುಗ ಅಪರಾಧಿಯ ಬಗ್ಗೆ ಕೋಪ ಮೂಡತೊಡಗಿತು. ಇನ್ನು ಸಾಕಷ್ಟು ಗೊಂದಲಗಳು ನಡೆಯುವುದು ಖಚಿತವೆಂದುಕೊಂಡ ರಿಕೊನೆತ್, ಕೊರ್ತದಿಲೊ ಬಳಿ ಒಂದು ಕ್ಷಣ ಮಾತನಾಡಿದ. ಆತ ಮೊನಿಪಾದ್ಯುವಿನ ಕೋಪವನ್ನು ತಣಿಸುವುದು ಒಳಿತೆಂದು ಭಾವಿಸಿದ. ಹೀಗಾಗಿ ಪಾರುಪತ್ತೆದಾರನ ಹಮ್ಮಿಣಿಯನ್ನು ಹೊರತೆಗೆದು ರಿಕೊನೆತ್ ಹೇಳಿದ:

"ಸಮಾಧಾನ ತಂದುಕೊಳ್ಳಿ ಸ್ವಾಮಿ. ಇಲ್ಲಿದೆ ನೋಡಿ ಅವರಿಗೆ ಬೇಕಾಗಿರೋ ಹಮ್ಮಿಣಿ. ಜೊತೆಗೆ ಇದೆ ನೋಡಿ ಇದೊಂದು ಕರವಸ್ತ್ರ. ನನ್ನ ಗೆಳೆಯ ಆ ಮಹಾನುಭಾವರಿಂದ ಬೆಳಿಗ್ಗೆ ತಾನೇ ಇದನ್ನು ಎರವಲು ಪಡೆದ."

ಈ ತಪ್ಪೊಪ್ಪಿಗೆಯನ್ನು ಕೇಳಿದ ಕೂಡಲೇ ಚೋರ ಪಂಡಿತನ ಮುಖಚರ್ಯೆ ಬದಲಾಗಿ ಅದರಲ್ಲಿ ಕಳೆ ತುಂಬಿಕೊಂಡಿತು. ಅತ ಉದ್ಗರಿಸಿದ.:

"ಎಂಥಾ ಒಳ್ಳೆಯ ಹುಡುಗ ನೀನು ಕೊರ್ತದಿಲೊ. ಇನ್ನು ಮೇಲೆ ನಿನ್ನ ಹೆಸರೇ ಅದು: 'ಸಭ್ಯ ಕೊರ್ತದಿಲೊ' ಅಂತ. ಕರವಸ್ತ್ರ ನೀನೇ ಇಟ್ಟುಕೊ. ಈ ಸೇವೆ ಸಲ್ಲಿಸಿದುದಕ್ಕೆ ಈ ಬಾರಿ ಅದರಿಂದಲೇ ಸಮಾಧಾನ ಪಟ್ಟುಕೊ. ಬೆಳಿಗ್ಗೆ ನೀನು ಪರಿಚಯ ಮಾಡಿಕೊಂಡ ಪಾರುಪತ್ತೆದಾರ ಈ ನನ್ನ ಗೆಳೆಯನ ಸಂಬಂಧಿ. 'ಕೋಳಿನೇ ಕೊಟ್ಟವನಿಗೆ ಒಂದು ಕಾಲು ಕೊಟ್ಟರೇನಾಯ್ತು?' ಅನ್ನೋ ಗಾದೆಯ ಮಾತಿನ ಹಾಗೇ ನಾವು ನಡಕೋಬೇಕು. ನಾವು ನೂರು ದಿನದಲ್ಲಿ ದುಡಿಯೋದನ್ನು ಈ ನಗರ ರಕ್ಷಕ ಒಂದು ದಿನದಲ್ಲಿ ಗಳಿಸಬಲ್ಲ."

ಈ ನಡವಳಿಕೆಯನ್ನು ಕಂಡು ಎಲ್ಲರೂ ಮೆಚ್ಚುಗೆ ಸೂಚಿಸಿದರು. ಕೊರ್ತದಿಲೊಗೆ ಸಿಕ್ಕ ಮೆಚ್ಚುನುಡಿಯು ನ್ಯಾಯೋಚಿತವೆಂದು ಎಲ್ಲರೂ ಒಪ್ಪಿದರು. ತಮ್ಮ ಶ್ರೇಷ್ಠ ಗುಣಗಳಿಂದಾಗಿ ಪ್ರಶಸ್ತಿ ಪಡೆದ ಮಹಾನುಭಾವರಲ್ಲಿ ಇರುವ ಹೆಮ್ಮೆಯೇ ಆಗ ಕೊರ್ತದಿಲೊನಲ್ಲೂ ಇದ್ದಿತೆನ್ನಿ.

ಮೊನಿಪಾದ್ಯು ಹಿಂತಿರುಗಿ ಬರುವುದರೊಳಗೆ ಕೋಣೆಯೊಳಗೆ ಇಬ್ಬರು ಹುಡುಗಿಯರು ಬಂದರು. ಅವರ ಉಡುಪುಗಳು ಮತ್ತಿತರ ಚರ್ಯೆಗಳನ್ನು ಕಂಡ ರಿಕೊನೆತ್‌ಗೆ ಅವರೂ ಈ ಗುಂಪಿಗೆ ಸೇರಿದವರೆಂಬುದು ಖಚಿತವಾಯಿತು. ಈ ಹುಡುಗಿಯರನ್ನು ಕೊಲೆಪಾತಕಿಗಳಂತಿದ್ದ ಇಬ್ಬರು ಹೃತ್ಪೂರ್ವಕವಾಗಿ ಸ್ವಾಗತಿಸಿದರು. ಆ ಮಹಾನುಭಾವರು ಷಿಕ್ವಿಜ್ನಾಕ್ ಹಾಗೂ ಮನಿಫೆರ್‍ರೊ. ಎರಡನೆಯವನು ಶಿಕ್ಷೆ ಅನುಭವಿಸಿ ಒಂದು ಕೈ ಕಳೆದುಕೊಂಡಿದ್ದನಾದ್ದರಿಂದ ಬದಲಿಯಾಗಿ ಕಬ್ಬಿಣದ ಕೈಯನ್ನು ಹಾಕಿಕೊಂಡಿದ್ದ. ಅದರಿಂದಾಗಿ ಅವನ ಹೆಸರು 'ಮನಿಫೆರೊ.' ಅವರಲ್ಲೊಬ್ಬ ಈ ಹುಡುಗಿಯರನ್ನು ಕೇಳಿದ : "ಏನು ಸಮಾಚಾರ ನನ್ನ ಮಾಯಗಾತಿ? ಏನು ತಂದಿದ್ದೀಯೇ ?"

ಹುಡುಗಿಯರಲ್ಲಿ ಒಬ್ಬಳ ಹೆಸರು ಗನನ್ಸಿಯೋಸಾ. ಅವಳು ಹೇಳಿದಳು:

"ಇನ್ನೇನು ನಿಮಗೆ ಗೊತ್ತಾಗ್ತದೆ, ಸಿಲ್ವಾತಿಲೊ ಬರ್‍ತಿದಾನೆ."

ಅವಳಿನ್ನೂ ಆ ಮಾತು ಹೇಳಿಲ್ಲ; ಆಗೊಬ್ಬ ಹುಡುಗ ಬಂದ. ಅವನ ತಲೆ ಮೇಲೊಂದು ದೊಡ್ಡ ಬುಟ್ಟಿ. ಬುಟ್ಟಿ ಮುಚ್ಚಿತ್ತು. ಹೀಗೆ ಬಂದ ಸಿಲ್ವಾತಿಲೊನನ್ನು ನೋಡಿ ಎಲ್ಲರಿಗೂ ಖುಷಿಯಾಯಿತು. ಮೊನಿಪಾದ್ಯು ಜೊಂಡಿನ ಚಾಪೆ ಎಳೆದು ಕೋಣೆಯ ನಡುಭಾಗದಲ್ಲಿ ಹಾಸಿದ. ಎಲ್ಲರನ್ನೂ ಅದರ ಸುತ್ತ ಕೂರಲು ಹೇಳಿದ. ಆಮೇಲೆ ಬೇಕಾದಷ್ಟು ಖಾದ್ಯ ವಸ್ತುಗಳಿಂದ ತುಂಬಿದ್ದ ಬುಟ್ಟಿಯ ಮೇಲುಹೊದಿಕೆ ತೆರೆದು ಎಲ್ಲರೂ ತಮಗೆ ಬೇಕಾದಷ್ಟನ್ನು ತಿನ್ನಲು ಹೇಳಿದ. ಈ ಅಪ್ಪಣೆ ಪಾಲಿಸುವಲ್ಲಿ ಯಾರೂ ಹಿಂಜರಿಯಲಿಲ್ಲ.

ತಮ್ಮಲ್ಲಿದ್ದ ಚೂರಿಗಳನ್ನು ಎಲ್ಲರೂ ಬಳಸಿದರು. ತನ್ನ ಮೋಟು ಖಡ್ಗಕ್ಕಿಂತ ಉತ್ತಮವೂ, ತಕ್ಕುದೂ ಆದ ಉಪಕರಣ ಇಲ್ಲದುದರಿಂದ ಕೊರ್ತದಿಲೊ ಅದನ್ನೇ ಬಳಸಿದ. ಬುಟ್ಟಿಯಲ್ಲಿ ಇದ್ದುದನ್ನು ಕೂಡಲೇ ಹಂಚಲಾಯಿತು. ಗುಂಪಿನ ಹಿರಿಯರು ಬೇರೇನೋ ಕೆಲಸವಿದೆಯೆಂದು ಹೇಳಿ, ಹೋಗಲು ಅನುಮತಿ ಬೇಡಿದರು. ಈ ಹಿರಿಯರು ಸಾಕಷ್ಟು ಉಪಯುಕ್ತವಾದ ಸೇವೆಯನ್ನು ಗುಂಪಿಗೆ ಸಲ್ಲಿಸುತ್ತಿದ್ದಂತೆ ತೋರಿತು. ತಮ್ಮ ವಯಸ್ಸಿನ ಉಪಯೋಗ ಪಡೆದು ಉಳ್ಳವರ ಮನೆಗಳಲ್ಲಿ ನಂಬುಗೆ ಬೆಳೆಸಿಕೊಂಡು ಅಲ್ಲಿನ ಸಂಪತ್ತನ್ನು ಕಂಡು ಕೊಳ್ಳೆ ಹೊಡೆಯಲು ತಕ್ಕ ಟೊಳ್ಳುಗಳೆಲ್ಲಿವೆ ಎಂಬುದನ್ನು ಅವರು ನೋಡಿಕೊಂಡಿರುತ್ತಿದ್ದರು. ಅನಂತರ ಈ ಅವಕಾಶಗಳ ಬಗ್ಗೆ ತಮ್ಮ ಯಜಮಾನನಿಗೆ ಅವರು ವರದಿ ಸಲ್ಲಿಸುತ್ತಿದ್ದರು.

ಊಟ ಮುಗಿಯಿತೆನ್ನುವಷ್ಟರಲ್ಲಿ ಒಳಗೊಳಗೆ ಏನೊ ಗಲಾಟೆ ನಡೆಯುತ್ತಿದ್ದಂತೆ ಕಂಡಿತು. ಮುಂಚೂಣಿ ಪಹರೆಯವನೊಬ್ಬ ಬಂದು, ಒಂದು ದಳವನ್ನು ಮುಂದಿಟ್ಟುಕೊಂಡು ನ್ಯಾಯಪಾಲನಾಧಿಕಾರಿಯೊಬ್ಬ ಈ ಮನೆಯನ್ನು ಸುತ್ತುವರಿಯುತ್ತಿದ್ದಾನೆಂದು ಹೇಳಿದ. ಒಂದು ಕ್ಷಣದಲ್ಲಿ ಎಲ್ಲ ಗೊಂದಲಮಯವಾಯಿತು. ತಿನ್ನದೇ ಉಳಿದದ್ದೆಲ್ಲ ಚೆಲ್ಲಾಪಿಲ್ಲಿ. ಕೊಲೆಗಡುಕರು, ಧರ್ಮಗುರುಗಳು, ಹಿರಿಯರು, ಕಿರಿಯರು, ಕುಂಟ, ಕುರುಡ ಎಲ್ಲರೂ ರಕ್ಷಣೆ ಪಡೆಯಲು ಅವಿತಿಟ್ಟುಕೊಳ್ಳುವ ಜಾಗಗಳಿಗೆ ಓಡಿಹೋದರು. ಒಂದು ಕ್ಷಣದಲ್ಲಿ ಮೋಜಿನ ತಾಣವೊಂದು, ಅಲ್ಲಿ ಯಾರೂ ಇರಲೇ ಇಲ್ಲವೇನೋ ಎಂಬಂತೆ ಮೌನದ ಆವಾಸವಾಗಿಬಿಟ್ಟಿತು. ಎಲ್ಲಿ ಓಡಬೇಕೆಂಬುದು ತಿಳಿಯದೆ ಕೊರ್ತದಿಲೊ ಹಾಗೂ ಅವನ ಗೆಳೆಯ ಅಲ್ಲೇ ಹಾಗೇ ಉಳಿದುಬಿಟ್ಟರು. ಮೊನಿಪಾದ್ಯುಗೆ ತನ್ನ ಅಮಾಯಕತೆಯಲ್ಲೇ ನಂಬಿಕೆ. ಬರಲಿರುವ ಬಿರುಗಾಳಿಯನ್ನು ಮನೆಯೊಡೆಯನಾಗಿ ಎದುರಿಸಲು ಆತ ಸಿದ್ಧನಾದ.

ಆದರೆ ಇದು ತಲೆಬುಡವಿಲ್ಲದ ಸುದ್ದಿಯಾಯಿತು. ಎಚ್ಚರಿಕೆ ವಹಿಸಿದ್ದು ಅನವಶ್ಯವೆಂದಾಯಿತು.

ನ್ಯಾಯಪಾಲಕ ಇನ್ನೆಲ್ಲಿಗೋ ತನ್ನ ಪಾಡಿಗೆ ತಾನು ಹೋದ. ಓಡಿ ಹೋಗಿದ್ದವರನ್ನು ಇನ್ನೇನು ಹಿಂದಕ್ಕೆ ಕರೆಯಬೇಕೆನ್ನುವಷ್ಟರಲ್ಲಿ ಒಬ್ಬ ಸಭ್ಯ ಮಹನೀಯ ಒಳಗೆ ಬಂದ. ಮೊನಿಪಾದ್ಯುಗೆ ಅವನ ಪರಿಚಯವಿದ್ದಂತಿತ್ತು. ಅವನನ್ನು ನೋಡಿ ಮೊನಿಪಾದ್ಯು ಕೊಲೆಗಡುಕರನ್ನು ಮಾತ್ರ ಹೊರಬರಲು ಹೇಳಿದ. ಸಭ್ಯ ಮಹನೀಯ ಕೇಳಿದ:

"ಏನು ನನ್ನ ಅಪ್ಪಣೆಯನ್ನೇಕೆ ಈಡೇರಿಸಿಲ್ಲ?"

ಮೊನಿಪಾದ್ಯು: "ಈ ವ್ಯವಹಾರದಲ್ಲಿ ಏನು ಮಾಡಲಾಗಿದೆ ಅಂತ ನನಗೆ ಗೊತ್ತಿಲ್ಲ. ಆದರೆ ಇದರ ಜವಾಬ್ದಾರಿ ವಹಿಸಿದ ಕಲಾವಿದ ಏನು ಹೇಳ್ತಾನೆ ಅನ್ನೋದನ್ನು ಮೊದಲು ಕೇಳಿ ನೋಡಿ. ನಿಮ್ಮ ಅಪ್ಪಣೆಯಂತೆ ನಡೆದಿರದಿದ್ದರೆ, ಅದಕ್ಕೆ ಯೋಗ್ಯ ಕಾರಣಗಳನ್ನು ಆತ ಕೊಡಬಲ್ಲ ಅಂತ ನಾನು ನಿಮಗೆ ಭರವಸೆ ನೀಡ್ತೇನೆ."

ಅನಂತರ, ತನಗೆ ನಿರ್ವಹಿಸಲಾಗಿದ್ದ ಈ ಕೆಲಸದ ಬಗ್ಗೆ ವರದಿ ನೀಡಲು ಆತ ಷಿಕ್ವಿಜ್ನಾಕ್‌ಗೆ ಹೇಳಿದ.

"ಅಡ್ಡ ಹಾದಿ ಮನೆಯ ವ್ಯಾಪಾರಿಯ ಸಂಗತಿಯೇ?" ಎಂದು ಕೇಳಿದ ಷಿಕ್ವಿಜ್ನಾಕ್.

"ಹೌದು, ಅವನದ್ದೇ" ಎಂದು ಸಭ್ಯ ಮಹನೀಯ ಉತ್ತರಿಸಿದ.

"ಆ! ಅವನ ಮನೆಯ ಬಾಗಿಲ ಬಳಿ ನಿನ್ನೆ ರಾತ್ರಿ ಅವನಿಗಾಗಿ ಕಾಯ್ದು ಕುಳಿತೆ. ಅವನು ಹೊರ ಬಂದಾಗ ಅವನ ಮುಖವನ್ನು ಗಮನವಿಟ್ಟು ನೋಡಿದೆ. ಅದು ಬಲು ಚಿಕ್ಕದಾಗಿ ಕಂಡಿತು. ಆ ಮುಖಕ್ಕೆ ನೀನು ಹದಿನಾಲ್ಕು ಚೂರಿ ಇರಿತ ಕೊಡಬೇಕು ಅಂತ ಹೇಳಿದ್ದೆ. ಆ ಚಿಕ್ಕ ಮುಖದಲ್ಲಿ ಅಷ್ಟೊಂದು ಜಾಗವೇ ಇರಲಿಲ್ಲ. ಹೀಗಾಗಿ ನಿಮ್ಮ ನಾಶವನ್ನು ಪೂರ್ಣವಾಗಿ ಮಾಡೋದಕ್ಕಾಗ್ಲಿಲ್ಲ."

ಇದನ್ನು ಕೇಳಿ ಸಭ್ಯ ಮಹನೀಯ ಕೈಗಳಿಂದ ಶಿಲುಬೆಯ ನ್ಯಾಸ ಮಾಡಿ ಉದ್ವಿಗ್ನತೆಯಿಂದ ಉದ್ಗರಿಸಿದ :

"ನನ್ನ ನಾಶ! ಸದ್ಯಃ ದೇವರು ಹಾಗಾಗಗೊಡದಿರಲಿ! ನನ್ನ ಆಶಯ ಅನ್ನೋದು ಅವನ ಮಾತಿನ ಅರ್ಥ ಅಂತ ಕಾಣ್ತದೆ."

ಇದರಿಂದ ಒಂದಿಷ್ಟೂ ಗಲಿಬಿಲಿಗೊಳ್ಳದೆ ಷಿಕ್ವಿಜ್ನಾಕ್ ನುಡಿದ:

"ಹೌದು ನಾನು ಹೇಳಿದ್ದೂ ಅದೇ. ಆದರೆ ನೀವು ನನ್ನನ್ನು ಮಾತಿಗೆ ತಪ್ಪುವವನು, ಕೆಲಸವನ್ನು ನಿರ್ಲಕ್ಷಿಸಿದ ವ್ಯಕ್ತಿ ಅಂತ ಅನ್ನಬಹುದು ಅಂದುಕೊಂಡು, ಆ ವ್ಯಾಪಾರಿಯ ಸೇವಕನಿಗೆ ಅಷ್ಟು ಇರಿತಗಳನ್ನೂ ಕೊಟ್ಟೆ, ಬೇಕಾದರೆ ಅವನ ಮುಖವನ್ನು ಹೋಗಿ ನೋಡಿ. ಗುರುತುಗಳಿವೆ."

"ಅದರಿಂದ ನನಗೇನು ಉಪಯೋಗ? ಆ ಸೇವಕನಿಗೆ ಹದಿನಾಲ್ಕು ಬೀಳೋದಕ್ಕಿಂತ ಅವನ ಒಡೆಯನಿಗೆ ಏಳಾದರೂ ಬಿದ್ದಿದ್ದರೆ ನನಗೆ ಸಂತೋಷವಾಗ್ತಿತ್ತು. ಹೀಗಾದ ಮೇಲೆ ನಾನು ಈಗ ನಿನಗೆ ಎಷ್ಟು ಹಣ ಕೊಟ್ಟಿದ್ದೇನೋ ಅಷ್ಟೆ ಸಾಕು. ಉಳಿದದ್ದು ಇಲ್ಲ. ನಾನಿನ್ನು ಬರ್ತೇನೆ."

ಇಷ್ಟು ಹೇಳಿ ಆ ಸಭ್ಯ ಮಹನೀಯ ತನ್ನ ಟೊಪ್ಪಿಗೆ ತೆಗೆದು ವಂದಿಸಿ ಹೊರಡುವುದ ರಲ್ಲಿದ್ದಾಗ, ಶ್ರೀಮಾನ್ ಮೊನಿಪಾದ್ಯು ಅವನ ಅಂಗಿಯ ತುದಿಯನ್ನು ಹಿಡಿದು ನಿಲ್ಲಿಸಿ ಎಂದ:

"ನಿಲ್ಲಿ ಸ್ವಾಮಿ, ದಯವಿಟ್ಟು, ಈ ವ್ಯವಹಾರದಲ್ಲಿ ನಾವು ಕೊಟ್ಟ ಮಾತಿಗೆ ತಕ್ಕ ಹಾಗೇ ನಡೆದುಕೊಂಡಿದ್ದೇವೆ. ತಾವೂ ಹಾಗೇ ನಡೆದುಕೊಳ್ಳಬೇಕು ಅಂತ ನಮ್ಮ ಅಪೇಕ್ಷೆ. ಇನ್ನೂ ಇಪ್ಪತ್ತು ಡ್ಯುಕಾಟ್‌ಗಳನ್ನು ತಾವು ಕೊಡಬೇಕು. ಹೋಗೋ ಮೊದಲು ಅದನ್ನು ಕೊಟ್ಟು ಹೋಗಿ."

"ಯಾವುದನ್ನು ತಾವು 'ಮಾತಿಗೆ ತಕ್ಕಂತೆ ನಡೆದಿದ್ದೇವೆ' ಅನ್ನುತ್ತಿರೋದು? ಒಡೆಯನಿಗೆ ನೀಡಬೇಕಿದ್ದ ಶಿಕ್ಷೆಯನ್ನು ಅವನ ಸೇವಕನಿಗೆ ನೀಡಿದ್ದನ್ನೇ?" ಎಂದು ಸಭ್ಯ ಮಹನೀಯ ಪ್ರಶ್ನಿಸಿದ.

ಅದಕ್ಕೆ ಷಿಕ್ವಿಜ್ನಾಕ್ ಉತ್ತರಿಸಿದ:

"ನನ್ನನ್ನು ಪ್ರೀತಿಸೋದಾದರೆ ನನ್ನ ನಾಯಿಯನ್ನೂ ಪ್ರೀತಿಸು, ಅನ್ನೋ ಗಾದೆಯನ್ನು ತಾವು ಮರೆತ ಹಾಗೆ ಕಾಣ್ತದೆ."

"ಅದಕ್ಕೂ ಇದಕ್ಕೂ ಏನು ಸಂಬಂಧ?" ಎಂದ ಸಭ್ಯ ಮಹನೀಯ.

ಷಿಕ್ವಿಜ್ನಾಕ್ ಹೇಳಿದ:

"ಬೇಕಾದಷ್ಟಿದೆ. ಅದೇ ನಿಯಮವನ್ನು ತಲೆಕೆಳಗೆ ಮಾಡಿದರೆ ಅದು ಸಹ ನಿಜವಾಗಿರಲೇ ಬೇಕು. ಹಾಗಾಗಿ 'ನನ್ನನ್ನು ದ್ವೇಷಿಸೋದಾದರೆ ನನ್ನ ನಾಯಿಯನ್ನೂ ದ್ವೇಷಿಸು' ಅನ್ನೋ ಮಾತು ಇಲ್ಲಿಗೆ ಅನ್ವಯವಾಗ್ತದೆ. ಆದ್ದರಿಂದ ನಮ್ಮ ನಿಯಮಗಳನ್ನು ಸರಿಯಾಗಿ ಪಾಲಿಸಿದಂತಾಯಿತು."

ಅವನ ಮಾತಿಗೆ ದನಿಗೂಡಿಸಿ ಮೊನಿಪಾದ್ಯು ಎಂದ:

"ನಿಮ್ಮ ಸೇವಕರ ಹತ್ತಿರ ಇದೇನು ಸ್ವಾಮಿ ಹುಲ್ಲು ಸೀಳುವ ವ್ಯವಹಾರ? ಸುಮ್ಮನೆ ನನ್ನ ಮಾತು ಕೇಳಿ. ನಮಗೆ ನ್ಯಾಯವಾಗಿ ಬರಬೇಕಾದ್ದನ್ನು ಕೊಟ್ಟು ಬಿಡಿ. ನಮ್ಮ ಕೆಲಸವನ್ನು ನಾವು ಮಾಡಿದ್ದೇವೆ. ಇನ್ನು, ಆ ಒಡೆಯನ ಮೇಲೆ ಜಾರಿ ಮಾಡೋದಕ್ಕೆ ಸಾಧ್ಯವಾಗೋ ಅಂಥ ಅಪ್ಪಣೆ ಏನಾದರೂ ತಾವು ಕೊಡೋದಾದರೆ ಅದನ್ನು ಚಾಚೂ ತಪ್ಪದೆ ನಿರ್ವಹಿಸಲಾಗ್ತದೆ."

"ಅಷ್ಟನ್ನು ನೀವು ಮಾಡಿದರೆ ನಾನು ಸಂತೋಷದಿಂದ ಹಣ ಕೊಡ್ತೇನೆ" ಎಂದ ಸಭ್ಯ ಮಹನೀಯ.

ಚೋರ ನಾಯಕ ನುಡಿದ:

"ಅದು ನೆರವೇರುವಂತೆ ನೋಡಿಕೊಳ್ಳದಿದ್ದರೆ ನಾನೊಬ್ಬ ಕ್ರೈಸ್ತನೇ ಅಲ್ಲ. ಒಡೆಯ ಮತ್ತು ಸೇವಕ ಇಬ್ಬರೂ ಒಂದೇ ರೀತಿ ಕಾಣೋ ಹಾಗೆ ಷಿಕ್ವಿಜ್ನಾಕ್ ಮಾಡ್ತಾನೆ."

ಸಭ್ಯ ಮಹನೀಯ: "ಈ ಮಾತಾದರೆ ಸರಿ, ಇಗೋ, ನನ್ನಿಂದ ಬಾಕಿಯಾಗಿರೋ ಇಪ್ಪತ್ತು ಡ್ಯುಕಾಟ್‌ಗಳಿಗೆ, ಹಾಗೇ ನೀವೀಗ ಮಾಡಬೇಕಾಗಿರೋ ಕೆಲಸಕ್ಕೆ ನಾನು ಕೊಡಬೇಕಾಗುವ ನಲವತ್ತು ಡ್ಯುಕಾಟ್‌ಗಳಿಗೆ ಬದಲಾಗಿ ಈ ಹಾರವನ್ನು ತೆಗೆದುಕೊಳ್ಳಿ. ಇದರ ಬೆಲೆ ಸಾವಿರ ರೇಲ್‌ಗಳು. ಆದರೆ ಇದರಲ್ಲಿ ಬಾಕಿ ಏನೂ ನೀವು ಕೊಡಬೇಕಾಗಿಲ್ಲ. ಇಂಥದೇ ಕೆಲಸಕ್ಕೆ ನನ್ನ ಇನ್ನೊಬ್ಬ ಗೆಳೆಯನ ಬಳಿಗೆ ನಿಮ್ಮನ್ನು ಸದ್ಯದಲ್ಲೇ ನಾನು ಕಳುಹಿಸಬೇಕಾಗಿ ಬರ್ಬಹುದು."

ಹೀಗೆಂದು ತನ್ನ ಕೊರಳಲ್ಲಿದ್ದ ಸೊಗಸಾದ ಚಿನ್ನದ ಹಾರವನ್ನು ಆತ ತೆಗೆದುಕೊಟ್ಟ. ಅದನ್ನು ಮೊನಿಪಾದ್ಯು ವಿನಯದಿಂದ ಸ್ವೀಕರಿಸಿದ. ಷಿಕ್ವಿಜ್ನಾಕ್ ಅದೇ ರಾತ್ರಿಯೇ ಆ ವ್ಯಾಪಾರಿಗೋಸ್ಕರ ತಾನು ಕಾಯುವುದಾಗಿ ಹೇಳಿದ. ಸಭ್ಯ ಮಹನೀಯ ತೃಪ್ತನಾಗಿ ಹೊರಟ. ಅನಂತರ ಗೈರುಹಾಜರಾಗಿದ್ದ ಉಳಿದವರನ್ನೆಲ್ಲ ಚೋರನಾಯಕ ಕರೆದ. ಅವರ ನಡುವೆ ನಿಂತು ತನ್ನ ಟಿಪ್ಪಣಿಗಳು ಇದ್ದ ಪುಸ್ತಕವನ್ನು ತೆಗೆದ. ಅದನ್ನು ರಿಕೊನೆತ್‌ಗೆ ಕೊಟ್ಟು ಗಟ್ಟಿಯಾಗಿ ಓದಲು ಹೇಳಿದ. ಪುಸ್ತಕದ ಮೊದಲ ಭಾಗದಲ್ಲಿ ಬೇರೆ ಬೇರೆ ಕೆಲಸಗಳಿಗೆ ಇವರನ್ನು ನಿಯುಕ್ತಿಗೊಳಿಸಿದ ವಿವರಗಳಿದ್ದವು. ಬೇರೆ ಬೇರೆ ಕೆಲಸಗಳೆಂದರೆ ಕೊಲೆ, ಚೂರಿಯಿಂದ ಮುಖದ ಮೇಲೆ ಇರಿಯುವುದು, ಕೈಕಾಲು ಮುರಿಯುವುದು ಇತ್ಯಾದಿ. ಅದು ಹೀಗೆ ಪ್ರಾರಂಭವಾಗಿತ್ತು:

'ಈ ವಾರದ ಮುಖ್ಯ ಕಾರ್ಯಕ್ರಮಗಳ ಬಗ್ಗೆ ಟಿಪ್ಪಣಿಗಳು.

'ಮೊದಲನೆಯದಾಗಿ ಅಡ್ಡ ಬೀದಿ ಮನೆಯ ವ್ಯಾಪಾರಿಗೆ ಮುಖದ ಮೇಲೆ ಹದಿನಾಲ್ಕು

ಇರಿತಗಳು. ಪ್ರತಿ ಇರಿತಕ್ಕೆ ಐವತ್ತು ಕ್ರೌನ್‌ಗಳು. ಮೂವತ್ತು ಮುಂಗಡ ಪಡೆದಿದೆ. ಷಿಕ್ವಿಜ್ನಾಕ್ ಇದನ್ನು ನಡೆಸಬೇಕು.'

ಅಷ್ಟರಲ್ಲಿ ರಿಕೊನೆತ್‌ನನ್ನು ತಡೆದು ಮೊನಿಪಾದ್ಯು ಹೇಳಿದ:

"ಆ ಮಾದರಿಯ ಕೆಲಸ ಈ ವಾರಕ್ಕೆ ಅದೊಂದೇ. ಕೆಲವು ಹಾಳೆ ಬಿಟ್ಟು ಮುಂದೆ ಹೋಗು. ದೊಣ್ಣೆ ಹೊಡೆತದ ಪುಟದಲ್ಲಿ ಏನು ಮಾಡಬೇಕಾಗಿದೆ ನೋಡು."

ರಿಕೊನೆತ್ ಬೇಗ ಆ ಪುಟವನ್ನು ಹುಡುಕಿ ತೆಗೆದ. ಅಲ್ಲಿ 'ದೊಣ್ಣೆ ಹೊಡೆತದ ಬಗ್ಗೆ ಟಿಪ್ಪಣಿಗಳು' ಎಂದು ಬರೆದಿತ್ತು.

'ಮೊದಲನೆಯದಾಗಿ, ಕ್ಲೋವರ್-ಪ್ಲವರ್ ಊಟದ ಮನೆಯ ಒಡೆಯನಿಗೆ ಹನ್ನೆರಡು ಮಜಬೂತಾದ ಬಡಿತಗಳು, ಬಡಿತಕ್ಕೆ ಒಂದು ಕ್ರೌನ್ ದರ – ಆರು ದಿನಗಳಲ್ಲಿ ಆಗಬೇಕು. ಮನಿಫೆರ್ರೋ ಇದನ್ನು ಮಾಡುವವನು.'

ಆಗ ಮನಿಫೆರ್ರೋ ಹೇಳಿದ:

"ಅದನ್ನು ಬೇಗ ಅಳಿಸಿ ಬಿಡಬಹುದು; ಇವತ್ತೇ ಕೊನೆಯ ರಾತ್ರಿ."

"ಇನ್ನೇನಾದರೂ ಇದೆಯೋ ಹುಡುಗಾ?" ಎಂದು ಕೇಳಿದ ಮೊನಿಪಾದ್ಯು.

ರಿಕೊನೆತ್ "ಹೌದು ಸ್ವಾಮಿ, ಇನ್ನೊಂದಿದೆ," ಎಂದು ಓದಿದ:

'ಗೂನುಬೆನ್ನಿನ ಸಿಂಪಿಗ, ಸಾಮಾನ್ಯವಾಗಿ ಕರೆಯುವುದು 'ಗೋಲ್ಡ್ ಫಿಂಚ್' ಅಂತ. ಚಿನ್ನದ ಹಾರವನ್ನು ಕೊಟ್ಟು ಹೋದ ಹೆಂಗಸಿನ ಅಪ್ಪಣೆಯ ಮೇರೆಗೆ ಆರು ಮಜಬೂತಾದ ಬಡಿತಗಳು ಅವನಿಗೆ. ಕೊಡುವವನು ದೆಷ್ ಮುಷಾದೊ–ಕತ್ತರಿಸುವವನು.'

ಇದನ್ನು ಕೇಳಿ ಮೊನಿಪಾದ್ಯು ಹೇಳಿದ:

"ದೆಷ್‌ಮುಷಾದೊ ಯಾಕಿನ್ನೂ ಈ ಕೆಲಸ ಮುಗಿಸಿಲ್ಲ ಅನ್ನೋದೇ ನನಗಿನ್ನೂ ಗೊತ್ತಾಗ್ತಿಲ್ಲ. ಆಗಲೇ ಎರಡು ದಿನ ಕಳೆದು ಹೋಗಿದೆ."

ಆಗ ಮನಿಫೆರ್ರೋ ಎಂದ:

"ನಾನವನನ್ನು ನಿನ್ನೆ ಕಂಡಿದ್ದೆ. ಗೂನುಬೆನ್ನಿನವನಿಗೆ ಆರೋಗ್ಯ ಸರಿ ಇಲ್ಲದೆ ಮನೆಬಿಟ್ಟು ಬಂದೇ ಇಲ್ಲವಂತೆ."

ಚೋರನಾಯಕ ನುಡಿದ:

"ಹಾಂ! ಹಾಗನ್ನು. ದೆಷ್‌ಮುಷಾದೊ ಎಂಥ ಕಲಾವಿದ! ಕಾಲಕ್ಕೆ ಸರಿಯಾಗಿ ಎಲ್ಲ ಕೆಲಸವನ್ನೂ ಮುಗಿಸುವವನು. ಇನ್ನೇನು ಇಲ್ಲವಲ್ಲವೇನೋ, ಹುಡುಗಾ? 'ಸಾಮಾನ್ಯ ವ್ಯವಹಾರಗಳು' ಭಾಗಕ್ಕೆ ಮುಂದೆ ಹೋಗು."

ರಿಕೊನೆತ್‌ಗೆ ಆ ಪುಟವೂ ಕಂಡಿತು. 'ಸಾಮಾನ್ಯ ವ್ಯವಹಾರಗಳ ಟಿಪ್ಪಣಿಗಳು' ಎಂದರೆ 'ಬಾಟಲಿಯಿಂದ ಮಸಿ ಸುರಿದು ಮುಖಕ್ಕೆ ಕಪ್ಪು ಹಚ್ಚುವುದು,' – 'ಪತ್ನಿಯರಿಂದ ವಂಚಿಸಲ್ಪಟ್ಟ ಪತಿಯರ ಮನೆಬಾಗಿಲುಗಳಿಗೆ ಕೊಂಬುಗಳನ್ನು ಮೊಳೆ ಹೊಡೆದು ಜೋಡಿಸುವುದು'–'ಕೊಲೆ ಮಾಡುವಂತೆ ನಟಿಸುವುದು' – 'ಸುಳ್ಳುಸುಳ್ಳು ಕೂಗುಗಳನ್ನು ಹಾಕುವುದು...'

ಮೊನಿಪಾದ್ಯು ನಡುವೆ ಬಾಯಿಹಾಕಿ ಹೇಳಿದ : "ಅದಷ್ಟು ಸಾಕು. ನಾನೇ ಅದನ್ನೆಲ್ಲಾ ಮಾಡುವವನು. ಯಾಕೆಂದರೆ ಇಂಥ ಸೂಕ್ಷ್ಮ ವ್ಯವಹಾರಗಳನ್ನು ರಹಸ್ಯವಾಗಿ ಇಡೋದು ನನ್ನ ನಿಯಮ. ಬೇಕಾದರೆ ಇಪ್ಪತ್ತು ಕೊಂಬುಗಳನ್ನಾದರೂ ನಾನು ಮೊಳೆಹೊಡೆದು ಜೋಡಿಸಿಯೇನು – ಆದರೆ ಒಂದರ ಗುಟ್ಟನ್ನು ಕೂಡ ಬಿಟ್ಟುಕೊಡಲಾರೆ."

ಅಲ್ಲಿಗೆ ದಿನದ ವ್ಯವಹಾರವೆಲ್ಲ ಮುಗಿದು, ಹೊಸ ಸದಸ್ಯರ ಹೆಸರು ಪುಸ್ತಕದಲ್ಲಿ ದಾಖಿಲಾಯಿತು. ಆಗ ಗೌರವಾನ್ವಿತರಂತೆ ತೋರುತ್ತಿದ್ದ ಹಿರಿಯರಲ್ಲಿ ಒಬ್ಬ ಮರಳಿ ಬಂದು ಮಲಾಗದಿಂದ ಬಂದ ಮಹನೀಯನನ್ನು ತಾನು ನೋಡಿರುವುದಾಗಿ ಹೇಳಿದ. ಅಲ್ಲದೆ ಆತ ತಾನೀಗ ಇಸ್ಪೀಟಿನ ಆಟದಲ್ಲಿ ಪಳಗಿದ್ದೇನೆಂತಲೂ ಸ್ವತಃ ಸೈತಾನನೊಂದಿಗೆ ಆಡಲು ಕೂಡ ಇನ್ನು ಹೆದರುವವನಲ್ಲವೆಂದೂ ರಹಸ್ಯ ಗುರುತುಗಳಿಲ್ಲದ ಸ್ವಚ್ಛ ಎಲೆಗಳನ್ನು ಬಳಸಿದರೂ ಸಹ ಮೋಸ ಮಾಡಬಲ್ಲೆನೆಂತಲೂ ತನ್ನೊಡನೆ ಹೇಳಿರುವುದಾಗಿ ಚೋರ ಪಂಡಿತನಿಗೆ ಆ ಹಿರಿಯ ತಿಳಿಸಿದ. ತನ್ನ ಸಂಚಾರದ ಬಳಿಕ ಅನಾರೋಗ್ಯಕ್ಕೆ ತುತ್ತಾದ ಕಾರಣ ಅವನಿಗೆ ಒಡೆಯನನ್ನು ನೋಡಲು ಆಗಿರಲಿಲ್ಲವಂತೆ. ಆದರೆ ಭಾನುವಾರದ ಬೆಳಗಿನ ಭೇಟಿಯ ಸಂದರ್ಭದಲ್ಲಿ ಬಂದೇ ಬರುವವನಿದ್ದನಂತೆ. ಈ ವರ್ತಮಾನದಿಂದ ಹರ್ಷಿತನಾಗಿ ಮೊನಿಪಾದ್ಯು ಎಂದ:

"ಲೊವಿಲೋ ಒಂದಲ್ಲ ಒಂದು ದಿನ ಈ ಕಲೆಯಲ್ಲಿ ಉನ್ನತವಾದ ದರ್ಜೆಯನ್ನು ಸಾಧಿಸ್ತಾನೆ ಅನ್ನೋ ನಂಬಿಕೆ ನನಗಿತ್ತು. ಅದು ನಿಜವಾಯಿತು. ನಾನು ಕಂಡ ಆಟಗಾರರಲ್ಲೇ ಅತೀ ಚಾಲೂಕಿನ ಕೈಗಳನ್ನು ಹೊಂದಿರುವಾತ ಅವನು. ಒಳ್ಳೆಯ ಆಟಗಾರನಾಗಬೇಕಾದರೆ ಅದಕ್ಕೆ ತಕ್ಕ ಉಪಕರಣಗಳಿರಬೇಕು."

ಹಿರಿಯ ವರದಿಗಾರ ಮುಂದುವರಿಸಿದ:

"ಹಾಗೆಯೇ ಧರ್ಮಗುರುವಿನ ಪಾತ್ರ ವಹಿಸೋ ಯಹೂದ್ಯನನ್ನೂ ನಾನು ಕಂಡುಬಂದೆ. ತನ್ನೊಂದಿಗೆ ಆಟಕ್ಕೆ ಸೇರಬಹುದಾದ ಕೆಲವು ಜನರೊಡನೆ ಅದೇ ವಸತಿ ಗೃಹದಲ್ಲಿ ಅವನೂ ಉಳಿದುಕೊಂಡಿದ್ದಾನೆ. ಆದರೆ ಭಾನುವಾರ ಮಾತ್ರ ಎಲ್ಲಿದ್ದರೂ ತಪ್ಪದೆ ಇಲ್ಲಿ ಹಾಜರಾಗ್ತಾನಂತೆ."

ಅದಕ್ಕೆ ಮೊನಿಪಾದ್ಯು ಹೇಳಿದ:

"ಆ ಯಹೂದಿಯೊಬ್ಬ ಮಹಾ ಖದೀಮ. ಅವನಿನ್ನೂ ನನ್ನ ಬಳಿಗೆ ಬರದೇ ಇರೋದನ್ನು ಕಂಡರೆ ಅವನ ಪ್ರಾಮಾಣಿಕತೆಯ ಬಗ್ಗೆ ನನಗೆ ಸಂದೇಹಗಳಿವೆ. ಸರಿಯಾಗಿ ನಡೆದುಕೊಳ್ಳ ದಿದ್ದರೆ, ಅವನ ಪಾದ್ರಿ ವೇಷವನ್ನು ಕಳಚಿ ಒದ್ದೋಡಿಸಿಬಿಡ್ತೇನೆ. ಇನ್ನೇನಾದರೂ ಇದೆಯೋ?"

"ಈಗಂತೂ ಇನ್ನೇನೂ ಇಲ್ಲ" ಎಂದ ಆ ಹಿರಿಯ.

ಆಗ ಚೋರ ನಾಯಕ ರಿಕೊನೆತ್ ಮತ್ತು ಕೊರ್ತದಿಲೊರನ್ನು ಉದ್ದೇಶಿಸಿ ನುಡಿದ:

"ಇಲ್ಲಿ ನೋಡಿ ಮಕ್ಕಳೆ, ಈ ಐವತ್ತು ರೇಲ್ ತೆಗೆದುಕೊಂಡು ನಿಮ್ಮ ನಿಮ್ಮಲ್ಲಿ ಹಂಚಿಕೊಳ್ಳಿ. ದೇವರು ನಿಮಗೆ ಒಳ್ಳೆಯದು ಮಾಡಲಿ. ನಿಮ್ಮ ಪ್ರಾಮಾಣಿಕ ಚಟುವಟಿಕೆಗಳಲ್ಲಿ ನೆರವಾಗಲಿ. ಅಲ್ಲದೆ ಮುಂದಿನ ಭಾನುವಾರ ಇಲ್ಲಿರೋರೆಲ್ಲ ತಪ್ಪದೆ ಹಾಜರಾಗಬೇಕು. ಈ ಕಲೆಯನ್ನು ಉತ್ತಮಗೊಳಿಸಿಕೊಳ್ಳೋ ಬಗ್ಗೆ ನಿಮಗೆಲ್ಲ ಒಂದು ಉಪನ್ಯಾಸವನ್ನು ಆವತ್ತು ನಾನು ಕೊಡುವವನಿದ್ದೇನೆ."

ಅನಂತರ ರಿಕೊನೆತ್ ಮತ್ತು ಕೊರ್ತದಿಲೊರನ್ನು ಆತ ಆಲಿಂಗಿಸಿ ಅವರ ಮಾರ್ಗದರ್ಶಿಯ ಕೈಗೆ ಅವರನ್ನು ಒಪ್ಪಿಸಿದ. ಅವರಿಗೆ ನಿಯಮಿತವಾದ ಎಲ್ಲೆಗಳನ್ನು ತೋರಿಸಲು ಹೇಳಿದ. ಆ ಸೀಮೆಯಲ್ಲಿ ಆದ ಕಳವುಗಳಿಗೆಲ್ಲ ಇವರೇ ಹೊಣೆಯೆಂದೂ ಅದಕ್ಕೆ ಲೆಕ್ಕ ಕೊಡಬೇಕೆಂದೂ ಸೂಚಿಸಿದ. ಅನಂತರ ಗುಂಪು ಕದಲಿತು. ನಮ್ಮ ಇಬ್ಬರು ಗೆಳೆಯರು ತಮ್ಮ ಮಾರ್ಗದರ್ಶಿಯೊಡನೆ ಹೊರಟರು. ಈ ಭೇಟಿಯಿಂದ ಏನನ್ನೊ ಕಲಿತ ತೃಪ್ತಿ, ಆನಂದ ಅವರಲ್ಲಿ ತುಂಬಿತ್ತು. ❍

○ ಡಿಯಾಗೊ ಉಡ್ತಾದು ದ ಮೆಂದೊಜಾ

ಒಬ್ಬ ಬುಲೆರೋಗೆ ಲಾಜರು ಸಲ್ಲಿಸಿದ ಸೇವೆ

ವಿಧಿ ನನ್ನ ಪಾಲಿಗೆ ಕೊಟ್ಟ ಐದನೆಯ ಯಜಮಾನ ಒಬ್ಬ ಬುಲೆರೋ; ಹಾಗೆಂದರೆ, ಪೋಪರ ಕ್ಷಮಾಪತ್ರಗಳ ಮಾರಾಟಗಾರ. ನಾನು ಹಿಂದೆ ನೋಡಿರುವವರಲ್ಲಿ, ಮುಂದೆ ನೋಡುವವರಲ್ಲಿ ಅವನಷ್ಟು ಕಿಲಾಡಿಯಾದ ಕೇಡಿ ಇನ್ನೊಬ್ಬನಿರಲಾರ. ಯಾರಿಗೂ ಸೊಪ್ಪು ಹಾಕುವವನಲ್ಲ. ಮುಖವೋ ನಿರ್ವಿಕಾರ. ಎಲ್ಲ ಕುಟಿಲ ತಂತ್ರಗಳನ್ನೂ ಬಳಸುತ್ತಿದ್ದ. ತನ್ನ ಕೆಲಸ ನಡೆಯಬೇಕಾದರೆ ಯಾವ ಒಳದಾರಿಯನ್ನು ಬೇಕಾದರೂ ಹಿಡಿಯುತ್ತಿದ್ದ. ಒಂದು ಊರಿಗೆ ಹೊಸದಾಗಿ ಹೋದ ಕೂಡಲೇ ತಾನೆಂಥವನೆಂಬುದನ್ನು ತೋರಿಸಲು, ತನ್ನ ವ್ಯವಹಾರಕ್ಕೆ ತೊಡಗುವ ಮೊದಲು ಮಾಡುತ್ತಿದ್ದ ಕೆಲಸವೆಂದರೆ ಎಂಥದಾದರೂ ಪುಟ್ಟ ಕಾಣಿಕೆಗಳನ್ನು ಧರ್ಮಾಧಿಕಾರಿಗಳಿಗೆ ಕಳುಹಿಸುವುದು. ಆ ಮೂಲಕ ಅವನಿಗೆ ಅವರಿಂದ ಸ್ವಾಗತವೂ, ವ್ಯವಹಾರ ಕುದುರಿಸಲು ಸಹಾಯವೂ ದೊರಕುವುದು ಖಂಡಿತವಾಗುತ್ತಿತ್ತು. ಆ ವ್ಯಕ್ತಿಗಳ ಗುಣವನ್ನು ಆತ ಮೊದಲು ತಿಳಿದುಕೊಳ್ಳುತ್ತಿದ್ದ. ಕೆಲವರ ಬಳಿ ತಾನು ಲ್ಯಾಟಿನ್ ಭಾಷೆಯಲ್ಲಿ ಎಂದೂ ಮಾತನಾಡುವುದಿಲ್ಲವೆಂದೂ ಸದಾ ಜನರ ಭಾಷೆಯಲ್ಲಿ, ಅವರ ನುಡಿಗಟ್ಟಿನಲ್ಲಿ ಮಾತ್ರ ವ್ಯವಹರಿಸುವೆನೆಂದೂ ಹೇಳುತ್ತಿದ್ದ; ಮತ್ತೆ ಕೆಲವರ ಬಳಿ ಎರಡು ಗಂಟೆಗಳ ಕಾಲ ಲ್ಯಾಟಿನ್ ಭಾಷೆಯಲ್ಲಿ ಮಾತನಾಡುತ್ತಿದ್ದ. ಅವನ ಮಾತನ್ನು ಕೇಳಿದವರಿಗೆ ಅದು ಲ್ಯಾಟಿನ್ ಎಂದು ಅನಿಸುತ್ತಿತ್ತು. ಆದರೆ ಅದರಲ್ಲಿ ಅರ್ಧದಷ್ಟು ವೇಳೆ ಬಹುಶಃ ಅದು ಬೇರೇನೊ ಭಾಷೆಯಾಗಿರುತ್ತಿತ್ತು. ತನ್ನ ಮೊದಮೊದಲ ಜಾಲಗಳಿಂದ ಏನೂ ಪ್ರಯೋಜನವಿಲ್ಲವೆಂದು ಕಂಡಾಗ ಆತ ಹೊಸ ತಂತ್ರಗಳನ್ನು ರೂಪಿಸುತ್ತಿದ್ದ. ಅವೆಲ್ಲ ವಿವರಗಳಿಗೆ ಹೋದರೆ ಒಂದು ದೊಡ್ಡ ಗ್ರಂಥವೇ ಆದೀತು. ಹೀಗಾಗಿ ಅವುಗಳಲ್ಲಿ ಒಂದನ್ನು ಮಾತ್ರ ಇಲ್ಲಿ ಹೇಳುವೆ. ಅದರಿಂದಲೇ ಅವನೆಂಥ ತಂತ್ರಗಾರನೆಂಬುದು ನಿಮಗೆ ತಿಳಿದೀತು.

ತೊಲೇದೊ ಬಳಿಯ ಒಂದು ಊರಿನಲ್ಲಿ ಎರಡು ಮೂರು ದಿನ ಅವನು ಬೋಧನೆ ನಡೆಸಿದ್ದ. ಎಂದಿನಂತೆ ಕಾಣಿಕೆ

ಕಳುಹಿಸುವುದನ್ನು ಮರೆತಿರಲಿಲ್ಲ. ಹೀಗಾದರೂ, ಕ್ಷಮಾಪತ್ರಗಳ ಮಾರಾಟ ಮಾತ್ರ ಬಲು ನಿಧಾನವಾಗಿತ್ತು. ಅದು ಹೆಚ್ಚುವ ಸೂಚನೆಗಳೂ ಇರಲಿಲ್ಲ. ಇದರಿಂದಾಗಿ ಆ ಊರಿನ ಜನರೆಲ್ಲ ದೆವ್ವದ ಬಾಯಿಗೆ ಬೀಳಲೆಂದು ಆತ ಮನಸ್ಸಿನಲ್ಲಿಯೇ ಶಪಿಸಿದ. ಏನು ಮಾಡುವುದೆಂದು ಅವನ ಕುಟಿಲಮತಿಗೆ ತೋಚದೆ, ಎಲ್ಲ ಜನರೂ ಮಾರನೆಯ ದಿನ ಇಗರ್ಜಿಗೆ ಬರಬೇಕೆಂದೂ ಅವರನ್ನು ತಾನು ಬೀಳ್ಕೊಳ್ಳುವೆನೆಂದೂ ಹೇಳಿದ. ರಾತ್ರಿಯೂಟವಾದ ಮೇಲೆ ಅವನೂ ಊರಿನ ಪೊಲೀಸ್ ಅಧಿಕಾರಿಯೂ ಖುಷಿಯಿಂದ ಮಾತನಾಡುತ್ತಾ ಕುಳಿತರು. ಅವರ ಮಾತುಕತೆ ನಡುವೆ ಎಂಥದೋ ಒಂದು ಜಗಳ ಬಂತು. ಮಾತಿಗೆ ಮಾತು ಬೆಳೆದು ಈತ ಪೊಲೀಸ್ ಅಧಿಕಾರಿಯನ್ನು ದರೋಡೆಕೋರ ಎಂದ. ಆತ ಇವನನ್ನು ಠಕ್ಕ ಎಂದು ಕರೆದ. ಈ ಮಾತಿಗೆ ಬುಲೆರೋ ತನ್ನ ಹತ್ತಿರದಲ್ಲಿದ್ದ ಒಂದು ಆಯುಧವನ್ನು ಎತ್ತಿಕೊಂಡ. ಪೊಲೀಸ್ ಅಧಿಕಾರಿ ತನ್ನ ರಕ್ಷಣೆಗೆ ಕತ್ತಿ ಹಿರಿದ. ಸದ್ದು ಎಷ್ಟು ಹೆಚ್ಚಿತೆಂದರೆ, ನೆರೆಹೊರೆಯವರು ಬಂದು ಏನಾಯಿತೆಂದು ಕೇಳತೊಡಗಿದರು. ತಪ್ತರಾಗಿ ಕದನಕ್ಕೆ ಸಿದ್ಧರಾಗಿದ್ದ ಇಬ್ಬರನ್ನೂ ದೂರಕ್ಕೆಳೆದು ನಿಲ್ಲಿಸುವುದು ಬಲು ಕಷ್ಟವಾಯಿತು. ಆದರೂ ಒಬ್ಬರನ್ನೊಬ್ಬರು ಮಾತಿನಲ್ಲಿ ಹಂಗಿಸುವುದು ನಿಲ್ಲಲಿಲ್ಲ. ಆದರೆ ಮನೆ ಜನರಿಂದ ತುಂಬಿದ್ದ ಕಾರಣ ತಮ್ಮ ಕೋಪವನ್ನು ಏಟುಗಳ ಮೂಲಕ ತೀರಿಸಿಕೊಳ್ಳಲು ಅವರಿಗೆ ಆಗಲಿಲ್ಲ. ಪೊಲೀಸ್ ಅಧಿಕಾರಿ ನನ್ನ ಒಡೆಯನನ್ನು ದಗಲಬಾಜಿ ಎನ್ನುತ್ತಲೇ ಇದ್ದ; ಅವನ ಬಳಿಯಲ್ಲಿರುವ ಕ್ಷಮಾಪತ್ರಗಳು ಖೋಟಾ ಎಂದೂ ಕೂಗಾಡುತ್ತಿದ್ದ. ಇನ್ನು ಇವರ ಬಾಯಿ ಮುಚ್ಚಿಸುವುದು ಆಗದ ಮಾತೆಂದುಕೊಂಡು ನೆರೆಹೊರೆಯವರು ಪೊಲೀಸ್ ಅಧಿಕಾರಿಯನ್ನು ಇನ್ನೊಂದು ನಿಲುಮನೆಗೆ ಕರೆದೊಯ್ದರು. ಇದರಿಂದಲಾದರೂ ಜಗಳ ನಿಲ್ಲುವುದೆಂದುಕೊಂಡರು. ಸ್ವಲ್ಪ ಹೊತ್ತಿನ ಬಳಿಕ ಕೂಗಾಟ ತಗ್ಗಿ, ನಾವು ನಿದ್ದೆಹೋದೆವು.

ಬೆಳಗ್ಗೆ ನನ್ನ ಯಜಮಾನ ಬೀಳ್ಕೊಡುಗೆಯ ಬೋಧನೆ ಮಾಡಲೆಂದು ಇಗರ್ಜಿಗೆ ಹೋದ. ಜನರೆಲ್ಲ ಬಂದಿದ್ದರು. ಇವನ ಸಾಚಾತನದ ಬಗ್ಗೆ ಪಿಸುಮಾತು ಕೇಳಿಬರುತ್ತಿತ್ತು. ಇವನ ಬಳಿ ಇರುವ ಪೋಪರ ಅಜ್ಞಾ ಪತ್ರ ಸಾಚಾ ಅಲ್ಲವೆಂದು ಪೊಲೀಸ್ ಅಧಿಕಾರಿ ಕಂಡುಹಿಡಿದುಬಿಟ್ಟನೆಂದೂ ಹೇಳಿಕೊಳ್ಳುವುದು ಕೇಳಿಸುತ್ತಿತ್ತು. ಮೊದಲೇ ಅವರಿಗೆ ಕ್ಷಮಾಪತ್ರ ಗಳಲ್ಲಿ ಏನೂ ಆಸಕ್ತಿ ಇರಲಿಲ್ಲ. ಈಗಂತೂ ಅವರು ಕೊಳ್ಳುವ ಮಾತು ದೂರವೇ ಉಳಿಯಿತು. ಅದೇನಿದ್ದರೂ ಪೋಪ್ ಗುರುಗಳ ಈ ಸನ್ಮಾನ್ಯ ಪ್ರತಿನಿಧಿ ಇಗರ್ಜಿಯ ವೇದಿಕೆಯನ್ನೇರಿ ಬೋಧನೆಗೆ ತೊಡಗಿದ. ಪೋಪರು ತನ್ನ ಮೇಲೆ ಹೊರಿಸಿದ ಪವಿತ್ರ ಹೊಣೆಯನ್ನು ಆತ ವಿವರಿಸಿದ. ತಾನು ತಂದಿರುವ ಕ್ಷಮಾಪತ್ರಗಳ ಅದ್ಭುತ ಗುಣಗಳನ್ನು ವರ್ಣಿಸಿ, ತನ್ನೊಡನಿದ್ದ ಪೋಪರ ಆಜ್ಞೆ ಅವೆಷ್ಟು ಫಲದಾಯಕ ಎಂಬುದನ್ನು ಖಾತರಿಗೊಳಿಸುತ್ತದೆ ಎಂದ. ಹೀಗೆ ಬೋಧನೆ ಮುಂದುವರಿಯುತ್ತಿದ್ದಾಗ ಪೋಲೀಸ್ ಅಧಿಕಾರಿ ಇಗರ್ಜಿಯೊಳಗೆ ಬಂದವನೇ, ಸಮಯ ನೋಡಿ ಎದ್ದು ನಿಂತು, ದೊಡ್ಡದನಿ ತೆಗೆದು, ಅಸಭ್ಯವಾಗಿ, ಜನರನ್ನು ಉದ್ದೇಶಿಸಿ ಮಾತನಾಡಲು ಉಪಕ್ರಮಿಸಿದ:

"ನನ್ನ ಪ್ರೀತಿಯ ಜನರೇ, ಮೊದಲು ನನ್ನ ಒಂದು ಮಾತು ಕೇಳಿ; ಆಮೇಲೆ ಬೇಕಾದರೆ ಯಾರ ಮಾತಿಗಾದರೂ ನೀವು ಕಿವಿಗೊಡಿ. ನಿಮಗೆ ಬೋಧನೆ ಮಾಡ್ತಿರೋ ಈ ಮೋಸಗಾರನನ್ನು ಬಯಲಿಗೆಳೆಯೋದಕ್ಕೆ ನಾನೀಗ ನಿಂತಿದ್ದೇನೆ. ಅವನ ತಂತ್ರಕ್ಕೆ ಒಳಗಾಗಿ, ಅವನಿಗೆ ನೆರವಾಗಿ ನಿಂತು ಮೋಸಮಾಡಿ ಲಾಭವನ್ನು ಹಂಚಿಕೊಳ್ಳೋದಕ್ಕೆ ಮೊದಲು

ಒಪ್ಪಿಕೊಂಡಿದ್ದೆ. ಆದರೆ ನಿಮ್ಮ ಹಣವನ್ನು ದೋಚುವ ಯತ್ನಕ್ಕೆ ಕೈ ಹಾಕಿದವನಿಗೆ ನೆರವಾಗೋ ವಿಷಯದಲ್ಲಿ ನನ್ನ ಮನಸಾಕ್ಷಿ ಕುಟುಕ್ತಿದೆ. ಆದ್ದರಿಂದ ಈ ಸಂದರ್ಭದಲ್ಲಿ ನಾನು ಘೋಷಿಸಿ ಹೇಳ್ತೇನೆ: ಅವನ ಬಳಿ ಇರೋ ಪೋಪರ ಆಜ್ಞಾಪತ್ರ ಹಾಗೂ ಕ್ಷಮಾಪತ್ರಗಳು ಖೋಟಾ. ಈ ತಪ್ಪೊಪ್ಪಿಗೆಯ ಬಳಿಕ ನಾನು ನಿಮ್ಮೊಡನೆ ಬೇಡಿಕೊಳ್ಳೋದು ಇಷ್ಟೆ: ಈ ತಂತ್ರಗಾರನಿಗೆ, ದಗಲಬಾಜಿತನ ತೋರಿಸಿದ್ದಕ್ಕೆ ಮುಂದೆಂದಾದರೂ ಶಿಕ್ಷೆಯಾದರೆ, ಅವನ ಈ ಹೂಟದಲ್ಲಿ ನಾನು ಭಾಗಿಯಾಗಿಲ್ಲ; ಬದಲಾಗಿ ನನ್ನೆಲ್ಲ ಶಕ್ತಿ ಬಳಸಿ ಇವನನ್ನು ಬಯಲಿಗೆಳೆದು ನಿಮ್ಮನ್ನು ಎಚ್ಚರಿಸಿದ್ದೇನೆ ಅಂತ ನೀವು ಸಾಕ್ಷಿ ಹೇಳಿದರೆ ಸಾಕು."

ಮುಂದೆ ನಡೆಯಬಹುದಾದ ರಂಪವನ್ನು ಊಹಿಸಿ ಕೆಲವು ಮರ್ಯಾದಸ್ಥರು ಪೊಲೀಸ್ ಅಧಿಕಾರವನ್ನು ಇಗರ್ಜಿಯಿಂದ ಹೊರದೂಡಲು ಬಯಸಿದರು. ಆದರೆ ನಮ್ಮ ಪೂಜ್ಯ ಧರ್ಮಬೋಧಕ ಅಂಥ ಹಿಂಸಾಚಾರವನ್ನು ಸುತರಾಂ ನಿಷೇಧಿಸಿದ. ಹೀಗಾಗಿ ತನಗೆ ಹೇಳಬೇಕಾದುದನ್ನೆಲ್ಲಾ ಹೇಳಿ ಮುಗಿಸಲು ಪೊಲೀಸ್ ಅಧಿಕಾರಿಗೆ ಸ್ವಾತಂತ್ರ್ಯ ಸಿಕ್ಕಿತು. ಆತ ಮಾತು ಮುಗಿಸಿ ಸುಮ್ಮನಾದ ಮೇಲೆ ನನ್ನ ಯಜಮಾನ ಎದ್ದು ನಿಂತು ಇನ್ನೂ ಏನಾದರೂ ಹೇಳುವುದಿದೆಯೋ ಎಂದು ಅವನನ್ನು ಕೇಳಿದ. ಅದಕ್ಕವನು ಅಂದ:

"ನಿನ್ನ ಕಳ್ಳ ವ್ಯವಹಾರಗಳ ಬಗ್ಗೆ ಹೇಳೋದಕ್ಕೆ ಸಾಕಷ್ಟಿದೆ. ಆದರೆ ಈಗ ಹೇಳ್ತಿರೋದು ಈ ಹೊತ್ತಿಗೆ ಸಾಕು."

ಆಗ ಪರಮ ಪೂಜ್ಯ ಪೋಪ್ ಗುರುಗಳ ಈ ಶ್ರದ್ಧಾವಂತ ಪ್ರತಿನಿಧಿ ವೇದಿಕೆಯ ಮೇಲೆ ಮಂಡಿಯೂರಿ, ತೋಳುಗಳನ್ನು ಮೇಲೆ ಚಾಚಿ ಕಣ್ಣುಗಳನ್ನು ಸ್ವರ್ಗದತ್ತ ಕೀಲಿಸಿ ಉಸುರಿದ:

"ಓ, ಪ್ರಭುವೇ, ಯಾರಿಂದ ಏನನ್ನೂ ಬಚ್ಚಿಡಲು ಸಾಧ್ಯವಿಲ್ಲವೋ ಆ ನನ್ನ ಪ್ರಭುವೇ, ನಿನಗೆ ಸತ್ಯ ಯಾವುದೆಂಬುದು ಗೊತ್ತಿದೆ. ನನ್ನನ್ನು ಹೇಗೆ ಕ್ರೂರವಾದ ಆಪಾದನೆಗೆ ಗುರಿಪಡಿಸ ಲಾಗಿದೆಯೆಂಬುದೂ ನಿನಗೆ ಗೊತ್ತು. ಇದರಲ್ಲಿ ನನ್ನ ಬಗ್ಗೆ ಹೇಳಿದ್ದನ್ನೆಲ್ಲಾ ನಾನು ಕ್ಷಮಿಸ್ತೇನೆ. ಆದರೆ ನನ್ನ ಪವಿತ್ರ ಕರ್ತವ್ಯದ ಬಗ್ಗೆ ಹೇಳಿದ್ದನ್ನೆಲ್ಲಾ ನಾನು ಮರೆತು ಕೂರುವುದು ಸಾಧ್ಯವಿಲ್ಲ. ಇಲ್ಲಿರುವ ಎಷ್ಟೋ ಮಂದಿ ಈಗ ಹೊರಿಸಲಾದ ಆರೋಪಗಳನ್ನು ನಂಬಲೂಬಹುದು. ಹೀಗೆ ಸುಳ್ಳನ್ನು ನಂಬಿದ್ದರಿಂದ ಅವರ ಆತ್ಮಗಳಿಗೂ ಆಘಾತವೇ ಸರಿ; ನನ್ನ ಕರ್ತವ್ಯ ನಿರ್ವಹಣೆಗೂ ತಡೆ. ಹೀಗಾಗಿ ನಾನು ನಿನ್ನಲ್ಲಿ ಬೇಡುವುದಿಷ್ಟೆ: ಓ ನನ್ನ ಪ್ರಭುವೇ, ಈ ಸಂಗತಿಯಲ್ಲಿ ಸತ್ಯವನ್ನು ಸಾಧಿಸಿ ತೋರಿಸಲು ಒಂದು ಪವಾಡವನ್ನು ಮೆರೆ. ನಾನು ದಗಲಬಾಜಿ ವ್ಯವಹಾರದಲ್ಲಿ ತೊಡಗಿರುವುದೇ ನಿಜವಾದರೆ ನಾನು ಮಂಡಿಯೂರಿ ಕುಳಿತ ಈ ಪೀಠ ಕುಸಿದು ಭೂಮಿಯೊಳಗೆ ಇಳಿದು ನರಕ ಸೇರಲಿ. ಆಗ ನನ್ನ ಸದ್ದಡಗುವುದು. ಆದರೆ ನಾನು ನೀಡಲಿರುವ ಸೌಖ್ಯದಿಂದ ಈ ಜನರನ್ನು ವಂಚಿಸಲೆಂದು ಯೋಚಿಸಿದ ಸೈತಾನನಿಂದ ಚೋದಿತನಾಗಿ ಇಲ್ಲಿ ಸಲ್ಲದ ಮಾತನ್ನಾಡಿದವನು ಹೇಳಿದ್ದು ಸುಳ್ಳಾದರೆ ಅವನಿಗೆ ಶಿಕ್ಷೆಯಾಗಲಿ. ಆಗ ಇಲ್ಲಿರುವವರಿಗೆ ಅವನ ದುರುದ್ದೇಶದ ಅರಿವಾದೀತು."

ನನ್ನ ದೈವಭಕ್ತ ಯಜಮಾನ ತನ್ನ ಪ್ರಾರ್ಥನೆಯನ್ನು ಮುಗಿಸಿದ್ದನೋ ಇಲ್ಲವೋ, ಪೊಲೀಸ್ ಅಧಿಕಾರಿ ತಾನು ನಿಂತಿದ್ದ ಜಾಗದಿಂದ ಕುಸಿದುಬಿದ್ದ. ಅವನು ಬಿದ್ದ ಸದ್ದಿಗೆ ಇಡೀ ಇಗರ್ಜಿಯೇ ಮರುದನಿಗೊಟ್ಟಿತು. ಅವನ ಚಹರೆಯು ವಿಕಾರವಾಯಿತು. ಬಾಯಿಂದ ನೊರೆ ಹೊರಬಂತು. ಆತ ಕಿರಿಚಿ ಶಪಿಸುತ್ತ ನೋಡಿದವರಿಗೆ ಅಯ್ಯೋ ಎನಿಸುವಂತೆ ಬಿದ್ದು ಹೊರಳಾಡತೊಡಗಿದ. ದೈವವು ಅತ್ಯಾಶ್ಚರ್ಯಕರವಾದ ಬಗೆಯಲ್ಲಿ ಹೀಗೆ ಪ್ರಕಟವಾದದ್ದನ್ನು

ಕಂಡು ಗುಜುಗುಜು ಸದ್ದು ಹೆಚ್ಚಾಗಿ ಒಬ್ಬರಿಗೂ ತಾವೇನು ಮಾತಾಡುತ್ತಿದ್ದೇವೆಂಬುದೇ ಗೊತ್ತಾಗದಾಯಿತು. ಕೆಲವರು ಭಯದಿಂದ ಚೀರಿದರು:

"ಪ್ರಭು, ಪ್ರಭು ಈ ಪಾಪಿಯ ಮೇಲೆ ದಯೆ ಇಡು."

ಉಳಿದವರೆಂದರು: "ಸುಳ್ಳು ಸಾಕ್ಷಿ ಹೇಳಿದ್ದಕ್ಕೆ ಅವನಿಗೆ ತಕ್ಕ ಶಾಸ್ತಿಯಾಯಿತು. ಆತ ನೆಗೆದುಬಿದ್ದು ಸೈತಾನನ ಬಳಿ ಹೋಗಲಿ."

ಕೊನೆಗೊಮ್ಮೆ ಕೆಲವರು ಅವನ ನೆರವಿಗೆ ಹೋದರು. ಆದರೂ ಭಯ ಅವರನ್ನು ಬಿಟ್ಟಿರಲಿಲ್ಲ. ಅವನ ತೋಳು ಕಾಲುಗಳನ್ನು ಹಿಡಿಯಲು ಯತ್ನಿಸಿದರು. ಅವನು ಅವರಿಗೆ ಹಿಡಿ ಶಾಪ ಹಾಕಿದ. ತನಗೆ ತೋಚಿದಂತೆ ಹೊರಳಾಡತೊಡಗಿದ. ಇದರಿಂದಾಗಿ ಹಲವರು ಏಟು ತಿಂದರು. ಕೊನೆಗೆ ಅವನನ್ನು ಹಿಡಿಯಲು ಹದಿನೇಳು ಜನ ಬೇಕಾಯಿತು.

ಇದೆಲ್ಲ ನಡೆಯುವಾಗ, ಸಂತನಂತಿದ್ದ ನನ್ನ ಯಜಮಾನ ಮಂಡಿಯೂರಿ ಪೀಠದ ಮೇಲೆಯೇ ಇದ್ದ. ಅವನ ಕೈ, ಕಣ್ಣುಗಳು ಸ್ವರ್ಗದತ್ತಲೇ ಚಾಚಿದ್ದವು. ದೈವಿಕಶಕ್ತಿ ಅವನ ಮೈತುಂಬಿದಂತಿತ್ತು. ಸುತ್ತಲಿನ ಗಲಭೆಗಳು ಗೊಂದಲಗಳು ಅವನ ತಿಳಿವಿಗೆ ಬಂದಂತಿರಲಿಲ್ಲ, ತನ್ನ ಸ್ವರ್ಗೀಯ ಧ್ಯಾನದಲ್ಲಿ ಆತ ಅಷ್ಟೊಂದು ತಲ್ಲೀನವಾಗಿಬಿಟ್ಟಿದ್ದ. ಕೆಲವರು ಅವನ ಬಳಿಗೆ ಬಂದು ಇನ್ನೇನು ಸಾಯಲಿದ್ದ ಆ ಬಡಪಾಯಿಗೆ ದೇವರ ಹೆಸರಿನಲ್ಲಿ ನೆರವನ್ನು ಒದಗಿಸಿಕೊಡಲು ಬೇಡಿದರು. ನನ್ನ ಯಜಮಾನ ಮಧ್ಯಸ್ತಿಕೆ ಮಾಡಿದರೆ ಪ್ರಭುವು ಸಾಯುತ್ತಿರುವವನ ನೋವನ್ನು ಇನ್ನೂ ಮುಂದುವರಿಸಲಾರನೆಂದು ತಾವು ನಂಬಿರುವುದಾಗಿ ಅವರು ಹೇಳಿದರು.

ಅವರ ವಿನಂತಿಯನ್ನು ಕೇಳಿ, ಪೋಪರ ಈ ಶ್ರದ್ಧಾವಂತ ಪ್ರತಿನಿಧಿ ಯಾವುದೋ ಸುಂದರ ಕನಸಿನಿಂದ ಎಚ್ಚೆತ್ತವನಂತೆ ತಟಕ್ಕನೆ ಸುತ್ತಲೂ ನೋಡಿದ. ಮೊದಲು ಬೇಡುವವರತ್ತ, ಅನಂತರ ಅಪರಾಧಿಯತ್ತ ಕಣ್ಣು ಹಾಯಿಸಿದ. ಬಳಿಕ ನಿಧಾನವಾಗಿ ನುಡಿದ:

"ನನ್ನ ಸಭ್ಯ ಗೆಳೆಯರೇ, ದೇವರು ಯಾರಿಗೆ ಹೀಗೆ ಶಿಕ್ಷೆ ವಿಧಿಸಿದ್ದಾನೋ ಅವನಿಗೆ ನೆರವಾಗಲು ಕೇಳಬಾರದು. ಆದರೆ ಕೆಡುಕಿಗೆ ಪ್ರತಿಯಾಗಿ ಒಳ್ಳೆಯದನ್ನು ನೀಡು ಎಂದು ಕರ್ತನ ಆಜ್ಞೆ ಇದೆ. ಆದ್ದರಿಂದ ದೇವರ ಪವಿತ್ರ ಕರ್ತವ್ಯ ನಿರ್ವಹಣೆಗೆ ಅಡ್ಡಿಯಾಗಲು ಧೈರ್ಯ ಮಾಡಿದ ಈ ಬಡಪಾಯಿಗೆ ಕ್ಷಮೆಯನ್ನು ನೀಡುವಂತೆ ನಾವು ಕರ್ತನಲ್ಲಿ ಮೊರೆಯಿಡಬಹುದು."

ಆಮೇಲೆ ಆತ ಪೀಠದಿಂದ ಇಳಿದು ಬಂದು ಎಲ್ಲರೂ ಪಾಪಿಗಾಗಿ ಪ್ರಾರ್ಥಿಸಿ ಎಂದು ಹೇಳಿದ. ಅದರಿಂದ ಅವನಲ್ಲಿ ಮನೆ ಮಾಡಿದ್ದ ದೆವ್ವ ತೊಲಗಿ ಹೋಗಬಹುದೆಂದ. ನೆರೆದವರೆಲ್ಲ ಒಂದೇ ಮನಸ್ಸಿನಿಂದ ಮಂಡಿಯೂರಿ ಮೆಲುದನಿಯಲ್ಲಿ ಪೂಜಾಮಂತ್ರವನ್ನು ಪುನರುಚ್ಚರಿಸಿದರು. ಆಗ ನನ್ನ ಯಜಮಾನ ಕಣ್ಣುಗುಡ್ಡೆಯ ಬಿಳಿಭಾಗ ಮಾತ್ರ ಕಾಣುವಂತೆ ಮೇಲೆ ನೋಡುತ್ತ, ನೆರೆದವರ ಕಣ್ಣಲ್ಲಿ ನೀರು ತರಿಸುವ ಪ್ರಾರ್ಥನೆಯೊಂದನ್ನು ಮಾಡಿ ಶಿಲುಬೆ ಹಾಗೂ ಪವಿತ್ರ ತೀರ್ಥದೊಡನೆ, ದೆವ್ವ ಹಿಡಿದಿದ್ದ ಪಾಪಿಯ ಬಳಿ ಬಂದ. ಇದೆಲ್ಲವು ಅದ ಮೇಲೆ ಪೋಪ್ ಗುರುಗಳ ಮುದ್ರೆಯಿದ್ದ ಪವಿತ್ರ ಆಜ್ಞಾಪತ್ರವನ್ನು ತಂದು ಈ ಪಾಪಿಯ ತಲೆಯ ಮೇಲೆ ಇಡಲು ಹೇಳಿದ. ಆ ಕ್ಷಣದಲ್ಲೇ ಪೊಲೀಸ್ ಅಧಿಕಾರಿ ಅರಿವನ್ನು ಮರಳಿಪಡೆಯತೊಡಗಿದ. ಅರಿವು ಮರಳಿದ ಕೂಡಲೇ ಆತ ಪವಿತ್ರ ಧರ್ಮಾಧಿಕಾರಿಯ ಕಾಲಿಗೆ ಬಿದ್ದು ಕ್ಷಮೆ ಬೇಡಿದ. ಈ ಪವಿತ್ರಾತ್ಮನ ಆಗಮನದಿಂದ ಬಹಳ ಸಿಟ್ಟಿಗೆದ್ದ ಸೈತಾನ, ಅವನ ಕ್ಷಮಾಪತ್ರಗಳನ್ನು ಜನರು ಕೊಂಡರೆ ತನ್ನ ಹಿಡಿತವು ಸಡಿಲವಾಗುವುದೆಂದು ಬೆದರಿ ಹೀಗೆ ವರ್ತಿಸಲು ತನಗೆ (ಪೊಲೀಸ್ ಅಧಿಕಾರಿಗೆ) ಅನುಜ್ಞೆ ಮಾಡಿತೆಂದೂ ಅದಕ್ಕಾಗಿ ಹೀಗೆ

ಮಾಡಿದೆನೆಂದೂ ಹೇಳಿಕೊಂಡ. ದಯಾಳುವಿಗೆ ಉಚಿತವಾದ ರೀತಿಯಲ್ಲಿ, ನನ್ನ ಯಜಮಾನ ಅವನನ್ನು ಮನ್ನಿಸಿದ. ಕರುಣೆಯಿಂದ ಅವನೊಡನೆ ಮಾತಾಡಿದ. ಅವನಿಗೆ ಒಳಿತಾಗುವ ಬುದ್ಧಿಮಾತುಗಳನ್ನು ಹೇಳಿದ. ಈಗ ನೆರೆದವರಲ್ಲಿ ಕ್ಷಮಾಪತ್ರಕ್ಕೆ ಬೇಡಿಕೆ ಅಧಿಕವಾಯಿತು. ಗಂಡು, ಹೆಣ್ಣು, ಮಕ್ಕಳು ಯಾರೇ ಆಗಿರಲಿ ಕ್ಷಮಾಪತ್ರಕೊಳ್ಳದೇ ಹೋದವರಿಲ್ಲ.

ಸುದ್ದಿ ಹರಡಿತು. ಎಲ್ಲ ಕಡೆಯಿಂದ ಜನರು ಬಂದು ಮುತ್ತಿದರು. ಕ್ಷಮಾಪತ್ರಗಳನ್ನು ಕೊಳ್ಳುವುದರಿಂದ ಆಗುವ ಪ್ರಯೋಜನಗಳ ಬಗ್ಗೆ ತಿಳಿಸಿ ಹೇಳುವ, ಒಪ್ಪಿಸುವ ಯಾವ ಬೋಧನಾ ಪ್ರಸಂಗದ ಅವಶ್ಯಕತೆಯೂ ಬೀಳಲಿಲ್ಲ. ನಾವು ಉಳಿದುಕೊಂಡಿದ್ದ ನಿಲುಮನೆ ತುಂಬಾ ಕೊಳ್ಳಲು ಬಂದ ಜನ ಕಿಕ್ಕಿರಿದಿದ್ದರು. ಅನಂತರ ಆ ಪ್ರಾಂತ್ಯದಲ್ಲಿ ನಾವು ಹೋದಲ್ಲೆಲ್ಲ ಒಂದು ಸಭೆಯನ್ನಾದರೂ ಏರ್ಪಡಿಸಿದೆ. ಸಾವಿರಾರು ಕ್ಷಮಾಪತ್ರಗಳನ್ನು ಮಾರಲು ನನ್ನ ಯಜಮಾನನಿಗೆ ಶಕ್ಯವಾಯಿತು. ಮೊದಮೊದಲು ನಾನೂ ಎಲ್ಲರಂತೆ ಮೋಸಹೋದೆನೆಂಬುದನ್ನು ಒಪ್ಪುತ್ತೇನೆ; ನನ್ನ ಯಜಮಾನ ಪವಾಡಪುರುಷನೆಂದುಕೊಂಡೆ. ಆದರೆ ಯಜಮಾನ ಮತ್ತು ಪೋಲೀಸ್ ಅಧಿಕಾರಿಗೆ ಇದೆಲ್ಲವೂ ತಂದಿತ್ತ ಆನಂದವನ್ನು ಕಂಡು ಕೇಳಿದ ಮೇಲೆ ಇದೆಲ್ಲ ನನ್ನ ಯಜಮಾನನ ಯೋಜನೆಯ ಬೀಜದಿಂದ ಹುಟ್ಟಿ ಬೆಳೆದದ್ದು ಇರಬಹುದೇ ಎಂಬ ಸಂದೇಹ ನನ್ನನ್ನು ಕಾಡತೊಡಗಿತು. ಚಿಕ್ಕವನಾಗಿದ್ದೆನಾದರೂ, ಆ ಕ್ಷಣದಿಂದ ಏನೂ ತಿಳಿಯದ ಮುಗ್ಧ ಶಿಶುವಾಗಿ ನಾನು ಉಳಿಯಲಿಲ್ಲ; ನನ್ನಲ್ಲೇ ವಾದವಿವಾದ ಪ್ರಾರಂಭವಾಯಿತು! 'ಈ ಮೋಸಕ್ಕೆ ಸಾಕ್ಷಿಯಾದ ನಾನೇ ಅದನ್ನು ನಂಬಿರಬೇಕಾದರೆ; ಏನೂ ಅರಿಯದ ಜನರು ಈ ದರೋಡೆಕಾರರಿಂದ ಇನ್ನೆಷ್ಟು ಮೋಸಹೋಗಿರಬೇಡ?' ಎಂದು ನನ್ನನ್ನೇ ನಾನು ಕೇಳಿಕೊಂಡೆ.

ಈ ನನ್ನ ಐದನೆಯ ಯಜಮಾನನನ್ನು ನಾನು ನಾಲ್ಕು ತಿಂಗಳು ಕಳೆದ ಮೇಲೆ ತೊರೆದು ಹೊರಟೆ. ಈ ಅವಧಿಯಲ್ಲಿ ನನಗೆ ಸಾಕಷ್ಟು ಅಸಹನೀಯ ಅನುಭವಗಳಾಗಿ ನಾನು ಬಳಲಿದ್ದೆ.

○ ಪೇದ್ರು ಅಂತೊನ್ಯು ದ ಅಲರ್ಕಾಂವ್

ಎತ್ತರದ ಹೆಂಗಸು

"ನಿಜ ಹೇಳಬೇಕೆಂದರೆ ನಮಗೆ ತಿಳಿದಿರೋದು ಎಷ್ಟೊಂದು ಅಲ್ಪ! ಗೆಳೆಯರೇ, ನಿಜವಾಗಿ ಎಷ್ಟೊಂದು ಅಲ್ಪ!"

ಹೀಗೆಂದು ಮಾತನಾಡಿದವನು ಪರ್ವತ ದಳದ ಖ್ಯಾತ ಸಿವಿಲ್ ಇಂಜಿನಿಯರ್ ಗೇಬ್ರಿಯಲ್.

ಗುಆದರಮ ಬೆಟ್ಟದ ತುದಿಯಲ್ಲಿರುವ ಚಿಲುಮೆಯ ಬಳಿಯ ಪೈನ್ ಮರದ ಅಡಿಯಲ್ಲಿ ಆತ ಕುಳಿತಿದ್ದ. ಆ ಜಾಗ ಮಾದ್ರಿದ್ ಹಾಗೂ ಸೆಗೊವಿನ ಪ್ರಾಂತಗಳ ನಡುವಣ ಗಡಿಯ ಬಳಿಯಲ್ಲಿತ್ತು; ಎಸ್ಕುರಿಯಾಲ್ ಅರಮನೆಯಿಂದ ನಾಲ್ಕೂವರೆ ಮೈಲು ದೂರದಲ್ಲಿದ್ದ ಜಾಗ. ನನಗೆ ಆ ಜಾಗ, ಚಿಲುಮೆ, ಪೈನ್ ಮರ ಎಲ್ಲವೂ ನೆನಪಿವೆ; ಆದರೆ ಅದರ ಹೆಸರು ಮಾತ್ರ ಮರೆತುಹೋಗಿದೆ.

ಗೇಬ್ರಿಯಲ್ ಮುಂದುವರಿಸಿದ:

"ಇಲ್ಲೇ ಕೂರೋಣ. ಅದೇ ಸರಿ. ನಮ್ಮ ಕಾರ್ಯಕ್ರಮದಲ್ಲೂ ಇಲ್ಲಿ ಕೊಂಚ ವಿಶ್ರಾಂತಿ ಅಂತ ಸೂಚಿಸಲಾಗಿದೆ. ಈ ಉಲ್ಲಾಸದಾಯಕ ಚಿಲುಮೆಯಿರೋ ಜಾಗ ಜೀರ್ಣಶಕ್ತಿಯ ವೃದ್ಧಿಗೆ ಹೆಸರಾದದ್ದು. ನಮ್ಮ ಹೆಸರಾಂತ ಗುರುಗಳಾದ ದಾನ್ ಮಿಗ್ಯಾಲ್ ಬಾಷ್, ದಾನ್ ಮಾಸಿಮೊ ಲಗೂನಾ, ದಾನ್ ಅಗುಸ್ತಿನೋ ಪಸ್ಕುಆವ್ ಹಾಗೂ ಇತರ ಪ್ರಸಿದ್ಧ ಪ್ರಾಕೃತಿಕ ವಿಜ್ಞಾನಿಗಳನೇಕರು ಇಲ್ಲಿ ಎಷ್ಟೋ ಕುರಿಮರಿಗಳನ್ನು ತಿಂದು ತೇಗಿದ್ದಾರೆ. ಕುಳಿತುಕೊಳ್ಳಿ, ನನ್ನ ಸಿದ್ಧಾಂತವನ್ನು ಸಮರ್ಥಿಸುವಂಥ ವಿಚಿತ್ರವೂ ಆಶ್ಚರ್ಯಕರವೂ ಆದ ಒಂದು ಪ್ರಸಂಗವನ್ನು ಹೇಳ್ತೇನೆ. ಅದಕ್ಕಾಗಿ ನಾನೊಬ್ಬ ಗೊಡ್ಡು ಪ್ರತಿಪಾದಕ ಅಂತ ನೀವು ನನ್ನನ್ನು ಕರೀಬಹುದು. ಆದರೆ ನೀರು ನೆಲಗಳಿಂದ ಕೂಡಿದ ಈ ಭೂಮಂಡಲದಲ್ಲಿ ಇಂದಿಗೂ ಅಲೌಕಿಕ ಸಂಗತಿಗಳು ಜರಗ್ತವೆ. ಅಂದರೆ, ಹ್ಯಾಮ್ಲೆಟ್ ತನ್ನ ಒಂದು ಉಕ್ತಿಯಲ್ಲಿ ಹೇಳಿದ ಆ 'ಪದಗಳು, ಪದಗಳು, ಪದಗಳು' ಅನ್ನೋದನ್ನು ನಾವಿಂದು ಯಾವ ಅರ್ಥದಲ್ಲಿ (ಅಥವಾ ಅಪಾರ್ಥದಲ್ಲಿ) ಬಳಸ್ತಿದ್ದೇವೋ ಅಂಥ 'ಪದಗಳಿಗೆ' ನಿಲುಕಲಾರ ದಂಥ ಸಂಗತಿಗಳು; ತರ್ಕ, ವಿಜ್ಞಾನ, ತತ್ವಜ್ಞಾನ – ಇವುಗಳ ಭಾಷೆಗೆ ಅಳವಡಿಸಲಾಗದಂಥ ಸಂಗತಿಗಳು."

ಗೇಬ್ರಿಯಲ್ ಕೈಕಾಲು ಕುಣಿಸುತ್ತಾ ಬೇರೆ ಬೇರೆ ವಯಸ್ಸಿನ ಐದು ಜನರಿಗೆ ಈ ಮಾತುಗಳನ್ನು ಹೇಳುತ್ತಿದ್ದ. ಅವರಲ್ಲಿ ಯಾರೂ ಚಿಕ್ಕವರಾಗಿರದಿದ್ದರೂ ಒಬ್ಬನಿಗೆ ಮಾತ್ರ ಹೆಚ್ಚು ವಯಸ್ಸಾಗಿತ್ತು. ಗೇಬ್ರಿಯಲ್‌ನಂತೆ ಅವರಲ್ಲಿ ಮೂವರು ಇಂಜಿನಿಯರುಗಳು. ನಾಲ್ಕನೆಯವನು ಚಿತ್ರಗಾರ. ಐದನೆಯವನು ಸುಮಾರಾಗಿ ಖ್ಯಾತಿ ಪಡೆದ ಒಬ್ಬ ಸಾಹಿತಿ. ಎಲ್ಲರಿಗಿಂತ ಚಿಕ್ಕವನು ಗೇಬ್ರಿಯಲ್. ಅವನೊಂದಿಗೆ ಬಾಡಿಗೆ ಹೇಸರಗತ್ತೆಗಳ ಮೇಲೆ ಕುಳಿತು, ನಾವೆಲ್ಲ ರಿಯಾಲ್ ಸೀತ್ಯೂ ದ ಸಾನ್ ಲೊರೆಂಜೊದಿಂದ ಇಲ್ಲಿಗೆ ಬಂದಿದ್ದೆವು. ಪೆಕೆರಿನೊಸ್‌ನ ಪೈನ್ ಮರದ ತೋಪುಗಳಲ್ಲಿ ಸಸ್ಯಗಳ ಮಾದರಿ ಹುಡುಕುತ್ತ, ಬಲೆಗಳನ್ನು ಹಿಡಿದು ಚಿಟ್ಟೆಗಳ ಬೆನ್ನು ಹತ್ತುತ್ತ, ಕೊಳೆಯುತ್ತಿದ್ದ ಪೈನ್ ತೊಗಟೆಗಳ ಅಡಿಯಲ್ಲಿರುತ್ತಿದ್ದ ಅಪರೂಪದ ರೆಕ್ಕೆ ಹುಳುಗಳನ್ನು ಹಿಡಿಯುತ್ತ, ಎಲ್ಲರೂ ಹಣ ಹಾಕಿ ಕೊಂಡುತಂದಿದ್ದ ತಣ್ಣಗಿನ ತಿಂಡಿಯನ್ನು ಬುಟ್ಟಿಯಿಂದ ತೆಗೆದು ತಿನ್ನುತ್ತ ಆರಾಮವಾಗಿ ದಿನ ಕಳೆಯುವುದು ನಮ್ಮ ಉದ್ದೇಶವಾಗಿತ್ತು.

ಇದು ನಡೆದದ್ದು 1875ರಲ್ಲಿ. ಬೇಸಿಗೆಯ ಏರುದಿನಗಳವು. ಸಂತ ಜೇಮ್ಸ್‌ನ ದಿನವೋ ಸಂತ ಲೂಯಿಯ ದಿನವೋ ನೆನಪಿಲ್ಲ. ಬಹುಮಟ್ಟಿಗೆ ಸಂತ ಲೂಯಿಯ ದಿನವೇ ಇರಬೇಕು. ಅದು ಯಾವುದೇ ಇರಲಿ. ಆ ಎತ್ತರದಲ್ಲಿ, ತಣ್ಣಗೆ ಬೀಸುವ ಗಾಳಿಯಲ್ಲಿ ಕುಳಿತುಕೊಂಡಾಗ ನಮಗಾದ ಉಲ್ಲಾಸವೇ ಉಲ್ಲಾಸ. ಎದೆ, ಮೆದುಳುಗಳು – ಯಾಕೆ, ಹೊಟ್ಟೆ ಕೂಡ – ಎಂದಿಗಿಂತ ಚುರುಕಾಗಿದ್ದವು.

ಗೇಬ್ರಿಯಲ್‌ನ ಸೂಚನೆಯಂತೆ ನಾವು ಆರು ಜನ ಗೆಳೆಯರೂ ಕುಳಿತುಕೊಂಡ ಬಳಿಕ ಆತ ಹೀಗೆ ಮುಂದುವರಿಸಿದ:

"ಕನಸುಗಾರ ಅಂತ ನನ್ನನ್ನು ನೀವು ಹೀಗಳೆಯಲಾರಿರಿ ಅಂತ ನನ್ನೆಣಿಕೆ. ಅದೃಷ್ಟವೋ ದುರದೃಷ್ಟವೋ ನಾನು ಆಧುನಿಕ ಜಗತ್ತಿಗೆ ಸೇರಿದ ಒಬ್ಬ ವ್ಯಕ್ತಿ. ನನ್ನ ಬಗ್ಗೆ ಹೇಳೋದಾದರೆ ನನಗೆ ಯಾವ ಮೂಢನಂಬಿಕೆಗಳೂ ಇಲ್ಲ. ಪ್ರತ್ಯಕ್ಷವಾದಿಗಳಲ್ಲಿ ಯಾವನು ಶ್ರೇಷ್ಠನಾದವನಿರಬಹುದೋ ಅವನಷ್ಟೇ ನಾನು ಕೂಡ ಪ್ರತ್ಯಕ್ಷವಾದಿ. ಆದರೆ ನಿಸರ್ಗದ ಪ್ರತ್ಯಕ್ಷ ವಿದ್ಯಮಾನಗಳ ಜೊತೆಗೆ ಆತ್ಮದ ಎಲ್ಲ ರಹಸ್ಯ ಶಕ್ತಿಗಳನ್ನು, ಭಾವಗಳನ್ನು ನಾನು ಸೇರಿಸಿಕೊಳ್ತೇನೆ. ಸರಿ, ಈಗ ಅಲೌಕಿಕ ಅಥವಾ ನಿಸರ್ಗೇತರ ಶಕ್ತಿಗೆ ಸಂಬಂಧಪಟ್ಟ ಹಾಗೆ ನಾನು ಕೇಳಿದ್ದನ್ನು, ಕಂಡದ್ದನ್ನು ಹೇಳ್ತೇನೆ ಕೇಳಿ. ಹಾಗೆ ನೋಡಿದರೆ ಈಗ ನಾನು ಹೇಳುವ ಅತಿ ವಿಚಿತ್ರವಾದ ಕತೆಯಲ್ಲಿ ನಾನು ನಾಯಕನಲ್ಲ. ಕೇಳಿ ಮುಗಿದ ಮೇಲೆ ಈ ಕಥೆಗೆ ಲೌಕಿಕ, ಭೌತಿಕ ಅಥವಾ ನೈಸರ್ಗಿಕ ವಿವರಣೆ ಕೊಡೋದಕ್ಕೆ ಸಾಧ್ಯವಾದರೆ ಅದನ್ನು ತಾವು ಹೇಳಬಹುದು.

"ನಡೆದದ್ದು ಹೀಗೆ. ಸ್ವಲ್ಪ ತಾಳಿ. ಸಸ್ಯ ವಿಜ್ಞಾನಿಯೊಬ್ಬ ತಾನು ತರುವ ವೈನ್ ಬಾಟಲನ್ನು ತಣ್ಣಗೆ ಮಾಡಿಕೊಳ್ಳಲೆಂದು ಈ ಪೈನ್ ತೋಪಿನಲ್ಲಿ ನೊರೆಯೇಳುವ ಸ್ಫಟಿಕಶುಭ್ರ ಚಿಲುಮೆಯೊಂದನ್ನು ದೇವರು ನಿರ್ಮಿಸಿದ್ದಾನೆ. ಹೀಗಾಗಿ ಈ ಚರ್ಮದ ಚೀಲದಲ್ಲಿರುವ ಬಾಟಲು ಈಗ ತಣ್ಣಗಾಗಿರಬೇಕು. ಎಲ್ಲಿ ಒಂದು ಹನಿ ಹಾಕು.

"ಸರಿ ಕೇಳಿ, ರಸ್ತೆದಳಕ್ಕೆ ಸೇರಿದ ಇಂಜಿನಿಯರ್ ತೆಲೆಷ್‌ಫೊರೊ ಎಕ್ಸ್... ಅನ್ನುವವನ ಹೆಸರು ನೀವು ಎಂದಾದರೂ ಕೇಳಿದ್ದಿರೋ ಇಲ್ಲವೋ ಗೊತ್ತಿಲ್ಲ. ಅವನು ಸತ್ತಿದ್ದು 1860 ರಲ್ಲಿ."

"ಇಲ್ಲ ನಾನು ಕೇಳಿಲ್ಲ."

"ಆದರೆ ನನಗೆ ಗೊತ್ತು."

"ನನಗೆ ಕೂಡ ಗೊತ್ತು. ಅಂದಲುಜಿಯಾದಿಂದ ಬಂದ ತರುಣ. ಕಪ್ಪು ಮೀಸೆ. ಮೊರೇದದ

ಮಾರ್ಕೇಜನ ಮಗಳನ್ನು ಅವನು ಮದುವೆಯಾಗಬೇಕಿತ್ತು. ಆದರೆ ಕಾಮಾಲೆ ಬಂದು ಸತ್ತ."

"ಹೌದು, ಅದೇ ವ್ಯಕ್ತಿ," ಎಂದು ತಲೆಯಾಡಿಸಿ ಗೇಬ್ರಿಯಲ್ ಕಥೆ ಹೇಳತೊಡಗಿದ...

ಸರಿ. ನನ್ನ ಈ ಗೆಳೆಯ ತೆಲೆಷ್‌ಫೊರೊ ಸಾಯುವುದಕ್ಕೆ ಆರು ತಿಂಗಳ ಮೊದಲು ನಡೆದದ್ದು ಇದು. ಇಂದಿನ ಶೈಲಿಯಲ್ಲಿ ಹೇಳುವುದಾದರೆ, ಆತ ಆಗಿನ್ನೂ ಪ್ರವರ್ಧಮಾನಕ್ಕೆ ಬರುತ್ತಿದ್ದ ತರುಣ. ನೋಡಲು ಚೆಲುವ, ಒಳ್ಳೆ ಮೈಕಟ್ಟು, ಶಕ್ತಿವಂತ. ಅವನ ತರಗತಿಯಲ್ಲೇ ತೇರ್ಗಡೆಯಾದವರಲ್ಲಿ ಮೊದಲಿಗ ಬೇರೆ. ಒಳ್ಳೆ ಸೊಗಸಾದ ಕೆಲಸ ಮಾಡಿ ಅವನ ವೃತ್ತಿಯಲ್ಲಿ ಕೂಡ ಆಗಲೇ ಮನ್ನಣೆ ಪಡಕೊಂಡಿದ್ದವನು. ಅವನ ಸೇವೆ ಪಡೆದುಕೊಳ್ಳುವುದಕ್ಕೆ ಎಷ್ಟೋ ಕಂಪೆನಿಗಳಲ್ಲಿ ಪೈಪೋಟಿ. ಮದುವೆಗೆ ಸಿದ್ಧರಾದ ಹೆಣ್ಣುಗಳಲ್ಲಿ ಕೂಡ ಅವನಿಗಾಗಿ ಮೇಲಾಟ. ಆದರೆ ನೀನು ಹೇಳಿದ ಹಾಗೆ ತೆಲೆಷ್‌ಫೊರೊ ಮಾತ್ರ ಆ ನಿರ್ಭಾಗ್ಯ ಜುವಾಕಿನಾ ಮೊರೇದಳಿಗಾಗಿ ತನ್ನನ್ನು ಮೀಸಲಾಗಿರಿಸಿಕೊಂಡ.

ನಿಮಗೇ ಗೊತ್ತು. 1859ರ ಬೇಸಿಗೆಯ ಕೊನೆ ದಿನಗಳಲ್ಲಿ, ಸಾಂತ ಆಗುಎದದಲ್ಲಿರುವ ಸ್ನಾನಗೃಹದಲ್ಲಿ ಅವಳು ಇದ್ದಕ್ಕಿದ್ದಂತೆ ಸತ್ತಳು. ಅವಳ ಸಾವಿನ ಶೋಚನೀಯ ಸುದ್ದಿ ಬಂದಾಗ ನಾನು ಪಾವ್‌ನಲ್ಲಿದ್ದೆ. ತೆಲೆಷ್‌ಫೊರೊ ನನ್ನ ಹತ್ತಿರದ ಗೆಳೆಯನಾಗಿದ್ದರಿಂದ ಸುದ್ದಿ ನನ್ನನ್ನು ಕಲಕಿಬಿಟ್ಟಿತು. ಅವಳೊಡನೆ ನಾನು ಮಾತನಾಡಿದ್ದು ಒಂದೇ ಸಲ, ಅವಳ ಸೋದರತ್ತೆ ಮನೆಯಲ್ಲಿ. ಅವಳ ಸೋದರತ್ತೆ ಜನರಲ್ ಲಾಪೆಜ್ ಅವರ ಹೆಂಡತಿ. ನಿಸ್ತೇಜವಾಗಿ, ನೀಲಿಯತ್ತ ತಿರುಗಿದ್ದ ಜುವಾಕಿನಾಳನ್ನು ಅಲ್ಲಿ ಕಂಡಾಗ ಅವಳ ಆರೋಗ್ಯದಲ್ಲೇನೋ ಕುಂದು ಇದೆ ಎಂದುಕೊಂಡೆ. ಅದೇನೇ ಇರಲಿ ಅವಳ ನಡವಳಿಕೆಯಲ್ಲಿ ಗಾಂಭೀರ್ಯವಿತ್ತು. ತುಂಬು ಸಭ್ಯತೆ. ತಂದೆಯ ಬಿರುದಿಗೆ ಒಬ್ಬಳೇ ಹಕ್ಕುದಾರಳು. ಆ ಬಿರುದೊಂದೇ ಅವಳಿಗೆ ಸಾವಿರಾರು ಗಟ್ಟಲೆ ಹಣ ತರುತ್ತಿತ್ತು. ನನ್ನ ಗೆಳೆಯನನ್ನು ಅವಳ ಸಾವಿನಿಂದ ಉಂಟಾದ ನೋವಿಗೆ ಸಮಾಧಾನ ಮಾಡುವುದು ಕಷ್ಟವೆಂದುಕೊಂಡೆ. ಇದಾದ ಮೇಲೆ, ಮಾದ್ರಿದ್‌ಗೆ ಬಂದಕೂಡಲೇ ನಾನು – ಈ ಆಘಾತ ಒದಗಿದ ಹದಿನೈದು ಇಪ್ಪತ್ತು ದಿನಗಳು ಆಗಲೇ ಕಳೆದಿದ್ದವೆನ್ನಿ – ಬೆಳಗ್ಗೆಯೇ ಎದ್ದು ಅವನನ್ನು ನೋಡಲು ಹೊರಟೆ. ಆತ ಲೋಬೋ ಬೀದಿಯಲ್ಲಿರುವ ಒಂದು ಸುಂದರವಾದ ಮನೆಯಲ್ಲಿದ್ದ. ಒಬ್ಬಂಟಿಗರಿಗೆ ತಕ್ಕ ಮನೆ. ಆ ಮನೆಯ ನಂಬರು ನೆನಪಿಲ್ಲ. ಆದರೆ ಕರೆರ‍್ರಾ ದ ಸಾನ್ ಜೆರಾನಿಮೊಗೆ ಅದು ಹತ್ತಿರದಲ್ಲಿತ್ತು ಎಂದಷ್ಟೆ ನೆನಪಿದೆ.

ತರುಣ ಇಂಜಿನಿಯರ್ ದುಃಖತಪ್ತನಾಗಿದ್ದರೂ, ಅದನ್ನು ತಹಬಂದಿಗೆ ತಂದುಕೊಂಡು ಸಮಾಧಾನಿಯಂತೆ ಕಾಣುತ್ತಿದ್ದ. ಆಗಲೇ ಕೆಲಸಕ್ಕೆ ಹಾಜರಾಗಿದ್ದ. ಆ ವೇಳೆಯಲ್ಲಿ ತನ್ನ ಕೈಕೆಳಗಿನವರೊಡನೆ ಯಾವುದೋ ರೈಲು ರಸ್ತೆಯ ಬಗ್ಗೆ ಸಮಾಲೋಚನೆಯಲ್ಲಿ ತೊಡಗಿದ್ದ. ತೊಟ್ಟಿದ್ದುದು ಶೋಕ ಸಂದರ್ಭಕ್ಕೆ ತಕ್ಕ ಕಪ್ಪು ಉಡುಪು.

ನಾನು ಪ್ರವೇಶಿಸಿದ ಕೂಡಲೇ ಆತ ನನ್ನನ್ನು ಬಲವಾಗಿ ತುಂಬ ಹೊತ್ತು ಅಪ್ಪಿಕೊಂಡು ನನಗೆ ಸ್ವಾಗತ ನೀಡಿದ. ಆತ ಒಂದೇ ಒಂದು ನಿಟ್ಟುಸಿರು ಸಹ ಬಿಡಲಿಲ್ಲ. ಅನಂತರ ಕೈಗೆತ್ತಿಕೊಂಡಿದ್ದ ಕೆಲಸದ ಬಗ್ಗೆ ಸಹಾಯಕರಿಗೆ ಏನೋ ಕೆಲವು ಸೂಚನೆಗಳನ್ನು ಕೊಟ್ಟು, ಆಮೇಲೆ ನನ್ನನ್ನು ಮನೆಯ ಎದುರಿಗೇ ಇದ್ದ ತನ್ನ ಸ್ವಂತ ಆಫೀಸಿಗೆ ಕರೆದೊಯ್ದ. ಅಲ್ಲಿಗೆ ಹೋಗುವಾಗ ದುಃಖತಪ್ತ ದನಿಯಲ್ಲಿ ನನ್ನನ್ನು ನೋಡದೆಯೇ ಅವನು ಮಾತಾಡತೊಡಗಿದ.

"ನೀನು ಬಂದದ್ದು ತುಂಬಾ ಸಂತೋಷ. ನೀನು ಇಲ್ಲಿರಬೇಕಿತ್ತು ಅಂತ ಹಲವು ಬಾರಿ ನಾನು ಅಂದುಕೊಂಡಿದ್ದೆ. ಯಾಕೆಂದರೆ ಬಹಳ ವಿಚಿತ್ರವಾದ ಒಂದು ಸಂಗತಿ ನನಗೆ

ಸಂಭವಿಸಿದೆ. ನಾನೊಬ್ಬ ಮೂರ್ಖ ಇಲ್ಲವೇ ತಲೆಕೆಟ್ಟವ ಅಂತ ಭಾವಿಸದೆ ನಾನೇನು ಹೇಳ್ತಿದ್ದೇನೆ ಅಂತ ಅರಿತುಕೊಳ್ಳೋದಕ್ಕೆ ನಿನ್ನಂಥ ಗೆಳೆಯರಿಂದ ಮಾತ್ರ ಸಾಧ್ಯ. ವಿಜ್ಞಾನದ ಅಧ್ಯಯನ ಮಾಡುವಾಗ ಹೇಗೆ ಸಮಾಧಾನಚಿತ್ತದಿಂದ ಎಲ್ಲವನ್ನೂ ಪರ್ಯಾಲೋಚಿಸಿ ಅನಂತರ ತೀರ್ಮಾನ ತೆಗೆದುಕೊಳ್ಳಲಾಗುವುದೋ ಹಾಗೆ, ಈಗ ನಾನು ಹೇಳುವುದನ್ನು ಕೇಳಿ, ಯೋಚಿಸಿ ಆ ಬಗ್ಗೆ ನಿನ್ನ ಅಭಿಪ್ರಾಯವನ್ನು ನನಗೆ ತಿಳಿಸು."

ಆಫೀಸನ್ನು ತಲಪಿದ ಬಳಿಕ ಆತ ಮತ್ತೆ ಮಾತು ಮುಂದುವರಿಸಿದ:

"ಕುಳಿತುಕೊ. ನಾನು ತುಂಬಿಕೊಂಡಿರೋ ನೋವನ್ನೆಲ್ಲಾ ನಿನ್ನ ಮೇಲೆ ಹೇರ್ತಿದ್ದೇನೆ ಅಂತ ಚಿಂತಿಸಬೇಡ. ಆ ನೋವು ನಾನು ಇರುವವರೆಗೂ ನನ್ನನ್ನು ಬಿಡೋದಿಲ್ಲ. ನಾನೇಕೆ ಅದನ್ನು ನಿನ್ನ ಮೇಲೆ ಹೇರಲಿ? ಸಂಕಟಗಳ ಅನುಭವ ನಿನಗಿಲ್ಲದಿದ್ದರೂ ನನ್ನ ದುಃಖವನ್ನು ನೀನು ಸುಲಭವಾಗಿ ಚಿತ್ರಿಸಿಕೊಳ್ಳಬಲ್ಲೆ. ಇನ್ನು ಸಮಾಧಾನದ ವಿಚಾರ – ಈಗ ಇಲ್ಲವೇ ಯಾವಾಗಲೇ ಆಗಲಿ, ಬೇರೆಯವರಿಂದ ಸಮಾಧಾನ ಮಾಡಿಸಿಕೊಳ್ಳೋದು ನನಗೆ ಬೇಕಿಲ್ಲ. ನಾನೀಗ ಬೇಕಂತಲೇ ಈ ಸಂಗತಿಯನ್ನು ನಿನಗೆ ವಿವರವಾಗಿ ಮೊದಲಿನಿಂದ ಹೇಳೋದಕ್ಕೆ ಕುಳಿತಿದ್ದೇನೆ. ಅದು ನನ್ನಲ್ಲಿ ತೀರಾ ಭಯ ಹುಟ್ಟಿಸಿದೆ. ಅಂಥ ವಿಚಿತ್ರ ಘಟನೆ ಅದು. ಆ ಘಟನೆ ನನ್ನ ವಿಪತ್ತಿನ ಕೆಟ್ಟ ಮುನ್ಸೂಚನೆಯಂತಿತ್ತು."

ನಾನು ಕುಳಿತುಕೊಳ್ಳುತ್ತಾ ಕೇಳಿದೆ:

"ಹುಂ. ಮುಂದೇನಾಯಿತು?" ಆದರೆ ನಿಜ ಹೇಳಬೇಕೆಂದರೆ ನನ್ನ ಗೆಳೆಯನ ಮುಖದಲ್ಲಿ ಭಯ ಮಡುಗಟ್ಟಿ ನಿಂತಿದ್ದ ಬಗೆಯನ್ನು ಕಂಡಾಗ, ಯಾಕಪ್ಪಾ ಈ ಮನೆಯೊಳಗೆ ಬಂದೆ ಎಂದು ನಾನು ಮನಸ್ಸಿನಲ್ಲೇ ಪಶ್ಚಾತ್ತಾಪ ಪಡತೊಡಗಿದ್ದೆ.

ಹಣೆಯ ಮೇಲಿನ ಬೆವರನ್ನು ಒರೆಸಿಕೊಳ್ಳುತ್ತಾ ಆತ "ಹಾಗಾದ್ರೆ ಕೇಳು" ಎಂದು ಮಾತು ಮುಂದುವರಿಸಿದ:

"ಇದೆಲ್ಲ ಸುಮ್ಮನೆ ನನ್ನ ಒಳಗಿನ ತಳಮಳದ ಕಲ್ಪನೆಯಿಂದ ಉಂಟಾದದ್ದೋ ಇಲ್ಲ ಚಿಕ್ಕವರಿದ್ದಾಗ ನಿಜವಾಗಲೂ ಭಯಪಡಲಿ ಎಂದು ಕೆಲವು ಕಥೆಗಳನ್ನು, ಸಂಗತಿಗಳನ್ನು ಹೇಳಿರುತ್ತಾರಲ್ಲ ಅಂಥದ್ದರಿಂದ ಉಂಟಾದದ್ದೋ ಗೊತ್ತಾಗುತ್ತಿಲ್ಲ. ಆದರೆ ಒಂದು ಮಾತಂತೂ ನಿಜ. ನಡುರಾತ್ರಿಯ ಹೊತ್ತಿನಲ್ಲಿ ಬೀದಿಯಲ್ಲಿ ಒಬ್ಬಳೇ ಹೆಂಗಸು ನಿಂತಿರೋದನ್ನು ನೋಡಿದರೆ ಉಂಟಾಗುವಷ್ಟು ಭಯ, ಚಡಪಡಿಕೆ ನನಗೆ ಬೇರೆ ಯಾವುದರಿಂದಲೂ ಆಗೋದಿಲ್ಲ. ಬಹಳ ಚಿಕ್ಕ ವಯಸ್ಸಿನಿಂದಲೂ ಹಾಗೆಯೇ. ಇದಕ್ಕೆ ವಾಸ್ತವವಾಗಿ ಅಂಥ ಒಬ್ಬ ಹೆಂಗಸನ್ನು ನಾನು ನೋಡಬೇಕೆಂದೇನೂ ಇಲ್ಲ. ಮನಸ್ಸಿನಲ್ಲಿ ಆಕೆಯ ಚಿತ್ರ ಮೂಡಿದರೂ ಸಾಕು. ಎರಡರ ಪರಿಣಾಮವೂ ಒಂದೇ.

"ನಾನು ಹೇಡಿ ಅಲ್ಲ ಅನ್ನೋದು ನಿನಗೂ ಗೊತ್ತು. ಎಲ್ಲರ ಹಾಗೆ ಸಮಯ ಬಂದಾಗ ಮುಖಾಮುಖಿ ನಿಂತು ದ್ವಂದ್ವಯುದ್ಧ ಮಾಡಿದ್ದೇನೆ. ಇಂಜಿನಿಯರ್ಸ್ ಶಾಲೆಯನ್ನು ಬಿಟ್ಟು ಸ್ವಲ್ಪ ಕಾಲದಲ್ಲೇ ದೆಷ್ವೆನಾಪೆರ್ರೂಜ್‌ನಲ್ಲಿ ನನ್ನ ಕೈಕೆಳಗಿನ ಕೆಲಸಗಾರರು ದಂಗೆ ಎದ್ದರು. ಅವರೆಲ್ಲಾ ಶರಣಾಗತರಾಗುವವರೆಗೂ ದೊಣ್ಣೆ, ಪಿಸ್ತೂಲು ಹಿಡಿದು ಹೋರಾಡಿದೆ. ಜಾಯೆನ್, ಮಾದ್ರಿದ್ ಮತ್ತಿತರ ಕಡೆಗಳಲ್ಲಿ ನನ್ನ ಜೀವನದ ಉದ್ದಕ್ಕೂ ದಿನದ ಯಾವುದೇ ಗಂಟೆ ಇರಲಿ, ಶಸ್ತ್ರಾಸ್ತ್ರಗಳನ್ನು ಹಿಡಿಯದೆ ಒಂಟಿಯಾಗಿ ನಾನು ಹಾದಿ ಬೀದಿಗಳಲ್ಲಿ ನಡೆದಾಡಿದ್ದೇನೆ. ಇಂಥ ಸಂದರ್ಭಗಳಲ್ಲಿ ಸಂದೇಹಕ್ಕೆ ಕಾರಣವಾಗುವಂಥ ವ್ಯಕ್ತಿಗಳು ನನಗೆ ಎದುರಾಗುತ್ತಿದ್ದುದುಂಟು.

ಅವರು ಕಳ್ಳಕಾಕರಾಗಿದ್ದಿರಬಹುದು ಅಥವಾ ಬರೇ ಪೀಡಿಸುವ ಭಿಕ್ಷುಕರಾಗಿದ್ದಿರಬಹುದು. ಅದೇನಿದ್ದರೂ ಅವರು ನನಗೆ ದಾರಿ ಬಿಡಬೇಕಾಗಿ ಬರ್ತಿತ್ತು; ಇಲ್ಲವೇ ಓಡಿಹೋಗಬೇಕಾಗಿ ಬರ್ತಿತ್ತು. ಆದರೆ ಒಂದು ವೇಳೆ ನಿಂತಿದ್ದ ಅಥವಾ ನಡೆಯುತ್ತಿದ್ದ ಒಂಟಿ ಹೆಂಗಸು ಹಾದಿಯಲ್ಲಿ ಎದುರಾಗಿ, ಆ ವೇಳೆಯಲ್ಲಿ ನಾನು ಸಹ ಒಬ್ಬಂಟಿಗನಾಗಿದ್ದು ಆಚೀಚೆ ಯಾರೂ ಇಲ್ಲದೆ ಹೋಗಿದ್ದರೆ (ನಗು ಬಂದರೆ ನಕ್ಕು ಬಿಡು, ಆದರೆ ನಾನು ಹೇಳೋದನ್ನು ನಂಬು) ಅಸ್ಪಷ್ಟ ಭೀತಿಗಳಿಂದ ನನ್ನ ಮೈ ನವಿರೇಳುತ್ತಿತ್ತು. ಪರಲೋಕದ ಜೀವಿಗಳ ಬಗ್ಗೆ ನಾನಾಗ ಯೋಚಿಸುತ್ತಿರುತ್ತಿದ್ದೆ. ಬೇರೆ ಸಂದರ್ಭದಲ್ಲಿ ತಮಾಷೆ ಮಾಡಿ ನಕ್ಕು ಬಿಡಬಹುದಾಗಿದ್ದ ಕಲ್ಪನೆಗಳ ಬಗ್ಗೆ ಮೂಢನಂಬಿಕೆಗಳ ಬಗ್ಗೆ ನಾನಾಗ ಚಿಂತಿಸುತ್ತಿದ್ದೆ. ಹೆಜ್ಜೆಗಳನ್ನು ಬೇಗ ಬೇಗ ಹಾಕಿ ಬೆನ್ನು ತಿರುಗಿಸಿ ಮನೆ ಸೇರುವವರೆಗೂ ಆ ಭಯದಿಂದ ಕೊಂಚ ಕೂಡ ಬಿಡುಗಡೆ ಸಾಧ್ಯವಾಗುತ್ತಿರಲಿಲ್ಲ.

"ಅಲ್ಲಿ ತಲಪಿದೆನೋ, ನನ್ನ ವಿಚಿತ್ರ ಭಯಕ್ಕೆ ನನಗೆ ನಾಚಿಕೆಯಾಗಿ ನಗುತ್ತಾ ಕೂರುತ್ತಿದ್ದೆ. ಸದ್ಯ ಅದು ಯಾರಿಗೂ ಗೊತ್ತಾಗಲಿಲ್ಲವೆಂದು ಸಮಾಧಾನಪಟ್ಟುಕೊಳ್ಳುತ್ತಿದ್ದೆ. ಮನಸ್ಸು ಗಟ್ಟಿಮಾಡಿಕೊಂಡು ನನಗೇ ನಾನು ದೆವ್ವ, ಪಿಶಾಚಿ, ಮಾಟಗಾತಿಯರು ಇವುಗಳಲ್ಲಿ ನಂಬಿಕೆ ಇಲ್ಲವೆಂದು ಹೇಳಿಕೊಳ್ಳುವುದಕ್ಕೆ ತೊಡಗುತ್ತಿದ್ದೆ. ಬಡತನದಿಂದಲೋ, ಯಾವುದೋ ಅಪರಾಧ ದಿಂದಲೋ ಅಥವಾ ಅಪಘಾತದಿಂದಲೋ ಅಂಥ ಅವೇಳೆಯಲ್ಲಿ ಮನೆಯಿಂದ ಹೊರ ಬರಬೇಕಾಗಿ ಬಂದ ಹೆಂಗಸಿನ ಬಗ್ಗೆ ನಾನೇನು ಹೆದರುವ ಕಾರಣವಿಲ್ಲವೆಂದೂ, ಆಕೆಗೆ ಏನಾದರೂ ನೆರವನ್ನೋ ಹಣವನ್ನೋ ನೀಡಬಹುದಿತ್ತೆಂದೂ ಆಮೇಲೆ ನನಗೆ ಅನ್ನಿಸುತ್ತಿದ್ದುದು ಉಂಟು. ಮತ್ತೆ ಅಂಥದೇ ಅನುಭವವಾದಾಗ ಎಲ್ಲ ಮೊದಲಿನಂತೆ ಹೀಗೆ ನಡೆಯುತ್ತಾ ಇತ್ತು. ಅಂದುಕೊಂಡದ್ದೆಲ್ಲಾ ಮರೆತೇ ಹೋಗಿರುತ್ತಿತ್ತು. ನೆನಪಿರಲಿ, ನನಗಾಗ ಇಪ್ಪತ್ನಾಲ್ಕು ವರ್ಷ. ರಾತ್ರಿಯ ವೇಳೆಯಲ್ಲಿ ಅದಾಗಲೇ ನಾನೆಷ್ಟೋ ಸಾಹಸಗಳನ್ನು ನಡೆಸಿದ್ದೆ. ಹೀಗಾದರೂ ನಡುರಾತ್ರಿ ಕಳೆದ ಮೇಲೆ ಹಾದಿಯ ಮೇಲೆ ಕಾಣಸಿಗುತ್ತಿದ್ದ ಯಾವುದೇ ಒಂಟಿ ಹೆಂಗಸಿನಿಂದ ನನಗೆ ಯಾವ ಅಪಾಯವೂ ಆಗಿದ್ದಿಲ್ಲ. ನಾನು ಈವರೆಗೂ ಹೇಳಿದ್ದು ಅಷ್ಟೇನೂ ಮುಖ್ಯವಲ್ಲ. ಯಾಕೆಂದರೆ ಬುಡವಿಲ್ಲದ ಈ ಭಯ ಮನೆಗೆ ಹೋದ ಮರುಕ್ಷಣದಲ್ಲೇ, ಅಥವಾ ದಾರಿಯಲ್ಲೆ ಮತ್ತಾರನ್ನೋ ಕಂಡಕೂಡಲೇ ಮಾಯವಾಗುತ್ತಿತ್ತು. ದಡ್ಡತನದಿಂದಾಗಿ ಆಗುತ್ತಿರುವ ತಪ್ಪುಗಳಿಂದ ಯಾವ ಅಪಾಯವೂ ಆಗದಿದ್ದಲ್ಲಿ ಅದನ್ನು ನಾವು ಮರೆತು ಬಿಡುವುದಿಲ್ಲವೇ? ಹಾಗೇ ಇದನ್ನೂ ನಾನು ಮರೆಯುತ್ತಿದ್ದೆ.

"ಹೀಗೆ ಇರಬೇಕಾದರೆ, ಸುಮಾರು ಮೂರು ವರ್ಷದ ಹಿಂದೆ (ದುಃಖವೆಂದರೆ, ಆ ದಿನ ಯಾವುದೆಂಬುದನ್ನೂ ನಾನು ನೆನಪಿನಲ್ಲಿಟ್ಟಿದ್ದೇನೆ. ಅದು ನವಂಬರ್ 15–16, 1957ರ ರಾತ್ರಿ) ಬೆಳಗಿನ ಮೂರು ಗಂಟೆಯಲ್ಲಿ ನಾನು ಮನೆಗೆ ಬರುತ್ತಿದ್ದೆ. ಜಾರ್ಡಿನೆಸ್ ಬೀದಿಯಲ್ಲಿದ್ದ ನನ್ನ ಪುಟ್ಟ ಮನೆ ನೀನೂ ಕಂಡಿದ್ದೆಯಲ್ಲವೆ? ಗಾಳಿ ಕಚ್ಚಿ ಬೀಸುತ್ತಿತ್ತು. ಕೇಳಿದರೆ ನಿನಗೆ ಆಶ್ಚರ್ಯವಾಗಬಹುದು, ನಾನು ಹೊರಬಂದದ್ದು ಒಂದು ಜೂಜಿನ ಮನೆಯಿಂದ. ನಾನೇನೂ ಜೂಜುಕೋರನಲ್ಲವೆಂಬುದು ನಿನಗೂ ಗೊತ್ತು. ಒಬ್ಬ ಸೋಗಿನ ಗೆಳೆಯ ನನಗೆ ಮೋಸ ಮಾಡಿ ಅಲ್ಲಿಗೆ ಎಳೆದೊಯ್ದಿದ್ದ. ಸರಿ ರಾತ್ರಿ ಕಳೆದ ಮೇಲೆ ಸಮಾರಂಭಗಳಿಂದ, ನಾಟಕಗಳಿಂದ ಜನರು ಈ ಜೂಜಿನ ಮನೆಗೆ ಬರತೊಡಗಿ ಆಟಕ್ಕೆ ಕಳೆಯೇರಿ, ಚಿನ್ನ ಸಾಕಷ್ಟು ಮಿಂಚತೊಡಗಿತು. ಆಮೇಲೆ ನೋಟುಗಳು ಹಾರಾಡತೊಡಗಿದವು. ಜ್ವರದಂತೆ ಏರುತ್ತಿದ್ದ ಆಟದ ಮೇಜಿನ

ಒತ್ತಾಯಗಳಿಗೆ ನಾನು ಮರುಳಾದೆ. ಇದ್ದಬದ್ದ ಹಣವನ್ನೆಲ್ಲ ಕಳೆದುಕೊಂಡೆ. ಅಷ್ಟಿಷ್ಟು ಸಾಲ ಕೂಡ ಆಯಿತು. ಸಾಲಪತ್ರ ಬರೆದುಕೊಟ್ಟೆ ಎಂದಿಟ್ಟುಕೊ. ಒಟ್ಟಾರೆ ಅಂದು ನಾನು ಮುಳುಗಿಹೋದೆ. ಏನೋ ಒಂದು ಒಳ್ಳೆ ಕೆಲಸ ಇತ್ತು. ಜೊತೆಗೆ ಕೊಂಚ ಆಸ್ತಿ ಕೂಡ ಅನಂತರ ಬಂತು. ಇಲ್ಲದೆ ಹೋಗಿದ್ದರೆ ನನ್ನ ಪಾಡು ಸಹಿಸುವುದಕ್ಕೆ ಆಗುತ್ತಿರಲಿಲ್ಲ.

"ಹಾಂ, ರಾತ್ರಿ ಮುಗಿಯುತ್ತಿದ್ದ ಆ ಹೊತ್ತಿನಲ್ಲಿ ನಾನು ಮನೆಗೆ ಹೋಗುತ್ತಿದ್ದೆ. ಚಳಿಯಿಂದ ಮೈ ಮರಗಟ್ಟುತ್ತಿತ್ತು. ಹಸಿವು, ನಾಚಿಕೆ. ನನಗಿಂತ ಹೆಚ್ಚಾಗಿ, ಕಾಯಿಲೆ ಬಿದ್ದಿದ್ದ ನನ್ನ ತಂದೆಯ ಬಗ್ಗೆ ಯೋಚಿಸುತ್ತ, ನನಗೆ ನನ್ನ ಮೇಲೆಯೇ ಜಿಗುಪ್ಸೆ ಬಂದಿತ್ತು. ಹಣಕ್ಕಾಗಿ ಅವರಿಗೆ ಕಾಗದ ಬರೆಯಬೇಕಿತ್ತು. ಅದನ್ನು ಕಂಡು ಅವರಿಗೆ ಅಚ್ಚರಿಯ ಜೊತೆಗೆ ದುಃಖವೂ ಆಗುವುದರಲ್ಲಿ ಅನುಮಾನವಿರಲಿಲ್ಲ. ಯಾಕೆಂದರೆ ನನ್ನ ಜೀವನಕ್ಕೆ ಯಾವ ಕೊರತೆಯೂ ಇಲ್ಲವೆಂದು ಅವರು ನಂಬಿದ್ದರು. ಪೆಲಿಗ್ರೊಸ್ ಬೀದಿ ದಾಟಿ ಇನ್ನೇನು ನಮ್ಮ ಬೀದಿಯನ್ನು ತಲಪಬೇಕು, ಅದೇ ಹೊಸದಾಗಿ ಕಟ್ಟಿದ್ದ ಒಂದು ಮನೆಯ ಮುಂದೆ ನಾನು ಹೋಗುತ್ತಿದ್ದೆ. ಏನೋ ಬಾಗಿಲ ಮುಂದೆ ನಿಂತಿದ್ದ ಹಾಗೆ ಕಾಣಿಸಿತು. ಒಬ್ಬ ಹೆಂಗಸು. ಮರದಿಂದ ಮಾಡಿದ ವಿಗ್ರಹದಂತೆ ಆಕೆ ಅಲುಗಾಡದೆ ಸೆಟೆದು ನಿಂತಿದ್ದಳು. ಸುಮಾರು ಅರವತ್ತಾದರೂ ವಯಸ್ಸಾಗಿದ್ದಿರಬಹುದು. ರೆಪ್ಪೆಗಳು ಮುಚ್ಚದ, ಆಕೆಯ ದಿಟ್ಟ ಹಾಗೂ ಚುಚ್ಚುವ ಕ್ರೂರ ನೋಟ ಚೂರಿಯಂತೆ ನನ್ನನ್ನು ಇರಿಯುತ್ತಿತ್ತು. ಹಲ್ಲಿಲ್ಲದ ಬಾಯಿ ನನ್ನನ್ನು ನೋಡಿ ನಗುವಂತೆ ಕಿಸಿದುಕೊಂಡಿತ್ತು.

"ಹೆದರಿಕೆಯಿಂದ ನನ್ನಲ್ಲಿ ಉಂಟಾದ ಉದ್ವಿಗ್ನತೆಯಲ್ಲಿ ಎದುರಿಗೆ ಕಂಡದ್ದನ್ನು ಒಂದು ಸಾರಿ ಮಾತ್ರ ಕಣ್ಣಿಟ್ಟು ನೋಡಿದರೂ ಆ ಧಿಕ್ಕರಿಸುವ ನೋಟ, ಮುಖ ಹಾಗೂ ಉಡುಪಿನ ಒಂದೊಂದು ವಿವರ ನನ್ನಲ್ಲಿ ಹಾಗೇ ಉಳಿದುಕೊಂಡವು. ಆಗ ನನಗೆ ಕಂಡ ಬಗೆಯನ್ನು ಹೇಳಲು ಯತ್ನಿಸುವೆ. ಆ ಭಯಾನಕ ಮುಖದ ಮೇಲೆ ಬಿದ್ದ ಬೀದಿದೀಪದ ಬೆಳಕಿನಿಂದಾಗಿ ಅದು ನನ್ನ ಮೆದುಳಿನಲ್ಲಿ ಅಳಿಸದಂತೆ ಅಚ್ಚಾಗಿದೆ. ಈಗ ನಾನು ಕೊಂಚ ಉದ್ವೇಗಕ್ಕೆ ಒಳಗಾಗುತ್ತಿದ್ದೇನೆಂದು ನಿನಗೆ ಅನ್ನಿಸುತ್ತಿದೆಯಲ್ಲವೆ? ಅದಕ್ಕೆ ಸಾಕಷ್ಟು ಕಾರಣಗಳು ಇವೆ ಯೆಂಬುದು ನಿನಗೆ ಗೊತ್ತಾಗುತ್ತದೆ. ನನ್ನ ಈ ಮನೋಭಾವದ ಬಗ್ಗೆ ಯೋಚಿಸಬೇಡ, ನನಗೇನೂ ಆಗಿಲ್ಲ. ನನಗಿನ್ನೂ ಹುಚ್ಚು ಹಿಡಿದಿಲ್ಲ.

"ಆ ಹೆಂಗಸಿನಲ್ಲಿ ಎದ್ದು ಕಾಣುತ್ತಿದ್ದ ಅಂಶವೆಂದರೆ, ಆಕೆಯ ಎತ್ತರ. ಅವಳನ್ನು ಆ ಹೆಂಗಸು ಎಂದಷ್ಟೇ ನಾನು ಕರೆಯಬಲ್ಲೆ. ಮೂಳೆಗಳು ಎದ್ದು ಕಾಣುತ್ತಿದ್ದ ಆಕೆಯ ಭುಜಗಳು ಅಗಲವಾಗಿದ್ದವು. ಶುಷ್ಕವಾಗಿ, ಗುಂಡಗೆ ನೆಟ್ಟಗೆ ಚುಚ್ಚಿದಂತೆ ಇದ್ದ ಗೂಬೆಗಣ್ಣುಗಳು. ಚಾಚಿದ ಮೂಗಿನ ಭಾರಿ ಗಾತ್ರ, ಆಳವಾದ ಬೊಚ್ಚುಬಾಯಿ. ಅವಾಪೀಯಜ್‌ನ ತರುಣ ಹೆಂಗಸರು ತೊಡುವ ಉಡುಗೆಯನ್ನೇ ಇವಳೂ ತೊಟ್ಟಿದ್ದಳು. ಹತ್ತಿಯ ಬಟ್ಟೆಯ ವಸ್ತ್ರಗಳನ್ನು ತಲೆಗೆ ಸುತ್ತಿ ಕೊರಳ ಕೆಳಗೆ ತಂದು ಕಟ್ಟಿದ್ದಳು. ತೆರೆದು ಅಗಲವಾಗಿದ್ದ ಪುಟ್ಟ ಬೀಸಣಿಗೆ ಕೈಯಲ್ಲಿತ್ತು. ನಾಚಿಕೆಯ ನಟನೆಯಲ್ಲಿ ಆ ಬೀಸಣಿಗೆಯಿಂದ ಅವಳು ಸೊಂಟದ ಕೆಳಭಾಗವನ್ನು ಮುಚ್ಚಿಕೊಂಡಿದ್ದಳು.

"ಆ ದೊಡ್ಡ ಕೈಗಳಲ್ಲಿದ್ದ ಪುಟ್ಟ ಬೀಸಣಿಗೆಯ ನೋಟಕ್ಕಿಂತ ನಗು ತರಿಸುವ, ರೇಗಿಸುವ, ಕಿಚಾಯಿಸುವ, ಕಸಿವಿಸಿಯನ್ನುಂಟುಮಾಡುವ ಬೇರೊಂದು ಸಂಗತಿ ಇರಲಾರದು. ಎಲುಬುಗೂಡಿ ನಂತಿದ್ದ ವಿಕಾರ ರೂಪದ ಅಂಥ ಮುದಿ ದೈತ್ಯೆಯ ಕೈಗಳಲ್ಲಿ ಆ ಬೀಸಣಿಗೆ ಒಂದು ಕೃತ್ರಿಮ ರಾಜದಂಡದಂತೆ ತೋರುತ್ತಿತ್ತು. ಹಕ್ಕಿ ಕೊಕ್ಕಿನಂತೆ ಬಾಗಿದ ಆ ಗಂಡು ಮೂಗಿನ ಬದಿಯಲ್ಲಿ ಅವಳ ಮುಖವನ್ನಲಂಕರಿಸಿದ್ದ ಕರವಸ್ತ್ರ ಕೂಡ, ಅದೇ ರೀತಿಯ ಅಸ್ವಾಭಾವಿಕ ಪರಿಣಾಮವನ್ನು

ಉಂಟುಮಾಡುತ್ತಿತ್ತು. ಆಗ ನಾನು ಒಂದು ಕ್ಷಣ ಗಂಡಸೇ ಹೆಂಗಸಿನ ದಿರುಸಿನಲ್ಲಿ ನಿಂತಿರುವುದೆಂದು ನಂಬಿದೆ ಅಥವಾ ಹಾಗೇ ನಂಬುವುದು ನನಗೆ ಇಷ್ಟವಾಗಿದ್ದಿರಬಹುದು.

"ಆ ಸಿನಿಕ ದೃಷ್ಟಿ, ಚುಚ್ಚುವ ನಗೆ ಹೇಗಿತ್ತು ಎನ್ನುವೆ? ಒಬ್ಬ ಮುದಿ ಗೂಬೆಯ, ಮಾಟಗಾತಿಯ, ಮೋಹಿನಿಯ, ವಿಧಿಯ ನಗೆಯ ಹಾಗೆ ಇತ್ತೆನ್ನಬಹುದು. ರಾತ್ರಿಯಲ್ಲಿ ಒಂಟಿಯಾಗಿ ನಡೆಯುವ ಹೆಂಗಸಿನ ಬಗ್ಗೆ ನನ್ನ ಬದುಕಿನುದ್ದಕ್ಕೂ ನಾನು ಅನುಭವಿಸಿದ್ದ ಭಯ ಹಾಗೂ ತಿರಸ್ಕಾರಗಳನ್ನು ಸಂಪೂರ್ಣ ಸಮರ್ಥಿಸುವಂಥದ್ದೇನೋ ಅವಳ ಮುಖದ ಮೇಲೆ ಇದ್ದಂತಿತ್ತು. ಈ ಮುಖಾಮುಖಿ ಭೇಟಿಯ ಪೂರ್ವಪ್ರಜ್ಞೆ ನನ್ನ ತೊಟ್ಟಿಲಿನ ದಿನಗಳಿಂದಲೇ ಮೊದಲಾಗಿದ್ದಿರಬಹುದೆಂದು ಹೇಳಬಹುದು. ಪ್ರತಿಯೊಂದು ಜೀವಿಯೂ ತನ್ನ ನೈಸರ್ಗಿಕ ಶತ್ರುವನ್ನು ಅದರ ಕಾಲ ಸಪ್ಪಳ ಮಾತ್ರದಿಂದಲೇ ಗುರುತಿಸಿ ಅದಕ್ಕೆ ಹೆದರಿಕೊಳ್ಳುತ್ತದೆ – ಆದರಿಂದ ಹಿಂದೆಂದೂ ತನಗೆ ಅಪಾಯವಾಗಿರದಿದ್ದರೂ ಕೂಡ, ಹಿಂದೆಂದೂ ಅದನ್ನು ನೋಡಿರದಿದ್ದರೂ ಕೂಡ. ಹಾಗೆಯೇ ಆ ಹೆಂಗಸನ್ನು ನೋಡಿ ಕೇವಲ ಅಂತಃಪ್ರಜ್ಞೆಯಿಂದಲೇ ನಾನು ಭಯಭೀತನಾದೆ.

"ಆದರೆ ನನ್ನ ಬದುಕಿನ ಬೆದರುಬೊಂಬೆಯನ್ನು ಕಂಡಾಗ ನಾನೇನೂ ಓಡಲು ತೊಡಗಲಿಲ್ಲ. ಹಾಗೆ ಮಾಡಬೇಕೆಂಬ ತುಡಿತವನ್ನು ತಡೆದೆ. ನಾಚಿಕೆ ಹಾಗೂ ಗಂಡುತನದ ಹೆಮ್ಮೆಗಳಿಗಿಂತ ಹೆಚ್ಚಾಗಿ, ನಾನು ಯಾರೆಂಬುದು ಆಕೆಗೆ ತಿಳಿದು ಅವಳು ರೆಕ್ಕೆ ತೊಟ್ಟು ಹಾರಿ ನನ್ನನ್ನು ದಾಟಿ ಎದುರು ಬಂದು ನಿಂತಾಳೆಂಬ ಭಯವೇ ಮುಖ್ಯವಾಗಿ ನಾನು ಓಡದೇ ಉಳಿದಿರಲೂ ಕಾರಣವಾಗಿದ್ದಿರಬಹುದು. ಅಂಥ ಅಪಾಯದ ಕಲ್ಪನೆಗಳಿಗೆ ಆಕಾರವಾಗಲೀ. ಹೆಸರಾಗಲೀ ಏನೂ ಇರುವುದಿಲ್ಲ.

"ಆ ಉದ್ದದ, ಇಕ್ಕಟ್ಟಿನ ಬೀದಿಯ ಆಚೆ ತುದಿಗೆ ನನ್ನ ಮನೆ. ಅದರಲ್ಲಿ ನಾನೊಬ್ಬನೇ. ನನ್ನ ಭಾವನೆಯಂತೆ ನನ್ನನ್ನು ಒಂದು ಮಾತಿನಿಂದ ಇರಿದು ಕೊಲ್ಲಬಲ್ಲ ಆ ಬೇತಾಳದೊಂದಿಗೆ ಒಬ್ಬನೆ. ಹೇಗೆ ಹೋದೇನು ಮನೆಗೆ? ಓಹ್, ಯಾವಾಗ ಬೇಕಾದರೂ ಪೊಲೀಸಿನವನು ಕಾಣಸಿಗುವ, ಅಗಲವಾದ, ಬೆಳಕಿರುವ, ದೂರದ ಮೊಂತೇರಾ ಬೀದಿಯ ಕಡೆಗೆ ಅದೆಷ್ಟು ಕಾತರನಾಗಿ ನೋಡಿದೆನೋ! ಕೊನೆಗೆ ನನ್ನ ಈ ಹೇಡಿತನವನ್ನು ಮೀರುವುದೇ ಸರಿ ಎಂದುಕೊಂಡೆ. ಆ ಹೇಯ ಹೆದರಿಕೆಯನ್ನು ಬಚ್ಚಿಟ್ಟು ಧೈರ್ಯಶಾಲಿಯಂತೆ ನಟಿಸಬೇಕು, ನಡಿಗೆಯನ್ನು ತ್ವರಿತಗೊಳಿಸುವ ಬದಲು ನಿಧಾನವಾಗಿ ಮುಂದೆ ಸಾಗಬೇಕು, ಅದರಿಂದ ನನ್ನ ಆರೋಗ್ಯಕ್ಕಾಗಲಿ ಜೀವಕ್ಕಾಗಲಿ ಹಾನಿಯಾದರೂ ಚಿಂತಿಲ್ಲ ಎಂದುಕೊಂಡೆ. ಇದರಿಂದಾಗಿ ಮನೆ ಸೇರುವ ಮೊದಲೇ ಎಲ್ಲಿಯಾದರೂ ಮೂರ್ಛೆ ತಪ್ಪಿ ಬೀಳದಂತೆ ಎಚ್ಚರ ವಹಿಸುತ್ತಾ ಈ ರೀತಿಯಲ್ಲಿ ಸ್ವಲ್ಪ ಸ್ವಲ್ಪವಾಗಿ ಮನೆಯನ್ನು ಸಮೀಪಿಸಬೇಕೆಂದು ನಿರ್ಧರಿಸಿದೆ.

"ಹೀಗೆ ನಾನು ಮುಂದೆ ಮುಂದೆ ನಡೆಯುತ್ತಿದ್ದೆ. ಆ ಬೀಸಣಿಗೆ ಹಿಡಿದ ಹೆಂಗಸು ನಿಂತುಕೊಂಡಿದ್ದ ಬಾಗಿಲನ್ನು ದಾಟಿ ಇಪ್ಪತ್ತು ಹೆಜ್ಜೆ ಬಂದಿದ್ದೆನೋ ಇಲ್ಲವೋ, ಒಂದು ಭಯಾನಕ ವಿಚಾರ ನನಗೆ ಹೊಳೆಯಿತು. ಭಯಾನಕವಾದರೂ ಸ್ವಾಭಾವಿಕವಾದದ್ದು. ನನ್ನ ಶತ್ರು ನನ್ನನ್ನು ಹಿಂಬಾಲಿಸುತ್ತಿರಬಹುದೇ ಎಂದು ತಿಳಿಯಲು ಹಿಂತಿರುಗಿ ನೋಡಬೇಕೆಂಬ ವಿಚಾರ ಅದು. ಮಿಂಚಿನ ವೇಗದಲ್ಲಿ ನಾನು ಯೋಚಿಸತೊಡಗಿದೆ: ಒಂದೋ ನನ್ನ ಶಂಕೆಗೆ ಏನಾದರೂ ಬುಡವಿರಬೇಕು, ಇಲ್ಲವೇ ಇದೊಂದು ಹುಚ್ಚು. ಅದಕ್ಕೇನಾದರೂ ಬುಡವಿದ್ದುದೇ ಆದರೆ ಆ ಹೆಂಗಸು ಈಗ ನನ್ನ ಹಿಂದೆ ಹೊರಟಿದ್ದು, ಬೇಗ ನನ್ನ ಬಳಿ ತಲಪುವುದು

ಖಂಡಿತ. ಹಾಗೇನಾದರೂ ಆದರೆ ನನಗೆ ಉಳಿಗಾಲವಿಲ್ಲ. ಬರೀ ಹುಚ್ಚೇ ಆಗಿದ್ದರೆ, ಊಹೆ ಮಾತ್ರವಾಗಿದ್ದರೆ, ಬೇರೆ ಅನುಭವಗಳಂತೆ ಕೇವಲ ಗಾಬರಿಯಿಂದುಂಟಾದ ಭೀತಿಯಾಗಿದ್ದರೆ, ಈ ಸಂದರ್ಭದಲ್ಲಿ ಅದನ್ನು ಒರೆಗೆ ಹಚ್ಚುವೆ; ಆ ಮುದಿ ಹೆಂಗಸು, ಪಾಪ, ಚಳಿಯಿಂದ ರಕ್ಷಣೆ ಪಡೆಯಲು ಅಥವಾ ಬಾಗಿಲು ತೆರೆಯುವುದಕ್ಕಾಗಿ ಕಾಯುತ್ತಾ ಅಲ್ಲಿ ನಿಂತಿದ್ದಳೆಂಬುದನ್ನು ಕಣ್ಣಾರೆ ನೋಡಿ ಖಚಿತಪಡಿಸಿಕೊಂಡು, ಮುಂದೆ ಆಗಲಿರುವ ಇಂಥ ಘಟನೆಗಳಿಗೂ ಇದನ್ನೇ ಮಾದರಿಯಾಗಿ ತೆಗೆದುಕೊಳ್ಳುವೆ; ಆಮೇಲೆ ಸಮಾಧಾನದಿಂದ ನಾನು ಮನೆಗೆ ಹೋಗಬಹುದಲ್ಲದೆ, ನನಗೆ ತುಂಬ ಮನೋವೇದನೆ ಉಂಟು ಮಾಡುತ್ತಿರುವ ಈ ಒಂದು ಭ್ರಾಂತಿಯಿಂದ ನನ್ನನ್ನು ಗುಣಪಡಿಸಿಕೊಂಡಂತಾಗುತ್ತದೆ ಎಂದು ನಾನು ಆಲೋಚಿಸಿದೆ.

"ಹೀಗೆಲ್ಲ ತರ್ಕಿಸಿದ ಬಳಿಕ ಬಹಳ ಪ್ರಯತ್ನಪಟ್ಟು ನಾನು ಕತ್ತನ್ನು ತಿರುಗಿಸಿದೆ. ಓಹ್, ಗೇಬ್ರಿಯಲ್ – ಗೇಬ್ರಿಯಲ್ ಅದೆಷ್ಟು ಹೆದರಿಕೆ ತರುವಂತಿತ್ತು ಗೊತ್ತಾ? ಸದ್ದಿಲ್ಲದೆ ಆ ಎತ್ತರದ ಹೆಂಗಸು ನನ್ನನ್ನು ಹಿಂಬಾಲಿಸಿ, ಆಗಲೇ ನನ್ನ ಬಳಿ ನಿಂತು ಬೀಸಣಿಗೆಯಿಂದ ನನ್ನನ್ನು ಮುಟ್ಟುವಷ್ಟು ಹತ್ತಿರ ಬಂದಿದ್ದಳು. ಹೆಚ್ಚು ಕಡಿಮೆ ನನ್ನ ಭುಜದ ಮೇಲೆ ತನ್ನ ತಲೆಯನ್ನು ಓರೆಯಾಗಿ ಬಾಗಿಸಿದ್ದಳು.

"ಅವಳು ಯಾಕೆ ಹಾಗೆ ಮಾಡಿದಳು? ಯಾಕೆ ಗೇಬ್ರಿಯಲ್? ಅವಳು ಕಳ್ಳಿಯೋ, ವೇಷ ಮರೆಸಿದ ಗಂಡಸೋ? ನಾನು ಅವಳಿಗೆ ಹೆದರುವೆನೆಂದು ತಿಳಿದಿದ್ದ, ಕೆಟ್ಟ ದೃಷ್ಟಿಯ ಯಾವುದಾದರೂ ಮುದಿಗೂಬೆಯೆ? ನನ್ನ ಹೆಂಬೇಡಿತನವೇ ಮೂರ್ತಗೊಂಡ ಪಿಶಾಚವೋ? ಮನುಷ್ಯನ ಆತ್ಮ ವಂಚನೆಯನ್ನು ಛೇಡಿಸುವ ಭ್ರಮೆಯೋ?

"ಆ ಒಂದು ಕ್ಷಣದಲ್ಲಿ ನಾನು ಏನೆಲ್ಲಾ ಚಿಂತಿಸಿದೆ ಎಂಬುದನ್ನು ನಿನಗೆ ಹೇಳಲಾರೆ. ನಿಜ ಹೇಳಬೇಕೆಂದರೆ ಕಿರಿಚಿಕೊಂಡು. ಕಪ್ಪು ಮನುಷ್ಯನನ್ನು ಕಂಡು ಬೆದರಿದ ನಾಲ್ಕು ವರ್ಷದ ಮಗುವಿನಂತೆ ಓಡಿದೆ, ಮೊಂತೇರಾ ಬೀದಿಗೆ ಕಾಲಿಡುವವರೆಗೂ ಓಡುವುದನ್ನು ನಿಲ್ಲಿಸಲಿಲ್ಲ. ಅಲ್ಲಿ ತಲಪಿದ ಕೂಡಲೇ ಭಯವೆಲ್ಲ ಮಾಯವಾಯಿತು. ಹಾಗೆ ನೋಡಿದರೆ ಆ ರಸ್ತೆಯಲ್ಲೂ ಕೂಡ ಒಂದು ಪಿಳ್ಳೆಯೂ ಇರಲಿಲ್ಲ. ಜಾರ್‌ದಿನೆಸ್ ಬೀದಿಯ ಕಡೆಗೆ ನೋಡಲೆಂದು ತಿರುಗಿದೆ. ಇಡೀ ಬೀದಿ ಉದ್ದಕ್ಕೆ ಕಾಣುತ್ತಿತ್ತು. ಆ ಎತ್ತರದ ಹೆಂಗಸು ಅಲ್ಲಿ ಯಾವ ದಿಕ್ಕಿಗೇ ಹೋಗುತ್ತಿರಲೀ ಅದು ಕಾಣಿಸುವಂತೆ ಆ ಬೀದಿಯ ತುಂಬಾ ಬೆಳಕು ಚೆಲ್ಲಿತ್ತು. ಆಶ್ಚರ್ಯ! ನನಗವಳು ಕಾಣಿಸಲಿಲ್ಲ. ನಿಂತೂ ಇರಲಿಲ್ಲ. ನಡೆಯುತ್ತಿರಲೂ ಇರಲಿಲ್ಲ. ಎಲ್ಲೂ ಆಕೆಯ ಸುಳಿವಿರಲಿಲ್ಲ. ಹೇಗಾದರೂ ಇರಲೆಂದು ಮತ್ತೆ ನಾನು ಆ ಬೀದಿಗೆ ಹೋಗಲಿಲ್ಲ. ಆ ದರಿದ್ರ ಹೆಂಗಸು ಮತ್ತಾವುದೇ ಬಾಗಿಲಿನ ತುದಿಗೆ ಹೋಗಿ ನಿಂತಿರಬೇಕೆಂದುಕೊಂಡೆ. ಆದರೆ ನನಗೆ ಕಾಣಿಸದಂತೆ ಅವಳು ಅಲ್ಲಿ ಓಡಾಡಲು ಸಾಧ್ಯವಿರಲಿಲ್ಲ.

"ಆ ವೇಳೆಗೆ ಕಾಬಲೆರೋ ದ ಗ್ರಸಿಯಾ ಬೀದಿಯ ಕಡೆಯಿಂದ ಒಬ್ಬ ಪೋಲೀಸಿನವನು ಬರುತ್ತಿರುವುದು ಕಂಡಿತು. ನಾನು ಇದ್ದ ಜಾಗದಿಂದ ಅಲುಗಾಡದೆ ಅವನನ್ನು ಕೂಗಿ ಕರೆದೆ. ಜಾರ್‌ದಿನೆಸ್ ರಸ್ತೆಯಲ್ಲಿ ಹೆಂಗಸಿನ ವೇಷ ಧರಿಸಿದ ಗಂಡಸೊಬ್ಬನಿದ್ದಾನೆಂದು ಹೇಳಿದೆ. ಪೆಲಿಗ್ರೊಸ್ ಮತ್ತು ಅದುಆನಾ ಬೀದಿಗಳ ಕಡೆಯಿಂದ ಆಕಡೆಗೆ ತಲಪಲು ಅವನಿಗೆ ಹೇಳಿ ನಾನು ಈ ತುದಿಯಲ್ಲಿ ಕಾಯುತ್ತಾ ನಿಲ್ಲುವೆನೆಂದೆ. ಹಾಗಾಗಿ ಕಳ್ಳನೋ, ಕೊಲೆಗಾರನೋ ಆಗಿರಬಹುದಾದ ಅವನು ನಮ್ಮಿಂದ ತಪ್ಪಿಸಿಕೊಳ್ಳಲಾರನೆಂದುಕೊಂಡೆ. ಆ ಪೋಲೀಸಿನವನು ನಾನು ಹೇಳಿದಂತೆ ಮಾಡಿದ. ಅದುಆನಾ ಬೀದಿಯ ಕಡೆಯಿಂದ ಹೋದ. ಜಾರ್‌ದಿನೆಸ್

ಬೀದಿಯ ಆ ತುದಿಯಲ್ಲಿ ಅವನು ಹಿಡಿದ ಲಾಂದ್ರ ಕಂಡ ಕೂಡಲೇ ನಾನು ಅದರ ಕಡೆಗೆ ದಿಟ್ಟನಾಗಿ ನಡೆದೆ.

"ಬೀದಿಯ ನಡುವೆ ನಾವಿಬ್ಬರೂ ಸಂಧಿಸಿದೆವು. ಇಬ್ಬರೂ ಒಂದೊಂದು ಬಾಗಿಲನ್ನೂ ಬಿಡದೆ ನೋಡಿದ್ದರೂ ಕೂಡ ಯಾರನ್ನೂ ಕಂಡಿರಲಿಲ್ಲ.

" 'ಅವನು ಯಾವುದೋ ಮನೆಯೊಳಗೆ ಹೋಗಿದ್ದಾನೆ' ಎಂದ ಪೊಲೀಸಿನವನು.

" 'ಹಾಗೇ ಆಗಿರಬೇಕು' ಎಂದು ಉತ್ತರಿಸುತ್ತಾ ನಾಳೆ ಈ ಬೀದಿ ಬಿಟ್ಟು ಬೇರೊಂದು ಕಡೆಗೆ ಮನೆ ಬದಲಾಯಿಸುವುದೆಂದುಕೊಂಡು ನಿರ್ಧರಿಸಿ ನಾನು ಮನೆ ಬಾಗಿಲು ತೆರೆದೆ.

"ಕೆಲವು ಕ್ಷಣಗಳ ಅನಂತರ ನಾನು ನನ್ನ ಕೊಠಡಿಯಲ್ಲಿದ್ದೆ. ಗೆಳೆಯ ಜೋಸನಿಗೆ ತೊಂದರೆ ಯಾಗಬಾರದೆಂದು ನಾನು ಬದಲಿ ಬೀಗದ ಕೈಯೊಂದನ್ನು ಯಾವಾಗಲೂ ಜೊತೆಯಲ್ಲಿ ಒಯ್ಯುತ್ತಿದ್ದೆ. ಆದರೆ ಅವನು ಹೇಗೂ ನನಗಾಗಿ ಆ ದಿನ ಕಾಯುತ್ತಿದ್ದ. ನವಂಬರ್ 15–16ರ ದಿನದ ದುರ್ದೆಶೆ ನನಗಿನ್ನೂ ಮುಗಿದಿರಲಿಲ್ಲ.

" 'ಏನಾಯ್ತು?' ಆಶ್ಚರ್ಯದಿಂದ ನಾನು ಕೇಳಿದೆ.

"ಆತ ಗಡಿಬಿಡಿಯಿಂದ ಹೇಳಿದ:"

" 'ಮೇಜರ್ ಫಾಲ್ಕೋನ್ ಬಂದಿದ್ದರು. ನಿನಗಾಗಿ ಹನ್ನೊಂದರಿಂದ ಎರಡೂವರೆವರೆಗೂ ಕಾಯ್ದರು. ಮಲಗಲು ಬಂದರೆ ಉಡುಪನ್ನು ತೆಗೆದಿರಿಸದೆ ಹಾಗೇ ಇರಬೇಕು ಅಂತಲೂ ಬೆಳಕು ಹರಿಯೋದರೊಳಗೆ ಅವರು ಮತ್ತೆ ಬರೋದಾಗಿಯೂ ಹೇಳಿ ಹೋದರು.'

"ಆ ಮಾತು ಕೇಳಿದಾಗ ದುಃಖ ಹಾಗೂ ಯಾವುದೋ ನೋವಿನ ಮುನ್ಸೂಚನೆಯಿಂದ ನಾನು ನಡುಗಿಹೋದೆ. ನನ್ನ ಸ್ವಂತ ಸಾವನ್ನೇ ಅದು ಮುಂದಾಗಿ ನುಡಿದಂತೆ ತೋರಿತು. ಜಾಯೆನ್‌ನಲ್ಲಿರುವ ನನ್ನ ಪ್ರೀತಿಯ ತಂದೆ ದೀರ್ಘಕಾಲದ ಅಪಾಯಕಾರಿ ಕಾಯಿಲೆಯಿಂದ ನರಳುತ್ತಿರುವುದು ತಿಳಿದಿತ್ತು. ಈ ಕಾಯಿಲೆ ತಟಕ್ಕನೆ ಕೊನೆಗಂಡು ಸಾವು ಬಂದರೆ ಮೇಜರ್ ಫಾಲ್ಕೋನ್‌ಗೆ ತಂತಿ ಕಳುಹಿಸಬೇಕೆಂದೂ ಅವರು ನನಗೆ ಹೇಗೋ ಸುದ್ದಿ ತಿಳಿಸುವರೆಂದೂ ನನ್ನ ಸೋದರರಿಗೆ ನಾನು ಮೊದಲೇ ಹೇಳಿದ್ದೆ. ಆದ್ದರಿಂದ ನನ್ನ ತಂದೆ ತೀರಿಕೊಂಡಿರು ವುದರಲ್ಲಿ ನನಗೆ ಸಂಶಯ ಕಿಂಚಿತ್ತೂ ಉಳಿಯಲಿಲ್ಲ.

"ಬೆಳಕು ಹರಿಯುವುದನ್ನು, ನನ್ನ ಗೆಳೆಯ ಬರುವುದನ್ನು, ಅವನು ತರುವ ದುರದೃಷ್ಟದ ಸುದ್ದಿಯನ್ನು ಕಾಯುತ್ತಾ ಆರಾಮ ಕುರ್ಚಿಯೊಂದರಲ್ಲಿ ನಾನು ಕುಳಿತೆ. ಕಾಯುವ ಆ ಕ್ರೂರ ಗಳಿಗೆಗಳಲ್ಲಿ ನಾನೆಷ್ಟು ನೋವು ತಿಂದೆನೆಂಬುದು ನನಗೆ ಮಾತ್ರ ಗೊತ್ತು. ಆಗ ನನ್ನ ತಲೆ ತುಂಬ ಮೂರು ಬೇರೆಬೇರೆ ಸಂಗತಿಗಳು ಒಂದಕ್ಕೊಂದು ಹೆಣೆದುಕೊಂಡಿದ್ದವು. ಅವು ತಮಗೆ ತಾವು ಬೇರೆ ಎಂಬಂತೆ ಕಂಡರೂ, ಭಯ ಹುಟ್ಟಿಸುವ ಸಲುವಾಗಿ ಒಂದೇ ಆಗಿ ನನ್ನನ್ನು ಆವರಿಸಿದ್ದವು. ಆ ಮೂರು: ಜೂಜಾಟದಲ್ಲಿ ನನಗಾದ ನಷ್ಟ, ಎತ್ತರದ ಹೆಂಗಸನ್ನು ನೋಡಿದ್ದು ಹಾಗೂ ನನ್ನ ಪೂಜ್ಯ ತಂದೆಯ ಸಾವು.

"ಸರಿಯಾಗಿ ಬೆಳಗಿನ ಆರಕ್ಕೆ ಮೇಜರ್ ಫಾಲ್ಕೋನ್ ಕೊಠಡಿಗೆ ಬಂದರು. ಮೌನವಾಗಿ ನನ್ನೆಡೆಗೆ ನೋಡಿದರು. ನಾನು ಭೋರೆಂದು ಅಳುತ್ತಾ ಅವರ ತೋಳುಗಳಿಗೆ ಹೋಗಿ ಬಿದ್ದೆ. ಆತ ನನ್ನನ್ನು ಸಂತೈಸುತ್ತಾ: 'ಹೌದು ಮರಿ ಅಳು, ಚೆನ್ನಾಗಿ ಅತ್ತುಬಿಡು...' ಎಂದರು."

* * *

ಇನ್ನೊಂದು ಲೋಟ ವೈನನ್ನು ಕುಡಿದು ಮುಗಿಸಿದ ಮೇಲೆ ಗೇಬ್ರಿಯಲ್ ಮುಂದುವರಿಸಿದ:

ನನ್ನ ಗೆಳೆಯ ತೆಲೆಷ್‌ಫೊರೊ ಸಹ ಈ ಹಂತದಲ್ಲಿ ಕೊಂಚ ಬಿಡುವು ತೆಗೆದುಕೊಂಡು, ಆಮೇಲೆ ಹೀಗೆ ಕಥೆಯನ್ನು ಮುಂದುವರಿಸಿದ.

"ನನ್ನ ಕಥೆ ಇಲ್ಲಿಗೆ ಮುಗಿದಿಲ್ಲ. ಈವರೆಗಿನ ಘಟನೆಗಳಲ್ಲಿ ನಿನಗೆ ವಿಚಿತ್ರವೂ, ಅತಿಮಾನುಷವೂ ಆದದ್ದು ಏನೂ ಕಾಣಲಾರದು. ಇಷ್ಟೇ ಆದರೆ, ಬುದ್ಧಿ ಇದ್ದವರೆಲ್ಲ ಆಗ ನನಗೆ ಏನು ಹೇಳಿದರೋ ಅದನ್ನೇ ನೀನೂ ಈಗ ಹೇಳಬಹುದು: 'ಕಲ್ಪನೆಯು ಶಕ್ಯವಿರುವ ಯಾವನಿಗಾದರೂ, ಭಯ ಮತ್ತಿತರ ಅನುಭವಗಳು ಸಹಜ. ನನ್ನ ಈ ಭಯ, ಕಾಡುವ ಒಂಟಿ ಹೆಂಗಸಿನ ಕಲ್ಪನೆಯಿಂದ ಉಂಟಾದದ್ದು. ಜಾರ್‌ದಿನೆಸ್ ಬೀದಿಯ ಆ ಮುದುಕಿ ಮನೆ, ಮಠವಿಲ್ಲದ ಯಾರೋ ಹೆಂಗಸಾಗಿದ್ದು ನನ್ನಲ್ಲಿ ಏನೋ ಬೇಡಲು ಬಂದಾಗ ನಾನು ಕಿರುಚಿಕೊಂಡು ಓಡಿದೆ. ಇದೇ ಅಲ್ಲವೇ ಎಲ್ಲರೂ ಕೊಡುವ ವಿವರಣೆ ?

"ನನ್ನ ಮಟ್ಟಿಗಂತೂ ನಾನು ಇದನ್ನೇ ನಿಜವೆಂದು ನಂಬಲು ನೋಡಿದೆ. ಕೆಲವು ತಿಂಗಳು ಕಳೆಯುವ ವೇಳೆಗೆ ನಾನು ಅದನ್ನೇ ನಂಬಿಯೂ ಇದ್ದೆ. ಹಾಗಿದ್ದರೂ ಮತ್ತೆ ಆ ಎತ್ತರದ ಹೆಂಗಸು ನನ್ನ ಕಣ್ಣಿಗೆ ಬೀಳಲಾರಳೆಂಬುದನ್ನು ಖಚಿತಪಡಿಸಿಕೊಳ್ಳಲು ನನ್ನ ಜೀವನದ ಅನೇಕ ವರ್ಷಗಳನ್ನು ಬೇಕಾದರೂ ನಾನು ಧಾರೆ ಎರೆಯುತ್ತಿದ್ದೆ. ಆದರೆ ಈಗ ಮಾತ್ರ ಆಕೆಯನ್ನು ನೋಡುವುದು ಸಾಧ್ಯವಿದ್ದರೆ ಅದಕ್ಕಾಗಿ ನನ್ನ ರಕ್ತದ ಒಂದೊಂದು ತೊಟ್ಟನ್ನು ಬೇಕಾದರೂ ಚೆಲ್ಲಲು ಸಿದ್ಧನಿದ್ದೇನೆ."

ನಾನೆಂದೆ: "ಆದರೆ ಯಾಕೆ ?"

"ಅವಳನ್ನು ಕಂಡ ಕೂಡಲೇ ಕೊಲ್ಲೋದಕ್ಕೆ."

"ನೀನು ಹೇಳೋದು ನನಗೆ ತಿಳೀತಾ ಇಲ್ಲ."

"ನಾನು ಮೂರು ವಾರದ ಹಿಂದೆ, ನನ್ನ ಜುವಾಕಿನಾಳ ಸಾವಿನ ಸುದ್ದಿ ಬರುವ ಕೆಲವು ಗಂಟೆಗಳ ಮೊದಲು ಆ ಹೆಂಗಸನ್ನು ಮತ್ತೆ ಕಂಡೆನೆಂದು ಹೇಳಿದರೆ ಏನು ನಾನು ಹೇಳುತ್ತಿದ್ದೇನೆ ಅನ್ನೋದು ನಿನಗೆ ತಿಳಿಯಬಹುದಲ್ಲವೇ ?"

"ಏನಂದೆ? ಅದರ ಬಗ್ಗೆ ನನಗೆ ವಿವರವಾಗಿ ಹೇಳು."

"ಹೇಳಲಿಕ್ಕೆ ಹೆಚ್ಚೇನೂ ಇಲ್ಲ. ಆಗ ಬೆಳಗಿನ ಐದು ಗಂಟೆ. ಇನ್ನೂ ಬೆಳಕು ಚೆನ್ನಾಗಿ ಹರಿದಿರಲಿಲ್ಲ. ಮೂಡು ದಿಕ್ಕಿಗೆ ಮೊಗ ಮಾಡಿದ ರಸ್ತೆಗಳಲ್ಲಿ ಮಾತ್ರ ಅಷ್ಟಿಷ್ಟು ಬೆಳಕು ಕಾಣುತ್ತಿತ್ತು. ಆಗತಾನೇ ಬೀದಿ ದೀಪಗಳನ್ನು ಆರಿಸಿದ್ದರು. ಪೊಲೀಸಿನವರು ಗಸ್ತುಬಿಟ್ಟು ಹಿಂತಿರುಗಿದ್ದರು. ಲೋಬೋ ಬೀದಿಯ ಆ ತುದಿಗೆ ಹೋಗಲೆಂದು ಪ್ರಾದೋ ಬೀದಿಯ ಮೂಲಕ ಹಾಯ್ದು ಹೋಗುವಾಗ ಆ ಹೆದರಿಕೆ ತರುವ ಹೆಂಗಸು ಎದುರಿಂದ ಬಂದು ನನ್ನನ್ನು ದಾಟಿ ಹೋದಳು. ಅವಳು ನನ್ನತ್ತ ಕಣ್ಣು ಹಾಯಿಸಲಿಲ್ಲ. ಆದ್ದರಿಂದ ನನ್ನನ್ನು ಅವಳು ನೋಡಿರಲಾರಳೆಂದು ನಾನು ಭಾವಿಸಿದೆ.

"ಮೂರು ವರ್ಷಗಳ ಹಿಂದಿನದೇ ದಿರಿಸು. ಕೈಯಲ್ಲಿ ಅದೇ ಬೀಸಣಿಗೆ. ನನ್ನಲ್ಲಿ ಉಂಟಾದ ತಳಮಳ, ಎಚ್ಚರ ಎಂದಿಗಿಂತ ಹೆಚ್ಚಾಗಿತ್ತು. ನನ್ನನ್ನು ಅವಳು ಹಾದು ಹೋದ ಕೂಡಲೇ ನಾನು ಪ್ರಾದೋ ಬೀದಿಯನ್ನು ದಾಟಿ ಓಡಿದೆ. ಓಡುವಾಗ ಅವಳು ನನ್ನ ಕಡೆಗೆ ತಿರುಗಿ ನೋಡುತ್ತಿಲ್ಲವೆಂದು ಖಚಿತಪಡಿಸಿಕೊಳ್ಳಲು ನಾನು ಅವಳನ್ನು ದಿಟ್ಟಿಸುತ್ತಲೇ ಇದ್ದೆ. ಲೋಬೋ ಬೀದಿಯ ಆ ತುದಿಯನ್ನು ತಲಪುವ ಹೊತ್ತಿಗೆ ಭೋರೆಂದು ಹರಿಯುವ ತೊರೆಯೊಂದನ್ನು

ಈಜಿ ಬಂದವನಂತೆ ನಾನು ಏದುಸಿರು ಬಿಡುತ್ತಿದ್ದೆ. ಮತ್ತೆ ಚೇತರಿಸಿಕೊಂಡು ವೇಗವಾಗಿ ಮನೆಕಡೆ ಮುಂದುವರಿದೆ. ಈಗ ನನ್ನಲ್ಲಿ ಭಯದ ಬದಲು ಉಲ್ಲಾಸ ತುಂಬಿತ್ತು. ಯಾಕೆಂದರೆ ಅವಳ ಬಳಿಯಲ್ಲೇ ನಾನು ನಡೆದು ಹೋದರೂ ಅವಳು ನನ್ನನ್ನು ನೋಡಲಿಲ್ಲವೆಂಬ ಸಂಗತಿಯಿಂದ, ಆ ಕೆಟ್ಟ ಮಾಟಗಾತಿಯನ್ನು ಗೆದ್ದು ಅವಳ ಬಲವನ್ನು ನಾನು ನಾಶಮಾಡಿದೆ ನೆಂದುಕೊಂಡೆ.

"ಆದರೆ ನಾನು ಮನೆಯನ್ನು ತಲಪುತ್ತಿದ್ದಂತೆ ಮತ್ತೆ ಭಯ ನನ್ನನ್ನು ಆವರಿಸತೊಡಗಿತು. ಆ ಕುಟಿಲ ಹೆಂಗಸು ನನ್ನನ್ನು ಕಂಡು ಗುರುತು ಹಿಡಿದಿದ್ದಾಳೆಂದೂ, ಆದರೆ ನನ್ನ ಪರಿಚಯವಿಲ್ಲ ದಂತೆ ನಟಿಸಿ ಆ ಮೂಲಕ ಇನ್ನೂ ಕತ್ತಲಿರುವ ಲೋಬೋ ಬೀದಿಯೊಳಗೆ ನಾನು ಹೋಗುವಂತೆ ಮಾಡಿ, ಯಾರಿಗೂ ಗೊತ್ತಾಗದಂತೆ ನನ್ನನ್ನು ಹಿಂಬಾಲಿಸಲು ಯೋಜಿಸಿದ್ದಾಳೆಂದೂ, ಈಗಾಗಲೇ ಆಕೆ ನನ್ನ ಬೆನ್ನ ಹಿಂದೆ ಇರಬಹುದೆಂದೂ ನನಗೆ ಅನ್ನಿಸತೊಡಗಿತು.

"ಹೀಗಾಗಿ ನಾನು ಹಿಂತಿರುಗಿ ನೋಡಿದೆ. ಆಗೋ, ಆಕೆ ಅಲ್ಲೇ ಇದ್ದಳು! ನನ್ನ ಹೆಗಲ ಬಳಿ ತನ್ನ ಉಡುಪು ನನ್ನನ್ನು ಸೋಕುವಷ್ಟು ಹತ್ತಿರದಲ್ಲಿ, ಆ ಪುಟ್ಟ ಭಯಾನಕ ಕಣ್ಣುಗಳಿಂದ ನನ್ನನ್ನೇ ದಿಟ್ಟಿಸುತ್ತಿದ್ದಳು. ಅವಳ ಬಾಯಿಯೊಳಗಿನ ಬೊಚ್ಚನ್ನು ತೋರಿಸುತ್ತಿದ್ದಳು. ನನ್ನಲ್ಲಿ ಉಂಟಾದ ಭಯವನ್ನು, ತಮಾಷೆ ಮಾಡುವಂತೆ, ಅಣಕಿಸುವಂತೆ ಬೀಸಣಿಗೆಯನ್ನು ಬೀಸಿಕೊಳ್ಳುತ್ತಿದ್ದಳು.

"ನನ್ನಲ್ಲಿ ಭಯದ ಬದಲು ಕ್ರೋಧ ಉಕ್ಕಿ ಹರಿಯತೊಡಗಿತು. ಹತಾಶೆಯ ಭೀಕರ ರೋಷಾವೇಶ. ಆ ಎತ್ತರದ ಮುದಿ ಪ್ರಾಣಿಯ ಕಡೆಗೆ ನಾನು ನುಗ್ಗಿದೆ. ಗೋಡೆಯ ಕಡೆಗೆ ಅವಳನ್ನು ತಳ್ಳಿದೆ. ಕತ್ತಿನ ಮೇಲೆ ಕೈಯಿಟ್ಟೆ. ಅವಳ ಮುಖ, ಎದೆ, ಗಂಟುಗಂಟಾಗಿದ್ದ ಬೂದಿಗೂದಲಿನ ಕುರುಳುಗಳೆಲ್ಲ ನನ್ನ ಸ್ಪರ್ಶಕ್ಕೆ ಸಿಕ್ಕವು. ಅವಳು ಒಬ್ಬ ಮನುಷ್ಯ ಪ್ರಾಣಿಯೆಂಬ, ಹೆಂಗಸೆಂಬ ಭಾವನೆ ಖಚಿತವಾಗುವವರೆಗೂ ಹಾಗೆಯೇ ಮುಟ್ಟುತ್ತಿದ್ದೆ.

"ಆ ವೇಳೆಗೆ ಅವಳು ಗೊಗ್ಗರ ಧ್ವನಿಯಲ್ಲಿ ಇರಿಯುವಂತೆ ಚೀತ್ಕಾರ ಮಾಡಿದಳು. ಅದು ತೋರಿಕೆಯ, ಬೇಕುಬೇಕೆಂದು ಮಾಡಿದ ಚೀತ್ಕಾರವೆಂದು ನನಗೆ ಕಂಡಿತು. ಹಾಗೆಯೇ ಅವಳ ಮುಖದ ಮೇಲಿನ ಭಯದ ಭಾವವೂ ಕಪಟವಾದದ್ದೆಂದು ನನಗೆ ಅನ್ನಿಸಿತು. ಅಳುತ್ತಿರಲಿಲ್ಲ ವಾದರೂ, ಅಳುತ್ತಿದ್ದಾಳೇನೋ ಎಂದು ನಂಬುವಂತೆ, ಆಕೆ ನಟಿಸುತ್ತಿದ್ದಳು. ಆದರೆ ನಿಜವಾಗಿ ಕತ್ತೆ ಕಿರುಬದ ಮಾದರಿಯ ತನ್ನ ಕಣ್ಣುಗಳಿಂದ ನನ್ನನ್ನೇ ದಿಟ್ಟಿಸುತ್ತಿದ್ದಳು:

" 'ಯಾಕೆ ನನ್ನ ಜೊತೆ ಜಗಳ ಆಡ್ತಾ ಇದ್ದೀಯ?' "

"ಈ ಮಾತು ನನ್ನ ಭಯವನ್ನು ಹೆಚ್ಚಿಸಿ ರೋಷವನ್ನು ಕುಗ್ಗಿಸಿತು.

"ನಾನು ಕೂಗಿದೆ 'ಹಾಗಾದರೆ ನನ್ನನ್ನು ಬೇರೆ ಎಲ್ಲೋ ನೋಡಿರೋದು ನಿನಗೆ ನೆನಪಿದೆ ಅಂತಾಯ್ತು.'

"ಅವಳು ಅಣಕಿಸುವಂತೆ ಉತ್ತರಿಸಿದಳು: 'ಹೌದು ಹಾಗೇ ತಿಳಿದುಕೋ ಮರಿ. ಮೂರು ವರ್ಷದ ಹಿಂದೆ ಜಾರ್‌ದಿನೆಸ್ ಬೀದೀಲಿ, ಸಂತ ವುಗೇನೆ ಅವರ ಹಬ್ಬದ ದಿನ, ರಾತ್ರಿಯಲ್ಲಿ.'

"ನನ್ನ ಮೂಳೆಗಳಲ್ಲಿ ನಡುಕ ಹತ್ತಿತು.

"ಅವಳನ್ನು ಹೋಗಗೊಡದೆ ನಾನು ಕೇಳಿದೆ : 'ಯಾರು ನೀನು ? ಯಾಕೆ ನನ್ನ ಬೆನ್ನು ಹತ್ತಿರುವೆ ? ನನ್ನ ಹತ್ತಿರ ನಿನಗೇನು ಕೆಲಸ ?'

"ಪಿಶಾಚಿಯ ನೋಟವನ್ನು ಬೀರುತ್ತಾ ಹೇಳಿದಳು: 'ನಾನೋ ಬಡವಳು, ಬಲವಿಲ್ಲದ

ಮುದುಕಿ. ನನ್ನನ್ನು ಕಂಡರೆ ನಿನಗೆ ಆಗೋದಿಲ್ಲ. ಸುಮ್ಮ ಸುಮ್ಮನೆ ನನಗೆ ಹೆದರ್ತೀಯಾ. ಇಲ್ಲದೆ ಹೋದರೆ ಮೊದಲ ಸರ್ತಿ ನನ್ನನ್ನು ಕಂಡಾಗ ಯಾಕೆ ನೀನು ಹೆದರಿಕೊಂಡೆ ಅಂತ ಹೇಳ್ತೀಯಾ?'

" 'ಯಾಕೆಂದರೆ ಹುಟ್ಟಿದಾಗಿನಿಂದ ನನಗೆ ನಿನ್ನನ್ನು ಕಂಡರೆ ಆಗೋದಿಲ್ಲ; ನನ್ನ ಬದುಕಿನಲ್ಲೇ ನೀನೊಂದು ದುಷ್ಟಶಕ್ತಿಯ ಹಾಗೇ ಇದ್ದಿ.'

" 'ಹಾಗಾದ್ರೆ ನಾನು ಯಾರು ಅಂತ ನಿನಗೆ ಹಿಂದಿನಿಂದಲೂ ಗೊತ್ತಾ? ಸರಿ ಮಗು. ಹಾಗೇ ನೀನೂ ಕೂಡ ನನಗೆ ಚೆನ್ನಾಗಿ ಪರಿಚಯವಿರುವವನೆ ಅಲ್ಲವೆ?'

" 'ನಾನು ಯಾರು ಅನ್ನೋದು ನಿನಗೆ ಗೊತ್ತಾ? ಯಾವಾಗಿನಿಂದ?'

" 'ನೀನು ಹುಟ್ಟೋದಕ್ಕೆ ಮೊದಲಿನಿಂದಲೂ. ಮೂರು ವರ್ಷದ ಹಿಂದೆ ನಾನು ನಿನ್ನ ಪಕ್ಕದಲ್ಲಿ ದಾಟಿ ಹೋದಾಗ ಅಂದುಕೊಂಡೆ. ಹಾಂ, ಇವನೇ ಅವನು."

" 'ಆದರೆ ನಾನು ನಿನಗೆ ಏನಾಗಬೇಕು? ನೀನು ನನಗೆ ಏನಾಗಬೇಕು?"

" 'ನಾನು ನಿನಗೆ? ಪಿಶಾಚಿ!' " ಎಂದು ಹೇಳಿ ನನ್ನ ಮುಖದ ಮೇಲೆ ಉಗುಳಿ ಆ ಮುದಿಗೂಬೆ ನನ್ನ ಹಿಡಿತವನ್ನು ಬಿಡಿಸಿಕೊಂಡು ಪಟಪಟನೆ ನನ್ನಿಂದ ದೂರ ಸರಿದು ಓಡತೊಡಗಿದಳು. ಮಂಡಿಗಿಂತ ಮೇಲಕ್ಕೆ ಅವಳು ತನ್ನ ಲಂಗವನ್ನು ಎತ್ತಿಹಿಡಿದಿದ್ದಳು. ಅವಳ ಪಾದಗಳು ನೆಲವನ್ನು ಮುಟ್ಟುತ್ತಿದ್ದರೂ ನಡೆಯುವಾಗ ಕಿಂಚಿತ್ತೂ ಸದ್ದು ಮಾಡುತ್ತಿರಲಿಲ್ಲ.

"ಅವಳನ್ನು ಹಿಡಿಯಲು ಹೋಗುವುದು ಹುಚ್ಚುತನವೇ ಸರಿ. ಅಲ್ಲದೆ, ಕರೆರ್‍ರಾದ ಸಾನ್ ಜೆರಾನಿಮೊದಲ್ಲಿ ಆಗಲೇ ಜನರು ತಿರುಗಾಡಲು ತೊಡಗಿದ್ದರು. ಪ್ರಾದೋ ಬೀದಿಯಲ್ಲಿ ಕೂಡ ಚೆನ್ನಾಗಿ ಬೆಳಕು ಹರಿದಿತ್ತು. ಆ ಎತ್ತರದ ಹೆಂಗಸು, ಇನ್ನೂ ಚೆನ್ನಾಗಿ ಬೆಳಕು ತುಂಬಿದ್ದ ಉಯಡ್ತಷ್ ಬೀದಿಯನ್ನು ತಲಪಿ ಓಡುತ್ತಿದ್ದಳು. ಅಥವಾ ಹಾರುತ್ತಿದ್ದಳೆನ್ನಬೇಕು. ಅಲ್ಲಿ ನಿಂತು ನನ್ನನ್ನು ನೋಡಲು ಆಕೆ ಹಿಂದೆ ತಿರುಗಿದಳು. ಹೆದರಿಸುವಂತೆ ಮುಚ್ಚಿದ ಬೀಸಣಿಗೆಯನ್ನು ಒಂದೆರಡು ಬಾರಿ ಬೀಸಿ ಆಮೇಲೆ ಮೂಲೆಯಲ್ಲಿ ತಿರುಗಿ ಕಾಣದಾದಳು.

"ಕೊಂಚ ತಾಳು ಗೇಬ್ರಿಯಲ್. ಇಡೀ ನನ್ನ ಬದುಕನ್ನೆ ತುಂಬಿಕೊಂಡಿರುವ ಈ ಸಂಗತಿಯ ಬಗ್ಗೆ ನಿನ್ನ ಕೊನೆ ಮಾತನ್ನು ಈಗಲೇ ಹೇಳಿಬಿಡಬೇಡ. ಇನ್ನೆರಡು ನಿಮಿಷ ನಾನು ಹೇಳುವುದು ಕೇಳು.

"ನಾನು ಮನೆಯೊಳಗೆ ಹೋಗುತ್ತಿದ್ದಂತೆ ಅಲ್ಲಿ ಕರ್ನಲ್ ಫಾಲ್ಕೋನ್ ಕುಳಿತದ್ದು ಕಂಡೆ. ನಾನು ಮದುವೆಯಾಗಬೇಕಿದ್ದ, ಜಗತ್ತಿನಲ್ಲಿ ನನಗಿದ್ದ ಆಸೆ ಆನಂದ ಉಲ್ಲಾಸಗಳೆಲ್ಲವೂ ಆಗಿದ್ದ ನನ್ನ ಜುವಾಕಿನಾ ಹಿಂದಿನ ದಿನ ತಾನೇ ಸಾಂತ ಆಗುಎದದಲ್ಲಿ ತೀರಿಕೊಂಡಳೆಂದು ತಿಳಿಸಲು ಅವರು ಇಲ್ಲಿ ಬಂದಿದ್ದರು. ಅವಳ ನತದೃಷ್ಟ ತಂದೆ ಈ ಸುದ್ದಿಯನ್ನು ನನಗೆ ತಿಳಿಸಲೆಂದು ಕರ್ನಲ್ ಫಾಲ್ಕೋನ್‌ಗೆ ತಂತಿ ಕಳುಹಿಸಿದ್ದರು. ಒಂದು ಗಂಟೆ ಮೊದಲು ತಾನೇ ನನ್ನ ಜೀವನದ ದುಷ್ಟ ಶಕ್ತಿಯನ್ನು ಭೇಟಿ ಮಾಡಿ ಬಂದಿದ್ದ ನಾನು ಇದನ್ನಾಗಲೇ ಊಹಿಸಬೇಕಿತ್ತು. ನನ್ನ ಸುಖಕ್ಕೆ ಕೊಡಲಿಯಂತಿರುವ, ನನ್ನ ಭವಿಷ್ಯದ ಜೀವಂತ ಅಣಕದಂತಿರುವ ಆ ನೀಚ ಮುದಿಗೂಬೆಯನ್ನು ನಾನು ಕೊಲ್ಲಲೇ ಬೇಕು ಅನ್ನುವುದು ನಿನಗೆ ಈಗ ಗೊತ್ತಾಗಿರಬಹುದಲ್ಲವೇ?

"ಆದರೆ ಕೊಲ್ಲುತ್ತೇನೆ ಅಂತ ನಾನು ಯಾಕೆ ಅನ್ನಬೇಕು? ಅವಳೊಬ್ಬ ಹೆಂಗಸೇ? ಕೊನೆ ಪಕ್ಷ ಒಬ್ಬಳು ಮನುಷ್ಯಳೇ? ಹುಟ್ಟಿದಂದಿನಿಂದ ಅವಳ ಬಗ್ಗೆ ನನ್ನಲ್ಲಿ ಯಾಕೆ ಎಂಥದೋ ಪೂರ್ವಪ್ರಜ್ಞೆ ತುಂಬಿಕೊಂಡಿದೆ? ಮೊದಲು ಕಂಡಾಗ ನನ್ನನ್ನೇಕೆ ಅವಳು ಗುರುತಿಸಿದಳು?

ನನಗೆ ಭಾರಿ ನಷ್ಟವೊಂದು ಆಗುವ ಮೊದಲಲ್ಲದೆ ಬೇರೆ ಎಂದೂ ಅವಳನ್ನು ನಾನು ಕಂಡಿಲ್ಲವೇಕೆ? ಅವಳು ಸೈತಾನಳೇನು ? ಸಾವೇನು ? ಅಥವಾ ಬದುಕಿನ ಸ್ವರೂಪವೇ ? ಕ್ರಿಸ್ತನ ಶತ್ರುವೇ ? ಯಾರು ಆಕೆ ? ಯಾರು ಆಕೆ ?"

ಕಥೆಯನ್ನು ಇಲ್ಲಿಗೆ ನಿಲ್ಲಿಸಿ, ಗೇಬ್ರಿಯಲ್ ಮತ್ತೆ ಮಾತು ಮುಂದುವರಿಸಿದ:

"ಗೆಳೆಯರೆ, ಆಗ ನಾನು ತೆಲೆಷ್‌ಫೊರೊನನ್ನು ಸಮಾಧಾನ ಮಾಡಲು ಬಳಸಿದ ವಾದಗಳನ್ನೆಲ್ಲಾ ನಿಮಗೆ ಮತ್ತೆ ಹೇಳೋದಿಲ್ಲ. ಯಾಕೆಂದರೆ ಈಗ ನಾನು ಹೇಳಿದ ಕಥೆಯಲ್ಲಿ ಅತಿಮಾನುಷವಾದುದ್ದಾಗಲೀ, ಪ್ರಕೃತಿಗೆ ಅತೀತವಾದುದ್ದಾಗಲೀ ಏನೂ ಇಲ್ಲ ಅಂತ ಸಾಧಿಸಲು ನೀವು ಯಾವ ಯಾವ ವಾದಗಳನ್ನು ಸಿದ್ಧಪಡಿಸಿಕೊಳ್ಳುತ್ತಿರುವಿರೋ ಅಂಥ ವಾದಗಳನ್ನೇ ನಾನೂ ಕೂಡ ಆಗ ಅವನಿಗೆ ಹೇಳಿದ್ದೆ. ನನಗಿಂತ ನೀವು ಒಂದು ಹೆಜ್ಜೆ ಮುಂದೆ ಹೋಗಬಹುದು. ನನ್ನ ಗೆಳೆಯ ಅರೆಹುಚ್ಚ ಅನ್ನಬಹುದು. ಕೊನೆ ಪಕ್ಷ ಕೆಲವರು 'ಗಾಬರಿಯ ಭಯ'ವೆಂದೂ, ಮತ್ತೆ ಕೆಲವರು 'ಭ್ರಾಮಕ ಹುಚ್ಚು' ಎಂದೂ ಕರೆಯುವ ಮನೋರೋಗಕ್ಕೆ ಆತ ತುತ್ತಾಗಿದ್ದನೆಂದು ಹೇಳಬಹುದು. ನಾನು ಈವರೆಗೆ ಹೇಳಿದ ಎತ್ತರದ ಹೆಂಗಸಿನ ಕತೆ ನಿಜವೆಂದುಕೊಂಡರೂ ಅದು ನಡೆದ ತಾರೀಖು, ಮತ್ತು ಘಟನೆಗಳ ಸಂಬಂಧ ಮಾತ್ರ ಕಾಕತಾಳೀಯವೆನ್ನಲೂಬಹುದು. ಕೊನೆಗೆ ಆ ಮುದಿ ಹೆಂಗಸು ಕೂಡ ಯಾವಳೋ ಹುಚ್ಚಿಯೊ, ಕಳ್ಳಿಯೊ, ಭಿಕ್ಷುಕಿಯೋ, ತಲೆಹಿಡುಕಿಯೊ ಆಗಿದ್ದಿರಬಹುದೆಂದು ಹೇಳಬಹುದು. ಹೀಗೆಲ್ಲಾ ನನ್ನ ಕತೆಯ ನಾಯಕನೇ ಆಗಾಗ ಮನಸ್ಸು ಸಮನಾಗಿದ್ದಾಗ ತಾನೇ ಅಂದುಕೊಳ್ಳುತ್ತಿದ್ದ."

"ಸರಿಯಾದ ಊಹೆಯನ್ನೇ ಮಾಡಿದ್ದಿ. ಅದನ್ನೇ ನಾವೀಗ ಹೇಳಬೇಕು ಅಂತಿದ್ದುದು," ಎಂದರು ಗೇಬ್ರಿಯಲ್‌ನ ಗೆಳೆಯರು.

"ಸರಿ, ಇನ್ನು ಕೆಲವು ನಿಮಿಷ ಮಾತ್ರ ಕೇಳಿ. ಆಗ ನಾನು ತಪ್ಪು ತಿಳಿದದ್ದು, ಈಗ ನೀವು ತಪ್ಪು ತಿಳಿಯುತ್ತಿರೋದು ಎಲ್ಲವೂ ಗೊತ್ತಾಗ್ತದೆ. ಪಾಪ ತಪ್ಪು ಮಾಡದವನೆಂದರೆ ತೆಲೆಷ್‌ಫೊರೊ ಮಾತ್ರ. ಈ ನೆಲದ ಮೇಲೆ ನಡೆವ ಎಷ್ಟೋ ಸಂಗತಿಗಳ ಅರ್ಥವನ್ನು ಹುಡುಕೋದಕ್ಕಿಂತ 'ಹುಚ್ಚು' ಅಂದು ಬಿಡೋದು ಸುಲಭ."

"ಹೇಳು, ಹೇಳು."

"ಹೇಳ್ತೇನೆ. ಈಗ. ಇದೇ ಕೊನೆ ಭಾಗ. ಆದ್ದರಿಂದ ವೈನನ್ನು ಕುಡಿಯದೆ ನನ್ನ ಕತೆಯ ಎಳೆಯನ್ನು ಬಿಟ್ಟಲ್ಲಿಂದ ಎತ್ತಿಕೊಳ್ತೇನೆ.

"ತೆಲೆಷ್‌ಫೊರೊ ಜೊತೆ ಈ ಸಂಭಾಷಣೆ ನಡೆದ ಕೆಲವು ದಿನಗಳ ಬಳಿಕ ನನ್ನನ್ನು ಪರ್ವತದಳದ ಇಂಜಿನಿಯರ್ ಆಗಿ ಆಲ್‌ಬಸೆತ್ ಪ್ರಾಂತ್ಯಕ್ಕೆ ಕಳುಹಿಸಲಾಯಿತು. ಕೆಲವು ವಾರಗಳು ಕಳೆದಿದ್ದವು. ಸಾರ್ವಜನಿಕ ಕೆಲಸಗಳ ಕಂಟ್ರಾಕ್ಟರ್ ಒಬ್ಬ ನನ್ನ ಗೆಳೆಯನಿಗೆ ಕೆಟ್ಟ ಕಾಮಾಲೆ ಬಂದಿದೆ ಎಂಬ ಸುದ್ದಿ ತಂದ. ಅದರಿಂದ ಅವನ ಮೈಯೆಲ್ಲ ಹಸಿರುಗಟ್ಟಿದೆಯೆಂದೂ, ಏನೂ ಕೆಲಸ ಮಾಡದೆ, ಯಾರನ್ನೂ ನೋಡದೆ, ಯಾರೂ ಸಮಾಧಾನ ಮಾಡಲಾಗದ ಹಾಗೇ ಕುರ್ಚಿಯಲ್ಲಿ ಸುಮ್ಮನೇ ದಿನರಾತ್ರಿ ಅಳುತ್ತ ಆತ ಕುಳಿತಿರುತ್ತಾನೆಂದೂ ಕಂಟ್ರಾಕ್ಟರ್ ತಿಳಿಸಿದ. ಅವನ ಆರೋಗ್ಯ ಸುಧಾರಿಸಬಹುದೆಂಬ ಆಸೆಯನ್ನು ವೈದ್ಯರು ಕೈಬಿಟ್ಟಿದ್ದರು.

"ಅವನೇಕೆ ನನ್ನ ಕಾಗದಗಳಿಗೆ ಉತ್ತರ ನೀಡಿಲ್ಲವೆಂಬುದು ಆಗ ನನಗೆ ಗೊತ್ತಾಯಿತು. ಅವನ ಸುದ್ದಿ ತಿಳಿಯಲು ಕರ್ನಲ್ ಫಾಲ್ಕೋನ್ ಅವರನ್ನು ಆಶ್ರಯಿಸಿದೆ. ದಿನ ಕಳೆದಂತೆ ಬರುತ್ತಿದ್ದ ಸುದ್ದಿಗಳು ಅವನ ಆರೋಗ್ಯ ಇನ್ನಷ್ಟು ಹದಗೆಟ್ಟ ಬಗೆಯನ್ನೇ ತಿಳಿಸುತ್ತಿದ್ದವು.

"ಐದು ತಿಂಗಳು ಕಳೆದ ಮೇಲೆ, ತಂತಿಯೊಂದು ತೆತುಆನ್‌ನಲ್ಲಿ ನಡೆಯುತ್ತಿದ್ದ ಯುದ್ಧದ ಸುದ್ದಿ ತಂದ ದಿನವೇ, ನಾನು ಮಾದ್ರಿದ್‌ಗೆ ಹೋಗಿದ್ದೆ. ಅದೆಲ್ಲಾ ನಿನ್ನೆ ತಾನೇ ನಡೆದದ್ದು ಎಂಬಂತೆ ನೆನಪಿದೆ. ಎಲ್ಲರೂ ಬಿಡದೆ ಓದುತ್ತಿದ್ದ 'ಕರೆಸ್ಪಾಂಡೆನ್ಸಿಯಾ ದ ಎಸ್ಪಾನಾ' ಪತ್ರಿಕೆಯ ಪ್ರತಿಯನ್ನು ಆ ರಾತ್ರಿ ಕೊಂಡು ಓದಿದಾಗ ಮೊದಲು ಕಂಡದ್ದು ತೆಲೆಷ್‌ಫೊರೋನ ಸಾವಿನ ಸುದ್ದಿ. ಅವನ ಗೆಳೆಯರನ್ನು ಮಾರನೆಯ ದಿನ ಬೆಳಗ್ಗೆ ನಡೆಯಲಿದ್ದ ಅಂತಿಮ ಸಂಸ್ಕಾರಕ್ಕೆ ಆಹ್ವಾನಿಸಲಾಗಿತ್ತು.

"ಅಲ್ಲಿಗೆ ನಾನು ಹೋಗಿದ್ದೆ ಎಂಬುದಂತೂ ನಿಮಗೂ ಗೊತ್ತು. ಸಾನ್ ಲೂಯಿ ಸ್ಮಶಾನದ ಬಳಿಗೆ ನಾವು ಬಂದೆವು. ಶವ ಪೆಟ್ಟಿಗೆಯು ಇದ್ದ ಗಾಡಿಯ ಹತ್ತಿರವೇ ನಾನೂ ಇದ್ದೆ. ನನ್ನ ಗಮನವೆಲ್ಲಾ ಅಲ್ಲಿದ್ದ ಒಬ್ಬ ರೈತ ಹೆಂಗಸಿನ ಮೇಲಿತ್ತು. ಅವಳಿಗೆ ವಯಸ್ಸಾಗಿದ್ದು ಎತ್ತರಕ್ಕಿದ್ದಳು. ಶವದ ಪೆಟ್ಟಿಗೆಯನ್ನು ಅವರು ಒಯ್ಯುವಾಗ ಆಕೆ ಅಸಹ್ಯವಾಗಿ ನಗುತ್ತಿದ್ದಳು. ಹೊತ್ತವರ ಎದುರಿಗೆ ಬಂದು ನಿಂತು ಅವರು ಸ್ಮಶಾನದೊಳಗೆ ಹೋಗಲು ಇದ್ದ ದಾರಿಯನ್ನು ತೋರಿಸುವವಳಂತೆ ಆಕೆ ತನ್ನ ಚಿಕ್ಕ ಬೀಸಣಿಗೆಯನ್ನು ಚಾಚಿದಳು.

"ಮೊದಲ ನೋಟಕ್ಕೆ ನನ್ನಲ್ಲಿ ಒಂದು ಬಗೆಯ ಎಚ್ಚರ, ಅಚ್ಚರಿ ಉಂಟಾದವು. ಆಕೆಯೇ ತೆಲೆಷ್‌ಫೊರೋನ ಆಜನ್ಮ ಶತ್ರುವೆಂಬ ಭಾವನೆ ತೀವ್ರವಾಯಿತು. ಅವನು ಆಕೆಯನ್ನು ಹೇಗೆ ಬಣ್ಣಿಸಿದ್ದನೋ ಹಾಗೆಯೇ ಇವಳೂ ಇದ್ದಳು. ದೊಡ್ಡ ಮೂಗು, ಪಿಶಾಚಿಯ ಕಣ್ಣುಗಳು, ಭಯ ಹುಟ್ಟಿಸುವ ಬಾಯಿ, ಕರವಸ್ತ್ರ, ಅಸಭ್ಯತೆ ಹಾಗೂ ಅಣಕವನ್ನು ಪ್ರಕಟಿಸುವಂತಿದ್ದ ಆ ಪುಟ್ಟ ಬೀಸಣಿಗೆ – ಇವೆಲ್ಲವೂ ಅವಳ ಬಳಿ ಇದ್ದವು.

"ನಾನು ಅವಳತ್ತ ನೋಡುತ್ತಿದ್ದೇನೆಂದು ಅವಳು ತಕ್ಷಣವೇ ಗುರುತಿಸಿಬಿಟ್ಟಳು. ನಾನು ಅವಳನ್ನು ಗುರುತಿಸಿದ ಹಾಗೆ, ನನ್ನನ್ನೂ ಅವಳು ಗುರುತಿಸಿದ್ದು ನನಗೆ ತಿಳಿಯಲಿ ಎಂಬಂತೆ; ಸತ್ತವನು ಜಾರ್‌ದಿನೆಸ್ ಬೀದಿ ಹಾಗೂ ಲೋಬೋ ಬೀದಿಗಳಲ್ಲಿ ನಡೆದ ಘಟನೆಗಳನ್ನು ನನಗೆ ಹೇಳಿರುವುದು ತನಗೆ ಗೊತ್ತೆಂಬಂತೆ; ನನ್ನ ನತದೃಷ್ಟ ಗೆಳೆಯ ಅನುಭವಿಸಿದ ದ್ವೇಷಕ್ಕೆಲ್ಲಾ ನೀನೇ ಇನ್ನು ಉತ್ತರಾಧಿಕಾರಿ ಎಂದು ನನಗೆ ಹೇಳುವಂತೆ ಆಕೆ ವಿಚಿತ್ರವಾಗಿ ನನ್ನಲ್ಲೇ ದೃಷ್ಟಿಯನ್ನು ನೆಟ್ಟಿದ್ದಳು.

"ಈ ಎಲ್ಲ ಘಟನೆಗಳೂ ಆಕಸ್ಮಿಕವಾಗಿ ಕಾಕತಾಳೀಯವಾಗಿ ಹೊಂದಿಕೊಳ್ಳುತ್ತಿದ್ದುದರ ಬಗ್ಗೆ ಆಶ್ಚರ್ಯಕ್ಕಿಂತ ಆಗ ಭಯವೇ ನನ್ನಲ್ಲಿ ಹೆಚ್ಚಾಗಿತ್ತು. ಎಂಥದೋ ಒಂದು ಅತಿಮಾನುಷ ಸಂಬಂಧ, ನೆಲದ ಬದುಕಿಗಿಂತ ಹಿಂದಿನ ಸಂಬಂಧ ಈ ಮುದಿ ಹೆಂಗಸು ಮತ್ತು ತೆಲೆಷ್‌ಫೊರೊ ನಡುವೆ ಇದ್ದಿತೆಂದು ನನಗೆ ಅನ್ನಿಸತೊಡಗಿತ್ತು. ಆದರೆ ಆ ವೇಳೆಗೆ ನನ್ನ ಮುಖ್ಯ ಕಾಳಜಿ ಇದ್ದುದು ನನ್ನ ಜೀವದ ಬಗ್ಗೆ; ನನ್ನ ಆತ್ಮದ ಬಗ್ಗೆ; ನನ್ನ ಸಂತೋಷದ ಬಗ್ಗೆ. ಅವಳ ಶಾಪಕ್ಕೆ ನಾನು ಉತ್ತರಾಧಿಕಾರಿಯಾದೆನೆಂದರೆ ಅವೆಲ್ಲವೂ ಇನ್ನು ನನ್ನ ಪಾಲಿಗೆ ಮುಗಿದಂತೆಯೇ ಸರಿ ಎನಿಸತೊಡಗಿತ್ತು.

"ಎತ್ತರದ ಹೆಂಗಸು ನಗತೊಡಗಿದಳು. ತಿರಸ್ಕಾರವನ್ನು ತೋರುವವಳಂತೆ, ನನ್ನ ಯೋಚನೆಗಳನ್ನೆಲ್ಲಾ ಓದಿಕೊಂಡು ನನ್ನ ಪುಕ್ಕಲುತನವನ್ನು ಎಲ್ಲರೆದುರಿಗೆ ಹೊರಗೆಳೆಯುವವಳಂತೆ, ಆಕೆ ಬೀಸಣಿಗೆಯನ್ನು ನನ್ನತ್ತ ಚಾಚಿದಳು. ನಾನು ಕೆಳಗೆ ಬಿದ್ದು ಹೋಗುವಂತಾಗಿ, ಹಾಗಾಗದಂತೆ ಗೆಳೆಯನೊಬ್ಬನ ತೋಳಿನ ನೆರವು ಪಡೆಯಬೇಕಾಯಿತು. ಬಳಿಕ ನನ್ನಲ್ಲಿ ಕರುಣೆ ತೋರುವವಳಂತೆ ಇಲ್ಲವೆ ನನ್ನನ್ನು ಕ್ಷುಲ್ಲಕನೆಂದು ಪರಿಗಣಿಸುವವಳಂತೆ ಮುಖಮಾಡಿ ಅವಳು ನನ್ನತ್ತ ಬೆನ್ನು

ಹಾಕಿ ಸ್ಮಶಾನದ ಒಳಗೆ ಹೋದಳು. ಅವಳ ತಲೆ ಮಾತ್ರ ನನ್ನತ್ತಲೇ ತಿರುಗಿತ್ತು. ಬೀಸಣಿಗೆಯನ್ನು ಬೀಸಿಕೊಳ್ಳುತ್ತಲೇ ಅವಳು ನನ್ನತ್ತ ತಲೆಯನ್ನು ಆಡಿಸಿದಳು. ಸಮಾಧಿಗಳ ಪಕ್ಕದಲ್ಲೇ ನಡೆಯುತ್ತಾ ಹೋದಳು. ಆ ನಡಿಗೆಯಲ್ಲಿ ಬಣ್ಣಿಸಲಾಗದ ಒಂದು ಬಗೆಯ ಪೈಶಾಚಿಕ ವಯ್ಯಾರ ಕಾಣುತ್ತಿತ್ತು. ಕೊನೆಗೊಮ್ಮೆ ಆ ಗೋರಿಗಳ ಗುಂಪಿನೊಳಗೆ ಆಕೆ ಮಾಯವಾಗಿ ಹೋದಳು. ಶಾಶ್ವತವಾಗಿ ಮಾಯವಾದಳು.

"ಶಾಶ್ವತವಾಗಿ ಎಂದು ನಾನು ಯಾಕೆ ಹೇಳುತ್ತಿದ್ದೇನೆಂದರೆ ಅಂದಿನಿಂದ ಇಂದಿಗೆ ಹದಿನೈದು ವರ್ಷಗಳು ಕಳೆದಿದ್ದರೂ ಅವಳನ್ನು ಮತ್ತೆ ನಾನು ಕಂಡಿಲ್ಲ. ಅವಳು ಮನುಷ್ಯಳೇ ಆಗಿದ್ದರೆ ಈ ವೇಳೆಗೆ ಸತ್ತಿರಬೇಕು. ಹಾಗಲ್ಲದಿದ್ದಲ್ಲಿ ತನ್ನೊಡನೆ ವ್ಯವಹರಿಸುವುದಕ್ಕೆ ನಾನು ಲಾಯಕ್ಕಲ್ಲದವನೆಂದು ಆಕೆ ಪರಿಗಣಿಸಿರಬೇಕೆಂದು ನನ್ನ ನಂಬಿಕೆ.

"ಎಲ್ಲಿ ಈಗ ನಿಮ್ಮ ವಾದಗಳನ್ನು ಮಂಡಿಸಿ. ಈ ವಿಚಿತ್ರ ಸಂಗತಿಗಳ ಬಗ್ಗೆ ನಿಮ್ಮ ಅಭಿಪ್ರಾಯಗಳನ್ನು ಹೇಳಿ. ಇದೆಲ್ಲಾ ಸಂಪೂರ್ಣ ಸ್ವಾಭಾವಿಕ ಅಂತ ಇನ್ನೂ ನೀವು ನಂಬುತ್ತೀರಾ?"

○ ಲೆವೊಪೋಲ್ಡು ಆಲಸ್

ಸಾಕ್ರಟೀಸನ ಹುಂಜ

ತೀರಿಕೊಂಡ ಗುರುವಿನ ಕಣ್ಣು, ಬಾಯಿಗಳನ್ನು ಮುಚ್ಚಿ, ಶವದ ಸುತ್ತ ಇದ್ದ ಉಳಿದ ಶಿಷ್ಯರನ್ನು ಅಲ್ಲಿಯೇ ಬಿಟ್ಟು, ಕ್ರಿಟೊ ಬಂದೀಖಾನೆಯಿಂದ ಹೊರಬಿದ್ದ. ಸಾಕ್ರಟೀಸ್ ಮಾಡಿಕೊಂಡ ಕೊನೆಯ ಕೋರಿಕೆಯನ್ನು ಆದಷ್ಟು ಬೇಗ ಪೂರೈಸುವ ನಿರ್ಧಾರ ಅವನದು. ಸಾಕ್ರಟೀಸ್ ತಮಾಷೆಗಾಗಿ ಆ ಕೋರಿಕೆಯನ್ನು ಮಾಡಿದ್ದು ಆಗಿರಬಹುದು; ಆದರೆ ಹಾಗಿಲ್ಲದೆ, ಅವನ ನಿಜವಾದ ಕೋರಿಕೆ ಯಾಗಿರುವ ಸಾಧ್ಯತೆಯೂ ಇದೆ ಎಂದುಕೊಂಡು ಅದನ್ನು ಅಕ್ಷರಶಃ ಪಾಲಿಸುವುದು ತನ್ನ ಹೊಣೆ ಎಂದು ಕ್ರಿಟೊ ನಿರ್ಧರಿಸಿದ. ಕೊನೆಯುಸಿರೆಳೆಯುವಾಗ ಸಾಕ್ರಟೀಸ್ ಬಹಳ ಸಂಕಟ ಪಡುತ್ತಿದ್ದ. ಆದುದರಿಂದ ದುಃಖಕರವಾದ ಈ ಅಸಹ್ಯ ದೃಶ್ಯವನ್ನು ತನ್ನ ಶಿಷ್ಯರು ನೋಡದಿರಲೆಂದು ಆತ ಮುಖಕ್ಕೆ ಮುಸುಕೆಳೆದು ಕೊಂಡಿದ್ದ. ಆ ಮುಸುಕನ್ನು ಕೊನೆಗೊಮ್ಮೆ ಸರಿಸಿ ಆತ ಹೇಳಿದ್ದ:

"ಕ್ರಿಟೊ, ಎಸ್ಕ್ಯುಲಾಪಿಯಸ್‌ಗೆ ನಾವು ಒಂದು ಹುಂಜವನ್ನು ಬಾಕಿ ಕೊಡಬೇಕು. ಈ ಸಾಲ ತೀರಿಸೋದಕ್ಕೆ ಮರೀಬೇಡ."

ಇವೇ ಅವನ ಕೊನೆಯ ನುಡಿಗಳು. ಆಮೇಲೆ ಅವನು ಮಾತಾಡಿರಲಿಲ್ಲ. ಕ್ರಿಟೊಗೆ ಇದು ಪವಿತ್ರ ಹೊಣೆ; ಸಾಕ್ರಟೀಸ್ ಕೇವಲ ತಮಾಷೆಗೆ, ಬಹುಶಃ ವ್ಯಂಗ್ಯವಾಗಿ, ಹೀಗೆ ನುಡಿದಿರ ಬಹುದೇ ಅಥವಾ ಅದು ತನ್ನ ಗುರುವಿನ ಕೊನೆಯ ಆಸೆಯೇ, ಕೊನೆಯ ಕೋರಿಕೆಯೇ ಎಂಬುದನ್ನು ವಿಶ್ಲೇಷಿಸುವುದು ಅವನಿಗೆ ಬೇಕಿರಲಿಲ್ಲ. ಇಷ್ಟಕ್ಕೂ ಸಾಕ್ರಟೀಸ್ ಜನರ ಆಚರಣೆಗಳನ್ನು, ಅಧಿಕೃತವಾದ ಧರ್ಮವನ್ನು ಗೌರವಿಸುತ್ತಿದ್ದನಲ್ಲವೇ? ಹಾಗಿರಲಿಲ್ಲ ವೆಂದು ಅನ್ಯಿಟಸ್ ಮೆಲೆಟಸ್ ಇವರು ಆರೋಪಿಸಿದರೂ ಅದು ಸುಳ್ಳು. ನಿಜ, ಆತ ಪುರಾಣಗಳಿಗೆ (ಕ್ರಿಟೊ ಅವುಗಳನ್ನು 'ಪುರಾಣ' ವೆಂದು ಕರೆಯುತ್ತಿರಲಿಲ್ಲವೆನ್ನಿ) ಸಾಂಕೇತಿಕವೂ ತಾತ್ವಿಕವೂ ದಿವ್ಯವೂ ಭಾವಪ್ರಧಾನವೂ ಆದ ವಿವರಣೆಗಳನ್ನು ನೀಡುತ್ತಿದ್ದ. ಆದರೆ ಅವನ ಕವಿಹೃದಯದ, ಆಧಿಭೌತಿಕ ಚಿಂತನೆಯ ವಿವರಣೆಗಳನ್ನು ಒತ್ತಟ್ಟಿಗಿಟ್ಟರೆ, ಆತ ಗ್ರೀಕರ ನಂಬಿಕೆಗಳನ್ನು, ಜನರು ನೆಮ್ಮಿದ್ದ ಧರ್ಮವನ್ನು, ರಾಜ್ಯಾಂಗವು ಅಧಿಕೃತವಾಗಿ ಮಾನ್ಯಮಾಡಿದ್ದ ಧರ್ಮವನ್ನು ಗೌರವಿಸುತ್ತಿದ್ದ. ಅದಂತೂ

ಖಚಿತ. ಅವನ ಕೊನೆಯ ಮಾತುಕತೆಯಲ್ಲಿ ನಡೆದ ಸಂಗತಿಯೊಂದರಿಂದ ಇದು ನಿಜವೆಂಬುದು ಸ್ಪಷ್ಟವಾಗಿತ್ತು. (ಪ್ರಶ್ನೆ, ಉತ್ತರಗಳ ಮಾತುಕತೆಯ ವಿಧಾನವನ್ನು ಒಪ್ಪಿಕೊಂಡರೂ ತನ್ನ ಎದುರಿಗೆ ಇರುವವರನ್ನು ಮರೆತು ಸಾಕ್ರಟೀಸ್ ಆಲಂಕಾರಿಕ ಶೈಲಿಯಲ್ಲಿ ಬಲು ದೀರ್ಘವಾಗಿ ತಾನೊಬ್ಬನೇ ಮಾತಾಡಲು ತೊಡಗುತ್ತಿದ್ದನೆಂಬುದನ್ನು ಕ್ರಿಟೊ ಗಮನಿಸಿದ್ದ.)

ಆ ಸಂದರ್ಭದಲ್ಲಿ ಆತ ಪರಲೋಕದ ಅದ್ಭುತಗಳನ್ನು ಸ್ಥಳ ವರ್ಣನೆ ಮಾಡುವವನಂತೆ ಬಹಳ ವಿವರವಾಗಿ ಚಿತ್ರಿಸಿದ್ದ. ಆದರೆ ಆ ಚಿತ್ರಣ ಸಾಂಪ್ರದಾಯಿಕ ಚಿಂತನೆಗೆ ಅನುಗುಣವಾಗಿತ್ತೇ ಹೊರತು, ಪೆಡಸಾದ ಗತಿತರ್ಕವನ್ನಾಗಲೀ, ನಿಷ್ಠುರ ತತ್ವಜ್ಞಾನವನ್ನಾಗಲೀ ಅವಲಂಬಿಸಿರಲಿಲ್ಲ.

ಹಾಗೆ ಚಿತ್ರಿಸಿದ್ದನ್ನೆಲ್ಲ ತಾನು ನಂಬುವುದಿಲ್ಲವೆಂದು ಸಾಕ್ರಟೀಸ್ ಹೇಳಿರಲಿಲ್ಲ; ಅದೇ ಸಮಯದಲ್ಲಿ ಅಂಧಾಭಿಮಾನಿಯೊಬ್ಬನ ದೃಢತೆಯಿಂದ, ತಾನು ವರ್ಣಿಸಿದ್ದನ್ನೆಲ್ಲ ನಂಬುವೆನೆಂದೂ ಆತ ಘೋಷಿಸಿರಲಿಲ್ಲ. ಇದರಲ್ಲಿ ಆಶ್ಚರ್ಯವೇನೂ ಇರಲಿಲ್ಲ. ಯಾಕೆಂದರೆ ತಾನು ನಿಜವೆಂದು ಹೇಳುತ್ತಿರುವ ವಿಚಾರ ಸುಳ್ಳೂ ಆಗಿರಬಹುದೆಂದು ಆತ ನುಡಿಯುತ್ತಿದ್ದುದುಂಟು. ಆತ್ಮವು ಚಿರಾಯುವೆಂದು ವಾದ ಹೂಡುತ್ತಿದ್ದನಾದರೂ, ಅದು ತಾನು ಕಲ್ಪಿಸಿಕೊಂಡಂತೆ ಇಲ್ಲದಿರ ಬಹುದೆಂದು ಚಿಂತಿಸಿ, ತನ್ನ ಭ್ರಮೆ, ಹೆಮ್ಮೆಗಳನ್ನು ಬದಿಗಿಟ್ಟು ಆ ಆಧಿಭೌತಿಕ ಸಾಧ್ಯತೆಯನ್ನು ಆತ ಒಪ್ಪಿಕೊಳ್ಳುತ್ತಿದ್ದ. ಒಟ್ಟಾರೆ, ವೈದ್ಯಿಕೆಯ ದೇವತೆಗೆ ಒಂದು ಹುಂಜವನ್ನು ಆದಷ್ಟು ಬೇಗ ಬಲಿ ಕೊಡಲೆಂದು ಹುಡುಕಹೊರಟದ್ದರಲ್ಲಿ ತಾನು ವ್ಯವಸ್ಥೆಯ ವಿರುದ್ಧವಾಗಲೀ, ತನ್ನ ಗುರುವಿನ ವಿರುದ್ಧವಾಗಲೀ ನಡೆದುಕೊಂಡಂತಾಗುವುದಿಲ್ಲ ಎಂದುಕೊಂಡ ಕ್ರಿಟೊ.

ವಿಧಿಯು ಕೂಡ ಈ ವಿಷಯದಲ್ಲಿ ಕೈಹಾಕಿತ್ತೊ ಎಂಬಂತೆ, ಸಾಕ್ರಟೀಸನ ಶವವಿದ್ದ ಬಂದೀಖಾನೆಯಿಂದ ಕ್ರಿಟೊ ಒಂದು ನೂರು ಹೆಜ್ಜೆ ನಡೆದು ಬಂದಿದ್ದನೋ ಇಲ್ಲವೋ, ಚಿಕ್ಕ ಅಂಗಳವೊಂದರ ಗೋಡೆಯ ಮೇಲೆ ಕುಳಿತಿದ್ದ, ಸೊಗಸಾದ ಗರಿಗಳಿದ್ದ ಮಜಬೂತು ಹುಂಜವೊಂದನ್ನು ಆತ ಕಂಡ. ಅದು ಇದೇ ತಾನೇ ತೋಟದಿಂದ ಗೋಡೆಯ ಮೇಲಕ್ಕೆ ನೆಗೆದು ಕುಳಿತು ಇನ್ನೇನು ಬೀದಿಗೆ ಧುಮುಕುವುದರಲ್ಲಿತ್ತು. ಅದೋ ಓಟ ಕೀಳುತ್ತಿದ್ದ ಹುಂಜ; ಎಂಥದೋ ದುಃಖಮಯವಾದ ಬಂಧನದಿಂದ ಮುಕ್ತವಾಗಲೆಣಿಸಿದ್ದ ಹುಂಜ.

ಹುಂಜದ ಉದ್ದೇಶವನ್ನು ಗ್ರಹಿಸಿದ ಕ್ರಿಟೊ, ಅದು ಧುಮುಕುವುದನ್ನೇ ಕಾಯ್ದು ಅನಂತರ ಅದರ ಬೆನ್ನುಹತ್ತಿ ಹಿಡಿಯಲೆಂದು ನಿಂತ. ಎಸ್ಕ್ಯಲಾಪಿಯಸ್ – ಅಥವಾ ಅಸ್ಕ್ಯಲಾಪಿಯಸ್ – ಈ ಹುಂಜವನ್ನಲ್ಲದೆ ಬೇರಾವುದನ್ನೂ ಬಲಿಗಾಗಿ ಒಲ್ಲನೆಂಬುದು ಅದು ಹೇಗೋ ಕ್ರಿಟೋನ ತಲೆಯೊಳಗೆ ಕುಳಿತುಬಿಟ್ಟಿತ್ತು. (ಏಕೆಂದರೆ ಯಾವಾಗ ಮನುಷ್ಯ ವೈಚಾರಿಕತೆಯನ್ನು ಕೈಬಿಟ್ಟು ಧಾರ್ಮಿಕ ವಿಚಾರಗಳನ್ನು, ಭಾವನೆಗಳನ್ನು ಒಪ್ಪತೊಡಗುವನೋ ಆಗ ಅತ್ಯಂತ ಬಾಲಿಶವಾದ ಮೂಢನಂಬಿಕೆಗಳಿಗೆ ಸಹ ಆತ ಬಲಿಯಾಗದೇ ಹೋಗನು) ತನಗದು ಮುಖಾಮುಖಿ ಯಾಗಿದ್ದುದರಲ್ಲೇ ದೈವದ ಕೈವಾಡವಿರುವುದನ್ನು ಕ್ರಿಟೊ ಆಗಲೇ ಗುರುತಿಸಿಬಿಟ್ಟಿದ್ದ.

ಆದರೆ ಹುಂಜವು ಮಾತ್ರ ಈ ವಿಚಾರವನ್ನು ಒಪ್ಪುವಂತೆ ತೋರಲಿಲ್ಲ. ಏಕೆಂದರೆ ಯಾವನೋ ತನ್ನ ಬೆನ್ನು ಹತ್ತಿದ್ದು ಕಂಡು, ಅದು ರೆಕ್ಕೆ ಬಡಿಯುತ್ತಾ, ಕೂಗುಹಾಕುತ್ತಾ ಓಡತೊಡಗಿತು; ತನಗಾಗುತ್ತಿದ್ದ ಕಿರುಕುಳವನ್ನು ತೋರಿಸಿಕೊಂಡಿತು.

ಬೆನ್ನು ಹತ್ತಿದವನು ಯಾರೆಂಬುದು ಆ ದ್ವಿಪಾದಿಗೆ ಕೂಡಲೇ ಗೊತ್ತಾಯಿತು, ಪ್ರೇಮ, ವಾಗ್ವೈಖರಿ, ಸೌಂದರ್ಯ ವಗೈರೆ ವಗೈರೆಗಳ ಬಗ್ಗೆ ತನ್ನ ಒಡೆಯನ ತೋಟದಲ್ಲಿ ಇವನು ಗಂಟೆಗಟ್ಟಲೆ ಮಾತುಕತೆಯಲ್ಲಿ ತೊಡಗಿರುತ್ತಿದ್ದುದನ್ನು ಅದು ನೋಡಿತ್ತು. ಆದರೆ, ಅಷ್ಟೆಲ್ಲ

ತತ್ವವಿಚಾರಗಳ ನೆರವೇನೂ ಬೇಕಿಲ್ಲದೆ ಈ ಹುಂಜ ಐದು ನಿಮಿಷಗಳಲ್ಲಿ ಒಂದು ನೂರು ಹೇಂಟೆಗಳನ್ನು ಬಲೆಗೆ ಹಾಕಿಕೊಳ್ಳುತ್ತಿತ್ತು.

"ಇದೊಳ್ಳೆ ಪೀಕಲಾಟಕ್ಕೆ ಬಂತಲ್ಲ," ಎಂದುಕೊಂಡಿತು ಹುಂಜ. ಅಪಾಯ ಬಂದಾಗ ಅದಕ್ಕೆ ಹಾರಾಡಲು ಸಾಧ್ಯವಿತ್ತು. ಆದ್ದರಿಂದ ಹಾಗೇ ಹಾರಿಹೋಗಲು ಈಗ ತಯಾರಾಗಿ ಅದು ಯೋಚಿಸಿತು:

"ಈ ಬುದ್ಧಿಜೀವಿಗಳನ್ನು ಕಂಡರೆ ನನಗೆ ಆಗೋದಿಲ್ಲ. ಆದರೆ ಇವರು ಮಾತ್ರ ನನ್ನನ್ನು ಬಿಡೋಹಾಗೆ ಕಾಣೋದಿಲ್ಲ. ತಾವು ಮಾನ್ಯ ಮಾಡಬೇಕಾಗಿದ್ದ ಎಲ್ಲ ನೈಸರ್ಗಿಕ ನಿಯಮಗಳನ್ನು ಗಾಳಿಗೆ ತೂರಿ ಇವರೀಗ ನನ್ನನ್ನು ಹಿಡಿದುಕೊಳ್ಳೋದಕ್ಕೆ ಯತ್ನಿಸ್ತಿದ್ದಾರೆ. ಜಾರ್ಜಿಯಾಸನ ಮನೆಯಲ್ಲಿನ ಜೀತವನ್ನು ತಡೆದುಕೊಳ್ಳಲಾಗದೆ ಇದೇ ಈಗ ತಪ್ಪಿಸಿಕೊಂಡು ಬಂದಿರೋ ನಾನು ಈ ಬಡವನ ಕೈಗೆ ಬಿದ್ದರಂತೂ ಚೆನ್ನಾಯಿತು. ಇವನೋ, ಕೈಗಡದ ವಿಚಾರಗಳನ್ನು ಉಡಾಯಿಸುವವನು; ಯಾವಾಗಲೂ ವೃಥಾಲಾಪಿಸುವ ನನ್ನ ಹಿಂದಿನ ಒಡೆಯನೇ ಇವನಿಗಿಂತ ಎಷ್ಟೋ ಮೇಲು."

ಹುಂಜ ಓಡುತ್ತಿತ್ತು; ತತ್ವಜ್ಞಾನಿ ಅದರ ಬೆನ್ನುಹತ್ತಿದ್ದ. ಇನ್ನೇನು ಹುಂಜಕ್ಕೆ ಆತ ಕೈ ಹಾಕಿದ ಎನ್ನುವಷ್ಟರಲ್ಲಿ, ಅದು ರೆಕ್ಕೆಬಡಿಯುತ್ತ, ಭಯದಿಂದಾಗಿ ಒಗ್ಗೂಡಿ ಬಂದ ಶಕ್ತಿಯಿಂದ ಕೊಂಚ ಹಾರಿ, ಕೊಂಚ ನೆಗೆದು ಒಂದು ವಿಗ್ರಹದ ತಲೆಯ ಮೇಲೆ ರಕ್ಷಣೆ ಪಡೆಯಿತು; ಆ ವಿಗ್ರಹ ಮತ್ತಾರದೂ ಅಲ್ಲ; ದೇವತಾಕನ್ಯೆ ಅಥೀನಾಳದ್ದು.

ಮಧ್ಯಯುಗದ ಧಾರ್ಮಿಕ ವಿಚಾರಣಾಧಿಕಾರಿಯಂತೆ (ಮುಂದಿನ ಶತಮಾನದ ಹೋಲಿಕೆಯನ್ನು ನೀಡಿ ಕಾಲದ ಓಟವನ್ನು ತಲೆಕೆಳಗು ಮಾಡಿರುವುದಕ್ಕೆ ಕ್ಷಮೆಯಿರಲಿ.) ಈಗ ಅಂಧಶ್ರದ್ಧೆಯಿಂದ ಉದ್ರೇಕಿತನಾಗಿದ್ದ ತತ್ವಜ್ಞಾನಿ "ಎಲಾ, ಧರ್ಮ ಪಾಖಂಡಿ ಹುಂಜವೇ" ಎಂದು ಕೂಗಿದ.

ಅವನೊಳಗೆ ಅಡಗಿದ್ದ ಸಹಜ ಪ್ರವೃತ್ತಿಯು ಒಳಗಿನಿಂದಲೇ 'ಹುಂಜವನ್ನು ಕದಿಯಬೇಡ' ಎಂದು ಬಂಡು ಹೂಡಿದ್ದನ್ನು, ಹುಸಿ ತರ್ಕಗಳಿಂದ ಸಮಾಧಾನ ಪಡಿಸುತ್ತಾ ಆತ ಹೇಳಿದ:

"ವಿಗ್ರಹದ ತಲೆ ಏರಿ ಅಪವಿತ್ರಗೊಳಿಸಿದ ಪಾಪಕ್ಕಾಗಿ ಸಾವು ನಿನಗೆ ಕಟ್ಟಿಟ್ಟದ್ದು. ಬಾ ಇಲ್ಲಿ. ನನಗೆ ಸಿಗು. ನಿನ್ನನ್ನು ಬಲಿಕೊಡೋದು ಖಂಡಿತ."

ಅನಂತರ ತುದಿಗಾಲಿನಲ್ಲಿ ನಿಂತು, ಆದಷ್ಟು ಎತ್ತರಕ್ಕೆ ಕೈ ಚಾಚಿ, ಹುಂಜವನ್ನು ಹಿಡಿಯಲು ಆತ ಮೇಲಕ್ಕೆ ಕೆಳಕ್ಕೆ ಹಾರಿದ. ಯಾರಾದರೂ ನೋಡಿದರೆ ನಗುವಂತಿತ್ತು ಅವನ ಈ ದೊಂಬರಾಟ. ಆದರೆ ಅದರಿಂದೇನೂ ಫಲ ಸಿಗಲಿಲ್ಲ.

ಅವನನ್ನು ನೋಡಿ, ಸ್ವತಃ ಜಾರ್ಜಿಯಾಸನೇ ಹೆಮ್ಮೆಪಡಬಹುದಾಗಿದ್ದಂಥ ಗ್ರೀಕ್ ನುಡಿಗಟ್ಟನ್ನು ಬಳಸಿ ಹುಂಜ ನುಡಿಯಿತು:

"ಓ, ತೇಪೆಹಾಕುವ ಭಾವವಾದಿ ತತ್ವಜ್ಞಾನಿಯೇ, ಸುಮ್ಮಗೆ ಹೀಗೆ ಎಗರಾಡಬೇಡ. ಒಂದು ಕೋಳಿಪಿಳ್ಳೆ ಹಾರುವಷ್ಟು ಎತ್ತರ ಕೂಡ ನೀನು ಹಾರಲಾರೆ. ಏನು? ನಾನು ಮಾತನಾಡೋದನ್ನು ಕೇಳಿ ನಿನಗೆ ಸೋಜಿಗವಾಯಿತೆ? ಯಾಕೆ, ನಾನು ಯಾರು ಗೊತ್ತಾಗಲಿಲ್ಲವೆ? ಜಾರ್ಜಿಯಾಸ್‌ನ ಹಟ್ಟಿಯ ಹುಂಜ ನಾನು. ನೀನು ಯಾರೂಂತ ನನಗೆ ಗೊತ್ತು. ನೀನೊಂದು ನೆರಳು. ಸತ್ತವನ ನೆರಳು. ಗುರುಗಳು ಸತ್ತಮೇಲೂ ಬದುಕೋ ಶಿಷ್ಯರದೆಲ್ಲ ಇದೇ ಹಣೆಬರೆಹ. ಅವರು ಸುಮ್ಮನೆ ಪ್ರೇತಗಳಂತೆ, ಮಕ್ಕಳನ್ನು ಬೆದರಿಸಿಕೊಂಡು ಬದುಕ್ತಾರೆ. ಸ್ಫೂರ್ತಿಗೊಂಡ ಕನಸುಗಾರ, ರೆಕ್ಕೆ

ಕತ್ತರಿಸಿದ ಶಿಷ್ಯರನ್ನು **ಹಿಂದೆ** ಬಿಟ್ಟು ಸಾಯ್ತಾನೆ. ಅವನ ಭವ್ಯವಾದ ದಾರ್ಶನಿಕ ಆದರ್ಶ ಶಿಷ್ಯರ ಕೈಯಲ್ಲಿ ಭಯ ತರುವ ಇನ್ನೊಂದು ಕಾರಣವಾಗಿ, ಜಗತ್ತಿನ ಇನ್ನೊಂದು ದುಃಖವಾಗಿ, ಜಡಗಟ್ಟಿದ ಮೂಢನಂಬಿಕೆಯಾಗಿ ಪರಿವರ್ತಿತವಾಗುತ್ತದೆ."

"ಎಲಾ ಹುಂಜವೇ, ಮುಚ್ಚುಬಾಯಿ ! ನೀನು ಮಾತಾಡಬಾರದು ಅಂತ ನಿನ್ನ ಜೀವಜಾತಿಯ ಮೂಲಭಾವದ ಹೆಸರಿನಲ್ಲಿ ನಿಸರ್ಗ ನಿನಗೆ ಆಜ್ಞಾಪಿಸ್ತದೆ."

"ನಾನು ಮಾತಾಡ್ತಿರೋವಾಗ ನೀನೊಂದು ಮೂಲಭಾವದ ಬಗ್ಗೆ ಕೆಕ್ಕೆಕ್ಕೆ ಅನ್ತಾ ಇದ್ದಿ. ಇಲ್ಲಿ ಕೇಳು. ನನ್ನ ಜೀವ ಜಾತಿಯ ಮೂಲಭಾವದ ಅಪ್ಪಣೆ ಪಡೆದು ನಾನು ಮಾತಾಡ್ತಿಲ್ಲ. ಬದಲಿಗೆ ಸ್ವತಂತ್ರ ವ್ಯಕ್ತಿಯಾಗಿ ಸ್ವಶಕ್ತಿಯಿಂದಲೇ ನುಡೀತಿದ್ದೇನೆ. ವಚನ ಕಲೆಯನ್ನು – ಅಂದರೆ ಮಾತನಾಡೋ ಶೀಟೆಗಾಗಿಯೇ ಮಾತನಾಡೋ ಕಲೆಯನ್ನು – ಕುರಿತು ಆಡಿದ ಎಷ್ಟೋ ವಿಚಾರಗಳನ್ನು ಕೇಳಿದ ಮೇಲೆ ನನಗೂ ಕೊಂಚ ಈ ವ್ಯವಹಾರದ ಗುಟ್ಟು ಗೊತ್ತಾಗಿದೆ."

"ಅದಕ್ಕೆ ನಿನ್ನ ಒಡೆಯನಿಗೆ ನೀನು ನೀಡಿರೋ ಪ್ರತಿಫಲ ಇದೇ ಏನು? ಅವನ ಮನೆಯಿಂದ ತೊಲಗಿ, ಅವನನ್ನು ಬಿಟ್ಟು ಬಂದು ಅವನ ಅಧಿಕಾರವನ್ನು ನಿರಾಕರಿಸಿರೋದು?"

"ನಿನಗಿಂತ ಹೆಚ್ಚು ಆಹ್ಲಾದದಾಯಕ ವ್ಯಕ್ತಿಯಾದರೂ ಜಾರ್ಜಿಯಾಸ್ ಕೂಡ ನಿನ್ನ ಹಾಗೇ ತಲೆ ಕೆಟ್ಟವನು. ಅವನಂಥವನ ಜೊತೆ ಯಾರಿಗೂ ಬದುಕೋದು ಸಾಧ್ಯವಿಲ್ಲ. ಅವನೋ, ಎಲ್ಲವನ್ನೂ ಸಮರ್ಥಿಸೋದಕ್ಕೆ ಹೊರಡ್ತಾನೆ. ಅದರಿಂದ ಸಾಕುಬೇಕಾಗಿ ಹೋಗ್ತದೆ. ಕೇಳುವವರಲ್ಲಿ ಗೊಂದಲ ಕೂಡ ಉಂಟಾಗ್ತದೆ. ಜೀವನದಲ್ಲಿ ಎಲ್ಲವನ್ನೂ ಸಮರ್ಥಿಸುವವನ ಬದುಕು ಒಳಗೇ ಟೊಳ್ಳಾಗಿರ್ತದೆ. ಪ್ರತಿಯೊಂದೂ ವಿಚಾರವನ್ನು ಕುರಿತು 'ಎಲಾ ಇದು ಯಾಕೆ ಹೀಗೆ?' ಎಂದು ಪ್ರಶ್ನಿಸಿಕೊಳ್ಳುತ್ತಾ ಹೋಗೋದು ಅಂದರೆ ವಸ್ತುಗಳ ಹೊರ ಆಕಾರದ ಲೆಕ್ಕ ಮಾತ್ರ ಉಳಿದು ಸಾರ ಶೂನ್ಯವಾಗ್ತದೆ. ಜಗತ್ತನ್ನೆಲ್ಲಾ ಸೂತ್ರರೂಪಕ್ಕೆ ಇಳಿಸೋದಕ್ಕೆ ಹೊರಟರೆ ಅದಕ್ಕೆ ತಲೆ, ಕಾಲು ಯಾವುದೂ ಉಳಿಯೋದಿಲ್ಲ. ಏನು, ನೋಡಿಲ್ಲಿ. ಸುಮ್ಮನೆ ನಿನ್ನ ಪಾಡಿಗೆ ನೀನು ಹೋಗು. ಯಾಕೆಂದರೆ ಹೀಗೇ ಎಪ್ಪತ್ತು ಹಗಲು, ಎಪ್ಪತ್ತು ರಾತ್ರಿ ನಾನು ಮಾತಾಡ್ತಲೇ ಇರಬಲ್ಲೆ. ತರ್ಕಪ್ರಭೃತಿ ಜಾರ್ಜಿಯಾಸನ ಹುಂಜ ನಾನು. ಅದನ್ನು ಮರೀಬೇಡ."

"ನೀನು ಕುತರ್ಕಿ. ಪಾಪಿ. ಅದರಿಂದ ನೀನು ಸಾಯಲೇಬೇಕು. ಜೀಯಸ್ ದೇವನ ಇಚ್ಛೆ ಕೂಡ ಹಾಗೇ ಇದೆ. ಸುಮ್ಮನೆ ಶರಣಾಗು."

"ನೀನು ಸತ್ತರೂ ಅದು ಆಗದ ಕೆಲಸ. ನನ್ನ ಮೇಲೆ ಕೈ ಹಾಕುವ ಭಾವವಾದಿ ತತ್ವಜ್ಞಾನಿಯೊಬ್ಬ ಇನ್ನೂ ಹುಟ್ಟಿಬರಬೇಕು ಅಷ್ಟೆ. ಆದರೆ ಯಾಕೆ ಇದೆಲ್ಲಾ ? ಇದೇನು ಈ ಹಿಂಸೆ? ನನ್ನನ್ಯಾಕೆ ನೀನು ಬೆನ್ನಟ್ತಾ ಇದ್ದಿ?"

"ಯಾಕೆಂದರೆ ಸಾಕ್ರಟೀಸ್ ಸಾಯುವಾಗ ಅಸ್ಕ್ಯಲಾಪಿಯಸ್ ದೇವತೆಗೆ ಒಂದು ಹುಂಜವನ್ನು ಬಲಿ ಕೊಡೋದಕ್ಕೆ ಹೇಳಿದ್ದ. ಸಾವಿನ ಮೂಲಕ, ಜೀವನದ ನೆಲೆಗಾಣದ ಸ್ಥಿತಿಗಳಿಂದ ಬಿಡುಗಡೆ ತಂದು ತನಗೆ ನಿಜವಾದ ಸೌಖ್ಯವನ್ನು ನೀಡಿದ ಅಸ್ಕ್ಯಲಾಪಿಯಸ್ ದೇವತೆಗೆ ಕೃತಜ್ಞತೆಯ ಕಾಣಿಕೆಯಾಗಿ ಈ ಬಲಿ ಕೊಡಲು ಆತ ಹೇಳಿದ್ದಾನೆ."

"ಇದೆಲ್ಲವನ್ನು ಸಾಕ್ರಟೀಸ್ ನಿನಗೆ ಹೇಳಿದನೆ ?"

"ಇಲ್ಲ. ಅಸ್ಕ್ಯಲಾಪಿಯಸ್‌ಗೆ ಒಂದು ಹುಂಜ ನಮ್ಮಿಂದ ಬಾಕಿ ಇದೆ ಅಂತ ಹೇಳಿದ."

"ಉಳಿದದ್ದನ್ನು ನೀನೇ ಕಲ್ಪಿಸಿಕೊಂಡೆ."

"ಅದಲ್ಲದೆ ಅವನ ಮಾತಿಗೆ ಬೇರೇನು ಅರ್ಥವಿರೋದಕ್ಕೆ ಸಾಧ್ಯ?"

"ಅದಕ್ಕೆ ಮಾನವೀಯ ಅರ್ಥ ಕೂಡ ಸಾಧ್ಯ. ಈ ಅರ್ಥದಿಂದ ರಕ್ತಪಾತವಾಗಲೀ, ತಪ್ಪು ಕಲ್ಪನೆಯಾಗಲೀ ಅವಶ್ಯವಾಗದು. ಸಾಕ್ರಟೀಸ್ ನಂಬದಿದ್ದ ದೇವತೆಯನ್ನು ಒಲಿಸೋದಕ್ಕೆ ನನ್ನನ್ನು ಬಲಿಕೊಡೋದು ಅಂದರೆ ಅವನಿಗೆ ಅವಮಾನ ಮಾಡಿದಂತೆ. ನಿಜವಾದ ದೇವತೆಗಳಿಗೆ ದ್ರೋಹ ಬಗೆದಂತೆ. ಅಲ್ಲದೆ ನನಗೆ ಅಪರಿಮಿತ ಹಾನಿಯನ್ನು ಉಂಟುಮಾಡಿದಂತೆ. ಯಾಕೆಂದರೆ ನಾನು ನಿರಪರಾಧಿಯಾಗಿರೋದು ಮಾತ್ರವಲ್ಲದೆ ಜೀವಂತವಾಗಿದ್ದೇನೆ. ಸಾವಿನ ರಹಸ್ಯಮಯತೆ ಯಲ್ಲಿರುವ ನೋವಿನ ಬಗೆಗಾಗಲಿ, ಆಘಾತದ ಬಗ್ಗೆಯಾಗಲಿ ನಮಗೆ ಏನೇನೂ ತಿಳಿದಿಲ್ಲ."

"ಸಾಕ್ರಟೀಸ್ ಹಾಗೂ ಜೀಯಸ್ ನಿನ್ನನ್ನು ಬಲಿಯಾಗಿ ಬಯಸ್ತಾರೆ."

"ಸಾಕ್ರಟೀಸ್ ವ್ಯಂಗ್ಯದಿಂದ ಮಾತಾಡಿದ್ದ ಅನ್ನೋದನ್ನು ಗಮನಿಸು. ಮಹಾ ಪ್ರತಿಭಾವಂತ ನೊಬ್ಬನ ಪ್ರಶಾಂತವಾದ, ಕಹಿ ಇಲ್ಲದ ವ್ಯಂಗ್ಯ ಅದು. ಜನಪ್ರಿಯ ಭ್ರಮೆಗಳ ಮತ್ತು ವೈಚಾರಿಕತೆಯ ನಡುವೆ ಹೊಂದಾಣಿಕೆ ಕಲ್ಪಿಸುವ ಭವ್ಯ ಲೀಲೆಯಲ್ಲಿ ತೊಡಗಿ ಆತ ವಿನೋದಿಸುತ್ತಿದ್ದನಾದರೂ ಆದರಿಂದ ಯಾವ ಅಪಾಯಕ್ಕೂ ತುತ್ತಾಗದೆ ಉಳಿಯಬಲ್ಲವ ನಾಗಿದ್ದ ಮಹಾತ್ಮ ಅವನು. ಸಾಕ್ರಟೀಸನೇ ಮುಂತಾದ ಹೊಸ ಬಗೆಯ, ಭಾವಜೀವನದ ಸೃಷ್ಟಿಕರ್ತರು ಸಂಕೇತಗಳಲ್ಲಿ ಮಾತಾಡ್ತಾರೆ; ರಹಸ್ಯಗಳನ್ನು ಸ್ವಂತವಾಗಿ ಅರಿತು, ಅವುಗಳ ಅವರ್ಣನೀಯ ಅರ್ಥವನ್ನು ಗೌರವಿಸುತ್ತಲೇ, ಅದಕ್ಕೊಂದು ಕಾವ್ಯಮಯವಾದ ಆಕಾರವನ್ನು ನೀಡುವ ಆಲಂಕಾರಿಕರು ಅವರು. ಪ್ರೇಮಮಯವಾದ ಪರಮ ಶಕ್ತಿಯು ಆತ್ಮನೊಂದಿಗೆ ಸಂವಾದಿಸೋದಕ್ಕೆ ಈ ಕ್ರಮವನ್ನು ಅನುಸರಿಸ್ತದೆ. ಆದರೆ ಈ ಉನ್ನತ ಕಸರತ್ತನ್ನು ನಿಲ್ಲಿಸಿ ಅವರು ಜಗತ್ತಿಗೆ ಬೋಧನೆ ನೀಡೋದಕ್ಕೆ ತೊಡಗಿದರೆಂದರೆ, ಅವರ ಮಾತುಗಳು ಎಷ್ಟೊಂದು ಸರಳವೂ, ಸಂಕ್ಷಿಪ್ತವೂ ಆಗಿರ್ತವೆ ಹಾಗೂ ಅವರ ಸೂತ್ರಗಳೂ ನೀತಿವಾಕ್ಯಗಳೂ ನಿರುಪಯುಕ್ತವಾದ ಆಲಂಕಾರಿಕತೆಯಿಂದ ಎಷ್ಟೊಂದು ಮುಕ್ತವಾಗಿರ್ತವೆ ಅನ್ನೋದನ್ನು ನೀನು ಗಮನಿಸಿದ್ದೀಯಾ?"

"ಜಾರ್ಜಿಯಾಸ್‌ನ ಹುಂಜವೇ ನಾಲಗೆ ಬಿಗಿ ಹಿಡಿದು ಸಾಯೋದಕ್ಕೆ ಸಿದ್ಧವಾಗು."

"ಕೆಲಸಕ್ಕೆ ಬಾರದ ಶಿಷ್ಯನೇ, ನಡೆಯೋ. ಬಾಯಿ ಮುಚ್ಚಿ ಹೊರಡು. ನಿನ್ನ ನಾಲಿಗೆ ಸದಾ ಮೌನವಾಗಿರ್ಲಿ. ಪ್ರತಿಭಾವಂತನೊಬ್ಬನ ಶಿಷ್ಯರು – ನೀವೆಲ್ಲ ಒಂದೇ ರೀತಿ! ಮಹಾನ್ ಚೇತನ ಒಂದರ ಭವ್ಯ ಸ್ವಗತವನ್ನು 'ಕಂಡು, ಕೇಳಿದ' ಕುರುಡರು, ಕಿವುಡರು ನೀವು. ನಿಮ್ಮ ಹಾಗೂ ಅವನ ಭ್ರಮೆಗಳನ್ನು ನೆಮ್ಮಿ ನೀವು ಯೋಚಿಸುವುದೇನನ್ನು? ಅವನ ಸಿದ್ಧಾಂತವನ್ನು ಸೂತ್ರೌಷಧಿಗಳಿಂದ ಲೇಪಿಸಿ ಅವನ ಆತ್ಮದ ಸಾರವನ್ನು ಚಿರಂತನಗೊಳಿಸ್ತೇವೆ ಅಂತ ನೀವು ಅಂದುಕೊಂಡಿದ್ದೀರಲ್ವೆ? ನಿಮಗೊಂದು ವಿಗ್ರಹ ಬೇಕು ಅಂತ ಅವನ ದೇಹವನ್ನು ಒಂದು ಶಾಶ್ವತ ಶವವನ್ನಾಗಿ ನೀವು ಪರಿವರ್ತಿಸ್ತೀರಿ. ಮೂಲ ವಿಚಾರ ಚಿಪ್ಪುಗಟ್ಟೋ ಹಾಗೇ ಮಾಡಿ, ಸೂಕ್ಷ್ಮ ಚಿಂತನೆಗಳನ್ನು ರಕ್ತಪಾತಕ್ಕೆ ಬೇಕಾದ ಖಡ್ಗಗಳನ್ನಾಗಿ ಮಾರ್ಪಡಿಸ್ತೀರಿ. ಹೌದು, ಶೋಚನೀಯ ಪಂಥವಾಗಿ ಮಾನವತೆಯ ಪ್ರತಿನಿಧಿ ನೀನು. ಒಬ್ಬ ಸಂತನ, ವಿವೇಕಿಯ ಕೊನೆಯ ಮಾತುಗಳ ಮೊದಲ ಪರಿಣಾಮವಾಗಿ ಹುಂಜವೊಂದರ ರಕ್ತವನ್ನು ಚೆಲ್ಲೋದಕ್ಕೆ ನೀನು ಉದ್ಯುಕ್ತನಾಗಿದ್ದಿ. ತನ್ನ ಜನರ ಮೂಢನಂಬಿಕೆಗಳನ್ನು ಸಮರ್ಥಿಸೋದಕ್ಕಾಗಿ ಸಾಕ್ರಟೀಸ್ ಹುಟ್ಟಿದ್ದರೆ, ತನ್ನ ವಿಚಾರಗಳಿಗಾಗಿ ಆತ ಸಾವನ್ನಪ್ಪಬೇಕಾದ ಪರಿಸ್ಥಿತಿ ಒದಗಿ ಬರ್ತಿರ್ಲಿಲ್ಲ. ಹಾಗೆಯೇ ಆತ ಮಹಾ ತತ್ವಜ್ಞಾನಿಯೂ ಆಗ್ತಿರ್ಲಿಲ್ಲ. ಎಸ್ಕ್ಯುಲಾಪಿಯಸ್‌ನಲ್ಲಿ ಸಾಕ್ರಟೀಸ್ ನಂಬಿಕೆ

ಇಟ್ಟಿರ್ಲಿಲ್ಲ ಮಾತ್ರವಲ್ಲ; ಜನರ ಮೆಚ್ಚುಗೆಗಾಗಿ ಒಂದು ಹುಂಜವನ್ನಿರಲಿ ಒಂದು ನೊಣವನ್ನು ಕೂಡ ಕೊಲ್ಲೋದಕ್ಕೆ ಆತ ಸಿದ್ಧನಿರ್ಲಿಲ್ಲ."

"ನಾನು ಸಾಕ್ರಟೀಸನ ಮಾತುಗಳಿಗೆ ಬದ್ಧ. ಬಾ ಈಗ..." ಕ್ರಿಟೊ ಒಂದು ಕಲ್ಲು ಹುಡುಕಿ, ಹುಂಜದ ತಲೆಗೆ ಗುರಿಯಿಟ್ಟು ಎಸೆದ. ಹುಂಜದ ಜುಟ್ಟಿನಿಂದ ರಕ್ತ ಹರಿಯತೊಡಗಿತು.

ಜಾರ್ಜಿಯಾಸನ ಹುಂಜ ಅರಿವಳಿದು ನೆಲಕ್ಕುರುಳಿತು. ಹಾಗೇ ಉರುಳುವಾಗ ಅದು ಕೂಗಿತು:

"ಕೊಕ್ಕೊಕ್ಕೋ... ಹಣೆಬರಹವಿದ್ದಂತೆ ಆಗಲಿ. ಮೂರ್ಖಾಧಮರ ಇಚ್ಛೆ ನೆರವೇರಲಿ."

ದೇವತಾಕನ್ಯೆ ಅಥೀನಾಳ ಹೊಳಪುಗಲ್ಲಿನ ಹಣೆಯ ಮೇಲಿಂದ ಹುಂಜದ ರಕ್ತ ತೊಟ್ಟಿಕ್ಕತೊಡಗಿತು. ❍

○ ರಾಮೊನ್ ದೆಲ್ ವಾಲೆ–ಇಂಕ್ಲನ್

ಅಕ್ಕ ಅಂತೊನಿಯಾ

1

ಒಂದು ಕಾಲಕ್ಕೆ ಸಂತಯಾಗೊ ದ ಗಲಿಸಿಯ ಲೋಕ ಪ್ರಸಿದ್ಧ ಪುಣ್ಯ ಕ್ಷೇತ್ರ. ಅಲ್ಲಿನ ನಿವಾಸಿಗಳ ಆತ್ಮಗಳು ಇಂದಿಗೂ ಯಾವುದಾದರೊಂದು ಪವಾಡಕ್ಕಾಗಿ ಕಣ್ಣು ಬಿಟ್ಟುಕೊಂಡು ಕಾಯುತ್ತಿವೆ.

2

ಒಂದು ಇಳಿ ಮಧ್ಯಾಹ್ನ ನನ್ನ ಅಕ್ಕ ಅಂತೊನಿಯಾ ಬಿಶಪರ ದೊಡ್ಡ ಇಗರ್ಜಿಗೆ ಹೋಗಲೆಂದು ನನ್ನನ್ನು ಕೈ ಹಿಡಿದು ಕರೆದುಕೊಂಡು ಹೊರಟಳು. ಅಂತೊನಿಯಾ ನನಗಿಂತ ಎಷ್ಟೋ ದೊಡ್ಡವಳು; ಎತ್ತರಕ್ಕೆ ಬಿಳಿಚಿಕೊಂಡಿದ್ದಳು, ಕಪ್ಪು ಕಣ್ಣು, ನೋವು ತುಂಬಿದ ನಗೆ, ನಾನಿನ್ನೂ ಚಿಕ್ಕವನಾಗಿದ್ದಾಗಲೇ ಅವಳು ಸತ್ತುಹೋದಳು. ಆದರೆ ಅವಳ, ದನಿ ನಗು, ಇಗರ್ಜಿಗೆ ನನ್ನನ್ನವಳು ಕರೆದೊಯ್ಯುತ್ತಿದ್ದ ಇಳಿ ಮಧ್ಯಾಹ್ನದ ಹೊತ್ತಿನಲ್ಲಿ ಅವಳ ಕೈಗಳ ಕೊರೆತ, ಇವೆಲ್ಲ ನನಗಿನ್ನೂ ನೆನಪಿವೆ. ಎಲ್ಲಕ್ಕಿಂತ ಹೆಚ್ಚು ಆ ಕಣ್ಣುಗಳ ನೆನಪು. ಇಗರ್ಜಿಯ ಮುಖ ಮಂಪಟದಲ್ಲಿ ನೀಲಿಯುಡುಗೆ ತೊಟ್ಟು ಅತ್ತಿಂದಿತ್ತ ನಡೆಯುತ್ತಿದ್ದ ವಿದ್ಯಾರ್ಥಿಯೊಬ್ಬನ ಕಡೆಗೆ ನೋಡುತ್ತಿದ್ದ ಆ ಕಣ್ಣುಗಳಿಂದ ಹೊಮ್ಮುತ್ತಿದ್ದ ನೋವು ತುಂಬಿದ ಹೊಳಪು. ನನಗೆ ಅವನನ್ನು ಕಂಡರೆ ಭಯ, ಆತ ಎತ್ತರಕ್ಕೆ ತೆಳ್ಳಗಿದ್ದ. ಆದರೆ ಮುಖ ಮಾತ್ರ ಸತ್ತವನ ಮುಖದಂತಿತ್ತು. ಕಟೆದು ತೆಗೆದಂತಿದ್ದ ಹಣೆಯ ಬಿಗಿದ ಹುಬ್ಬಿನ ಕೆಳಗಿದ್ದ ಕಣ್ಣುಗಳು ಹುಲಿಯ ಕಣ್ಣುಗಳಂತಿದ್ದು, ನೋಡಿದರೆ ಭಯವೆನಿಸುತ್ತಿತ್ತು. ಅವನು ನಡೆಯುವಾಗ ಮೊಣಗಂಟಿನ ಮೂಳೆಗಳು ಇರುಕಿದ ಸದ್ದು ಬರುತ್ತಿತ್ತಾಗಿ, ಅವನು ಸತ್ತವನ ಹಾಗಿರುವ ಅನಿಸಿಕೆ ಮತ್ತಷ್ಟು ಹೆಚ್ಚಾಗುತ್ತಿತ್ತು. ಅಮ್ಮನಿಗೆ ಅವನನ್ನು ಕಂಡರಾಗದು. ಮುಖ ತಪ್ಪಿಸುತ್ತಿದ್ದಳು. ಇಗರ್ಜಿಯ ಕಡೆಗಿದ್ದ ಕಿಟಿಕಿಯನ್ನು ಮುಚ್ಚಿಡುತ್ತಿದ್ದಳು. ಎಂದಿನಂತೆ ಅಂದು ಕೂಡ ಆತ ನೀಲಿಯುಡುಗೆಯನ್ನು ಮೇಲೆ ಹೊದ್ದುಕೊಂಡು

ನಡೆದಾಡುತ್ತಿದ್ದಂತೆ ನೆನಪು. ಇಗರ್ಜಿಯ ಬಾಗಿಲಿನ ಹತ್ತಿರ ಆತ ಬಳಿ ಸಾರಿ, ಅಸ್ಥಿಪಂಜರದಂತಿದ್ದ ತನ್ನ ಕೈಯನ್ನು ಹೊರಗೆಳೆದು, ಪವಿತ್ರ ತೀರ್ಥವನ್ನಷ್ಟು ತೆಗೆದುಕೊಂಡು, ನಡುಗುತ್ತಿದ್ದ ಅಕ್ಕನಿಗೆ ನೀಡಿದ. ಬೇಡುವವಳಂತೆ ಅಂತೊನಿಯಾ ಅವನತ್ತ ನೋಡಿದಳು. ಆತ ಸ್ನಾಯುಗಳ ಸೆಳೆತದಂತೆ ತೋರುತ್ತಿದ್ದ ಒಂದು ನಗೆಯೊಂದಿಗೆ ಪಿಸುಗುಟ್ಟಿದ; "ನನಗೂ ಮತಿಗೆಟ್ಟಂತಾಗಿದೆ."

3

ನಾವು ಒಂದು ಪ್ರಾರ್ಥನಾ ಮಂದಿರದ ಒಳಗೆ ಹೋದೆವು. ಮುದುಕಿಯರು ಕೆಲವರು ಸಂಜೆಯ ಪ್ರಾರ್ಥನೆಗಳನ್ನು ಮಣಗುಟ್ಟುತ್ತಿದ್ದರು. ಅದೊಂದು ವಿಶಾಲವಾದ, ಗವ್ವೆನ್ನುವ ಪ್ರಾರ್ಥನಾ ಮಂದಿರ. ಮರದ ಹಲಗೆಯ ಹಾಸು ನೆಲಕ್ಕೆ. ಗುಮ್ಮಟದಂತಿದ್ದ ಅದರ ಮಧ್ಯಕಾಲೀನ ಶೈಲಿಯ ಛಾವಣಿ ಕೆಳಗಿನ ಸದ್ದುಗಳನ್ನು ಮಾರ್ದನಿಸುತ್ತಿತ್ತು. ಚಿಕ್ಕವನಿದ್ದಾಗ ಈ ಪ್ರಾರ್ಥನಾ ಮಂದಿರ ನನಗೆ ಸದಾ ಹಳ್ಳಿಗಾಡಿನ ಪ್ರಶಾಂತತೆಯ ಅನುಭವವನ್ನು ತಂದುಕೊಡುತ್ತಿತ್ತು. ಅದರ ನೆರಳು, ಬೆಳೆದು ನಿಂತ ಎಲೆ ತುಂಬಿದ ಚೆಸ್‌ನಟ್ ಮರದ ನೆನಪನ್ನು, ದ್ರಾಕ್ಷಿಯ ತೋಟದ ನೆನಪನ್ನು, ಇಲ್ಲವೇ ಪರ್ವತದ ಬಳಿಯ ಆಶ್ರಮದ ಗುಹೆಯ ನೆನಪನ್ನು ತರುವಂತಿತ್ತು. ಇಳಿಮಧ್ಯಾಹ್ನದಲ್ಲಿ ಸಂಜೆಯ ಪ್ರಾರ್ಥನೆಯನ್ನು ಮಾಡುತ್ತಿರುವ ಮುದುಕಿಯರ ಗುಂಪೊಂದು ಅಲ್ಲಿರುತ್ತಿತ್ತು. ಒಂದೇಸಮನೆ ಪಿಟಿಪಿಟಿಗುಟ್ಟುತ್ತಿದ್ದ ಅವರ ದನಿಗಳು, ಗುಮ್ಮಟದ ಕೆಳಗೆ ಹೊರಹೊಮ್ಮಿ, ಚಿತ್ತಾರದ ಗಾಜಿನ ಕಿಟಿಕಿಗಳ ಮೇಲಿದ್ದ ಗುಲಾಬಿ ದಳಗಳಿಗೆ ಸಂಜೆಯ ಸೂರ್ಯನ ರಂಗೇರಿಸುವಂತಿತ್ತು. ಗಂಭೀರವಾದ ಮೆಲುದನಿಯ ಅವರ ಪ್ರಾರ್ಥನೆಗಳು ಮೇಲೇರುತ್ತಿದ್ದಂತೆ, ಮರದ ನೆಲಗಟ್ಟಿನ ಮೇಲೆ ಕಾಲ ಸಪ್ಪಳ ಕೇಳತೊಡಗುತ್ತಿತ್ತು. ಅದರೊಂದಿಗೆ ನಿತ್ಯಸ್ತೋತ್ರಗಳ ಪುಸ್ತಕದಿಂದ ನಿಧಾನವಾಗಿ ಓದಿ ಹೇಳುತ್ತಿದ್ದ ಪಾದ್ರಿಯ ಭುಜದ ಹಿಂದೆ, ಬೆಳಗಿದ ಮೋಂಬತ್ತಿಯೊಂದನ್ನು ಹಿಡಿದು ನಿಂತ ಪರಿಚಾರಕ ಬಾರಿಸುತ್ತಿದ್ದ ಬೆಳ್ಳಿಯ ಕಿರುಗಂಟೆಯ ಸದ್ದೂ ಕೇಳಿಸುತ್ತಿತ್ತು.

'ಓ, ಕೊರ್ತಿಸೆಲದ ದೇಗುಲವೇ, ನನ್ನ ಈ ಸೋತ ಮುದಿ ಚೇತನ ನಿನ್ನ ಚೇತೋಹಾರಿ ನೆರಳಿನಲ್ಲಿ ಪುನಃ ತಂಗುವುದೆಂದು?'

4

ಇಗರ್ಜಿಯ ಮುಖಮಂಟಪವನ್ನು ದಾಟಿ ನಾವು ಮನೆಗೆ ಹೊರಡುವಾಗ ಕತ್ತಲು, ಹನಿಮಳೆ. ಮನೆಯನ್ನು ಪ್ರವೇಶಿಸಿದಾಗ ಮುಂಭಾಗದ ವಿಶಾಲ ಕೋಣೆಯಲ್ಲಿ ಕವಿದಿದ್ದ ಭಯಂಕರ ನೀರವತೆ ಅಕ್ಕನಲ್ಲಿ ಹೆದರಿಕೆಯನ್ನುಂಟುಮಾಡಿದ್ದಿರಬೇಕು. ನನ್ನ ಕೈಯನ್ನು ಹಿಡಿದು, ಆಕೆ ಮೆಟ್ಟಿಲು ಹತ್ತಿ ಓಡತೊಡಗಿದಳು. ನಾವು ಒಳ ಹೋದಂತೆ ಅಮ್ಮ ಒಳಕೋಣೆಯನ್ನು ದಾಟಿ ಹೊರ ಬಾಗಿಲಲ್ಲಿ ಕಾಣಿಸಿಕೊಂಡು ಮರೆಯಾದಳು. ಇದೆಲ್ಲ ಏಕೆಂದು ತಿಳಿಯದೆ ನಾನು ಭಯ ಕುತೂಹಲಗಳಿಂದ ಅಂತೊನಿಯಾಳತ್ತ ಮುಖವೆತ್ತಿ ನೋಡಿದೆ. ಅವಳು ಮಾತಿಲ್ಲದೆ ಬಾಗಿ ನನಗೆ ಮುತ್ತಿಟ್ಟಳು. ಜೀವನದ ಬಗ್ಗೆ ನಾನು ತಿಳಿದದ್ದು ಅಲ್ಪವೇ ಆದರೂ, ಅಕ್ಕನ ಗುಟ್ಟನ್ನು ಊಹಿಸಿದೆ. ನಾವು ಕೋಣೆಯನ್ನು ದಾಟುತ್ತಿದ್ದಂತೆ ಆ ಗುಟ್ಟು ಭಯಾನಕ ಪಾಪದಂತೆ ನನ್ನ ಎದೆಯನ್ನು ಒತ್ತತೊಡಗಿತು. ಆ ಕೋಣೆಯಲ್ಲಿ ಹೊರ ಗಾಜು ಮುರಿದ ದೀಪವೊಂದು ಮೇಜಿನ ಮೇಲೆ ಉರಿಯುತ್ತಿತ್ತು. ಅದರ ಜ್ವಾಲೆಗೆ ಎರಡು ಕೋಡುಗಳಿದ್ದು

ನನಗೆ ಸೈತಾನನ ನೆನಪಾಯಿತು. ಹಾಸಿಗೆಯಲ್ಲಿ ಮಲಗಿದಾಗ, ಕವಿದ ಕತ್ತಲಲ್ಲಿ ಅದನ್ನು ನೆನೆದೆ. ಎಷ್ಟೋ ರಾತ್ರಿಗಳು ಅದು ನನ್ನ ನಿದ್ರೆಯನ್ನು ಕೆಡಿಸಿ ಕಾಡಿತ್ತು.

5

ಅನೇಕ ದಿನಗಳಿಂದ ಇಳಿ ಮಧ್ಯಾಹ್ನದ ಹೊತ್ತಿಗೆ ಮಳೆ ಬೀಳುತ್ತಲೇ ಇರುತ್ತಿತ್ತು. ಇಗರ್ಜಿಯ ಮುಖಮಂಟಪದಲ್ಲಿ ಆ ವಿದ್ಯಾರ್ಥಿ ಅತ್ತಿಂದಿತ್ತ ಓಡಾಡುತ್ತಿದ್ದ. ಅಕ್ಕ ಮಾತ್ರ ಸಂಜೆಯ ಪ್ರಾರ್ಥನೆಗಾಗಿ ಅಲ್ಲಿಗೆ ಹೋಗಲಿಲ್ಲ. ಬಾಡಿದ ಗುಲಾಬಿಯ ವಾಸನೆ ತುಂಬಿದ ದಿವಾನಖಾನೆಯಲ್ಲಿ ಓದುತ್ತಾ ಕುಳಿತಂತೆ ಒಮ್ಮೊಮ್ಮೆ ನಾನು ಅವನನ್ನು ನೋಡಲೆಂದು ಕಿಟಿಕಿ ತೆರೆಯುತ್ತಿದ್ದೆ. ಆತ ಒಬ್ಬಂಟಿಯಾಗಿ ನಡೆದಾಡುತ್ತಿದ್ದ. ತುಟಿಗಳಲ್ಲಿ ಒಂದು ಸೊಟ್ಟ ನಗೆ, ರಾತ್ರಿಯಾಗುತ್ತಿದ್ದ ಹಾಗೇ ಅಪ್ಪಟ ಹೆಣದಂತೆ ಕಾಣುತ್ತಿದ್ದ ಅವನನ್ನು ನೋಡಿದರೆ ನನಗೆ ತಲ್ಲಣವಾಗುತ್ತಿತ್ತು. ನಾನು ನಡುಗುತ್ತ ಕಿಟಿಕಿಯಿಂದ ದೂರ ಸರಿಯುತ್ತಿದ್ದೆ. ಆದರೂ ಅವನ ಮೇಲೆ ನೆಟ್ಟ ಕಣ್ಣುಗಳನ್ನು ಕೀಳಲಾಗುತ್ತಿರಲಿಲ್ಲ. ನನ್ನ ಪಾಠಗಳನ್ನು ಓದುವುದಂತೂ ದೂರ ಉಳಿಯುತ್ತಿತ್ತು. ಮೌನ ತುಂಬಿದ, ಕೊಂಚ ಸದ್ದಾದರೂ ಕೇಳಿಸುವ ಕೋಣೆಯಲ್ಲಿ ಅವನ ಕೀಲುಗಳ ನಟಿಕೆ ಸಪ್ಪಳ ಕೇಳಿಬರುತ್ತಿತ್ತು. ಬೆಕ್ಕು ಮೂರು ಬಾರಿ ಮ್ಯಾಂವ್‌ಗುಟ್ಟಿತು. ಅದರ ದನಿಯಲ್ಲಿ ನನಗವನ ಹೆಸರು ಕೇಳಿಸಿದಂತಾಯಿತು.

'ಮಾಸ್ಸಿಮೋ ಬ್ರೆತಾಲ್.'

6

ಬ್ರೆತಾಲ್, ಪರ್ವತಗಳ ಮೇಲಿದ್ದ ಒಂದು ಪುಟ್ಟ ಹಳ್ಳಿ. ಸಂತಯಾಗೊದಿಂದ ದೂರವೇನಿರಲಿಲ್ಲ. ಅಲ್ಲಿ ಮುದುಕರು ಚೂಪಾದ ಟೋಪಿಗಳನ್ನು, ಕೈನೆಯ್ಗೆಯ ತೋಳಿಲ್ಲದ ಮೇಲಂಗಿಗಳನ್ನು ಧರಿಸುತ್ತಿದ್ದರು. ಮುದುಕಿಯರು ಚಳಿಗಾಲದಲ್ಲಿ ಲಾಯಗಳಲ್ಲಿ ನೂಲುವರು; ಅಲ್ಲಿ ಮನೆಗಿಂತ ಹೆಚ್ಚು ಬೆಚ್ಚಗಿರುತ್ತಿತ್ತು. ಇಗರ್ಜಿಯ ಪಾರುಪತ್ಯಗಾರ ಅಂಗಳದಲ್ಲಿ ಪಾಠ ಹೇಳುತ್ತಿರುತ್ತಿದ್ದ. ಅವನ ಬೆತ್ತದ ನೆರಳಲ್ಲಿ ಹುಡುಗರು ಕಾರಕೂನರ ಬರೆಹದ ಲಿಪಿ ಮಾದರಿಗಳನ್ನು ಕಲಿಯುತ್ತಿದ್ದರು. ಈಗ ನಾಶವಾಗಿ ಹೋಗಿರುವ, ನಾಡಿನಲ್ಲಿ ಒಂದು ಕಾಲದಲ್ಲಿ ಖ್ಯಾತವಾಗಿದ್ದ ಶ್ರೀಮಂತ ಕುಟುಂಬವೊಂದರ ಹಳೆ ದಾಖಲೆ ಪತ್ರಗಳಿಂದ ಒಟ್ಟಾಗಿ ಓದುವರು. ಮಾಸ್ಸಿಮೋ ಬ್ರೆತಾಲ್ ಆ ಮನೆತನಕ್ಕೆ ಸೇರಿದವನು. ಮತ ಧರ್ಮಶಾಸ್ತ್ರವನ್ನು ಕಲಿಯಲು ಸಂತಯಾಗೋಗೆ ಬಂದವನು. ಮೊದಮೊದಲು ಆ ಹಳ್ಳಿಯ ಹೆಂಗಸೊಬ್ಬಳು, ಜೇನು ಮಾರಲು ಬಂದವಳು, ಅವನಿಗೆ ಒಂದು ವಾರಕ್ಕಾಗುವಷ್ಟು ರೈ ಧಾನ್ಯದ ಬ್ರೆಡ್, ಹುರಿದ ಹಂದಿ ಮಾಂಸದ ತುಂಡುಗಳನ್ನು ತರುತ್ತಿದ್ದಳು. ಆತ ಒಂದು ನಿಲುಮನೆಯಲ್ಲಿ ಮತಧರ್ಮಶಾಸ್ತ್ರ ಕಲಿಯಲು ಬಂದ ಇತರ ಕೆಲವು ವಿದ್ಯಾರ್ಥಿಗಳ ಜೊತೆಯಲ್ಲಿ ಇರುತ್ತಿದ್ದ. ಅಲ್ಲಿ ಅವರು ಹಾಸಿಗೆಗೆ ಮಾತ್ರ ಬಾಡಿಗೆ ಕೊಡಬೇಕಿತ್ತು. ನನಗೆ ಲ್ಯಾಟಿನ್ ವ್ಯಾಕರಣವನ್ನು ಪಾಠ ಹೇಳಲು ನಮ್ಮ ಮನೆಗೆ ಬರುವ ಹೊತ್ತಿಗೆ ಮಾಸ್ಸಿಮೋ ಬ್ರೆತಾಲ್ ಗುರುಶ್ರೇಣಿಯ ಕೆಳ ಹಂತಗಳ ಮನ್ನಣೆಯನ್ನು ಪಡೆದುಕೊಂಡಿದ್ದ. ಬ್ರೆತಾಲ್‌ನ ಧರ್ಮಗುರು ಕೇವಲ ಪರೋಪಕಾರ ಭಾವನೆಯಿಂದ, ನನಗೆ ಪಾಠ ಹೇಳಿಸಲು ಅವನ ಹೆಸರನ್ನು ಅಮ್ಮನಿಗೆ ಸೂಚಿಸಿದ್ದರು. ಅದಕ್ಕೋಸ್ಕರ ಒಬ್ಬ ಮುದುಕಿ ನನ್ನ ಅಮ್ಮನನ್ನು ವಂದಿಸಲೆಂದು ಬಂದು, ಕಾಣಿಕೆಯಾಗಿ ಬುಟ್ಟಿ ತುಂಬ ಸೇಬು ತಂದಳು. ಆ ಸೇಬುಗಳಲ್ಲೊಂದರಲ್ಲಿ ನನ್ನ ಅಕ್ಕನನ್ನು ಕಾಡಿಸಿದ ಮಾಟ ಅಡಗಿತ್ತೆಂದು ಮುಂದೆ ಜನರು ಆಡಿಕೊಂಡದ್ದುಂಟು.

7

ಅಮ್ಮ ದೈವಭಕ್ತೆ. ಶಕುನ, ಮಾಟಗಳಲ್ಲಿ ಅವಳಿಗೆ ನಂಬಿಕೆ ಇರಲಿಲ್ಲ. ಆದರೂ ಮಗಳನ್ನು ದಹಿಸುತ್ತಿದ್ದ ಪ್ರಣಯದ ಕಾವನ್ನು ಮನ್ನಿಸುವ ಸಲುವಾಗಿ ಅವುಗಳಲ್ಲಿ ನಂಬಿಕೆ ಇದೆಯೆಂದು ಆಕೆ ಕೆಲವೊಮ್ಮೆ ನಟಿಸುತ್ತಿದ್ದಳು.

ಹೆಚ್ಚು ಕಡಿಮೆ ಇದೇ ಸಮಯದಲ್ಲಿ ಆ ಹುಡುಗನಂತೆ ಅಂತೋನಿಯಾಳಲ್ಲಿ ಕೂಡ ಪರಲೋಕದ ಛಾಯೆ ಕಾಣಿಸಿಕೊಳ್ಳತೊಡಗಿತು. ದಿವಾನಖಾನೆಯ ಮೂಲೆಯಲ್ಲಿ ಕುಳಿತು ಆಕೆ ಕಸೂತಿ ಕೆಲಸ ಮಾಡುತ್ತಿದ್ದಳು. ಬಿಳಿಚಿಕೊಂಡು ಚೇತನ ಉಡುಗಿದವಳಂತೆ ಕುಳಿತು ಅವಳು ಕಸೂತಿ ಹಾಕುತ್ತಿದ್ದಳು. ನೋಡುವವರಿಗೆ ಕನ್ನಡಿಯಲ್ಲಿ ಅವಳ ಪ್ರತಿಬಿಂಬವನ್ನು ನೋಡುತ್ತಿದ್ದೇವೇನೋ ಎಂಬ ಭಾವನೆ ಬರುವಂತಿತ್ತು. ಅವಳ ನಿಧಾನವಾದ ಚಲನೆಗಳ ಇನ್ನೊಂದು ಲೋಕದ ಬದುಕಿನ ಲಯಗಳನ್ನು ಅನುಸರಿಸುತ್ತಿರುವಂತೆ ಭಾಸವಾಗುತ್ತಿತ್ತು. ಎತ್ತಲೋ ದೂರಕ್ಕೆ ನೆಟ್ಟ ಮುಗುಳ್ನಗೆಯನ್ನು ಬೀರುತ್ತಾ ಕುಳಿತ ಆಕೆ ದುಃಖದಿಂದ ಕಳಾಹೀನಳಾಗಿ ಕಂಡು ಅವಳ ಸುತ್ತ ಸಂಜೆಯ ರಹಸ್ಯಮಯತೆಯ ಆವರಣವೊಂದು ಕವಿದಂತೆ ತೋರುತ್ತಿತ್ತು. ಆಕೆ ಎಷ್ಟು ಬಿಳಿಚಿಕೊಂಡಿದ್ದಳೆಂದರೆ, ಒಂದು ಪ್ರಭಾವಲಯ ಅವಳನ್ನು ಸುತ್ತುವರಿದಂತೆ ತೋರುತ್ತಿತ್ತು. ಅವಳತ್ತ ನೋಡಲೆಂದು ಯವನಿಕೆಯನ್ನು ಎಳೆದ ಅಮ್ಮ, ಸದ್ದು ಮಾಡದೆ ಎದ್ದು ಹೋದಳು, ಇದೆಲ್ಲವೂ ಇನ್ನೂ ನನ್ನ ಕಣ್ಣಿಗೆ ಕಟ್ಟಿದಂತಿದೆ.

8

ಬಂಗಾರದ ನಸು ಬಿಸಿಲಿನ ಇಳಿಮಧ್ಯಾಹ್ನಗಳು ಮತ್ತೆ ಬಂದವು. ಕೊರ್ತಿಸೆಲದ ಪ್ರಾರ್ಥನಾ ಮಂದಿರದಲ್ಲಿ ಸಂಜೆಯ ಪ್ರಾರ್ಥನೆ ಸಲ್ಲಿಸಲು ಮೊದಲಿನಂತೆ ಅಕ್ಕ ನನ್ನನ್ನು ಕರೆದೊಯ್ದಳು. ಇದರಿಂದಾಗಿ ಆ ವಿದ್ಯಾರ್ಥಿಯನ್ನು ಮತ್ತೆ ನೋಡಬೇಕಾಗಿ ಬರಬಹುದು, ಅವನು ಪವಿತ್ರ ತೀರ್ಥವನ್ನು ನೀಡಲೆಂದು ಮೂಳೆಗೈಯನ್ನು ಮುಂಚಾಚಬಹುದು ಎಂಬ ಭಯ ನನ್ನನ್ನು ಬಹಳವಾಗಿ ಕಾಡುತ್ತಿತ್ತು. ಆ ಹೆದರಿಕೆಯಿಂದ ಅಕ್ಕನನ್ನು ನೋಡಿದೆ; ಅವಳ ತುಟಿಗಳು ನಡುಗುತ್ತಿದ್ದವು. ಆ ಹೊತ್ತಿಗೆ ಸದಾ ಮುಖಮಂಟಪದಲ್ಲಿರುತ್ತಿದ್ದ ಮಾಸ್ಸಿಮೋ ಬ್ರೆತಾಲ್ ನಮ್ಮನ್ನು ನೋಡಿದವನೆ ಕಾಣದಾದನು. ಇಗರ್ಜಿಯ ನಡುಭಾಗಕ್ಕೆ ಬಂದಾಗ, ಕಮಾನುಗಳ ನೆರಳುಗಳಿಂದ ಆತ ಹೊರ ಬರುವುದು ಕಂಡುಬಂತು. ನಾವು ಪ್ರಾರ್ಥನಾ ಮಂದಿರದ ಒಳ ಹೋದೆವು. ಬಾಗಿಲಿನ ಬಳಿಯ ಮೆಟ್ಟಿಲಿನ ಮೇಲೆ ಆತ ಮಂಡಿಯೂರಿ ಕುಳಿತ. ಅಕ್ಕ ನಡೆದು ಬಂದ ಹಾಸುಗಲ್ಲಿಗೆ ಮುತ್ತಿಟ್ಟ. ಅಲ್ಲಿ ಕುಳಿತ ಅವನು ನನಗೆ ವಿಚಿತ್ರವಾಗಿ ಕಾಣುತ್ತಿದ್ದ. ಭುಜದಿಂದ ಕೆಳಗೆ ಜಾರಿದ ಮೇಲುದ, ಮುಂಭಾಗದಲ್ಲಿ ಒಂದಕ್ಕೊಂದು ಹೆಣೆದುಕೊಂಡ ಕೈಗಳು, ಈ ಭಂಗಿಯಲ್ಲಿ ಅವನು ಸಮಾಧಿ ಶಿಲೆಯೊಂದರ ಮೇಲಿನ ಕಡೆದ ವಿಗ್ರಹದಂತೆ ತೋರುತ್ತಿದ್ದ. ಒಂದು ಸಂಜೆ ನಾವು ಹೊರ ಬರುತ್ತಿದ್ದಾಗ, ನೆರಳಿನಂತಿದ್ದ ಅವನ ತೋಳು ಚಾಚಿ ಅಂತೋನಿಯಾಳ ಲಂಗದ ತುದಿಯನ್ನು ತನ್ನ ಬೆರಳುಗಳಲ್ಲಿ ಹಿಡಿಯುವುದು ಕಂಡಿತು.

"ನಾನಿನ್ನು ಸಹಿಸಲಾರೆ...ನನ್ನ ಮಾತು ನೀನು ಕೇಳಲೇ ಬೇಕು ನನ್ನ ನೋವು ನಿನಗೆ ತಿಳೀಲೇಬೇಕು. ನನ್ನ ಕಡೆ ನೋಡೋದೇ ಇಲ್ಲವೆ ನೀನು?"

ಹೂವಂತೆ ಬಿಳಿಚಿಕೊಂಡ ಅಂತೋನಿಯಾ ಪಿಸುಗುಟ್ಟಿದಳು: "ನನ್ನನ್ನು ಬಿಟ್ಟು ಬಿಡು, ಮಾಸ್ಸಿಮೋ...ಬಿಟ್ಟು ಬಿಡು."

"ನಿನ್ನನ್ನು ನಾನು ಬಿಡಲಾರೆ. ನೀನು ನನ್ನವಳು, ನಿನ್ನ ಆತ್ಮ ನನ್ನದು. ನಿನ್ನ ದೇಹ ನನಗೆ ಬೇಕಿಲ್ಲ. ಅದನ್ನು ಪಡೆಯೋದಕ್ಕೆ ಸಾವು ಬಂದೀತು. ನನ್ನನ್ನು ನೋಡು, ನನ್ನ ಕಣ್ಣಲ್ಲಿ ನಿನ್ನ ಕಣ್ಣು ನಿವೇದನೆ ಮಾಡಿಕೊಳ್ಳಲಿ, ನನ್ನನ್ನು ನೋಡು."

ಅವನ ಒರಟು ಕೈಗಳು ಎಷ್ಟು ಜೋರಾಗಿ ಎಳೆದವೆಂದರೆ ಅಕ್ಕನ ಲಂಗದ ತುದಿ ಕೊಂಚ ಹರಿದು ಬಂತು. ಅವಳ ಮುಗ್ಧ ಕಣ್ಣುಗಳು ಉರಿಯುತ್ತಿದ್ದ ಅವನ ಕಣ್ಣುಗಳ ಹೊಳಪಿನಾಳಕ್ಕೆ ನೆಟ್ಟವು. ಆ ರಾತ್ರಿ, ಕತ್ತಲಲ್ಲಿ ಅಂದಿನ ದೃಶ್ಯವನ್ನು ನೆನೆದು, ಅಕ್ಕ ಮನೆ ತೊರೆದು ಹೋಗಿಯೇ ಬಿಟ್ಟಳೇನೊ ಎನ್ನುವಂತೆ ನಾನು ಅತ್ತೆ.

9

ಬಾಡಿದ ಗುಲಾಬಿ ಹೂಗಳ ವಾಸನೆ ತುಂಬಿದ ದಿವಾನಖಾನೆಯಲ್ಲಿ ಕುಳಿತು ನನ್ನ ಲ್ಯಾಟಿನ್ ಪಾಠಗಳನ್ನು ನಾನು ಕಲಿಯುತ್ತಾ ಹೋದೆ. ಒಂದೊಂದು ಮಧ್ಯಾಹ್ನ ಅಮ್ಮ ಒಳಬರುತ್ತಿದ್ದಳು. ಕಡುಗೆಂಪು ಮೇಲು ಹೊದಿಕೆ ಹಾಕಿದ್ದ ಸೋಫಾದ ಅಂಚಿನಲ್ಲಿ ಕುಳಿತು ಆಕೆ ನಿಟ್ಟುಸಿರು ಬಿಡುವುದನ್ನು ನಾನು ನೋಡುತ್ತಿದ್ದೆ. ಪ್ರಾರ್ಥನೆ ಮಾಡುತ್ತ, ಅವಳು ಕೈಯಲ್ಲಿ ಹಿಡಿದು ಎಣಿಸುತ್ತಿದ್ದ ಜಪಸರದ ಮಣಿಗಳ ಸದ್ದು ಕೂಡ ನನಗೆ ಕೇಳುತ್ತಿತ್ತು. ಅಮ್ಮ ತುಂಬಾ ಚೆಲುವೆ. ಬೆಳ್ಳಗೆ ಸುಂದರವಾಗಿದ್ದಳು. ಯಾವಾಗಲೂ ರೇಶಿಮೆಯ ಉಡುಪು. ಒಂದು ಕೈಗೆ ಕಪ್ಪು ಗೌಸು. ಆ ಕೈಯಲ್ಲಿ ಎರಡು ಬೆರಳುಗಳಿರಲಿಲ್ಲ. ಇನ್ನೊಂದು ಕೈ ಒಂದು ಹೂವಿನಂತಿತ್ತು. ಎಲ್ಲ ಬೆರಳುಗಳಿಗೂ ಉಂಗುರ. ಈ ಕೈಗಳಿಗೇ ನಾವು ಮುತ್ತಿಡುತ್ತಿದ್ದುದು. ನಮ್ಮನ್ನಾಕೆ ಹತ್ತಿರ ಕರೆದು ಮೈಸವರುತ್ತಿದ್ದುದೂ ಆ ಕೈಯಿಂದಲೇ. ಇನ್ನೊಂದು ಕೈಯನ್ನು ಅವಳು ಕರವಸ್ತ್ರದ ಜರಿಯ ಅಂಚಿನಲ್ಲಿ ಮುಚ್ಚಿಟ್ಟುಕೊಳ್ಳುತ್ತಿದ್ದಳು. ಶಿಲುಬೆಯ ಗುರುತು ಮಾಡಿಕೊಳ್ಳುವಾಗ ಮಾತ್ರ ಅದನ್ನು ನಾವು ನೋಡುತ್ತಿದ್ದೆವು. ಅವಳ ಬಿಳಿಯ ಹಣೆ, ಗುಲಾಬಿ ವರ್ಣದ ಬಾಯಿ, ಮೇರಿ ಕನ್ಯೆಯ ಚಿತ್ರಗಳಲ್ಲಿ ಕಾಣುವಂಥ ಎದೆ–ಇವುಗಳ ಹಿನ್ನೆಲೆಯಲ್ಲಿ ಆ ಕೈ ಕಪ್ಪಗೆ ಎದ್ದು ಕಾಣುತ್ತಿತ್ತು. ಸೋಫಾದಲ್ಲಿ ಕುಸಿದು ಕುಳಿತು ಅಮ್ಮ ಪ್ರಾರ್ಥಿಸುತ್ತಿದ್ದಂತೆ, ಕೋಣೆಯ ಇನ್ನೊಂದು ತುದಿಯಲ್ಲಿ ಕುಳಿತು, ಕಿಟಕಿಗಳಿಂದ ಬರುತ್ತಿದ್ದ ಬೆಳಕಿನಲ್ಲಿ ನಾನು ಲ್ಯಾಟಿನ್ ಓದುತ್ತಿದ್ದೆ. ಚದುರಂಗದ ಹಾಸನ್ನು ಕೆತ್ತಿದ್ದ ಹಳೆಯ ಮೇಜಿನ ಮೇಲೆ ನಾನು ವ್ಯಾಕರಣ ಪುಸ್ತಕವನ್ನು ತೆರೆದಿಟ್ಟು ಕೊಂಡಿರುತ್ತಿದ್ದೆ. ಆ ವಿಶಾಲವಾದ, ಮೌನ ತುಂಬಿದ ದಿವಾನಖಾನೆಯಲ್ಲಿ ಒಬ್ಬರಿಗೊಬ್ಬರು ಕಾಣುತ್ತಲೇ ಇರಲಿಲ್ಲ. ಆಗಾಗ ಪ್ರಾರ್ಥನೆಯ ನಡುವೆ ಅಮ್ಮ ಕಿಟಕಿಯನ್ನು ಮತ್ತಷ್ಟು ತೆರೆಯುವಂತೆ ಹೇಳುತ್ತಿದ್ದಳು. ಈ ಅನುಮತಿಯ ಪ್ರಯೋಜನ ಪಡೆದು ನಾನು ಇಗರ್ಜಿಯ ಮುಖಮಂಟಪದ ಕಡೆಗೆ ದೃಷ್ಟಿ ಹಾಯಿಸುತ್ತಿದ್ದೆ. ಸಂಜೆಯ ಸೂರ್ಯನ ಬೆಳಕು ಮೂಡಿಸಿದ ನೆರಳಿನಲ್ಲಿ ಆ ವಿದ್ಯಾರ್ಥಿ ಅತ್ತಿಂದಿತ್ತ ತಿರುಗಾಡುತ್ತಿದ್ದ. ಆ ದಿನ ನಾನವನನ್ನು ನೋಡುತ್ತಿದ್ದಂತೆ ಆತ ಮರೆಯಾದ. ಯಾರೋ ಬಂದು ಬಾಗಿಲು ತಟ್ಟಿದಂತಾಗಿ ನಾನು ಮತ್ತೆ ನನ್ನ ಲ್ಯಾಟಿನನ್ನು ಗುನುಗಲು ತೊಡಗಿದೆ. ಹಾಗೇ ಬಾಗಿಲು ತಟ್ಟಿದಾತ ಪವಿತ್ರ ನಾಡಿನ ಯಾತ್ರೆಯಿಂದ ಹಿಂತಿರುಗಿ ಬಂದಿದ್ದ ಫ್ರಾನ್ಸಿಸ್ಕನ್ ಪಂಥದ ಒಬ್ಬ ಭಿಕ್ಷು.

10

ಫಾದರ್ ಬರ್ನಾರ್ಡ್ ಒಂದು ಕಾಲಕ್ಕೆ ಅಮ್ಮನ ಪಾಪ ನಿವೇದನೆಯನ್ನು ಒಪ್ಪಿಸಿಕೊಳ್ಳುತ್ತಿದ್ದ ಗುರುಗಳಾಗಿದ್ದರು. ಯಾತ್ರೆಯಿಂದ ಹಿಂದಿರುಗಿ ಬರುವಾಗ ಅವಳಿಗೆಂದು ಆಲಿವೆತ್ ಪರ್ವತದಿಂದ ಆಲಿವ್ ಬೀಜಗಳ ಒಂದು ಜಪಮಾಲೆಯನ್ನು ಅವರು ತಂದಿದ್ದರು. ಸಂತಯಾಗೊದ ಆಶ್ರಮಕ್ಕೆ ಹಿಂತಿರುಗಿದ ಬಳಿಕ ಆ ದಿನ ಮಧ್ಯಾಹ್ನದ ಅವರ ಭೇಟಿ ಎರಡನೆಯದು. ಅವರು ಒಳ ಬಂದಂತೆ ನಾನು ವ್ಯಾಕರಣವನ್ನು ಬಿಟ್ಟು, ಅವರ ಕೈಗೆ ಮುತ್ತಿಡಲು ಓಡಿದೆ. ಮಂಡಿಯೂರಿ ತಲೆ ಎತ್ತಿ, ಅವರ ಆಶೀರ್ವಚನಕ್ಕೆ ಕಾಯ್ದು ಕುಳಿತೆ. ಅವರು ಅದರ ಬದಲು ಗಾಳಿಯಲ್ಲಿ ಎರಡು ಕೋಡುಗಳ ಚಿತ್ರವನ್ನು ಬರೆದಂತೆ ನನಗೆ ತೋರಿತು. ಸೈತಾನನ ಈ ತಂತ್ರಕ್ಕೆ ಭಯಗೊಂಡು ನಾನು ಕಣ್ಣುಗಳನ್ನು ಮುಚ್ಚಿಕೊಂಡೆ. ಅಮ್ಮ, ಅಂತೊನಿಯಾ ಇವರಿಗೆ ನಾನು, ಈಚೆಗೆ, ಗಟ್ಟಿಯಾಗಿ ಓದಿ ಹೇಳುತ್ತಿದ್ದ ಸಂತರ ಕತೆಗಳಲ್ಲಿ ಪದುವಾದ ಸಂತ ಅಂತೊನಿಯಾ ಕತೆಯೂ ಒಂದು. ಅದರಲ್ಲಿ ಆ ಸಂತನನ್ನು ಪಾಪದಲ್ಲಿ ತೊಡಗಲು ಪ್ರೇರೇಪಿಸಿದಂತೆ ನನ್ನನ್ನೂ ಪಾಪಕೃತ್ಯಕ್ಕೆ ನೂಕಲು ಇದೊಂದು ತಂತ್ರ ಎಂದುಕೊಂಡೆ ನಾನು. ನನ್ನ ಅಜ್ಜಿ ಫಾದರ್ ಬರ್ನಾರ್ಡ್‌ರನ್ನು ಈ ಲೋಕದಲ್ಲಿ ಅವತರಿಸಿದ ಒಬ್ಬ ಸಂತನೆಂದು ಕರೆಯಬಹುದಿತ್ತು. ಅವರೀಗ ತನ್ನಿಂದ ಸಂರಕ್ಷಿತವಾದ ಕುರಿಮರಿಯಂತಿದ್ದ ನನ್ನ ತಾಯಿಯನ್ನು ಭೇಟಿಯಾಗಲು ಬೇಗ ಮುಂದೆ ಹೋದರು. ಈ ಅವಸರದಲ್ಲಿ ಅವರು, ಕೂದಲು ಕತ್ತರಿಸಲ್ಪಟ್ಟ ನನ್ನ ಪುಟ್ಟ ತಲೆಯ ಮೇಲೆ, ಹಾರಿಹೋಗಲು ಸಿದ್ಧವಾಗದಂತೆ ಹೊರಚಾಚಿಕೊಂಡ ಕಿವಿಗಳಿಂದ ಕೂಡಿದ ನನ್ನ ತಲೆಯ ಮೇಲೆ ಶಿಲುಬೆಯ ಗುರುತು ಮಾಡಲು ಮರೆತರು. ಅದಾದರೋ, ಬಾಲ್ಯಾವಸ್ಥೆಯ ಶೋಚನೀಯ ಪಾಶಗಳ ಭಾರದಿಂದ ಬಾಗಿದ್ದ ತಲೆ. ಹಗಲು ಹೊತ್ತು ಲ್ಯಾಟಿನ್. ರಾತ್ರಿಯಲ್ಲಿ ಸತ್ತವರ ಭಯ.

ತನ್ನ ಸನಿಹದಲ್ಲಿ ನಿಂತ ಅಮ್ಮನಿಗೆ ಭಿಕ್ಷು ಪಿಸುದನಿಯಲ್ಲಿ ಏನೋ ಕೆಲವು ಮಾತು ಹೇಳಿದರು. ಆಕೆ ಕೈಗವಸು ಹಾಕಿದ ಹಸ್ತವನ್ನೆತ್ತಿ ನನ್ನನ್ನು ಉದ್ದೇಶಿಸಿ ನುಡಿದಳು:

"ಹೊರಗೆ ಹೋಗು ಮಗು."

11

ಅಮ್ಮನ ಕೈಗೆಲಸದಲ್ಲಿ ನೆರವಾಗುತ್ತಿದ್ದ ಮುದುಕಿ ಬಾಸಿಲಿಜ, ಬಾಗಿಲ ಬಳಿ ಹೊರಗೆ ಮುದುಡಿ ಕುಳಿತಿದ್ದಳು. ನಾನವಳನ್ನು ಕಂಡೆ. ಅವಳು ನನ್ನ ಕೋಟು ಹಿಡಿದು, ಸುಕ್ಕುಗಟ್ಟಿದ ತನ್ನ ಅಂಗೈಯನ್ನು ನನ್ನ ಬಾಯ ಮೇಲಿಟ್ಟು ಹೇಳಿದಳು:

"ಈ ಕುರಿತು ನಿನ್ನ ಬಾಯಿಯಿಂದ ಒಂದೇ ಒಂದು ಮಾತು ಕೂಡ ಹೊರ ಬೀಳಬಾರದು, ತಿಳೀತಾ ಕೆಟ್ಟ ಹುಡುಗ!"

ನಾನವಳನ್ನು ಬಿಡದೆ ನಿಟ್ಟಿಸಿದೆ. ಇಗರ್ಜಿಯಲ್ಲಿದ್ದ ದೋಣಿಮುಖಗಳನ್ನು* ನೆನಪಿಗೆ ತರುವಂತಿತ್ತು ಅವಳ ಮುಖ. ಕೊಂಚ ಹೊತ್ತಿನ ಬಳಿಕ ಅವಳು ನನ್ನನ್ನು ಮೆದುವಾಗಿ

---

* ಭಾವಣಿಯ ನೀರು ಗೋಡೆಗೆ ತಾಕದಂತೆ ಹರಿಯಲು ಮಾಡಿದ, ಯಾವುದಾದರೂ ಪ್ರಾಣಿ ಮುಖದ ಆಕೃತಿಯುಳ್ಳ, ನೀರಿನ ಕೊಳವೆ ಮೂತಿಗಳು.

ತಳ್ಳಿದಳು: "ಓಡು ಪುಟ್ಟ!" ಅವಳ ಸುಕ್ಕುಗಟ್ಟಿದ ಮುದಿ ಕೈಗಳನ್ನು ನನ್ನ ಭುಜದಿಂದ ತಳ್ಳಿ ಅವಳ ಪಕ್ಕದಲ್ಲೇ ನಾನು ಕುಳಿತೆ. ಭಿಕ್ಷು ಹೇಳುವುದು ಕೇಳಿಸುತ್ತಿತ್ತು. "ಇದು ಒಂದು ಆತ್ಮವನ್ನು ಉಳಿಸೋ ವಿಚಾರ..." ಬಾಸಿಲಿಜ ಮತ್ತೆ ನನ್ನನ್ನು ತಳ್ಳಿದಳು: "ಹೋಗಪ್ಪಾ, ನೀನು ಇದನ್ನೆಲ್ಲಾ ಕೇಳಬಾರದು."

ಗೂನು ಬೆನ್ನು ಮಾಡಿಕೊಂಡು ಬಾಗಿಲಿನ ಸಂದಿಯಲ್ಲವಳು ನೋಡುತ್ತಿದ್ದಳು. ನಾನು ಅವಳ ಪಕ್ಕದಲ್ಲಿ ಬಗ್ಗಿ ಕುಳಿತೆ. ಈ ಬಾರಿ ಅವಳು "ನೀನು ಇಲ್ಲಿ ಕೇಳಿಸಿಕೊಂಡ ಯಾವುದನ್ನೂ ನೆನಪಿಟ್ಟುಕೊಳ್ಳಬಾರದು" ಎಂದಷ್ಟೇ ಹೇಳಿದಳು.

ನನಗೆ ನಗು ತಡೆಯಲು ಆಗಲೇ ಇಲ್ಲ. ಅವಳು ನಿಜವಾಗಿಯೂ ದೋಣಿ ಮುಖದಂತೆ ಕಾಣುತ್ತಿದ್ದಳು. ಆದರೆ ಅವಳ ಮುಖ ಬೆಕ್ಕು, ನಾಯಿ ಇಲ್ಲವೆ ತೋಳ ಹೀಗೆ ಯಾವುದನ್ನು ಹೋಲುತ್ತಿತ್ತೋ ನನಗೆ ತಿಳಿಯದು. ಅಂತೂ ಇಗರ್ಜಿಯಲ್ಲಿದ್ದ ಅಂಥ ಶಿಲಾಕೃತಿಗಳಲ್ಲಿ ಒಂದನ್ನು ಹೋಲುವಂತಿದ್ದದ್ದು ಖಚಿತ.

12

ಒಳಗಿನ ಕೋಣೆಯಲ್ಲಿ ಅವರು ಮಾತನಾಡುವುದು ನಮಗೆ ಕೇಳಿಸುತ್ತಿತ್ತು. ಫ್ರಾನ್ಸಿಸ್ಕನ್ ಭಿಕ್ಷುವಿನ ಮಾತೇ ಹೆಚ್ಚು ಕಾಲ ಕೇಳಿಸುತ್ತಿದ್ದುದು.

'ಈ ಹೊತ್ತು ಬೆಳಿಗ್ಗೆ, ಸೈತಾನನ ಪ್ರಲೋಭನೆಗೊಳಗಾದ ಒಬ್ಬ ಯುವಕ ನಮ್ಮ ಆಶ್ರಮಕ್ಕೆ ಬಂದ. ದುಃಖದಾಯಕವಾದ ಪ್ರಣಯಕ್ಕೆ ತಾನು ಸಿಲುಕಿರುವುದಾಗಿಯೂ ಹತಾಶನಾಗಿ ತಾನು ಸೈತಾನನ ನೆರವು ಪಡೆದಿರುವೆನೆಂದೂ ಆತ ನನ್ನ ಬಳಿ ಹೇಳಿದ. ಬೂದಿಯ ಮೋಡದ ನಡುವೆ ವಿಶಾಲವಾದ ಬಾವಲಿ ರೆಕ್ಕೆಗಳನ್ನು ಜೋರಾಗಿ ಬಡಿಯುತ್ತ ನಡುರಾತ್ರಿಯಲ್ಲಿ ಆ ಪತಿತ ದೇವತೆಯು ಅವನಿಗೆ ಕಾಣಿಸಿಕೊಂಡಿತ್ತಂತೆ.'

ಅಮ್ಮ ನಿಟ್ಟುಸಿರುಬಿಡುತ್ತಾ "ಅಯ್ಯೋ ದೇವರೇ" ಎಂದು ನರಳಿದಳು. ಭಿಕ್ಷು ಮುಂದುವರಿಸಿದ: "ಸೈತಾನ ಅವನನ್ನು ಕಾಡಿಸುತ್ತಿದ್ದಾನೆ; ತನ್ನೊಡನೆ ಒಂದು ಒಪ್ಪಂದಕ್ಕೆ ಬರುವುದಾದರೆ ಪ್ರಣಯ ವ್ಯವಹಾರದಲ್ಲಿ ಯುವಕನಿಗೆ ನೆರವಾಗುವುದಾಗಿ ಆತ ಹೇಳಿದ್ದಾನೆ. ಹುಡುಗ ಹಿಂಜರಿದ. ಎಷ್ಟಾದರೂ ಕ್ರೈಸ್ತನಾಗಿ ಪವಿತ್ರ ದೀಕ್ಷಾಸ್ನಾನವನ್ನು ಮಾಡಿದವನಲ್ಲವೇ? ಶಿಲುಬೆಯ ನೆರವಿನಿಂದ ಅವನು ಸೈತಾನನನ್ನು ಓಡಿಸಿದ. ತಪ್ಪೊಪ್ಪಿಗೆಗೆ ಬಂದು ಈ ಮುಂಜಾನೆ ಇದೆಲ್ಲವನ್ನೂ ಆತ ನನ್ನ ಬಳಿ ಹೇಳಿದ. ಸೈತಾನನೊಂದಿಗೆ ವ್ಯವಹರಿಸುವುದನ್ನು ಬಿಟ್ಟುಬಿಡಬೇಕೆಂದು ಅವನಿಗೆ ತಾನು ಹೇಳಿದೆ. ಆದರೆ ಆತ ಹಾಗೆ ಮಾಡಲು ಒಪ್ಪಲಿಲ್ಲ. ನಾನೆಷ್ಟೇ ಬುದ್ಧಿವಾದ ಹೇಳಿದರೂ ಅವನು ಬದಲಾಗಲಿಲ್ಲ. ಅವನ ಆತ್ಮ ನಾಶ ಹೊಂದುವುದು ಖಂಡಿತ."

ಅಮ್ಮ ನುಡಿದಳು:

"ನನ್ನ ಮಗಳು ಹೀಗಾಗೋದಕ್ಕಿಂತ ಸಾಯೋದೇ ಮೇಲು."

ವಿಚಿತ್ರವಾದ ಭಯವನ್ನು ತರಿಸುವಂತಿದ್ದ ಭಿಕ್ಷುವಿನ ದನಿ ಮುಂದುವರಿಯಿತು:

"ಅವಳು ಸತ್ತಳೆಂದರೆ ಅವನು ನರಕವನ್ನು ಗೆಲ್ಲಬಹುದು; ಅವಳು ಬದುಕಿದ್ದರೆ ಇಬ್ಬರೂ ನಾಶವಾಗ್ತಾರೆ...ನಿನ್ನಂಥ ಬಡ ಹೆಂಗಸು ಸೈತಾನನ ಕುಟಿಲ ತಂತ್ರಗಳನ್ನು ಗೆಲ್ಲೋದು ಹೇಗೆ?"

"ದೇವರ ದಯೆಯಿಂದ!"

ಸದ್ದಿಲ್ಲ. ಎಷ್ಟೋ ಹೊತ್ತಿನವರೆಗೆ ಮೌನ. ಇದಕ್ಕೆ ಏನು ಉತ್ತರ ನೀಡಬೇಕೆಂದು ಭಿಕ್ಷು

ಧ್ಯಾನಿಸುತ್ತಿದ್ದಿರಬೇಕು. ಬಾಸಿಲಿಜ ನನ್ನನ್ನು ತನ್ನ ಎದೆಗವಚಿಕೊಂಡಿದ್ದಳು. ಭಿಕ್ಷುವಿನ ಪಾದುಕೆಗಳ ಸದ್ದು ಕೇಳಿಸಿತು. ಅವಳು ನನ್ನ ತೋಳುಗಳನ್ನು ಸಡಿಲಿಸಿ ಹೊರಟು ಹೋಗಲು ಸಿದ್ಧಳಾದಳು. ಆದರೆ ದನಿ ಮತ್ತೆ ಕೇಳಿಸತೊಡಗಿತು. ಅವಳು ಅಲ್ಲೇ ನಿಂತಳು:

"ದೇವರ ದಯೆ ಅನ್ನೋದು ಸದಾ ನಮ್ಮ ಮೇಲಿರೋದಿಲ್ಲ ಮಗಳೆ. ಅದು ಕಾರಂಜಿಯಂತೆ ಚಿಮ್ಮುವುದು, ಒಮ್ಮೊಮ್ಮೆ ಒಣಗುವುದು. ತಮ್ಮ ಆತ್ಮೋದ್ಧಾರದ ಬಗ್ಗೆ ಮಾತ್ರ ಚಿಂತಿಸುತ್ತ ನೆರೆಯವರನ್ನು ಪ್ರೀತಿಸಿದ ಕೆಲವು ಆತ್ಮಗಳಿರುತ್ತವೆ. ಇವು ಒಣಗಿದ ಕಾರಂಜಿಗಳು. ಒಬ್ಬ ಕ್ರೈಸ್ತನ ಆತ್ಮವು ಅಪಾಯದಲ್ಲಿದೆ ಅಂತ ತಿಳಿದಾಗ ನಿನ್ನ ಮನಸ್ಸಿನಲ್ಲಿ ಏನಾಯಿತು ಅನ್ನೋದನ್ನು ಹೇಳು. ನರಕದ ಶಕ್ತಿಗಳಿಂದ ಅವನನ್ನು ದೂರವಿಡೋದಕ್ಕಾಗಿ ನೀನು ಮಾಡಿದ್ದೇನು? ಮಗಳನ್ನು ಕೊಡಲು ನಿರಾಕರಿಸಿ ಸೈತಾನನ ಕೈಗಳಿಂದ ಅವನು ಅವಳನ್ನು ಪಡೆಯೋ ಹಾಗೆ ಮಾಡಿದ್ದೆ ?..."

ಅಮ್ಮ ಕಿರಿಚಿದಳು :

"ಯೇಸು ಸ್ವಾಮಿ ನನಗೆ ನೆರವಾಗ್ತಾನೆ."

ಭಿಕ್ಷುವಿನ ದನಿ ದ್ವೇಷದಿಂದ ನಡುಗುತ್ತಿತ್ತು.

"ಪ್ರೀತಿ ಎಲ್ಲರಿಗೂ ಒಂದೇ ಸಮವಾಗಿರ್ಬೇಕು. ತಂದೆ, ಗಂಡ ಇಲ್ಲವೇ ಮಗುವನ್ನು ಪ್ರೀತಿಸೋದಾದರೆ ಜೇಡಿಮಣ್ಣಿನ ಮೂರ್ತಿಗಳಿಗೆ ಬಾಗಿ ನಮಸ್ಕಾರ ಮಾಡಿದಂತೆ. ಇದನ್ನು ತಿಳಿಯದೆ, ಆ ವಿದ್ಯಾರ್ಥಿ ಬ್ರೆತಾಲ್‌ನಂತೆ ನೀನು ಕೂಡ ಶಿಲುಬೆಯನ್ನು ಕಾಲಿನಿಂದ ತುಳೀತಿದ್ದಿ.""

ಭಿಕ್ಷು ಹೊರ ಬರುತ್ತಿರುವ ಸದ್ದಾಯಿತು. ನಾನು ಬಾಸಿಲಿಜ ಇಬ್ಬರೂ ದೂರದೂರ ಓಡಿದೆವು. ಆಗ ಕಪ್ಪು ಬೆಕ್ಕೊಂದು ನಮ್ಮನ್ನು ದಾಟಿ ಓಡಿಹೋಯಿತು. ಫಾದರ್ ಬರ್ನಾರ್ಡ್ ಹೊರಹೋದದ್ದನ್ನು ಯಾರೂ ಕಾಣಲಿಲ್ಲ. ಆ ಮಧ್ಯಾಹ್ನ ಬಾಸಿಲಿಜ ಆಶ್ರಮಕ್ಕೆ ಹೋಗಿದ್ಳು. ಆ ಭಿಕ್ಷುವೆಲ್ಲೋ ದೂರದ ಊರಿಗೆ ಯಾವುದೋ ಕೆಲಸಕ್ಕೆಂದು ಹೊರಟು ಹೋಗಿದ್ದನೆಂದು ಅಲ್ಲಿ ಅವಳಿಗೆ ತಿಳಿಸಿದರು.

13

ಕಿಟಿಕಿ ಗಾಜುಗಳ ಮೇಲೆ ಮಳೆ ಹನಿಗಳು ರಾಚುತ್ತಿದ್ದವು. ಅಪರಾಹ್ನದ ಮ್ಲಾನಮಯ ಬೆಳಕು ಎಲ್ಲ ಕೊಠಡಿಗಳಲ್ಲೂ ತುಂಬಿ ಹಾಸಿತ್ತು.

ಕಿಟಿಕಿ ಬಳಿ ಅಂತೊನಿಯಾ ಕಸೂತಿ ಕೆಲಸ ಮಾಡುತ್ತಾ ಕುಳಿತಿದ್ದಳು. ಅಮ್ಮ ಸೋಫಾಕ್ಕೆ ಒರಗಿಕೊಂಡು ಅವಳನ್ನೇ ದಿಟ್ಟಿಸಿ ನೋಡುತ್ತಿದ್ದಳು. ಅವಳ ಕಣ್ಣುಗಳು ಯಾವುದೋ ವಿಗ್ರಹದ್ದು ಎಂಬಂತೆ ತೋರುತ್ತಿದ್ದವು. ಗಾಢ ಮೌನ ನಮ್ಮನ್ನು ಆವರಿಸಿತ್ತು. ಗಡಿಯಾರದ ಟಿಕ್ ಟಿಕ್ ಸದ್ದುಮಾತ್ರ ಕೇಳಿಸುತ್ತಿದ್ದುದು. ಅಂತೊನಿಯಾ ಒಮ್ಮೆ ಕನಸು ಕಾಣುವವಳಂತೆ ಕಸೂತಿ ಕಡ್ಡಿಯನ್ನು ಗಾಳಿಯಲ್ಲಿ ಸುಮ್ಮನೆ ನಾಟಿಸಿ ಕುಳಿತಳು. ಅಮ್ಮ ನಿಟ್ಟುಸಿರು ಬಿಟ್ಟಾಗ, ಅಕ್ಕ ನಿದ್ದೆಯಿಂದ ಅದೇ ಎದ್ದವಳಂತೆ ರೆಪ್ಪೆಗಳನ್ನು ಪಟಪಟನೆ ಮುಚ್ಚಿ ತೆರೆದಳು. ಎಷ್ಟೋ ಇಗರ್ಜಿಗಳಲ್ಲಿ ಗಂಟೆಗಳು ಬಾರಿಸತೊಡಗಿದವು. ಬಾಸಿಲಿಜ ದೀಪ ಹಚ್ಚಿಕೊಂಡು ಬಂದಳು. ಎಲ್ಲ ಬಾಗಿಲುಗಳ ಹಿಂದೆ ನೋಡಿ, ಕಿಟಿಕಿಗಳ ಅಗಳಿ ಹಾಕಿದಳು. ಅಂತೊನಿಯಾ ಮತ್ತೆ ತಾನು ಕಸೂತಿ ಮಾಡುತ್ತಿದ್ದ ಬಟ್ಟೆಯ ಮೇಲೆ ಬಾಗಿ ಕುಳಿತು ಕನಸು ಕಾಣುವುದರಲ್ಲಿ ಲೀನವಾದಳು.

ಅಮ್ಮ ನನ್ನನ್ನು ಬಳಿಗೆ ಕರೆದು ತೋಳುಗಳಲ್ಲಿ ಬಳಸಿದಳು. ಬಾಸಿಲಿಜ ಕದಿರು ತಂದು ಸೋಫಾದ ಬಳಿ ನೆಲದ ಮೇಲೆ ಕುಳಿತು ಕೆಲಸಕ್ಕೆ ತೊಡಗಿದಾಗ ಅಮ್ಮನ ಹಲ್ಲು ಕಟಗುಟ್ಟುತ್ತಿತ್ತು. ಬಾಸಿಲಿಜ ತಟ್ಟನೆ ಎದ್ದು ನಿಂತು ಅಮ್ಮನನ್ನು ನೋಡಿದಳು: ಅಮ್ಮ ನರಳುವವಳಂತೆ ಹೇಳಿದಳು:

"ಸೋಫಾದ ಅಡಿಯಲ್ಲಿರೋ ಬೆಕ್ಕನ್ನು ಓಡಿಸು."

ಬಾಸಿಲಿಜ ಬಾಗಿ ನೋಡಿದಳು: "ಎಲ್ಲಿದೆಯಮ್ಮಾ ಬೆಕ್ಕು ?"

"ನೀನು ದೀಪ ತಂದಾಗ ಒಳಗೆ ಬಂತು."

"ನಾನು ನೋಡಲೇ ಇಲ್ಲವಲ್ಲ."

"ಅದರ ಸದ್ದಾದರೂ ಕೇಳಿಸ್ತಾ ಇಲ್ವೆ ?"

ಮುದುಕಿ ಸೋಫಾದ ಅಡಿಯಲ್ಲಿ ಕದಿರು ಕಡ್ಡಿಯನ್ನು ಅಚೀಚೆ ಆಡಿಸಿ ಹೇಳಿದಳು.

"ಇಲ್ಲವಲ್ಲ. ನನಗೇನೂ ಕೇಳಿಸೋದಿಲ್ಲ."

ಅಮ್ಮ ಕೂಗಿದಳು: "ಅಂತೊನಿಯಾ ! ಅಂತೊನಿಯಾ !"

"ಏನು , ಏನಮ್ಮಾ ?"

"ಏನು ಯೋಚಿಸ್ತಾ ಇದ್ದೀಯಾ ?

"ಏನೂ ಇಲ್ಲವಲ್ಲ."

"ಬೆಕ್ಕು ಪರಚೋದು ನಿನಗೆ ಕೇಳಿಸಿತಾ ?"

ಅಂತೊನಿಯಾ ಒಂದು ಕ್ಷಣ ಕೇಳಿಸಿಕೊಂಡಳು:

"ಅದೀಗ ಪರಚ್ತಾ ಇಲ್ಲವಲ್ಲ."

ಅಮ್ಮನ ದೇಹವಿಡೀ ನಡುಗಿತು.

"ನನ್ನ ಕಾಲ ಬಳಿ ಅದೀಗ ನೆಲವನ್ನು ಪರಚ್ತಾ ಇದೆ, ಆದರೆ ನನಗೂ ಅದು ಕಾಣಿಸ್ತಾ ಇಲ್ಲ." ಅಮ್ಮನ ಬೆರಳುಗಳು ನನ್ನ ಭುಜದಲ್ಲಿ ಊರಿದವು. ಬಾಸಿಲಿಜ ದೀಪ ತರಲು ಹೋದಳು. ಜೋರಾಗಿ ಬೀಸಿದ ಗಾಳಿಗೆ ಬಾಗಿಲು ಪಟಪಟನೆ ಬಡಿದುಕೊಂಡು ಅದು ಆರಿ ಹೋಯಿತು. ಅಮ್ಮ ಕಿರಿಚಿಕೊಂಡು ಅಕ್ಕನ ಕೂದಲು ಹಿಡಿದು ಎಳೆಯತೊಡಗಿದಳು. ಬಾಸಿಲಿಜ ಪವಿತ್ರ ತೀರ್ಥದಲ್ಲಿ ಆಲಿವ್ ಕೊಂಬೆಯನ್ನು ಅದ್ದಿ ಮನೆಯ ಮೂಲೆಮೂಲೆಗೂ ಚಿಮುಕಿಸಿದಳು.

14

ಅಮ್ಮ ತನ್ನ ಕೊಠಡಿಗೆ ಹೋದಳು; ಗಂಟೆ ಬಾರಿಸಿತು. ಬಾಸಿಲಿಜ ತಟಕ್ಕನೆ ಹೊರಹೋದಳು. ಅಂತೊನಿಯಾ ಕಿಟಕಿ ತೆರೆದು, ನಿದ್ರೆಯಲ್ಲಿ ನಡೆಯುವವಳಂತೆ ಹೊರಬೀದಿಯ ಚೌಕವನ್ನು ದಿಟ್ಟಿಸಿದಳು. ನಿಧಾನವಾಗಿ ಹಿಂದೆ ಬಂದು, ಸದ್ದಿಲ್ಲದೆ ಹೊರಗೆ ಹೋದಳು. ನಾನೊಬ್ಬನೇ ಉಳಿದೆ: ಬೆಳಕಿನ ಕೊನೆಯ ಕಿರಣವು ಮಾಯವಾಗುವವರೆಗೂ ನೋಡುತ್ತಾ ಕಿಟಕಿಗಾಜಿಗೆ ಹಣೆಯನ್ನೊತ್ತಿ ನಿಂತಿದ್ದೆ. ಮನೆಯೊಳಗೆ ಯಾರೋ ಕೂಗುತ್ತಿದ್ದಂತೆ ಕೇಳಿಸಿತು. ಆದರೆ ನನಗೆ ನಿಂತಲ್ಲಿಂದ ಕದಲುವ ಧೈರ್ಯವಿರಲಿಲ್ಲ. ಚಿಕ್ಕವನಾದ್ದರಿಂದ ಇದೆಲ್ಲವನ್ನೂ ನಾನು ಗಮನಿಸ ಬಾರದೆಂದು ಎಲ್ಲೋ ನನಗೆ ಅನಿಸುತ್ತಿತ್ತು. ತಲೆ ತುಂಬ ಗೊಂದಲ, ಭಯಗಳ ವಿಚಾರ ತುಂಬಿ ಗುಂಯ್‌ಗುಡತೊಡಗುತ್ತಿತ್ತು. ಕತ್ತಲಕೋಣೆಯೊಳಗೆ ಬೈದು ಕೂಡಿಹಾಕಿದ ವೇಳೆಯನ್ನು ನೆನಪಿಸಿಕೊಳ್ಳುತ್ತ ಅಲ್ಲೇ ಕಿಟಕಿಯ ಬಳಿ ನಾನು ನಿಂತೆ. ದುಃಖಕರ ನೆನಪುಗಳು ಹೃದಯದಿಂದ

ಮೇಲೆದ್ದು ನನ್ನ ಚೈತನ್ಯವನ್ನು ಆವರಿಸತೊಡಗಿದವು. ನಾನೋ ವಯಸ್ಸಿಗೆ ಮೀರಿದ ಪ್ರೌಢಬುದ್ಧಿಯ ಹುಡುಗ. ಹೆಂಗಸರ ಗುಸುಗುಸು ಮಾತುಗಳನ್ನು ಕಣ್ಣಗಲಿಸಿ ಕೇಳುವ ಸಲುವಾಗಿ ಆಟವನ್ನಾದರೂ ಮರೆಯಲು ಸಿದ್ಧನಾಗಿರುತ್ತಿದ್ದೆ. ನಿಧಾನವಾಗಿ ಸದ್ದು ಅಡಗಿ ಮನೆಯಲ್ಲಿ ಮೌನ ತುಂಬಿದಾಗ ನಾನು ದಿವಾನಖಾನೆಯಿಂದ ಹೊರಗೆ ಓಡಿದೆ. ಬಾಸಿಲಿಜ ಇನ್ನೊಂದು ಕೋಣೆಯಿಂದ ಬರುತ್ತಿದ್ದಳು. ನನ್ನ ಬಳಿಗೆ ಬಂದಂತೆ ಪಿಸುಗುಟ್ಟಿದಳು:

"ಸದ್ದು ಮಾಡಬೇಡ, ತುಂಟ ಹುಡುಗಾ!"

ಅಮ್ಮನ ಕೊಠಡಿಯ ಹೊರಗೆ ನಾನು ತುದಿಗಾಲಿನಲ್ಲಿ ನಿಂತೆ. ಬಾಗಿಲು ತೆರೆದಿತ್ತು. ಒಳಗಿನಿಂದ ಪಿಸುದನಿಯಲ್ಲಿ ಗೊಣಗುವ ಸದ್ದು ಕೇಳಿಸುತ್ತಿತ್ತು. ಜೊತೆಗೆ ಮದ್ಯಸಾರದ ಕಟು ವಾಸನೆ ಮೂಗಿಗೆ ಅಡರುತ್ತಿತ್ತು. ನಾನು ಸದ್ದು ಮಾಡದೆ ಒಳಗೆ ಹೋದೆ. ಅಮ್ಮ ಹಾಸಿಗೆಯಲ್ಲಿದ್ದಳು. ತಲೆಗೆ ಬಟ್ಟೆ ಕಟ್ಟಿದ್ದರು. ಮಂಜು ಬಿಳುಪಿನ ಮೇಲು ಹಾಸಿನ ಮೇಲೆ ಅವಳ ಕಪ್ಪು ಗವಸಿನ ಕೈ ಎದ್ದು ಕಾಣುತ್ತಿತ್ತು. ಅಗಲಕ್ಕೆ ತೆರೆದ ಕಣ್ಣು ಏನನ್ನೋ ದಿಟ್ಟಿಸುವಂತಿದ್ದವು. ನಾನು ಹತ್ತಿರ ಹೋದಂತೆ ಆಕೆ ತಲೆ ತಿರುಗಿಸದೆ ಕಣ್ಣು ಗುಡ್ಡೆ ಮಾತ್ರ ಬಾಗಿಲ ಕಡೆಗೆ ತಿರುಗಿಸಿದಳು.

"ಮಗೂ, ಆ ಬೆಕ್ಕನ್ನು ಕಾಲಿನ ಬಳಿಯಿಂದ ಓಡಿಸು."

ನಾನು ಹತ್ತಿರ ಹೋದೆ. ಕಪ್ಪು ಬೆಕ್ಕು ನೆಲಕ್ಕೆ ನೆಗೆದು ಹೊರಗೋಡಿತು. ಬಾಗಿಲಲ್ಲಿ ನಿಂತಿದ್ದ ಬಾಸಿಲಿಜ ಕೂಡ ಅದನ್ನು ಕಂಡಳು. ನನ್ನ ಮನಸ್ಸು ಶುದ್ಧವಾಗಿರುವುದರಿಂದ ನಾನು ಬೆಕ್ಕನ್ನು ಓಡಿಸಿದೆನೆಂದು ಹೇಳಿದಳು.

15

ಬೇಸರ ತುಂಬಿದ ಒಂದು ದಿನ ಅಮ್ಮ ಮುಚ್ಚಿದ ಬಾಗಿಲುಗಳಿಂದ ಬೆಳಕು ನುಗ್ಗಿ ಬರುವುದೇ ಕಷ್ಟವಾಗಿದ್ದ ಕೊಠಡಿಯಲ್ಲಿ ಕೈ ಕಟ್ಟಿಕೊಂಡು, ತಲೆಗೆ ವಸ್ತ್ರಗಳನ್ನು ಸುತ್ತಿಕೊಂಡು ಪೇಲವವಾಗಿದ್ದ ಮುಖಹೊತ್ತು ಕುಳಿತಿದ್ದ ನೆನಪು. ಅವಳು ಒಂದು ಮಾತೂ ಆಡಲಿಲ್ಲ. ಉಳಿದವರು ಏನಾದರೂ ಮಾತನಾಡಿದರೆ ಸದ್ದು ಮಾಡಬೇಡಿರೆಂದು ಹೇಳುವಂತೆ ಆಕೆ ತನ್ನ ನೆಟ್ಟ ಕಣ್ಣುಗಳನ್ನು ಅವರತ್ತ ತಿರುಗಿಸುತ್ತಿದ್ದಳು. ಆ ದಿನವೆಲ್ಲಾ ಬರೀ ಮಬ್ಬು ಬೆಳಕು. ಕಾಲ ಸರಿಯುವುದೇ ಇಲ್ಲವೇನೋ ಎನಿಸುತ್ತಿತ್ತು. ಕೊನೆಗೆ ದೀಪವನ್ನು ಒಳತಂದಾಗ ದಿನ ಕೊನೆಗಂಡಂತೆ ಭಾಸವಾಯಿತು.

ಅಮ್ಮ ಚೀರಿಕೊಂಡಳು: "ಬೆಕ್ಕು, ಬೆಕ್ಕು, ಎಳೆಯಿರೋ, ಅದು ನನ್ನ ಬೆನ್ನು ಹತ್ತಿ ಕುಳಿತಿದೆ."

ಬಾಸಿಲಿಜ ನನ್ನ ಬಳಿ ಬಂದು ಏನೋ ರಹಸ್ಯವಾದದ್ದನ್ನು ಮಾಡುವವಳಂತೆ ನನ್ನನ್ನು ಅಮ್ಮನ ಬಳಿಗೆ ತಳ್ಳಿದಳು. ಬಾಗಿ, ಗದ್ದ ನಡುಗಿಸುತ್ತಾ, ಮುಖದ ಮೇಲಿನ ಮಚ್ಚೆಯ ಕೂದಲನ್ನು ನನ್ನ ಮುಖಕ್ಕೆ ತಾಗಿಸುತ್ತಾ ಅವಳು ನನ್ನ ಕಿವಿಯಲ್ಲಿ ಪಿಸುಗುಟ್ಟಿದಳು:

"ಕೈಗಳಿಂದ ಶಿಲುಬೆ ಗುರುತು ಮಾಡು!"

ನಾನು ಹಾಗೆಯೇ ಮಾಡಿದೆ. ಆ ಕೈಗಳನ್ನು ಅಮ್ಮನ ಬೆನ್ನ ಮೇಲೆ ಬಾಸಿಲಿಜ ಇಡಿಸಿದಳು. ಅನಂತರ ಆಕೆ ಪಿಸುಗುಟ್ಟಿದಳು:

"ಈಗ ನಿನಗೆ ಏನನ್ನಿಸ್ತದೆ, ಮಗು?"

ಭಯಗೊಂಡು ನಾನೂ ಅವಳಂತೆ ಪಿಸುದನಿಯಲ್ಲಿ ಹೇಳಿದೆ:

"ನನಗೇನೂ ಅನ್ನಿಸ್ತ ಇಲ್ಲ, ಬಾಸಿಲಿಜ."

"ಬಿಸಿಯಾಗ್ತಿಲ್ಲವಾ ?"

"ಏನೂ ಅನ್ನಿಸ್ತಾ ಇಲ್ಲ, ಬಾಸಿಲಿಜ."

"ಬೆಕ್ಕಿನ ಕೂದಲು ಮುಟ್ಟಿದ ಹಾಗೇ ಅನ್ನಿಸ್ತಿಲ್ಲವಾ ?"

"ಏನೂ ಇಲ್ವಲ್ಲ !"

ಅಮ್ಮನ ಕಿರಿಚಾಟಕ್ಕೆ ಬೆದರಿ ನಾನು ಜೋರಾಗಿ ಅಳತೊಡಗಿದೆ. ಬಾಸಿಲಿಜ ನನ್ನನ್ನೆತ್ತಿಕೊಂಡು ದಿವಾನಖಾನೆಗೆ ನಡೆದಳು.

"ಕೆಟ್ಟ ಹುಡುಗಾ, ಈ ಹೊತ್ತು ಏನೋ ಕೆಟ್ಟ ಕೆಲಸ ಮಾಡಿದ್ದೀಯಾ ನೀನು. ಅದಕ್ಕೇ ಶತ್ರುವನ್ನು ಓಡಿಸೋದು ಆಗಲಿಲ್ಲ ನಿನಗೆ."

ಅವಳು ಮಲಗುವ ಕೋಣೆಯೊಳಗೆ ಹೋದಳು. ನಾನು ಅಲ್ಲೇ ಉಳಿದೆ. ನಾನು ಮಾಡಿದ ಪಾಪಕೃತ್ಯಗಳ ಯೋಚನೆಯಲ್ಲಿ ಭಯಗೊಂಡು ದುಃಖದಿಂದ ನಿಂತೆ. ಕಿರಿಚಾಟ ಮುಂದುವರಿದಿತ್ತು. ಕೆಲಸದವರು ಭಯಗೊಂಡು ಮನೆತುಂಬಾ ದೀಪ ಹಿಡಿದು ಓಡಾಡುತ್ತಿದ್ದರು.

16

ಎಂದೂ ಮುಗಿಯದಷ್ಟು ನಿಡಿದಾಗಿದ್ದ ಆ ಹಗಲಿನ ಬಳಿಕ ಅಷ್ಟೇ ನಿಡಿದಾದ ರಾತ್ರಿ ಬಂತು. ಸಂತರ ಮೂರ್ತಿಗಳೆದುರು ದೀಪಗಳು ಬೆಳಗಿದವು. ತೆರೆದಾಗ ಕಿರುಗುಟ್ಟುತ್ತಿದ್ದ ಬಾಗಿಲುಗಳ ಹೊರಗೆ ಸೇವಕರು ಪಿಸುಮಾತಾಡುತ್ತಿದ್ದರು. ಎರಡು ಮೋಂಬತ್ತಿ ಹಚ್ಚಿಟ್ಟಿದ್ದ ಮೇಜಿನ ಬಳಿ ದಿವಾನಖಾನೆಯಲ್ಲಿ ನಾನು ಕುಳಿತಿದ್ದೆ. ದೈತ್ಯ ಗೋಲಿಯಾತ್‌ನ ಕತೆಯನ್ನು ನೆನಪಿಗೆ ತಂದುಕೊಳ್ಳತೊಡಗಿದೆ. ಅಂತೋನಿಯಾ ಬಂದು ಪ್ರೇತಸದೃಶ ದನಿಯಲ್ಲಿ ನನ್ನನ್ನು ಮಾತಾಡಿಸಿದಳು:

"ನೀನು ಇಲ್ಲೇನು ಮಾಡ್ತಿದ್ದಿ?"

"ಏನಿಲ್ಲ."

"ಯಾಕೆ ಓದಿಕೋಬಾರದು?"

ನಾನು ಅವಳನ್ನು ದಿಟ್ಟಿಸಿದೆ. ಅಮ್ಮನಿಗೆ ಮೈ ಸರಿ ಇಲ್ಲದಿರುವಾಗ ನಾನು ಓದಿಕೊಳ್ಳ ಬೇಕೆಂದು ಇವಳು ನಿರೀಕ್ಷಿಸುತ್ತಿರುವುದಾದರೂ ಹೇಗೆ ಎಂದು ನನಗೆ ಅಚ್ಚರಿಯಾಯಿತು. ಅಂತೋನಿಯಾ ಕೋಣೆಯ ಇನ್ನೊಂದು ತುದಿಗೆ ಹೋದಳು. ನಾನು ಕತೆಗೆ ಹಿಂತಿರುಗಿದೆ. ಕಲ್ಲಿನ ಹೊಡೆತದಿಂದ ಸತ್ತ ದೈತ್ಯನ ಕತೆಯದು. ಹುಡುಗ ದಾವಿದ್ ಕವಣೆಯನ್ನು ಬಳಸಿದ ರೀತಿ ಎಲ್ಲದಕ್ಕಿಂತ ದೊಡ್ಡ ಅದ್ಭುತವೆಂದು ಆಗ ನನಗೆ ತೋರಿತು. ಹೊಳೆಯ ಬದಿ ಇನ್ನೊಮ್ಮೆ ನಡೆದಾಡುವಾಗ ಚೆನ್ನಾಗಿ ಕಲ್ಲೆಸೆಯುವ, ಗುರಿಯಿಡುವ ಅಭ್ಯಾಸ ಮಾಡಬೇಕೆಂದು ನಾನು ನಿರ್ಧರಿಸಿದೆ. ವಿದ್ಯಾರ್ಥಿ ಬ್ರೆತಾಲ್‌ನ ಹಣೆಗೆ ಕಲ್ಲನ್ನು ಗುರಿ ಇಡಬೇಕೆಂದು ಮನಸ್ಸಿನಲ್ಲಿ ಅಂದುಕೊಂಡೆ. ಅಷ್ಟರಲ್ಲಿ ಸುವಾಸನೆಯ ಲ್ಯಾವೆಂಡರ್ ಹೂ ತುಂಬಿದ ಪಾತ್ರೆ ಹಿಡಿದು ಅಂತೋನಿಯಾ ಪುನಃ ಒಳ ಬಂದಳು.

"ನೀನ್ಯಾಕೆ ನಿದ್ದೆ ಮಾಡೋದಿಲ್ಲ ಮಗು?"

ಅವಳು ಮತ್ತೆ ಬೇಗ ಬೇಗನೆ ಹೊರ ನಡೆದಳು. ನಾನು ಮೇಜಿನ ಮೇಲೆ ತಲೆ ಇಟ್ಟು ಮಲಗಿ ನಿದ್ದೆ ಹೋದೆ.

17

ಹೀಗೆ ನಡೆದದ್ದು ಒಂದೇ ಒಂದು ದಿನವೋ, ಹಲವಾರು ದಿನಗಳೋ ನನಗೆ ನೆನಪಿಲ್ಲ. ಯಾಕೆಂದರೆ ಮನೆಯ ತುಂಬ ಯಾವಾಗಲೂ ಕತ್ತಲು, ಸಂತರ ಮೂರ್ತಿಗಳೆದುರು ಉರಿಯುವ ದೀಪಗಳು. ಅಮ್ಮನ ಕಿರಿಚಾಟ; ಸೇವಕರು ಗುಟ್ಟಾಗಿ ಪಿಸುಗುಡುವುದು; ಬಾಗಿಲುಗಳ ಕಿರುಗುಟ್ಟುವಿಕೆ; ಹೊರಗೆ ಹಾದಿಯಲ್ಲಿ ಬಾರಿಸುವ ಗಂಟೆ – ಇವೆಲ್ಲ ನಿದ್ರೆಯಲ್ಲೂ ನನಗೆ ಕೇಳಿಸುತ್ತಿದ್ದವು. ಮೋಂಬತ್ತಿಯ ಪೀಠವನ್ನೊಯ್ದು ಬಾಸಿಲಿಜ ಎರಡು ಹೊಸ ಮೋಂಬತ್ತಿ ಹೊತ್ತಿಸಿ ತಂದಳು. ಅದರೆ ಆ ಬೆಳಕು ಏನೇನೂ ಸಾಲದು. ಒಮ್ಮೆ, ನಾನು ಮೇಜಿನಿಂದ ತಲೆ ಎತ್ತಿದಾಗ ಕೋಟು ಹಾಕದೆ ಬರೇ ಅಂಗಿಯನ್ನು ಮಾತ್ರ ಧರಿಸಿದ್ದವನೊಬ್ಬ ನನಗೆ ಎದುರಾಗಿ ಕುಳಿತು ಏನನ್ನೋ ಹೊಲಿಯುತ್ತಿದ್ದ. ಆತ ಕುಳ್ಳಗೆ ಬೋಳಾಗಿದ್ದ. ಕೆಂಪು ಬಣ್ಣದ ಒಳ ಅಂಗಿ ತೊಟ್ಟಿದ್ದ ಆತ ನನ್ನನ್ನು ನೋಡಿ ನಕ್ಕ.

"ಓದಿ, ಓದಿ ನಿದ್ರೆ ಬಂದಿತ್ತಾ ಮಗು?"

ಬಾಸಿಲಿಜ ಮೋಂಬತ್ತಿ ಕುಡಿ ತಿದ್ದುತ್ತ ಕೇಳಿದಳು: "ನನ್ನ ಅಣ್ಣ; ನಿನಗೆ ಅವನ ಗುರುತು ಮರೆತು ಹೋಗಿದೆಯೇನು?"

ನನ್ನ ತಲೆ ನಿದ್ರೆಯಿಂದಾಗಿ ಗೊಂದಲಗೊಂಡಿತ್ತು. ಹೀಗಾದರೂ ನನಗೆ ಜುವಾನ್ ದ ಆಲ್‌ಬೆರ್ತನ ನೆನಪಾಯಿತು. ಮುದುಕಿಯೊಡನೆ ಇಗರ್ಜಿಯ ಗೋಪುರಕ್ಕೆ ಹೋದಾಗ ಅಲ್ಲಿ ಒಮ್ಮೊಮ್ಮೆ ಅವನನ್ನು ಕಂಡಿದ್ದೆ. ಬಾಸಿಲಿಜಳ ಅಣ್ಣ ಅಲ್ಲಿ ಛಾವಣಿಯ ಕೆಳಗಿನ ಒಂದು ಅಟ್ಟದಲ್ಲಿ ಕುಳಿತು ಮೇಲಂಗಿಗಳನ್ನು ಹೊಲಿದು ನೇರ್ಪುಗೊಳಿಸುತ್ತಿದ್ದ.

ಬಾಸಿಲಿಜ ನಿಟ್ಟುಸಿರು ಬಿಟ್ಟು ಅಂದಳು:

"ಕೊನೆಯ ವಿಧಿಗಳಿಗೆ ಕೊರ್ತಿಸೆಲದಿಂದ ಯಾವಾಗ ಬರಬೇಕು ಅಂತ ಕೇಳಲು ಇವನು ಬಂದಿದ್ದಾನೆ."

ನಾನು ಅಳತೊಡಗಿದೆ. ಅವರು ಸದ್ದು ಮಾಡದೆ ಇರಲು ಹೇಳಿದರು.

ಅಮ್ಮ ಚೀರುತ್ತಿದ್ದಳು : "ಓಡಿಸಿರೋ, ಈ ಬೆಕ್ಕನ್ನು ಓಡಿಸಿರೋ!"

18

ಮೇಲಟ್ಟಕ್ಕೆ ಹೋಗುವ ಪಾವಟಿಗೆಗಳ ಕೆಳತುದಿಯ ಬಳಿಯಲ್ಲಿದ್ದ, ಮಲಗುವ ಕೋಣೆಗೆ ಹೋಗಿ ಬಾಸಿಲಿಜ ಒಂದು ಕಪ್ಪು ಮರದ ಶಿಲುಬೆ ತಂದು ನನಗೆ ತಿಳಿಯದ ಮಾತುಗಳನ್ನು ಗೊಣಗಿದಳು. ನನ್ನ ಬೆನ್ನು, ಎದೆ, ಪಕ್ಕಗಳ ಮೇಲೆ ಶಿಲುಬೆ ಗುರುತು ಮಾಡಿದಳು. ಬಳಿಕ, ನನ್ನ ಕೈಗೆ ಆ ಶಿಲುಬೆಯನ್ನು ಕೊಟ್ಟು, ಅವಳ ಅಣ್ಣನ ಬಳಿ ಇದ್ದ ಸಿಂಪಿಗರ ಕತ್ತರಿ ತೆಗೆದುಕೊಂಡು "ಅವಳು ಬಯಸೋ ಹಾಗೇ ಅವಳಿಗೆ ಬಿಡುಗಡೆ ದೊರಕುವಂತೆ ಮಾಡಬೇಕು" ಎಂದಳು.

ನನ್ನ ಕೈಹಿಡಿದು ನಡೆಸುತ್ತಾ ಅವಳು ಅಮ್ಮನಿದ್ದ ಕೋಣೆಗೆ ನನ್ನನ್ನು ಒಯ್ದಳು. ಅಲ್ಲಿ ಅಮ್ಮನ ಚೀರಾಟ ನಡೆದೇ ಇತ್ತು. "ಈ ಬೆಕ್ಕನ್ನು ಓಡಿಸಿರೋ! ಹೊರಗಟ್ಟಿ, ಓಡಿಸಿ ಇದನ್ನು!"

ಬಾಗಿಲಲ್ಲಿ ಬಾಸಿಲಿಜ ನನ್ನ ಕಿವಿಯಲ್ಲಿ ಪಿಸುಗುಟ್ಟಿದಳು. "ಒಂದು ಚೂರೂ ಸದ್ದು ಮಾಡದೆ ಒಳ ಹೋಗು. ಈ ಶಿಲುಬೆಯನ್ನು ಹಾಸಿಗೆಯ ದಿಂಬಿನ ಮೇಲೆ ಇಡು. ನಾನು ಇಲ್ಲೇ ಬಾಗಿಲಲ್ಲಿ ನಿಂತಿರ್‍ತೇನೆ."

ನಾನು ಮಲಗುವ ಕೋಣೆಯೊಳಗೆ ಹೋದೆ. ಅಮ್ಮ ಎದ್ದು ಕುಳಿತಿದ್ದಳು. ಅವಳ ಕೂದಲೆಲ್ಲಾ ಕೆದರಿತ್ತು. ಕೈಗಳು ಪಂಜದಂತೆ ಮುಂಚಾಚಿದ್ದವು. ಒಂದು ಕೈ ಬಿಳಿ, ಮತ್ತೊಂದು ಕಪ್ಪು. ಅಂತೊನಿಯಾ ಕಳಾಹೀನಳಾಗಿ, ಏನನ್ನೋ ಬೇಡುವವಳಂತೆ ಅವಳನ್ನೇ ನೋಡುತ್ತಾ ಇದ್ದಳು. ನಾನು ತುದಿ ಬೆರಳ ಮೇಲೆ ನಡೆದು ಇನ್ನೊಂದು ಬದಿಗೆ ಹೋದಾಗ ಅಕ್ಕನ ಕಣ್ಣುಗಳು ಕಂಡವು. ಕಪ್ಪಗೆ, ಇಳಿದು ಹೋಗಿದ್ದ ಒಣ ಕಣ್ಣುಗಳು. ನಾನು ಹಾಸಿಗೆಯ ಮೇಲೆ ಮಾತಿಲ್ಲದೆ ಹತ್ತಿದಿಂಬಿನ ಮೇಲೆ ಶಿಲುಬೆಯನ್ನಿಟ್ಟೆ. ಬಾಗಿಲಲ್ಲಿ ಬಾಸಿಲಿಜ ಬಾಗಿ ಕುಳಿತಿದ್ದಳು. ಅವಳ ಮುಖ ಎಲ್ಲೋ ಕೊಂಚ ಮಾತ್ರ ಕಂಡಿತು. ಏಕೆಂದರೆ ಹಾಸಿಗೆಯ ಮೇಲೆ ಶಿಲುಬೆಯನ್ನು ಇಟ್ಟೆನೋ ಇಲ್ಲವೋ, ಅಮ್ಮ ಹಿಂಸೆಯಿಂದ ಹೊರಳಾಡಲು ತೊಡಗಿದಳು. ಹಾಸಿಗೆಯಿಂದ ಕಪ್ಪು ಬೆಕ್ಕೊಂದು ನೆಗೆದು ಬಾಗಿಲಿನ ಕಡೆಗೆ ಓಡಿತು. ನಾನು ಕಣ್ಣುಮುಚ್ಚಿಕೊಂಡೆ. ಹಾಗೇ ಮುಚ್ಚಿಕೊಂಡಾಗ ಕತ್ತರಿಯ ಚಕಚಕ ಸದ್ದು ಕೇಳಿಸಿತು ಆಮೇಲೆ ಆ ಮುದಿ ಹೆಂಗಸು ಒಳಬಂದು ನನ್ನನ್ನು ಎತ್ತಿಕೊಂಡು ಹೊರಗೊಯ್ದಳು. ದಿವಾನಖಾನೆಯಲ್ಲಿ ಸಿಂಪಿಗನ ಕುಳ್ಳು ನೆರಳಿನ ಮುಂದೆ ಇದ್ದ ಮೇಜಿನ ಮೇಲೆ ರಕ್ತ ಸುರಿಯುತ್ತಿದ್ದ ಎರಡು ಕಪ್ಪುವಸ್ತುಗಳನ್ನು ಆಕೆ ನನಗೆ ತೋರಿಸಿದಳು. ಅದು ಬೆಕ್ಕಿನ ಕಿವಿಗಳೆಂದು ಅವಳು ಹೇಳಿದಳು.

19

ಮೇಣದ ವಾಸನೆ. ಏನೋ ಗೊಂದಲದ, ಪ್ರಾರ್ಥನೆಯ ಸರಗಟ್ಟುವ ಸದ್ದು. ಮನೆಯೆಲ್ಲಾ ಅದೇ ಸದ್ದು ತುಂಬಿತ್ತು. ಅಧಿಕೃತ ಉಡುಪು ತೊಟ್ಟ ಗುರುವೊಬ್ಬರು ತುಟಿಯ ಮೇಲೆ ಬೆರಳಿಟ್ಟುಕೊಂಡು ಒಳಬಂದರು. ಅವರಿಗೆ ದಾರಿ ತೋರಿಸುತ್ತಿದ್ದವನು ಜುವಾನ್ ದ ಆಲ್‌ಬೆರ್ತ. ಸಿಂಪಿಗನ ತಲೆ ಒಂದು ಭುಜದ ಮೇಲೆ ವಾಲಿ ಓರೆಯಾಗಿ ನಿಂತಿತ್ತು. ತಲೆ ಮೇಲೆ ಇದ್ದ ಟೋಪಿಯನ್ನು ಎರಡು ಬೆರಳುಗಳಲ್ಲಿ ಹಿಡಿದು ತಿರುಚುತ್ತಾ, ಮೇಲುಡುಪನ್ನು ನೆಲಗುಡಿಸುವಂತೆ ಬಿಟ್ಟುಕೊಂಡು ಆತ ನೆಗೆನೆಗೆದು ನಡೆಯುತ್ತ ಬಂದ. ಅವರ ಹಿಂದೆ ನಿಧಾನವಾಗಿ ಸದ್ದಿಲ್ಲದೆ ಒಂದು ಗುಂಪು ಮೆಲುದನಿಯಲ್ಲಿ ಪ್ರಾರ್ಥನೆ ಮಾಡುತ್ತ ಬರುತ್ತಿತ್ತು. ಒಂದೇ ಸಾಲಿನಲ್ಲಿ ಅವರೆಲ್ಲ ನಡೆದು ಅಮ್ಮನ ಕೋಣೆಯವರೆಗೂ ಬಂದರು. ಒಳಗೆ ಅಂತೊನಿಯಾ, ಬಾಸಿಲಿಜ ಮಂಡಿಯೂರಿ ಅವಕುಂಠನಗಳನ್ನು ಧರಿಸಿ, ಕೈಯಲ್ಲಿ ಮೋಂಬತ್ತಿಯನ್ನು ಹಿಡಿದು ಕುಳಿತಿದ್ದರು. ದಿವಾನಖಾನೆಯ ಗೋಡೆಯುದ್ದಕ್ಕೂ ಮುದುಕಿಯರು; ಅವರ ನೆರಳು ಅವರನ್ನೇ ಅವಚಿಕೊಂಡಂತಿತ್ತು. ಅವರ ಗಂಟುಗಟ್ಟಿದ ಕೈಗಳು ನನ್ನನ್ನು ಮುಂದೆ ಮುಂದೆ ತಳ್ಳಿದವು. ಅಮ್ಮನ ಕೋಣೆಯಲ್ಲಿದ್ದ, ಸುವಾಸಿತ ಕರವಸ್ತ್ರ ಹಿಡಿದ ಮಹಿಳೆಯೊಬ್ಬರು, ನನ್ನ ಕೈ ಹಿಡಿದು, ನನ್ನೊಡನೆ ತಾವೂ ಮಂಡಿಯೂರಿ ಕುಳಿತು ಮೋಂಬತ್ತಿಯನ್ನು ಎತ್ತಿ ಹಿಡಿಯಲು ನನಗೆ ನೆರವಾದರು. ಪ್ರಾರ್ಥನೆಯ ಕಿರು ಪುಸ್ತಕ ಹಿಡಿದ ಗುರು ಲ್ಯಾಟಿನ್ ಪ್ರಾರ್ಥನೆಗಳನ್ನು ಗುನುಗುತ್ತಾ ಹಾಸಿಗೆಯ ಸುತ್ತ ಸುತ್ತ ಚಲಿಸುತ್ತಿದ್ದರು.

ಆಮೇಲೆ ಮೇಲುದವನ್ನು ಸರಿಸಿದರು. ಅಮ್ಮನ ಪಾದಗಳು ಸೆಟೆದುಕೊಂಡು ಹಳದಿ ಯಾಗಿದ್ದವು. ಅವಳು ಸತ್ತಿದ್ದಳೆಂದು ನನಗೆ ತಿಳಿಯಿತು. ನಾನು ಭಯಗೊಂಡು ಅಲುಗದೆ ಪಕ್ಕ ದಲ್ಲಿದ್ದ ಸುಂದರ ಮಹಿಳೆಯ ಬೆಚ್ಚಗಿನ ತೋಳುಗಳೊಳಗೆ ಒರಗಿದೆ. ಅವಳು ದೇಹವನ್ನು ಬಾಗಿಸಿ ನನ್ನ ಕೆನ್ನೆ ಬಳಿಗೆ ಮುಖ ತಂದು, ಅಂತಿಮ ಸಂಸ್ಕಾರದ ಮೋಂಬತ್ತಿಗಳು ಆರದಂತೆ ಹಿಡಿಯಲು ನನಗೆ ನೆರವಾದಾಗ ಅಲುಗಾಡುವುದು ಬಿಡಿ, ಬಾಯಿ ತೆರೆಯಲೂ ನನಗೆ ಭಯವೆನಿಸಿತು.

20

ಬಾಸಿಲಿಜ ಆ ಹೆಂಗಸಿನ ತೋಳುಗಳಿಂದ ನನ್ನನ್ನು ಬಿಡಿಸಿ ಹಾಸಿಗೆಯ ಬಳಿಗೆ ಒಯ್ದಳು. ಅಲ್ಲಿ ಅಮ್ಮ ಸೆಟೆದುಕೊಂಡು ಹಳದಿಯಾಗಿ ಮಲಗಿದ್ದಳು. ಅವಳ ಕೈಗಳು ಮೇಲುಹೊದಿಕೆಯೊಳಗೆ ಮುಚ್ಚಿಕೊಂಡಿದ್ದವು. ಮಯಣದ ಬಣ್ಣಕ್ಕೆ ತಿರುಗಿದ್ದ ಅವಳ ಮುಖವನ್ನು ನೋಡಲಾಗುವಂತೆ ಬಾಸಿಲಿಜ ನನ್ನನ್ನು ಮೇಲೆ ಎತ್ತಿ ಹಿಡಿದಳು.

“ಹೋಗಿ ಬಾ ಅಂತ ಹೇಳು, ಮಗು. ಅಮ್ಮನಿಗೆ 'ವಿದಾಯ, ಅಮ್ಮ' ಅಂತ ಹೇಳು. 'ನಿನ್ನನ್ನು ಇನ್ನು ಯಾವತ್ತೂ ನೋಡೋದಕ್ಕೆ ಆಗೋದಿಲ್ಲ ಅಮ್ಮ, 'ವಿದಾಯ ಅಮ್ಮ' ಅಂತ ಹೇಳು.”

ತುಸು ವಿಶ್ರಾಂತಿಗಾಗಿ ಅವಳು ನನ್ನನ್ನು ಕೊಂಚ ಕಾಲ ಕೆಳಕ್ಕಿಳಿಸಿದಳು. ಆನಂತರ ಒಂದು ದೊಡ್ಡ ನಿಟ್ಟುಸಿರು ಬಿಟ್ಟು, ಸುಕ್ಕುಗಟ್ಟಿದ ತನ್ನ ಮುದಿ ಕೈಗಳನ್ನು ನನ್ನ ಕಂಕುಳಲ್ಲಿರಿಸಿ ನನ್ನನ್ನು ಪುನಃ ಮೇಲೆತ್ತಿದಳು.

“ದೊಡ್ಡವನಾದ ಮೇಲೆ ಅವಳ ಮುಖ ಮರೆತು ಹೋಗದಂತೆ ಅವಳನ್ನು ಚೆನ್ನಾಗಿ ನೋಡು. ಅವಳಿಗೊಂದು ಮುತ್ತಿಡು ಮಗು.”

“ಸತ್ತ ಮುಖದ ಮೇಲೆ ನಾನು ಬಾಗಿದೆ. ಇನ್ನೇನು ಚಲನೆಯಿಲ್ಲದ ಕಣ್ಣೆವೆಗಳ ಮೇಲೆ ತುಟಿಯೊತ್ತಬೇಕು ಎನ್ನುವಷ್ಟರಲ್ಲಿ, ಚೀರಿಕೊಂಡು ಬಾಸಿಲಿಜಳ ತೋಳುಗಳೊಳಗೆ ಹೊರಳಾಡ ತೊಡಗಿದೆ. ಕೂಡಲೆ ಅಂತೋನಿಯಾ ಬಂದವಳೇ ಆ ಮುದಿ ಹೆಂಗಸಿನ ಕೈಯಿಂದ ನನ್ನನ್ನು ಕಿತ್ತುಕೊಂಡು, ಅಳುವಿನಿಂದ ಬಿಕ್ಕುತ್ತ ಎದೆಗವಚಿಕೊಂಡಳು. ಅಕ್ಕನ ಮುತ್ತುಗಳು, ಅತ್ತು ಊದಿಕೊಂಡಿದ್ದ ಅವಳ ಕಣ್ಣುಗಳು ನನ್ನಲ್ಲಿ ದುಃಖವನ್ನು ಹೆಚ್ಚಿಸಿದವು. ಅಂತೋನಿಯಾಳ ದೇಹ ಬಿಗಿದುಕೊಂಡಿತ್ತು. ಅವಳ ಮುಖದ ಮೇಲೆ ವಿಚಿತ್ರವಾದ ನೋವಿನ ಭಾವ ತುಂಬಿಕೊಂಡಿತ್ತು. ನಾವು ಬೇರೊಂದು ಕೋಣೆಗೆ ಹೋದೆವು. ನನ್ನನ್ನು ತೊಡೆಯ ಮೇಲೆ ಕೂರಿಸಿಕೊಂಡು ಅವಳೊಂದು ಚಿಕ್ಕ ಕುರ್ಚಿಯಲ್ಲಿ ಕುಳಿತಳು. ನನ್ನನ್ನು ಸಂತವಿಸುತ್ತ ಮುತ್ತಿಟ್ಟಳು. ಅವಳು ಬಿಕ್ಕಿ ಬಿಕ್ಕಿ ಅಳುತ್ತಿದ್ದಳು. ಆದರೆ ಇದ್ದಕ್ಕಿದ್ದಂತೆ ನನ್ನ ಕೈ ತಿರುಚುತ್ತ ನಗತೊಡಗಿದಳು. ಒಂದೇ ಸಮನೆ ನಕ್ಕಳು, ನಕ್ಕಳು, ನಕ್ಕಳು... ಆಗ ಅಲ್ಲಿದ್ದ ಹೆಂಗಸರಲ್ಲಿ ಒಬ್ಬಳು ಕರವಸ್ತ್ರದಿಂದ ಅವಳಿಗೆ ಗಾಳಿ ಹಾಕಿದಳು. ಇನ್ನೊಬ್ಬಳು ಭಯದಿಂದ ಮೂಸುಲವಣದ ಭರಣಿಯ ಮುಚ್ಚಳ ತೆಗೆದು ಅಕ್ಕನ ಮೂಗಿಗೆ ಹಿಡಿದಳು. ಮತ್ತೂ ಒಬ್ಬಳು ಲೋಟದಲ್ಲಿ ನೀರು ತರಲೆಂದು ಓಡಿದಳು.

21

ಗೊಂದಲ ತುಂಬಿದ ದುಃಖದಿಂದ ನನ್ನ ತಲೆ ನೋಯತೊಡಗಿ ಪಟಪಟನೆ ಸಿಡಿಯುವಂತಾಯಿತು. ನಾನೊಂದು ಮೂಲೆಯಲ್ಲಿ ಕುಳಿತೆ. ಕೊಂಚ ಹೊತ್ತು ಅತ್ತು, ಇತರರು ಅಳುವುದನ್ನು ಕೇಳುತ್ತಾ ಸುಮ್ಮನಾಗುತ್ತಿದ್ದೆ. ಬಾಗಿಲನ್ನು ತೆರೆದಾಗ ನಡುರಾತ್ರಿಯಾಗಿದ್ದಿರಬೇಕು. ನಾಲ್ಕು ಮೋಂಬತ್ತಿಗಳು ಮಿಣುಕು ಬೆಳಕು ಬೀರುತ್ತಿದ್ದುದು ನನಗೆ ಕಾಣುತ್ತಿತ್ತು. ಕಪ್ಪು ಶವದ ಪೆಟ್ಟಿಗೆಯಲ್ಲಿ ಅಮ್ಮನನ್ನು ಮಲಗಿಸಿದ್ದರು. ಸದ್ದು ಮಾಡದೆ ನಾನು ಆ ಕೋಣೆಗೆ ಹೋದೆ. ಕಿಟಕಿಯ ಅಂಚಿನಲ್ಲಿ ಕುಳಿತೆ. ಮೂವರು ಹೆಂಗಸರು ಮತ್ತು ಬಾಸಿಲಿಜಳ ಅಣ್ಣ ಶವದ ಪೆಟ್ಟಿಗೆಯ ಸುತ್ತ ಕೂತಿದ್ದರು. ಆಗಾಗ ಸಿಂಪಿಗ ಎದ್ದು ಬೆರಳುಗಳಿಗೆ ಎಂಜಲು ಉಗುಳಿ ಮೋಂಬತ್ತಿ ಉರಿಯನ್ನು ತಿದ್ದಿ ಸರಿಪಡಿಸುತ್ತಿದ್ದ. ಆ ಕುಳ್ಳ ಕಪ್ಪಾಗಿ ಕರಿಕಾದ ಬತ್ತಿಯನ್ನು ಚಿವುಟಿ,

ಕೆನ್ನೆಯೂದಿಸಿ ಗಾಳಿಯನ್ನು ಬೆರಳುಗಳ ಮೇಲೆ ಹಾಯಿಸಿಕೊಂಡು ತಂಪು ಮಾಡಿಕೊಳ್ಳುತ್ತಿದ್ದ ಬಗೆಯಲ್ಲಿ ಎಂಥದೋ ಒಂದು ರೀತಿಯ ವಿದೂಷಕ ಗಾಂಭೀರ್ಯ ಎದ್ದು ಕಾಣುತ್ತಿತ್ತು.

ಹೆಂಗಸರ ಮಾತುಗಳನ್ನು ಕೇಳುತ್ತಿದ್ದಂತೆ, ನಾನು ನಿಧಾನವಾಗಿ, ಅಳುವುದನ್ನು ನಿಲ್ಲಿಸಿದೆ. ಅವರೆಲ್ಲ ಪ್ರೇತಗಳ, ಜೀವಂತವಾಗಿ ಸಮಾಧಿಯಾದವರ ಕಥೆಗಳನ್ನು ಹೇಳಿಕೊಳ್ಳುತ್ತಿದ್ದರು.

22

ಮುಂಜಾನೆಯಾಗುತ್ತಿದ್ದಂತೆ, ಕಪ್ಪುಕಣ್ಣು, ಬಿಳಿಗೂದಲು ಇದ್ದ, ಉದ್ದನೆಯ ಹೆಂಗಸೊಬ್ಬಳು ಕೋಣೆಯೊಳಗೆ ಬಂದಳು. ಅಮ್ಮನ ಅರೆತೆರೆದ ಕಣ್ಣುಗಳನ್ನು ಮುತ್ತಿಟ್ಟಳು. ಶವ ತಣ್ಣಗೆ ಕೊರೆಯುತ್ತಿದ್ದರೂ ಅವಳು ಹಿಂಜರಿಯಲಿಲ್ಲ. ಒಂದು ತೊಟ್ಟೂ ಕಣ್ಣೀರಿಲ್ಲ. ಎರಡು ಮೋಂಬತ್ತಿಗಳ ನಡುವೆ ಮಂಡಿಯೂರಿ, ಪವಿತ್ರ ತೀರ್ಥದಲ್ಲಿ ಆಲಿವ್ ಕೊಂಬೆಯನ್ನು ಅದ್ದಿ ತೆಗೆದು ಆಕೆ ಶವದ ಮೇಲೆ ಚಿಮುಕಿಸಿದಳು. ಬಾಸಿಲಿಜ ನನ್ನನ್ನು ಹುಡುಕುತ್ತ ಬಂದು, ಅವಳತ್ತ ಕೈ ತೋರಿಸಿ ಹೇಳಿದಳು:

"ಅಜ್ಜಿಯನ್ನು ನೋಡು ಮರಿ."

ಅವಳು ನನ್ನ ಅಜ್ಜಿ! ಸಂತಯಾಗೋದಿಂದ ಇಪ್ಪತ್ತೊಂದು ಮೈಲಿ ದೂರದಲ್ಲಿ ಪರ್ವತಗಳ ಕಡೆ ಇದ್ದ ತನ್ನ ಊರಿನಿಂದ ಹೇಸರಗತ್ತೆಯ ಮೇಲೆ ಸವಾರಿ ಮಾಡಿ ಬಂದಿದ್ದಳು. ಅಂಗಳದ ಕಲ್ಲು ಹಾಸಿನ ಮೇಲೆ ಹೇಸರಗತ್ತೆಯನ್ನು ಕಟ್ಟಿಹಾಕಿದ್ದರು; ಅದರ ಗೊರಸಿನ ಸದ್ದು ಕೇಳುತ್ತಿತ್ತು. ಅಳುವ ಮನೆಯೊಳಗೆ ಆ ಸದ್ದು ಮತ್ತೆ ಮತ್ತೆ ಮರುದನಿಸುತ್ತಿದ್ದಂತೆ ಭಾಸವಾಗುತ್ತಿತ್ತು.

ಬಾಗಿಲಲ್ಲಿ ನಿಂತು ಅಂತೊನಿಯಾ "ತಮ್ಮಾ! ತಮ್ಮಾ!" ಎಂದು ಕೂಗಿದಳು.

ಬಾಸಿಲಿಜ ಹೇಳಿದಂತೆ ನಾನು ಅವಳ ಬಳಿ ಹೋದೆ. ಅವಳು ನನ್ನ ಕೈ ಹಿಡಿದು ಮೂಲೆಗೆ ಕರೆದೊಯ್ದಳು.

"ಅವಳು ನಮ್ಮ ಅಜ್ಜಿ, ಮರಿ. ನಾವಿನ್ನು ಅವಳ ಜೊತೆ ಇರ್ಬೇಕು."

"ಹೌದಾ, ಅವಳು ಯಾಕೆ ನನಗೆ ಮುತ್ತಿಡಲಿಲ್ಲ ಮತ್ತೆ?"

ಅಂತೊನಿಯಾ ಕೊಂಚ ಯೋಚಿಸುತ್ತಾ ಕುಳಿತು, ಕಣ್ಣೀರು ಒರೆಸಿಕೊಂಡು ಹೇಳಿದಳು.

"ಹುಚ್ಚು ಹುಡುಗ, ಅಮ್ಮನಿಗಾಗಿ ಮೊದಲು ಪ್ರಾರ್ಥನೆ ಮಾಡ್ಬೇಕಲ್ವೆ? ಅಷ್ಟೂ ಗೊತ್ತಿಲ್ವ ನಿನಗೆ?"

ಅವಳು ಎಷ್ಟೋ ಹೊತ್ತು ಪ್ರಾರ್ಥನೆ ಮಾಡುತ್ತಿದ್ದಳು. ಕೊನೆಗೆ ಎದ್ದು ನಮ್ಮ ಬಗ್ಗೆ ವಿಚಾರಿಸಿದಳು. ಅಂತೊನಿಯಾ ಅವಳ ಬಳಿಗೆ ನನ್ನನ್ನು ಕರೆದೊಯ್ದಳು. ಬಿಳಿಯ ಕುರುಳುಗೂದಲ ಮೇಲೆ ಕಪ್ಪು ವಸ್ತ್ರ ಕಟ್ಟಿದ್ದರಿಂದ, ಅವಳ ಕಪ್ಪು ಕಣ್ಣುಗಳು ಇನ್ನೂ ಪ್ರಖರವಾಗಿ ಹೊಳೆಯುವಂತೆ ಕಾಣುತ್ತಿದ್ದವು. ಅವಳು ಮೆಲ್ಲನೆ ಬೆರಳುಗಳಿಂದ ನನ್ನ ಕೆನ್ನೆ ಸವರಿದಳು. ಕೊಂಚವೂ ಮಾರ್ದವತೆ ಇಲ್ಲದ ಆ ಒರಟು ಬೆರಳುಗಳನ್ನು ನಾನಿನ್ನೂ ಮರೆತಿಲ್ಲ. ಅವಳು ಆಡುತ್ತಿದ್ದ ಮಾತು ನನಗೆ ಪೂರ್ತಿಯಾಗಿ ತಿಳಿಯುತ್ತಿರಲಿಲ್ಲ. ಇನ್ನಾವುದೋ ಕಡೆಯ ಆಡುಮಾತನ್ನವಳು ಬಳಸುತ್ತಿದ್ದಂತೆ ತೋರುತ್ತಿತ್ತು.

"ನಿಮ್ಮಮ್ಮ ಹೋದಳು. ಇನ್ನು ನಾನೆ ನಿಮ್ಮ ಅಮ್ಮ, ಈ ಜಗತ್ತಿನಲ್ಲಿ ನಿಮಗೆ ಬೇರಾರೂ ಇಲ್ಲ. ನಿಮ್ಮನ್ನು ನಾನು ಕರಕೊಂಡು ಹೋಗ್ತೇನೆ. ಈ ಮನೆ ಮುಚ್ಚಿಬಿಡೋಣ. ನಾಳೆ ಸಮಾರಾಧನೆಯ ಬಳಿಕ ನಾವು ಹೊರಡೋದೆ."

ದುಡಿದು ಒರಟಾಗಿದ್ದ ಅವಳ ಕೈಗಳು ಮತ್ತೆ ನನ್ನ ಕೆನ್ನೆ ಸವರಿದವು.

23

ಮಾರನೆಯ ದಿನ ಅಜ್ಜಿ, ಮನೆಗೆ ಬೀಗ ಹಾಕಿದಳು. ನಾವು ಸಾನ್ ಕ್ಲಿಮೆಂತ ದ ಬ್ರಾಂಡೇರ್‍ಘೋಗೆ ಹೊರಟೆವು. ನಾನಾಗಲೇ ಪರ್ವತನಿವಾಸಿಗಳಲ್ಲೊಬ್ಬನ ಹೇಸರಗತ್ತೆಯೊಂದರ ಮೇಲೇರಿ ಕುಳಿತಿದ್ದೆ. ಅದರ ಒಡೆಯನೇ ನನ್ನನ್ನು ತನ್ನ ಹಿಂಬದಿಯಲ್ಲಿ ಕೂರಿಸಿ ಒಯ್ಯುವವನಿದ್ದ. ನನಗೆ ಬಾಗಿಲು ಬಡಿದದ್ದು, ಸೇವಕರು ಅಂತೊನಿಯಾಳನ್ನು ಕೂಗಿ ಕರೆದದ್ದು ಎಲ್ಲ ಕೇಳಿಸಿತು. ಅವಳು ಅವರಿಗೆ ಕಾಣಿಸಲಿಲ್ಲ. ಅವರು ಭಯಗೊಂಡು ಕಿಟಿಕಿ, ಬಾಗಿಲುಗಳನ್ನೆಲ್ಲ ತೆರೆದು ಖಾಲಿಕೋಣೆಗಳಲ್ಲಿ ಮತ್ತೆ ಹುಡುಕಿದರು. ಕೊನೆಗೆ ಇಗರ್ಜಿಯ ಛಾವಣಿಯ ಮೇಲವಳು ಅರಿವಳಿದು ಬಿದ್ದಿದ್ದನ್ನು ಮುದುಕಿಯೊಬ್ಬಳು ಕಂಡಳು. ನಾವು ಅವಳನ್ನು ಕೂಗಿ ಕರೆದೆವು. ಮುಂಜಾನೆಯ ಎಳೆ ನೇಸರನ ಕಿರಣಗಳ ಬೆಳಕಿಗೆ ಅವಳು ಕಣ್ಣು ತೆರೆದಳು. ಕೆಟ್ಟ ಕನಸೊಂದರಿಂದ ಎದ್ದವಳಂತೆ ಕಂಡಳು. ಪಾರುಪತ್ತೆಗಾರ ಅವಳು ಇಳಿಯಲು ನೆರವಾಗುವಂತೆ ಏಣಿಯೊಂದನ್ನು ತಂದಿಟ್ಟ. ನಾವು ಹೊರಡುತ್ತಿದ್ದಂತೆ ಆ ವಿದ್ಯಾರ್ಥಿ ಬ್ರೆತಾಲ್ ಇಗರ್ಜಿಯ ಮುಖಮಂಟಪದಲ್ಲಿ ಕಂಡುಬಂದ. ಅವನ ಮೇಲುಡುಪು ಗಾಳಿಗೆ ಅಸ್ತವ್ಯಸ್ತಗೊಂಡು ಹಾರಾಡುತ್ತಿತ್ತು. ಮುಖದಲ್ಲಿ ಗಾಯಕ್ಕೆ ಕಟ್ಟಿದ್ದ ಕಪ್ಪು ಬಟ್ಟೆ, ಅವನ ತಲೆಯಿಂದ ಕಿವಿಗಳನ್ನು ಕತ್ತರಿಸಿ ತೆಗೆದದ್ದರಿಂದ ಉಂಟಾದ ರಕ್ತಸ್ರಾವದ ಗಾಯಗಳು ಆ ಬಟ್ಟೆಯಡಿಯಲ್ಲಿ ನನಗೆ ಕಾಣತೊಡಗಿದವು.

24

ಗಲಿಸಿಯದ ಸಂತಯಾಗೊ ಒಂದು ಕಾಲಕ್ಕೆ ಲೋಕಪ್ರಸಿದ್ಧ ಪುಣ್ಯಕ್ಷೇತ್ರ. ಇಂದೂ ಅಲ್ಲಿನ ನಿವಾಸಿಗಳ ಆತ್ಮಗಳು ಯಾವುದಾದರೊಂದು ಪವಾಡಕ್ಕಾಗಿ ಕಣ್ಣುಬಿಟ್ಟು ಕಾಯುತ್ತಿವೆ. O

○ ಕಮಿಲ್ಲು ಜುಜೆ ಸೆಲಾ

ದಾನ್ ವಾಲ್ಟರನ ಪಿಟೀಲು

ಒಂದಾನೊಂದು ಕಾಲದಲ್ಲಿ, ಪ್ರಾಯಶಃ ಬಹಳ ಬಹಳ ವರ್ಷಗಳ ಹಿಂದೆ ಒಬ್ಬ ಐರಿಷ್ ಪ್ರಯಾಣಿಕನಿದ್ದ. ದೊಡ್ಡ ಹೊಟ್ಟೆಬಾಕ; ದೊಡ್ಡ ಅಲೆಮಾರಿ. ಕುಡಿಯುವುದರಲ್ಲೂ ಹಾಗೇ. ಇದರೊಂದಿಗೆ ಆತ ಬಹಳ ದಪ್ಪನೆಯ ವ್ಯಕ್ತಿಯೂ ಆಗಿದ್ದ. ಅವನ ಹೆಸರು ದಾನ್ ವಾಲ್ಟರ್.

ದಾನ್ ವಾಲ್ಟರ್‌ನದು ಬಹಳ ಒಳ್ಳೆಯ ಸ್ವಭಾವ. ಅಲ್ಲದೆ ಪುರಾತನರ ಜ್ಞಾನವೆಲ್ಲ ಅವನಿಗೆ ಕರಗತವಾಗಿತ್ತು. ಚುಕ್ಕಿಗಳ ಬಗೆಗೆ ಆತ ತಿಳಿದಿದ್ದ, ಹಕ್ಕಿಗಳ ನುಡಿಯೂ ಅವನಿಗೆ ಗೊತ್ತಿತ್ತು. ಆತ ಪಿಟೀಲು ನುಡಿಸುತ್ತಿದ್ದ. ಸ್ಪ್ಯಾನಿಷ್ ಭಾಷೆಯಲ್ಲಿ ಮಾತಾಡ ಬಲ್ಲವನಾಗಿದ್ದ. ಬುರ್‌ಗುಷ್‌ನ ಸಾಸೇಜ್*ಗೂ ಪಾಂಪ್ಲೊನ್ನಾದ ಸಾಸೇಜ್‌ಗೂ ಇರುವ ವ್ಯತ್ಯಾಸ ಅವನಿಗೆ ತಿಳಿಯುತ್ತಿತ್ತು. ಅಕ್ಕಪಕ್ಕದ ತೋಟಗಳಿಂದ ತಯಾರಾಗಿ ಬಂದ ವೈನುಗಳಲ್ಲಿ ಇರುವ ವ್ಯತ್ಯಾಸವನ್ನು ಕೂಡ ಅವನು ಗೊತ್ತುಹಚ್ಚುತ್ತಿದ್ದ. ತೊರೆಯ ಆಚೀಚೆ ಬದಿಯ ಜಮೀನಿನಲ್ಲಿ ಬೆಳೆದ ಗೋಧಿಯಲ್ಲಿನ ವ್ಯತ್ಯಾಸವನ್ನೂ ಆತ ಕಾಣಬಲ್ಲವನಾಗಿದ್ದ. ಒಂದೇ ರೀತಿಯ ಎರಡು ಸೂರ್ಯಾಸ್ತಮಗಳ ನಡುವಣ ಅಂತರ ಕೂಡ ಅವನ ಗಮನಕ್ಕೆ ಬಾರದೇ ಹೋಗುತ್ತಿರಲಿಲ್ಲ.

ಒಂದು ದಿನ – ಅವನ ಪಾಲಿಗೆ ಅದು ಕೇವಲ ಮತ್ತೊಂದು ದಿನ ಅಷ್ಟೆ – ಆತ ಎಂದಯಿ ತೀರಕ್ಕೆ ಬಂದು ಅಂಬಿಗನನ್ನು ಕೇಳಿದ:

"ಸ್ಪೇನಿಗೆ ನನ್ನನ್ನು ಒಯ್ಯೋದಕ್ಕೆ ಎಷ್ಟು ಕೊಡಬೇಕು?"

ಅಂಬಿಗ ಹೇಳಿದ:

"ಎರಡು ಸೆತಾಗಳು ಸ್ವಾಮಿ."

ದಾನ್ ವಾಲ್ಟರ್ ಸುತ್ತಲಿನ ನೆಲವನ್ನೆಲ್ಲ ನೋಡಿದ. ಕತ್ತೆತ್ತಿ ಹಸುರು ಹೊದೆದ ಒಳನಾಡಿನ ಬೆಟ್ಟಗಳನ್ನೂ ಇದಿರಿನ ನೀಲಿ ಸಮುದ್ರವನ್ನೂ ವೀಕ್ಷಿಸಿದ. ಬಳಿಕ ನುಡಿದ:

"ಆಯಿತಪ್ಪಾ. ನೀನು ನಿಧಾನವಾಗಿ ಕರೆದೊಯ್ಯೋದಾದರೆ

---

* ಒಂದು ಬಗೆಯ ಮಾಂಸ ಭಕ್ಷ್ಯ

ನಿನಗೆ ನಾಲ್ಕು ಸೆತಾಗಳನ್ನು ಕೊಡ್ತೇನೆ. ನನಗಂತೂ ಏನೂ ಆತುರ ಇಲ್ಲ. ಇಡೀ ಜೀವಮಾನವೇ ನನ್ನ ಮುಂದಿದೆ."

ಹುಟ್ಟುಗಳ ಮೇಲೆ ಕೈಯ್ಯೂರಿ ಅಂಬಿಗ ಮಾತಿಗೆ ತೊಡಗಿದ. ಈರುನ್ ಮತ್ತು ಸೇಂಟ್ ಜ್ಯಾಂಡೆಲೂಜ್ ಕಡೆಯ ಕಳ್ಳಸಾಗಾಣಿಕೆಗಾರರ ಕತೆಗಳನ್ನು, ಘುಯಂತ್‌ರಬಿಯ, ಉರೂಜ್ ಮತ್ತು ಎಸ್ಪೆಲೆತೆ ಬಂದರು ಕಡೆಯ ಕಾರ್ಮಿಕರ ಕಥೆಗಳನ್ನು ಹಾಗೂ ಪಸಾಜ್ ಮತ್ತು ಕಾಪ್ ಬ್ರೆತೋನ್ ಕಡೆಯ ನಾವಿಕರ ಕಥೆಗಳನ್ನು ಆತ ದಾನ್ ವಾಲ್ಟರನಿಗೆ ಹೇಳಿದ.

ಘುಯಂತ್‌ರಬಿಯದ ತೀರದಲ್ಲಿ ದಾನ್ ವಾಲ್ಟರ್ ಇಳಿದುಕೊಂಡ. ಬೆನ್ನು ಚೀಲ ಹೆಗಲಿಗೇರಿಸಿ ನಡೆಗೋಲು, ಪಿಟೀಲು ಎತ್ತಿಕೊಂಡ. ಊರಿನೊಳಗೆ ಹೋದ. ಆ ದಿನ ಅವನು ಮೂರು ಸಂಗತಿಗಳನ್ನು ಕಂಡುಕೊಂಡ: ಅಡುಗೆಯಲ್ಲಿ ಆಲಿವ್ ಎಣ್ಣೆ, ಲೋಕದಲ್ಲೇ ಅತಿ ಉಲ್ಲಾಸದ ಗದ್ದಲದ ಮಕ್ಕಳು, ಹಾಗೂ ಒಂದು ಸಂಸ್ಥೆಯಾಗಿ ಪರಿಣಮಿಸಿದ್ದ ಭಿಕ್ಷುಕರು. ದಾನ್ ವಾಲ್ಟರನ ಹೃದಯ ಸದಾಕಾಲ ಜನರ ಮೇಲೆ ಕೋಮು ಭಾವನೆಗಳನ್ನು ಮಿಡಿಯುವ ಕಾರಂಜಿಯಂತಿತ್ತು.

ಘುಯಂತ್‌ರಬಿಯವನ್ನು ಬಿಟ್ಟು ಮುಂದೆ ನಡೆಯುತ್ತ ಆತ ಹಾದಿಯಲ್ಲಿ ಒಬ್ಬ ಸಂಚಾರಿ ವ್ಯಾಪಾರಿಯನ್ನು ಕಂಡ. ಅವನೋ ಮಾತಿನ ಮಲ್ಲ. ಆದರೆ ಸೋತ ದನಿಯಲ್ಲಿ ನುಡಿಯುತ್ತಿದ್ದ:

"ನಿಲುಮನೆಯ ಹಾಸಿಗೆ ಬಾಡಿಗೆಗೆ ಬೇಕಾಗುವಷ್ಟು ಕಾಸು ಸಂಪಾದಿಸೋದು ಕೂಡ ಕಷ್ಟ ಇಲ್ಲಿ. ಎಲ್ಲಿ ಹೋಗ್ತಿದ್ದೀಯಾ?"

"ಸಾನ್ ಸೆಬಾಸ್ತಿಯನ್‌ಗೆ."

"ನಾನು ಕೂಡ. ಒಟ್ಟಿಗೆ ಹೋಗೋಣ."

ಮಣಿಸರಕುಗಳನ್ನು ಮಾರುವ ಆ ವ್ಯಕ್ತಿ ದೆವ್ವದಂತೆ ಹೆಜ್ಜೆ ಇಡುತ್ತಿದ್ದ. ಅವನೊಡನೆ ಹೆಜ್ಜೆ ಇಡುವುದು ದಾನ್ ವಾಲ್ಟರನಿಗೆ ಬಹಳ ಕಷ್ಟದ ಕೆಲಸವಾಯಿತು. ತಳದಲ್ಲಿ ಕೊಂಚ ನೀರಿರುವ ಯಾವುದಾದರೊಂದು ಹಳ್ಳದ ಅಂಚಿನಲ್ಲಿ ಕೊಂಚ ಹೊತ್ತು ಕೂರಬೇಕೆನಿಸಿತು. ಇಲ್ಲವೇ ಮರದಡಿಯಲ್ಲಿ ಕಾಲು ಚಾಚಿ ಮಲಗಬೇಕೆನಿಸಿತು. ಆದರೆ ತನ್ನೆಲ್ಲ ಬಲವನ್ನು ಒಗ್ಗೂಡಿಸಿಕೊಂಡು, ಹೃದಯವನ್ನು ಗಟ್ಟಿಮಾಡಿಕೊಂಡು, ಸದ್ದಿಲ್ಲದೆ, ಕುತೂಹಲದಿಂದ, ಸ್ಪೇನಿನ ನೆಲದಲ್ಲಿನ ಈ ಮೊದಲ ಪಯಣದಲ್ಲಿ ದೇವರು ಒದಗಿಸಿದ್ದ ಮೊದಲ ಗೆಳೆಯನನ್ನು ಹಿಂಬಾಲಿಸುವಂತೆ ಒಳಗಿನ ಯಾವುದೋ ಶಕ್ತಿಯೊಂದು ಅವನನ್ನು ಒತ್ತಾಯಿಸುತ್ತಿತ್ತು.

ಸಾನ್ ಸೆಬಾಸ್ತಿಯನ್‌ನ ದೀಪಗಳು ದೂರದಲ್ಲಿ ಮಿನುಗುತ್ತಿರುವುದನ್ನು ಆಗಲೇ ಕಾಣಬಹುದಿತ್ತು.

ಅವರು ನಗರದೊಳಗೆ ಹೋಗುತ್ತಿದ್ದಂತೆ ಬೀದಿಯ ಗಂಟೆಗಳು – ಈ ಗಂಟೆಗಳು ಬಹಳ ಸಹವಾಸಯೋಗ್ಯವಾಗಿದ್ದರೂ ಕೆಲವೊಮ್ಮೆ ಮಾತ್ರ ಅಸಹನೀಯವೆನಿಸಿಬಿಡುತ್ತವೆ – ನಡುರಾತ್ರಿಯನ್ನು ಬಾರಿಸಿ ಸೂಚಿಸಿದವು. ದಾನ್ ವಾಲ್ಟರ್ ಹಾಗೂ ಅವನ ಗೆಳೆಯ ನಿಲುಮನೆಯೊಂದರ ಮೇಲಿನ ಕೋಣೆಯಲ್ಲಿ ನಿದ್ರಿಸಿದರು. ಮಲಗಲು ಹಾಸುಬಟ್ಟೆ ಇಲ್ಲದ ಹಾಸಿಗೆಗಳು. ಬೆಳಿಗ್ಗೆ ಮುಖ ತೊಳೆಯಲು ಒಂದು ತಾಂಬಾಳ ಮತ್ತು ನೀರು ತುಂಬಿದ ಒಂದು ಟಿನ್ನಿನ ಹೂಜಿ. ತಾಂಬಾಳದ ತಳದಲ್ಲಿದ್ದ ಎರಡಂಗುಲ ಆಳದ ಕೊಳಕು ನೀರಿನಲ್ಲಿ, ಸಾಯಲಿರುವ ನೊಣವೊಂದು ಈಜಾಡುತ್ತಿತ್ತು. ನೆಲದ ಮೇಲೆ ಧೂಳು, ಗೋಡೆಗಳ ಮೇಲೆ ಗಲೀಜು. ಆದರೆ ದಾನ್ ವಾಲ್ಟರ್‌ನದ್ದು ಬಳಲಿದ ದೇಹ ಮತ್ತು ಆಶಾವಾದಿ ಮನಸ್ಸು. ಹೀಗಾಗಿ ಹನ್ನೆರಡು

ಗಂಟೆಕಾಲ ಆತ ಎಡೆಬಿಡದೆ ನಿದ್ದೆ ಮಾಡಿದ.

ಅವನ ಗೆಳೆಯ ನಸುಕಿನಲ್ಲಿ ಕೋಳಿ ಕೂಗಿದ ಕೂಡಲೇ ಎದ್ದು ಬೀದಿಯ ಹಾಸುಗಲ್ಲುಗಳನ್ನು ಸವೆಸಿ ಬಂದಿದ್ದ. ಒಣ ಹೆಮ್ಮೆಯ ಕೆಲಸದ ಹುಡುಗಿಯರಲ್ಲಿ ಹಾಗೂ ಸಾಕಷ್ಟು ದುಡ್ಡಿಲ್ಲದ ಮೇಲಂತಸ್ತಿನ ಯುವತಿಯರಲ್ಲಿ ತನ್ನ ಸಾಮಗ್ರಿಗಳಿಗೆ ಗಿರಾಕಿಗಳನ್ನು ಹುಡುಕುತ್ತ ಆತ ಅಲೆದಾಡಿದ್ದ. ಅವನೀಗ ವಾಲ್ಟರ್‌ನನ್ನು ಕೂಗಿ ಎಬ್ಬಿಸಿದ:

"ಏಳಯ್ಯಾ, ಹಾಸಿಗೆ ಹುಳುವೇ!"

ಈ ಗೆಳೆಯನಾದರೂ ಮಾರುತ್ತಿದ್ದುದೇನನ್ನು? ರಿಬ್ಬನು, ಸರಗಳು, ದಪ್ಪಮಣಿ ಪೋಣಿಸಿದ ಪಿನ್ನುಗಳು, ನಕಲಿ ಮುತ್ತುಗಳು, ಟಿನ್ನಿನಲ್ಲಿ ಕೂಡಿಸಿದ ಮಣಿಗಳು, ಹೆಣ್ಣುಮಕ್ಕಳಿಗೆ ಬೇಕಾದ ಲೇಪನಗಳು, ನೀಲಿ, ಎಳೆಗೆಂಪು, ಹಳದಿ ಬಣ್ಣದ ಕಾಗದಗಳು– 'ಬರೇ ಹತ್ತು ಸೆಂಟಿಮೋ ಮಾತ್ರ ಸ್ವಾಮಿ; ಇಡೀ ನಿಮ್ಮ ಭವಿಷ್ಯವನ್ನೇ ಆ ಕಾಗದಗಳಲ್ಲಿ ನೀವು ಓದಿಕೊಳ್ಳಬಹುದು!'

ಈ ಮಣಿ ಸರಕಿನ ವ್ಯಾಪಾರಿ ದಾನ್ ವಾಲ್ಟರ್‌ಗೆ ನಗರದ ಉಪಾಹಾರ ಗೃಹಗಳನ್ನು ತೋರಿಸಿದ.

"ಇಗೋ ಇದನ್ನು ನೆನಪಿನಲ್ಲಿಡು. ಇಲ್ಲಿ ನಿನಗೆ ಒಂದೆರಡು ಕಾಸು ಸಂಪಾದಿಸೋದಕ್ಕೆ ಸಾಧ್ಯ."

ಹೀಗೆ ಸ್ವಲ್ಪ ಹೊತ್ತು ತಿರುಗಾಡಿದ ಮೇಲೆ ಆತ ತಾನು ಒಂಟಿಯಾಗಿ ಸುತ್ತುತ್ತಿದ್ದ ದಿನಗಳನ್ನು ನೆನೆದು, ದಾನ್ ವಾಲ್ಟರ್ ಕೂಡ ಹಾಗೇ ಒಬ್ಬಂಟಿತನವನ್ನು ಅನುಭವಿಸಬಾರದೆಂದುಕೊಂಡು ಈ ಗೆಳೆಯನನ್ನು ಒಬ್ಬ ಜಿಪ್ಸಿಗೆ ಪರಿಚಯ ಮಾಡಿಸಿದ. ಅವನೊಬ್ಬ ಗಿಟಾರ್ ಬಾರಿಸುವಾತ, ಹೆಸರು ತಿಯು ಲುಕಷ್. ಮಾಲುಗಣ್ಣಿನ ಮುದುಕ. ದಿನಗಳು ಏನೇನೂ ಸುಖದವುಗಳಲ್ಲವೆಂದು ಗೊಣಗುತ್ತಲೇ ಇದ್ದಾತ.

"ಇವನಿಗೆ ಏನಾದರೂ ಸಹಾಯ ಮಾಡೋದಕ್ಕಾಗ್ತದೋ ನೋಡಪ್ಪ. ಈತ ನನ್ನ ಸ್ನೇಹಿತ. ಬೇರೆ ದೇಶದಿಂದ ಬಂದಿದ್ದಾನೆ, ಇಲ್ಲಿ ಏನೇನೂ ಗೊತ್ತಿಲ್ಲ. ಪಿಟೀಲು ನುಡಿಸಿ ಜೀವನ ನಡೆಸಬೇಕೂಂತ ಅಂದುಕೊಂಡಿದ್ದಾನೆ."

ಮುದುಕ ತಲೆಯನ್ನೇ ಎತ್ತಲಿಲ್ಲ.

"ನಾನೇನು ಮಾಡಬಲ್ಲೆನಪ್ಪಾ... ಎಲ್ಲ ಬಲು ಕಷ್ಟವಾಗಿಬಿಟ್ಟಿದೆ."

ಒಂದೊಂದು ಪದವನ್ನೂ ತಿಯು ಲುಕಷ್ ಬೇಕೋ ಬೇಡವೋ ಎಂಬಂತೆ ನುಡಿಯುತ್ತಿದ್ದ. ನಲ್ಲಿಯಿಂದ ಬೀಳುತ್ತಿದ್ದ ನೀರಿನ ಕೊನೆಯ ತೊಟ್ಟುಗಳಂತಿದ್ದವು ಅವನ ಮಾತುಗಳು.

"ನೀನೇ ನೋಡು. ಈ ದಿನ ಒಂದು ಲೋಟ ವೈನ್ ಕೂಡ ಕೊಳ್ಳೋದಕ್ಕೆ ನನಗೆ ಆಗಿಲ್ಲ."

ಕಹಿಯಾದ ಮಾತುಗಳವು. ಹಳೆಗಾಲದ ದುರಂತ ನಾಯಕ ನಟನ ನುಡಿಗಳಂತಿದ್ದವು. ದಾನ್ ವಾಲ್ಟರ್ ವೈನ್ ತರಲು ಹೇಳಿದ; ಮೂರು ಚಿಕ್ಕ ಲೋಟಗಳು; ತಿಯು ಲುಕಷ್ ನಕ್ಕ. ಮಾತುಕತೆಗೆ ಇನ್ನು ಅಡ್ಡಿ ಇರಲಿಲ್ಲ.

ತನ್ನ ಲೋಟದಲ್ಲಿದ್ದುದನ್ನು ಕುಡಿಯುತ್ತ ದಾನ್ ವಾಲ್ಟರ್ ಗಾಢವಾಗಿ ಯೋಚಿಸಿದ.

ಹಾಂ. ಜಿಪ್ಸಿ ನುಡಿಯ ಕೆಲವು ಪದಗಳು ನೆನಪಿಗೆ ಬಂದವು.

"ತಿಯು ಲುಕಷ್, ನಾವು ಗೆಳೆಯರ ಹಾಗಿರ್ಬೇಕು. ನಾನೂ ಕೂಡ 'ಕನಿ' (ಜಿಪ್ಸಿ). ಹಾಗಾಗಿ ನೀನಂತೂ ನನಗೆ ಸಹಾಯ ಮಾಡಲೇಬೇಕು."

ತಿಯು ಲುಕಷ್‌ಗೆ ಗಂಟಲು ಕಟ್ಟಿತು.

"ಎಲಾ, ನೀನು ಕೂಡ ರೊಮಿ (ಜಿಪ್ಸಿ)! ನಿನ್ನ ಮುಖ ನೋಡಿದರೆ ಹಾಗಂತ ಹೇಳೋದಕ್ಕೆ ಆಗೋದಿಲ್ಲ."

ದಾನ್ ವಾಲ್ಟರ್, ತಿಯು ಲುಕಷ್ ಕೈ ಕುಲುಕಿದರು. ಇಬ್ಬರು ರೊಮಿಗಳ ನಡುವೆ ಏನೂ ತಪ್ಪು ಅಭಿಪ್ರಾಯಗಳಿರಬಾರದು. ವ್ಯವಹಾರ ಅಲ್ಲಿಗೆ ಮುಗಿಯಿತು.

ರಾತ್ರಿಯಾದಂತೆ ಗೆಳೆಯರು ಉಪಾಹಾರ ಗೃಹಗಳಿಗೆ ಮುತ್ತಿಗೆ ಹಾಕಿದರು. ಮಾಲುಗಣ್ಣಿನ ಮುದುಕ ಜಿಪ್ಸಿ ಮುಂದಾಳುವಾದ. ಆಯಕಟ್ಟಿನ ಎಲ್ಲ ಮೂಲೆಗಳೂ ಅವನಿಗೆ ತಿಳಿದಿದ್ದವು. ಇನಾಮಿಗಾಗಿ ತನ್ನ ಟೋಪಿಯನ್ನು ಮುಂದೊಡ್ಡುವಾಗ ಆತ ಜನರನ್ನು ನೋಡಿ ಮುಗುಳ್ನಗುತ್ತ ದಾನ್ ವಾಲ್ಟರನತ್ತ ಇತರರಿಗೆ ತಿಳಿಯಲಾಗದ ಕೆಲವು ಸನ್ನೆಗಳನ್ನು ಮಾಡುತ್ತಿದ್ದ. ದಾನ್ ವಾಲ್ಟರ್ ವಿಧೇಯನಾಗಿ ಅವನನ್ನು ಹಿಂಬಾಲಿಸಿದ...

ಆ ರಾತ್ರಿ ಸ್ಪೇನಿನಲ್ಲಿ ಅವನ ಪಿಟೀಲು ದನಿಯೆತ್ತಿದ ಮೊದಲ ರಾತ್ರಿ – ಸಾನ್ ಸೆಬಾಸ್ತಿಯನ್‌ನ ಎಲ್ಲ ಹಾದಿ ತಿರುವುಗಳಲ್ಲಿ ದಾನ್ ವಾಲ್ಟರ್ ಪಿಟೀಲು ನುಡಿಸಿದ.

ಎಲ್ಲ ಮುಗಿದು ಹಿಂತಿರುಗುವಾಗ ಜಿಪ್ಸಿ ಹೇಳಿದ:

"ಇವತ್ತಿನದೆಲ್ಲ ನೀನೇ ತೆಗೆದುಕೋ. ನಾಳೆ ಇಬ್ಬರಿಗೂ ಸಮಪಾಲು."

ಸಾನ್ ಸೆಬಾಸ್ತಿಯನ್‌ನ ಬಾನಿನಲ್ಲಿ ನಸುಕು ಹರಿಯುತ್ತಿತ್ತು. ರೇವು ಕಟ್ಟೆಯಿಂದ ದೂರದ ಸಮುದ್ರದ ಮರ್ಮರವು ದಾನ್ ವಾಲ್ಟರನ ಕಿವಿಗೆ ತಲಪುತ್ತಿತ್ತು. O

○ ಎಮಿಲಿಯ ಪಾಡ್ರೊ ಬಾಜಾನ್

ಮೊದಲ ಪ್ರೇಮ

ನನಗಾಗ ಎಷ್ಟು ವರ್ಷ? ಹನ್ನೊಂದೋ ಹನ್ನೆರಡೋ? ಹೆಚ್ಚೆಂದರೆ ಹದಿಮೂರು. ಯಾಕೆಂದರೆ ಅದಕ್ಕೂ ಮೊದಲು ಎನ್ನುವುದಾದರೆ ಅಷ್ಟು ಕಿರಿ ಹರೆಯದಲ್ಲಿ ಗಾಢವಾದ ಪ್ರೇಮಕ್ಕೆ ಸಿಲುಕುವುದು ಶಕ್ಯವಿಲ್ಲ. ಆದರೆ ಅಂಥ ಭಾವೋದ್ವೇಗಗಳಿಗೆ ಕಾರಣವಾದ ಹೃದಯವು ತೆಂಕಣ ದೇಶಗಳಲ್ಲಿ ಬೇಗ ಪಕ್ವವಾಗುವುದನ್ನು ಗಮನಿಸಿದರೆ, ಹೀಗೇ ಎಂದು ನಾನು ಖಚಿತವಾಗಿ ಹೇಳುವುದು ಸಾಧ್ಯವಾಗುವುದಿಲ್ಲವೆನ್ನಿ.

ನನ್ನ ಮೊದಲ ಪ್ರೇಮ ಮೈ ತಳೆದದ್ದು ಯಾವಾಗ ಎಂಬುದನ್ನು ಸರಿಯಾಗಿ ಹೇಳಲಾರೆನಾದರೂ ಅದು ಹೇಗೆ ಮೊದಲಾಯಿತೆಂಬುದನ್ನು ತಿಳಿಸಬಲ್ಲೆ. ನನ್ನ ಸೋದರತ್ತೆ ಸಂಜೆಯ ಪ್ರಾರ್ಥನೆ ಸಲ್ಲಿಸಲು ಇಗರ್ಜಿಗೆ ಹೊರಟಕೂಡಲೇ, ಅವಳ ಮಲಗುವ ಕೋಣೆಯೊಳಗೆ ನುಗ್ಗಿ, ಅವಳು ಅಚ್ಚುಕಟ್ಟಾಗಿ ಇರಿಸಿದ ಬೀರುವಿನ ಖಾನೆಗಳನ್ನು ತಪಾಸಣೆ ಮಾಡುವುದು ನನಗೆ ಮೋಜು ತರುತ್ತಿತ್ತು. ಆ ಖಾನೆಗಳು ನನಗೊಂದು ಮ್ಯೂಸಿಯಂನ ತರಹೆ ಇರುತ್ತಿದ್ದುವು. ಅದರೊಳಗೆ ಎಂಥವೋ ವಿಚಿತ್ರ ವಾಸನೆಯುಳ್ಳ, ಹಳೆಯ ವಸ್ತುಗಳಿರುತ್ತಿದ್ದವು. ಅವಳ ಬಿಳಿಯ ತೊಡುಗೆಯಿಂದ ಹೊರಬರುತ್ತಿದ್ದ ಚಂದನದ ವಾಸನೆಯನ್ನು ನಾನು ಗಮನಿಸಿದ್ದೆ. ಚಂದನದ ಬೀಸಣಿಗೆಯಿಂದಾಗಿ ಆ ಉಡುಗೆಗೆ ಆ ವಾಸನೆ ಬರುತ್ತಿತ್ತು. ಈ ವಸ್ತುಗಳಿಗೂ ಆ ಚಂದನದ ವಾಸನೆಯೇ. ಕಳಾಹೀನವಾದ ಸ್ಯಾಟಿನ್ ಪಿನ್ ಕುಷನ್‌ಗಳು, ಕೈಗೆಲಸ ಮಾಡಿದ ಕೈಗವಸುಗಳು, ಎಚ್ಚರಿಕೆಯಿಂದ ಮಡಿಚಿಟ್ಟ ಟಿಷ್ಯೂ ಕಾಗದಗಳು, ಸಂತರ ಚಿತ್ರಗಳು, ಹೊಲಿಗೆಯ ಹತಾರಗಳು; ಕಹಳೆಯ ಚಿತ್ರಗಳನ್ನು ಹೆಣೆದ ಬಲೆ ಬಲೆಯಾಗಿದ್ದ ನೀಲಿ ಮಕಮಲ್ಲಿನ ಕೈಚೀಲ, ಬಿಳಿಬಣ್ಣದ ಜಪಸರ – ಇವೆಲ್ಲವೂ ಖಾನೆಯ ಮೂಲೆಗಳಲ್ಲಿ ಅಡಗಿ ಕುಳಿತಿರುತ್ತಿದ್ದವು. ನಾನವನ್ನೆಲ್ಲ ನೋಡಿ ನೋಡಿ ಇದ್ದ ಜಾಗದಲ್ಲೇ ತಿರುಗಿ ಇಟ್ಟುಬಿಡುತ್ತಿದ್ದೆ. ಒಂದು ದಿನ – ಈ ದಿನವೇ ಅದು ನಡೆದದ್ದು ಎಂಬಷ್ಟು ಖಚಿತವಾಗಿ ಎಲ್ಲ ನೆನಸಿದೆ, – ಮೇಲಿನ ಖಾನೆಯ ಮೂಲೆಯಲ್ಲಿದ್ದ ಚಿನ್ನದ ಜರಿಯ ಕೊರಳ ಪಟ್ಟಿಗಳ ಮೇಲೆ ಎಂಥದೋ

ಥಳಥಳನೆ ಹೊಳೆಯುತ್ತಿದ್ದುದನ್ನು ಕಂಡೆ. ನಾನು ಒಳಗೆ ಕೈ ಹಾಕಿ ಆ ಜರಿಯನ್ನು ನನಗೆ ಗೊತ್ತಿಲ್ಲದಂತೆ ಮುದುರಿ, ಅಲ್ಲಿದ್ದ ಒಂದು ಭಾವಚಿತ್ರವನ್ನು ಎತ್ತಿಕೊಂಡೆ. ಚಿನ್ನದ ಚೌಕಟ್ಟಿದ್ದ ಮೂರಿಂಚು ಉದ್ದದ ದಂತದ ಚಿಕಣಿ ಚಿತ್ರವದು. ಮೊದಲ ನೋಟಕ್ಕೆ ಅದು ನನ್ನ ಮನಸ್ಸನ್ನು ಸೆಳೆಯಿತು. ಕಿಟಿಕಿಯಿಂದ ಒಳಬರುತ್ತಿದ್ದ ಬಿಸಿಲುಕೋಲು, ಕತ್ತಲೆಯ ಹಿನ್ನೆಲೆಯಿಂದ ಹೊರಬಂದು ನನ್ನೆಡೆಗೆ ಬರಲು ತವಕಿಸುವಂತಿದ್ದ ಆ ಚಿತ್ರದ ಮೇಲೆ ಬೀಳುತ್ತಿತ್ತು. ಅದೊಂದು ಸುಂದರ ರೂಪ. ನನ್ನ ಹುಡುಗುತನದ ಕನಸುಗಳಲ್ಲಿ ಮಾತ್ರ ನಾನು ಕಾಣುತ್ತಿದ್ದಂಥದು. ಆ ಚಿತ್ರದಲ್ಲಿದ್ದ ಹೆಂಗಸಿಗೆ ಇಪ್ಪತ್ತರ ಆಚೀಚೆ ವಯಸ್ಸಿದ್ದೀತು. ಅವಳೊಬ್ಬ ಮುಗ್ಧ ಕನ್ನಿಕೆಯಾಗಿರಲಿಲ್ಲ. ಅರೆಬಿರಿದ ಗುಲಾಬಿಯಾಗಿರಲಿಲ್ಲ. ಪೂರ್ಣವಾಗಿ ಸಾಕಾರಗೊಂಡ ಚೆಲುವಿನ ಮೂರ್ತಿ ಅವಳು. ಅತಿ ಉದ್ದವಲ್ಲದ ಅಂಡಾಕೃತಿಯ ಮುಖ. ಅರೆತೆರೆದು ಮುಗುಳ್ನಗೆ ಸೂಸುತ್ತಿದ್ದ ತುಂಬುತುಟಿಗಳು. ಕಣ್ಣುಗಳು ಕುಡಿನೋಟ ಬೀರುತ್ತಿದ್ದವು. ಮನ್ಮಥನ ಆಟದ ಬೆರಳುಗಳಿಂದ ಉಂಟಾಯಿತೇನೋ ಎಂಬಂತಿದ್ದ ಗುಳಿಗಳು ಕೆನ್ನೆ ಮೇಲೆ.

ಅವಳ ಕೇಶಾಲಂಕಾರ ವಿಚಿತ್ರವಾಗಿದ್ದರೂ ಸೊಗಸಾಗಿತ್ತು. ಕುರುಳುಗಳು ಒಂದರೊಡನೆ ಒಂದು ಸೇರಿಕೊಂಡು ಹಣೆಯ ಆಚೀಚಿನ ಭಾಗವನ್ನು ಮುಚ್ಚಿಕೊಂಡಿದ್ದವು. ಎತ್ತಿಕಟ್ಟಿದ ಜಡೆಗಳು ತಲೆಯ ಮೇಲೆ ಕಿರೀಟದಂತೆ ಕೂತಿದ್ದವು. ಈ ಹಳೆ ರೀತಿಯಲ್ಲಿ ಕೂದಲನ್ನು ಕತ್ತಿನಿಂದ ಮೇಲಕ್ಕೆ ಬಾಚಿ ಕಟ್ಟಿದ್ದರಿಂದಾಗಿ ಅವಳ ಎಳೆಕುತ್ತಿಗೆಯ ಮೃದುಲ ಭಾಗಗಳೆಲ್ಲ ಎದ್ದು ಕಾಣುವಂತಾಗಿತ್ತು. ಅವಳ ಕೆನ್ನೆಯಲ್ಲಿದ್ದಂತೆ ಅಲ್ಲಿ ಕೂಡ ಒಂದು ಗುಳಿ ಮೂಡಿತ್ತು. ಆದರೆ ಇದು ಕೆನ್ನೆಯ ಗುಳಿಗಿಂತ ಹೆಚ್ಚು ಅಸ್ಪಷ್ಟವೂ ನಯವೂ ಆಗಿದ್ದು ಕುತ್ತಿಗೆಗೆ ಒಂದು ಅಪೂರ್ವ ಲಾವಣ್ಯವನ್ನು ನೀಡಿತ್ತು. ಇನ್ನು ಉಡುಗೆಯ ಬಗ್ಗೆ... ನಮ್ಮ ಅಜ್ಜಿಯರು ನಮ್ಮ ಕಾಲದ ಹೆಂಗಸರುಗಳಿಗಿಂತ ಕಡಿಮೆ ಲಜ್ಜಾಶೀಲರಾಗಿದ್ದರೇ ? ಅಥವಾ ಹಿಂದಿನ ಧರ್ಮಗುರುಗಳು ಇಂದಿನವರಿಗಿಂತ ಹೆಚ್ಚು ಉದಾರ ಹೃದಯಿಗಳಾಗಿದ್ದರೇ ? ಈ ಕುರಿತು ಖಚಿತ ಅಭಿಪ್ರಾಯ ನೀಡಲು ನನ್ನಿಂದ ಸಾಧ್ಯವಿಲ್ಲವಾದರೂ ಎರಡನೆಯದೇ ಸರಿಯೆಂದು ನನ್ನ ಭಾವನೆ. ಯಾಕೆಂದರೆ ಎಪ್ಪತ್ತು ವರ್ಷದ ಹಿಂದಿನ ಹೆಂಗಸರು ತಮ್ಮ ಕ್ರೈಸ್ತತನ ಮತ್ತು ದೈವಭಕ್ತಿಗಳ ಬಗ್ಗೆ ಹೆಮ್ಮೆಪಟ್ಟುಕೊಳ್ಳುತ್ತಿದ್ದರು. ಆದಕಾರಣ ಉಡುಗೆಯಂಥ ಪ್ರಾಮುಖ್ಯ ವಿಚಾರದಲ್ಲಿ ತಮ್ಮ ಧರ್ಮಗುರುಗಳ ಮಾತನ್ನು ಅವರು ಖಂಡಿತವಾಗಿಯೂ ಮೀರಿ ನಡೆಯುತ್ತಿದ್ದಿರಲಾರರು.

ಆದರೆ ಒಂದು ಮಾತನ್ನಂತೂ ತೆಗೆದು ಹಾಕುವಂತಿಲ್ಲ. ಚಿತ್ರದಲ್ಲಿದ್ದ ಹೆಂಗಸಿನಂತೆ ಉಡುಪು ತೊಟ್ಟು ಈ ದಿನಗಳಲ್ಲಿ ಯಾರಾದರೂ ಹೆಂಗಸು ಹೊರ ಬಂದುದೇ ಆದರೆ ಒಂದು ದೊಡ್ಡ ಅಲ್ಲೋಲ ಕಲ್ಲೋಲವೇ ನಡೆಯುವುದರಲ್ಲಿ ಸಂದೇಹವಿಲ್ಲ. ಕಂಕುಳಿನ ಸಂದಿಯಿಂದ ಸೊಂಟದವರೆಗಿನ ಅವಳ ದೇಹಭಾಗ ನವಿರಾದ ಪಾರದರ್ಶಕ ಬಟ್ಟೆಯ ಕೆಲವು ತೆಳು ಮಡಿಕೆಗಳಿಂದ ಮಾತ್ರ ಮುಚ್ಚಲ್ಪಟ್ಟಿತ್ತು. ಅವಳ ಸ್ತನಗಳು ಅದರೊಳಗೆ ಮರೆಯಾಗುವುದರ ಬದಲು ಹಿಮದ ಎರಡು ಶಿಖರಗಳು ಹೊರ ಚಾಚಿ ನಿಂತಂತಿದ್ದು, ಅವುಗಳ ನಡುವೆ ಮುತ್ತಿನ ಹಾರವೊಂದು ಹರಿದಾಡುತ್ತಿತ್ತು. ಲಜ್ಜೆಯನ್ನು ಮತ್ತಷ್ಟು ತೊರೆದು ಆಕೆ, ಜೂನೋಳಿಗೆ* ಇದ್ದಿರಬಹುದಾದಂಥ ರೀತಿಯ, ದುಂಡಗಿನ ತನ್ನ ತೋಳುಗಳನ್ನು ಮುಂದಕ್ಕೆ ಚಾಚಿದ್ದಳು.

---

* ಜೂನೊ: ಪ್ರಾಚೀನ ರೋಮ್‌ನ ಪೌರಾಣಿಕ ಕಥೆಗಳಂತೆ ದೇವರಾಜ ಜೂಪಿಟರ್‌ನ ಮಡದಿ. ಈಕೆಯನ್ನು ಎತ್ತರದ ನಿಲುವಿನ ತುಂಬುದೇಹದ ಲಾವಣ್ಯವತಿ ಎಂದು ವರ್ಣಿಸಲಾಗಿದೆ.

ಅವುಗಳ ತುದಿಯಲ್ಲಿ ಸುಂದರವಾಗಿ ಆಕಾರ ತಳೆದ ಹಸ್ತಗಳು... ಹಸ್ತಗಳು ಎಂದೆನೆ? ಅದು ಸರಿಯಲ್ಲ. ಏಕೆಂದರೆ, ಸರಿಯಾಗಿ ಹೇಳುವುದಾದರೆ ಕಾಣಿಸುತ್ತಿದ್ದುದು ಒಂದೇ ಕೈ. ಅದರಲ್ಲಿ ಬಣ್ಣ ಬಣ್ಣದ ಕಸೂತಿ ಹಾಕಿದ್ದ ಒಂದು ಕರವಸ್ತ್ರವನ್ನು ಆಕೆ ಹಿಡಿದಿದ್ದಳು.

ಆ ಚಿತ್ರವನ್ನು ನೋಡುತ್ತ ನನ್ನ ಮೇಲಾದ ಪರಿಣಾಮವನ್ನು ನೆನೆದರೆ ಇಂದೂ ಕೂಡ ನನಗೆ ಅಚ್ಚರಿಯಾಗುತ್ತದೆ. ಎಲ್ಲ ಮರೆತವನಂತೆ, ಅತ್ಯಂತ ಆನಂದದಲ್ಲಿ ಉಸಿರು ಬಿಗಿಹಿಡಿದು ಕಣ್ಣುಗಳಿಂದ ಚಿತ್ರವನ್ನು ನುಂಗುತ್ತ ನಾನು ನಿಂತುಬಿಟ್ಟಿದ್ದೆ. ಅಲ್ಲಲ್ಲಿ ಚೆಲುವಾದ ಹೆಂಗಸರ ಚಿತ್ರಗಳನ್ನು ನಾನು ಕಂಡಿದ್ದು ನಿಜ. ಚಿತ್ರಗಳಿದ್ದ ಪತ್ರಿಕೆಗಳಲ್ಲಿ, ನಮ್ಮ ಊಟದ ಮನೆಯ ಗೋಡೆಯ ಮೇಲೆ ಕೆತ್ತಲಾಗಿದ್ದ ಪೌರಾಣಿಕ ಚಿತ್ರಗಳಲ್ಲಿ, ಅಂಗಡಿಯ ಕಿಟಿಕಿಗಳಲ್ಲಿ, ಸುಂದರವಾದ ಸೌಷ್ಠವವುಳ್ಳ, ಲಾಸ್ಯ ತುಂಬಿದ ಮುಖಗಳು ನನ್ನ ಗಮನವನ್ನು, ನನ್ನ ಸೌಂದರ್ಯಾನ್ವೇಷಕ ದೃಷ್ಟಿಯನ್ನು ಸೆಳೆದಿದ್ದವು. ಆದರೆ ನನ್ನ ಸೋದರತ್ತೆಯ ಖಾನೆಯಲ್ಲಿ ಎದುರಾದ ಚಿಕಣಿ ಚಿತ್ರ ಕೇವಲ ಒಂದು ಮಹಾನ್ ಸೌಂದರ್ಯವತಿಯ ಬಿಂಬ ಮಾತ್ರವಾಗಿರದೆ ಜೀವ ತುಂಬಿ ಬಲು ಮೆಲ್ಲಗೆ ಉಸಿರಾಡುವಂತೆ ಭಾಸವಾಗುತ್ತಿತ್ತು. ಅದು ಚಿತ್ರಕಾರನ ಊಹೆಯ, ಕಲ್ಪನೆಯ ಹೆಂಗಸೆಂದು ಅನ್ನಿಸದೆ, ರಕ್ತಮಾಂಸ ತುಂಬಿದ ನಿಜವಾದ ವ್ಯಕ್ತಿಯ ಬಿಂಬವೆಂಬಂತೆ ತೋರುತ್ತಿತ್ತು. ವರ್ಣದ ಛಾಯೆಗಳು ಆ ಮುತ್ತಿನಂಥ ಬಿಳುಪಾದ ಚರ್ಮದ ಅಡಿಯಲ್ಲಿರುವ ರಕ್ತನಾಳಗಳಲ್ಲಿ ರಕ್ತ ಚಲಿಸುತ್ತಿರುವುದನ್ನು ತೋರಿಸುವಂತಿತ್ತು. ಹೊಳೆವ ಹಲ್ಲುಗಳು ಕಾಣುವಂತೆ ತುಟಿಗಳು ಅರೆ ತೆರೆದಿದ್ದವು. ಚಿತ್ರದ ಚೌಕಟ್ಟನ್ನು ನಿಜವಾದ ಕೂದಲಿನ ಒಂದು ಅಂಚು ಸುತ್ತುವರಿದಿತ್ತು. ಕಡು ಕೆಂಪು ಬಣ್ಣದ, ಅಲೆಯಲೆಯಾದ ಮೃದುಗೂದಲು. ಚಿತ್ರಿತಳಾಗಿದ್ದ ಹೆಂಗಸಿನ ಸ್ವಂತ ಕೂದಲಿನಿಂದಲೇ ಹೆಣೆಯಲಾಗಿದ್ದ ಈ ಕೇಶಮಾಲೆ, ಚಿತ್ರವು ಜೀವಂತವಾಗಿದೆ ಎಂಬ ಭ್ರಮೆಯನ್ನು ಪೂರ್ಣಗೊಳಿಸುತ್ತಿತ್ತು.

ನಾನಾಗಲೇ ಹೇಳಿದಂತೆ ಅದು ಬರಿ ನಕಲಾಗಿರಲಿಲ್ಲ. ಜೀವಂತ ವ್ಯಕ್ತಿಯೊಬ್ಬಳ ಬಿಂಬವಾಗಿದ್ದು, ಗಾಜಿನ ಗೋಡೆಯೆಂದು ಮಾತ್ರ ಆಕೆಯನ್ನು ನನ್ನಿಂದ ಬೇರ್ಪಡಿಸಿತ್ತು... ನಾನು ಆ ಚಿತ್ರವನ್ನೆಳೆದುಕೊಂಡೆ. ಅದರ ಮೇಲೆ ಮೆಲ್ಲಗೆ ಉಸಿರಾಡಿದೆ. ನನ್ನ ಆ ದೇವತೆಯ ದೇಹದ ಬಿಳುಪು ನನ್ನ ತುಟಿಗಳ ಮೂಲಕ ರಕ್ತನಾಳಗಳೊಳಗೆ ಹರಿದಂತಾಯಿತು. ಆ ಹೊತ್ತಿಗೆ ಮೊಗಸಾಲೆಯಲ್ಲಿ ಹೆಜ್ಜೆ ಸದ್ದು ಕೇಳಿಸಿತು. ಪ್ರಾರ್ಥನೆ ಮುಗಿಸಿ ಸೋದರತ್ತೆ ಬರುತ್ತಿದ್ದಳು. ಅವಳ ಗೂರಲು ಕೆಮ್ಮು, ಕೀಲುಗಳು ಹಿಡಿದುಕೊಂಡಿದ್ದರಿಂದ ಎಳೆದೆಳೆದು ಹಾಕುವ ಹೆಜ್ಜೆ ಸದ್ದು ನನಗೆ ಗೊತ್ತಾಯಿತು. ಇದ್ದಷ್ಟು ಸಮಯದಲ್ಲಿ ನಾನು ಆ ಚಿತ್ರವನ್ನು ಖಾನೆಯ ಮೂಲೆಯಲ್ಲಿಟ್ಟು ಅದನ್ನು ಮುಚ್ಚಿ ಕಿಟಿಕಿಯ ಬಳಿ ಹೋಗಿ, ಏನೂ ಗೊತ್ತಿಲ್ಲದವನಂತೆ ಎತ್ತಲೋ ನೋಡುತ್ತಾ ನಿಂತೆ.

ಅತ್ತೆ ಸದ್ದು ಮಾಡುತ್ತ ಬಂದಳು. ಹೊರಗಿನ ಚಳಿಯಿಂದಾಗಿ ಅವಳ ಕೆಮ್ಮು ಜಾಸ್ತಿಯಾಗಿತ್ತು. ನನ್ನನ್ನು ನೋಡುತ್ತ ಅವಳ ಸುಕ್ಕುಗಟ್ಟಿದ್ದ ಪುಟ್ಟ ಕಣ್ಣುಗಳು ಹೊಳೆಯತೊಡಗಿದವು. ಒಣಗಿ ಹೋಗಿದ್ದ ತನ್ನ ಕೈಯಿಂದ ಮೆಲ್ಲಗೆ ನನ್ನ ಬೆನ್ನು ತಟ್ಟಿ "ಎಂದಿನಂತೆ ಖಾನೆಗಳನ್ನು ತಡಕ್ತಾ ಇದ್ದೆಯೇನು?" ಎಂದು ಅವಳು ಕೇಳಿದಳು. ಅನಂತರ ನಗುತ್ತ ಮುಂದುವರಿಸಿದಳು:

"ಕೊಂಚ ತಾಳು, ಕೊಂಚ ತಾಳು. ನಿನಗೇಂತ ಏನೋ ತಂದಿದ್ದೇನೆ. ನಿನಗೆ ಇಷ್ಟವಾಗುವಂಥದ್ದು."

ಹೀಗೆಂದು ತನ್ನ ದೊಗಲೆ ಜೇಬಿಂದ ಒಂದು ಕಾಗದದ ಪೊಟ್ಟಣವನ್ನು ಸೆಳೆದು ಅದರಿಂದ

ಒಂದಕ್ಕೊಂದು ಅಂಟಿಕೊಂಡಿದ್ದ ಮೂರ್ನಾಲ್ಕು ಚೀಪುವ ಪೆಪ್ಪರ್‌ಮೆಂಟುಗಳನ್ನು ಆಕೆ ಹೊರ ತೆಗೆದಳು. ಅವನ್ನು ಕಂಡು ನನಗೆ ವಾಂತಿ ಬರುವಂತಾಯಿತು.

ನನ್ನ ಅತ್ತೆಯ ಮುಖವನ್ನು ನೋಡುತ್ತಿದ್ದಂತೆ, ಬಾಯಿ ತೆರೆದು ಆ ಸಿಹಿ ತುಣುಕುಗಳನ್ನು ತಿನ್ನಬೇಕೆಂದು ನನಗೆ ಅನ್ನಿಸಲಿಲ್ಲ. ಹಲ್ಲು ಬಿದ್ದುಹೋದ ವಸಡು, ವಯಸ್ಸಾದ ಮುಖ. ಅತಿಯಾಗಿ ಮಬ್ಬುಗೂಡಿದ್ದ ಕಣ್ಣುಗಳು, ಒಳಗೆಳೆದು ಹೋಗಿದ್ದ ಮೂರಂಗುಲ ಅಗಲದ ಬಾಯಿಯ ಮೇಲ್ತುಟಿಯಲ್ಲಿ ಮೂಡಿದ್ದ ಒರಟಾದ ಮೀಸೆ, ತಲೆಯ ಆಚೀಚೆ ಇದ್ದ ಬೂದಿಬಣ್ಣದ ಕಳಾಹೀನ ಕುರುಳುಗಳು, ಸಂತೃಪ್ತವಾಗಿರುವ ಟರ್ಕಿ ಕೋಳಿಯ ಜುಟ್ಟಿನಂತೆ ಶಿಥಿಲವೂ ಕೆಂಪಗೂ ಆಗಿದ್ದ ಕತ್ತು... ಒಟ್ಟಾರೆ ಆ ಪೆಪ್ಪರ್‌ಮೆಂಟು ನಾನು ತೆಗೆದುಕೊಳ್ಳಲಿಲ್ಲ. ಉಹ್, ಸಿಟ್ಟಿನ, ಪ್ರತಿಭಟನೆಯ ಭಾವನೆ ನನ್ನಲ್ಲಿ ಉಕ್ಕಿತು. ಗಡುಸಾಗಿ ನಾನು ಹೇಳಿದೆ:

"ನನಗದು ಬೇಡ, ಬೇಡ ನನಗೆ."

"ನಿನಗಿದು ಬೇಡವೇ ? ಏನಪ್ಪಾ ಇದು, ತಿಂಡಿ ಅಂದರೆ ಬೆಕ್ಕಿಗಿಂತ ಹೆಚ್ಚು ಆಸೆಬುರುಕ ನೀನು !"

ಕಾಲೂರಿ ಬೆರಳ ಮೇಲೆ ನಿಮಿರಿ ನಿಂತು ನಾನೆಂದೆ:

"ನಾನೇನು ಸಣ್ಣ ಹುಡುಗನಲ್ಲ. ಸಿಹಿಗಿಹಿ ನನಗೆ ಬೇಡ !"

ತಮಾಷೆ ಮಾಡುವವಳಂತೆಯೂ ಕೊಂಚ ಚುಚ್ಚುವಂತೆಯೂ ಅತ್ತೆ ನನ್ನನ್ನು ನೋಡಿದಳು. ಆದರೆ ನನ್ನ ವರ್ತನೆ ಅವಳಿಗೆ ವಿನೋದವಾಗಿ ಕಂಡಿದ್ದುದರಿಂದ ಕೊನೆಗೊಮ್ಮೆ ಆಕೆ ಗಹಗಹಿಸಿ ನಗತೊಡಗಿದಳು. ಈ ನಗೆ ಅವಳ ರೂಪವನ್ನು ಮತ್ತಷ್ಟು ವಿಕೃತಗೊಳಿಸಿತು. ಅವಳ ದವಡೆಗಳ ವಿಚಿತ್ರ ಆಕಾರವನ್ನು ಬಯಲು ಮಾಡಿತು. ಆಕೆ ಎಷ್ಟೊಂದು ನಗುತ್ತಿದ್ದಳೆಂದರೆ, ಅವಳ ಕೆನ್ನೆ ಮೂಗುಗಳೆಲ್ಲ ಒಂದಾಗಿಬಿಟ್ಟವು. ತುಟಿಗಳು ಮರೆಯಾದವು. ಹಣೆಯ ಮೇಲೆ ಉತ್ತ ಸಾಲುಗಳಂತಿದ್ದ ಎರಡು ಸುಕ್ಕುಗಳು ಎದ್ದು ಕಂಡವು. ಕಣ್ಣರೆಪ್ಪೆ, ಕಪೋಲಗಳ ಮೇಲೆ ಹಲವಾರು ನಿರಿಗೆಗಳು ಮೂಡಿದವು. ನಗೆಯಿಂದ ಅವಳ ತಲೆ ದೇಹ ಎರಡೂ ಜೋರಾಗಿ ಅಲುಗಾಡತೊಡಗಿದವು. ಕೊನೆಗೊಮ್ಮೆ ಅವಳ ಕೆಮ್ಮು ನಗೆಯ ನಡುವೆ ತಡೆ ಹಾಕುವಂತೆ ಮುನ್ನುಗ್ಗಿತು. ಕೆಮ್ಮು ನಗೆಗಳ ನಡುವೆ ಅವಳು ನನ್ನ ಮುಖದ ಮೇಲೆಲ್ಲ ಉಗುಳು ಹಾರಿಸಿದಳು...ಈ ಅಪಮಾನದಿಂದ ನಾನು ಮೈ ಮುದುಡಿಸಿಕೊಂಡು, ಅಸಹ್ಯ ಪಡುತ್ತಾ ನನ್ನ ತಾಯಿಯ ಕೋಣೆಯೊಳಗೆ ಓಡಿದೆ. ಸಾಬೂನು, ನೀರಿನಿಂದ ತೊಳೆದುಕೊಂಡು ಮತ್ತೆ ಚಿತ್ರದ ಹೆಂಗಸನ್ನು ನೆನೆಯತೊಡಗಿದೆ.

ಆ ದಿನದಿಂದ, ಆ ಕ್ಷಣದಿಂದ ಅವಳು ನನ್ನನ್ನು ಆವರಿಸಿಕೊಂಡಳು. ಸೋದರತ್ತೆ ಹೊರಗೆ ಹೋದಳೆಂದರೆ, ಒಂದು ಕ್ಷಣದೊಳಗೆ ಅವಳ ಕೋಣೆಗೆ ನುಸುಳಿ, ಖಾನೆ ತೆರೆದು, ಚಿತ್ರ ತೆಗೆದುಕೊಂಡು ನೋಡುತ್ತ, ನಾನು ಮರೆವಿನಲ್ಲಿ ಮುಳುಗುತ್ತಿದ್ದೆ. ಅದರ ಮಾಟಕ್ಕೆ ಒಳಗಾಗಿ, ಅವಳ ಚುರುಕಾದ ಕಣ್ಣುಗಳು ತಮ್ಮ ಮೋಹಕ ರೆಪ್ಪೆಗಳೊಳಗಿನಿಂದ ನನ್ನತ್ತಲೇ ನೋಡುತ್ತಿವೆ ಎಂದು ತಿಳಿಯ ತೊಡಗಿದೆ. ಅವಳ ಬಿಳಿ ಎದೆ ಉಸಿರಾಟದೊಡನೆ ಮೇಲೆದ್ದು ಇಳಿಯುವಂತಿದೆ ಎಂದುಕೊಂಡೆ. ಅವಳಿಗೆ ಮುತ್ತಿಡಲು ಈಗ ನಾಚಿಕೆಯಾಗತೊಡಗಿತು. ನನ್ನ ಈ ದಿಟ್ಟತನದಿಂದ ಅವಳು ರೇಗಬಹುದೆಂದು ಭಾವಿಸಿ ನನ್ನೆದೆಗೋ ಕೆನ್ನೆಗೋ ಅವಳನ್ನು ಸುಮ್ಮನೆ ಒತ್ತಿಕೊಳ್ಳತೊಡಗಿದೆ. ನನ್ನ ಎಲ್ಲ ಕೆಲಸಗಳೂ ಚಿಂತೆಗಳೂ ಅವಳನ್ನು ಕುರಿತೇ ಇರುತ್ತಿದ್ದವು. ಬಲು ನವುರಾಗಿ, ಅಷ್ಟೇ ಮುಚ್ಚಟೆಯಿಂದ ಅವಳೊಡನೆ ನಾನು ನಡೆದುಕೊಳ್ಳುತ್ತಿದ್ದೆ.

ಅತ್ತೆಯ ಕೋಣೆಯೊಳಗೆ ಹೋಗಿ, ನನ್ನ ಬಯಕೆಯ ಖಾನೆಯನ್ನು ತೆರೆಯುವ ಮೊದಲು ನಾನು ಮೈ ತೊಳೆದುಕೊಂಡು, ತಲೆ ಬಾಚಿ ನೀಟಾಗುತ್ತಿದ್ದೆ. ಗೆಳತಿಯನ್ನು ನೋಡಲೆಂದು ಹೊರಟವನೊಬ್ಬನು ಶಿಸ್ತಾಗುವ ರೀತಿಯದು. ಹಾದಿಯಲ್ಲಿ ಆಗಾಗ ಸಿಗುತ್ತಿದ್ದ ನನ್ನ ಓರಗೆಯ ಕೆಲವು ಹುಡುಗರು, ತಮ್ಮ ನಲ್ಲೆಯಿಂದ ತಮಗೆ ಬಂದ ಚೀಟಿಗಳನ್ನೋ ಅವರ ಒಲುಮೆಯ ಕಾಗದಗಳನ್ನೋ ಫೋಟೋಗಳನ್ನೋ ಜಂಬದಿಂದ ನನಗೆ ತೋರಿಸುತ್ತಿದ್ದರು. ನನಗೆ ಕಾಗದ ಬರೆಯುವ ಹುಡುಗಿ ಯಾರೂ ಇಲ್ಲವೇ ಎಂದು ಕೇಳುತ್ತಿದ್ದರು. ಆಗ ಹೇಳಲಾಗದ ನಾಚಿಕೆ ತುಂಬಿಕೊಂಡು ನನ್ನ ನಾಲಿಗೆ ಕಟ್ಟಿದಂತಾಗುತ್ತಿತ್ತು. ಹೆಮ್ಮೆಯಿಂದ ಕೂಡಿದ, ಒಗಟಿನಂಥ ಒಂದು ನಗೆಯೇ ಅವರ ಪ್ರಶ್ನೆಗಳಿಗೆ ನನ್ನ ಉತ್ತರವಾಗಿರುತ್ತಿತ್ತು. ಅವರ ಪುಟ್ಟ ಹೆಣ್ಣುಗಳ ಚೆಲುವಿನ ಬಗೆಗೆ ನನ್ನ ಅಭಿಪ್ರಾಯವೇನೆಂದು ಅವರು ಕೇಳಿದಾಗ, ನಾನು ಸುಮ್ಮನೆ ಹೆಗಲು ಕುಣಿಸಿ, ಅವರೆಲ್ಲ ಸೊಟ್ಟ ಮೋರೆಯವರೆಂದುಕೊಂಡು ಮುಖ ಹಿಂಡುತ್ತಿದ್ದೆ. ಒಂದು ಭಾನುವಾರ, ನಾನು ನನ್ನ ಸೋದರ ಸಂಬಂಧಿಯೊಬ್ಬರ ಮನೆಗೆ ಆಡಲು ಹೋಗಿದ್ದೆ. ಅಲ್ಲಿ ಕೆಲವು ಚಿಕ್ಕ ಹುಡುಗಿಯರಿದ್ದರು. ಅವರು ಸಾಕಷ್ಟು ಚೆಲುವಾಗಿದ್ದವರು. ದೊಡ್ಡವಳಿಗೆ ಇನ್ನೂ ಹದಿನೈದು ತುಂಬಿರಲಿಲ್ಲ

ನಾವೆಲ್ಲ ಸ್ಟಿರಿಯೋಸ್ಕೋಪಿನಲ್ಲಿ ಕಣ್ಣಿಟ್ಟು ಮೋಜಾಗಿ ಕಾಲ ಕಳೆಯುತ್ತಿದ್ದಾಗ, ಅವರಲ್ಲಿ ಹೆಚ್ಚೆಂದರೆ ಹನ್ನೆರಡು ಬೇಸಿಗೆ ಕಳೆದಿರಬಹುದಾಗಿದ್ದ ಅತ್ಯಂತ ಕಿರಿಯ ಹುಡುಗಿ ಗುಟ್ಟಾಗಿ ನನ್ನ ಕೈ ಸೆಳೆದುಕೊಂಡಳು. ಗಲಿಬಿಲಿ ನಾಚಿಕೆಗಳ ಪರಿಣಾಮವಾಗಿ ಕೆಂಪೇರಿದ್ದ ಮುಖದಿಂದ ಅವಳು "ತಗೋ ಇದನ್ನು" ಎಂದು ನನ್ನ ಕಿವಿಯಲ್ಲಿ ಪಿಸುಗುಟ್ಟಿ ನನ್ನ ಅಂಗೈ ಮೇಲೆ ಒಂದು ಮೆತ್ತನೆಯ, ತಾಜಾ ಆದ ವಸ್ತುವನ್ನು ಇಟ್ಟಳು. ನೋಡಿದರೆ ಅದು ಎರಡು ಹಸಿರೆಲೆಗಳ ನಡುವೆ ಇದ್ದ ಗುಲಾಬಿಯ ಮೊಗ್ಗು.

ಅನಂತರ ಆ ಪುಟ್ಟ ಹುಡುಗಿ ನಗುತ್ತ ನನ್ನತ್ತ ಕಡೆಗಣ್ಣಿನ ನೋಟ ಬೀರಿ ಓಡಿದಳು. ನಾನೋ ಸಂತ ಜೋಸೆಫನಿಗೆ ಸಾಟಿಯಾಗುವ ಮಡಿವಂತಿಕೆಯಿಂದ "ತಗೋ ಇದನ್ನು" ಎಂದು ಪ್ರತಿಯಾಗಿ ಕೂಗಿ ಅವಳ ಮೂಗಿನ ಮೇಲೆ ಆ ಗುಲಾಬಿಯನ್ನು ಎಸೆದೆ. ಹೀಗೆ ಮುಖಕ್ಕೆ ಹೊಡೆದಂತೆ ನಾನು ಮಾಡಿದ್ದರಿಂದ ಇಡೀ ಹಗಲು ನನ್ನೊಡನೆ ಅವಳು ಮುನಿಸಿನಿಂದಿದ್ದಳು. ಈಗ ಮದುವೆಯಾಗಿ, ಅವಳಿಗೆ ಮೂರು ಮಕ್ಕಳಿವೆಯಾದರೂ ಇನ್ನೂ ಅವಳು ನನ್ನನ್ನು ಮನ್ನಿಸಿಲ್ಲ. ಇಗರ್ಜಿಯಲ್ಲಿ ಬೆಳಿಗ್ಗೆ, ಸಂಜೆ ಕೂಡಿ ನನ್ನ ಅತ್ತೆ ಕಳೆಯುತ್ತಿದ್ದ ಕಾಲ ಒಟ್ಟಾಗಿ ಎರಡು ಅಥವಾ ಮೂರು ಗಂಟೆ. ನನ್ನ ಮನಸೆಳೆದ ಚಿತ್ರವನ್ನು ನೋಡುತ್ತ ಕೂರಲು ಅಷ್ಟು ವೇಳೆ ಸಾಲದೆಂದು ನನಗೆ ತೋರಿತು. ಕೊನೆಗೆ ಅದನ್ನು ತೆಗೆದು ಜೇಬಿನಲ್ಲಿಟ್ಟುಕೊಂಡು, ಏನೋ ತಪ್ಪು ಮಾಡಿದವನಂತೆ ದಿನವಿಡೀ ಎಲ್ಲರಿಂದ ತಲೆ ತಪ್ಪಿಸಿಕೊಂಡು ತಿರುಗಾಡಿದೆ. ಬಟ್ಟೆಯ ಸೆರೆಯೊಳಗೆ ಕುಳಿತ ಆ ಚಿತ್ರ ನನ್ನ ಎಲ್ಲ ಕೆಲಸಗಳನ್ನು ನೋಡುತ್ತಿರ ಬಹುದೆಂದು ಭ್ರಮಿಸಿದೆ. ನನ್ನ ಪರಿಶುದ್ಧ ನಲ್ಲೆಯ ಆದರ್ಶಗಳಿಗೆ ಒಗ್ಗದ್ದೆಂದು ನನಗೆ ತೋಚಿದ ಕೆಲವು ಕೆಲಸಗಳನ್ನು, ಉದಾಹರಣೆಗೆ ಸುಮ್ಮನೆ ಕೆರೆದುಕೊಳ್ಳುವುದು, ಕಾಲು ಚೀಲ ಮೇಲೆಳೆದುಕೊಳ್ಳುವುದು – ಇವೇ ಮೊದಲಾದವುಗಳನ್ನು ಮಾಡಲು ಹಿಂಜರಿಕೆ ಬರತೊಡಗಿತು. ಅಂಥದೇನಾದರೂ ಕೆಲಸ ಮಾಡಬೇಕಾಗಿ ಬಂದರೆ, ಚಿತ್ರವನ್ನು ಹೊರತೆಗೆದು ಸರಿಯಾದ ಜಾಗದಲ್ಲಿಟ್ಟು ಆಮೇಲೆ ನನಗೆ ಬೇಕೆನಿಸಿದ್ದನ್ನು ಮಾಡತೊಡಗಿದೆ.

ಇನ್ನೂ ಹೇಳಬೇಕೆಂದರೆ, ಈ ಕಳವು ಮಾಡಿದ ತರುವಾಯ ನನ್ನ ಚಿತ್ತ ಚಾಪಲ್ಯಗಳಿಗೆ

ಮಿತಿ ಇರಲಿಲ್ಲ. ರಾತ್ರಿಯಲ್ಲಿ ಅದನ್ನು ದಿಂಬಿನಡಿಯಲ್ಲಿಟ್ಟು ಅದಕ್ಕೆ ರಕ್ಷಣೆಯೊದಗಿಸುವವನ ಭಂಗಿಯಲ್ಲಿ ಮಲಗಿದೆ. ಹಾಗೇ ಮಲಗಿದಾಗ ಚಿತ್ರ ಗೋಡೆಯ ಬಳಿ ಇದ್ದಂತೆ ಅನಿಸಿ, ನಾನು ಹೊರಗುಳಿದ ಹಾಗಾಗಿ, ಸಾವಿರ ಬಾರಿ ಎದ್ದು, ಯಾರಾದರೂ ಒಳಗೆ ಬಂದು ನನ್ನ ನಿಧಿಯನ್ನು ನನ್ನಿಂದ ಕಸಿಯುವರೇನೋ ಎಂದು ಭಯಪಟ್ಟು ಕೊನೆಗೆ ಅದನ್ನು ದಿಂಬಿನಡಿಯಿಂದ ಎಳೆದು ನನ್ನ ಅಂಗಿಯೊಳಗೆ ತೂರಿಸಿ, ಎದೆಯ ಎಡ ಭಾಗದಲ್ಲಿ ಒತ್ತಿಟ್ಟು ನಿದ್ದೆ ಹೋದೆ. ಚಿತ್ರದ ಚೌಕಟ್ಟು ಒತ್ತಿ ಮರುದಿನವಿಡೀ ನನ್ನ ಎದೆಯ ಮೇಲೆ ಆ ಗುರುತು ಹಾಗೇ ಉಳಿದಿತ್ತು.

ಚಿತ್ರವನ್ನು ಮುಟ್ಟುವುದರಿಂದ ನನ್ನಲ್ಲಿ ಮೂಡುತ್ತಿದ್ದ ಸವಿಗನಸುಗಳೆಷ್ಟೊ. ಈ ಕನಸುಗಳಲ್ಲಿ ಚಿತ್ರದ ಹೆಣ್ಣು, ಜೀವ ತಳೆದು ತನ್ನ ನಿಜವಾದ ಆಕಾರ, ಅಂಗ ಸೌಷ್ಠವ, ಲಾಸ್ಯ, ಸೌಹಾರ್ದ, ಸೌಂದರ್ಯಗಳೊಡನೆ ನನ್ನೆದುರು ಬಂದು, ಬಲುವೇಗದಲ್ಲಿ ಹಾರುವ ರೈಲಿನಲ್ಲಿ ಕೂರಿಸಿಕೊಂಡು ತನ್ನ ಅರಮನೆಗೆ ನನ್ನನ್ನು ಒಯ್ಯುತ್ತಿದ್ದಳು. ಸವಿದುಂಬಿದ ಅಧಿಕಾರವಾಣಿಯಲ್ಲಿ ತನ್ನ ಪಾದಗಳ ಬಳಿ ಇರುವ ಪುಟ್ಟ ಮಣೆಯ ಮೇಲೆ ಕೂರಲು ಹೇಳುತ್ತಿದ್ದಳು. ಚೆಲುವಾಗಿ ಎರಕ ಹೊಯ್ದಂತಿದ್ದ ಅವಳ ಕೈಗಳಿಂದ ನನ್ನ ತಲೆ, ಹುಬ್ಬು, ಕಣ್ಣುಗಳನ್ನು ಸವರುತ್ತಿದ್ದಳು. ಕುರುಳೊಳಗೆ ಬೆರಳಾಡಿಸು ತ್ತಿದ್ದಳು. ನಾನು ಪ್ರಾರ್ಥನಾಗ್ರಂಥದಿಂದ ಏನನ್ನಾದರೂ ಓದಿ ಹೇಳುತ್ತಿದ್ದೆ. ಇಲ್ಲವೆ, ತಂತಿ ವಾದ್ಯವೊಂದನ್ನು ನುಡಿಸುತ್ತಿದ್ದೆ. ನನ್ನ ಓದು, ಸಂಗೀತಗಳು ತನಗಿತ್ತ ಆನಂದಕ್ಕಾಗಿ ವಂದಿಸುವಂತೆ ಅವಳು ಮುಖದಲ್ಲಿ ನಗೆಯನ್ನು ತುಂಬಿಕೊಳ್ಳುತ್ತಿದ್ದಳು. ಇಂಥ ರಮ್ಯ ಮಧುರ ಕಲ್ಪನೆಗಳು ನನ್ನ ಮೆದುಳಿನಲ್ಲಿ ತುಂಬಿ ಹರಿಯತೊಡಗಿದವು. ಒಮ್ಮೆ ನಾನು ಅವಳ ಡವಾಲಿ ಸೇವಕ; ಇನ್ನೊಮ್ಮೆ ಅವಳನ್ನು ಕುರಿತು ಹಾಡುವ ಕವಿ. ಇಂಥವೆಲ್ಲ ವಿಚಿತ್ರ ಭಾವಗಳು ತುಂಬಿಕೊಂಡದ್ದರಿಂದ ಆದದ್ದೇನು? ಎಲ್ಲರೂ ಗುರುತಿಸುವಂತೆ ನಾನು ತೆಳ್ಳಗಾಗತೊಡಗಿದೆ. ಅಪ್ಪ ಅಮ್ಮ ಹಾಗೂ ಸೋದರತ್ತೆ ಇವರಿಗೆ ಇದು ತುಂಬ ಚಡಪಡಿಕೆಯನ್ನು ತಂದಿತು.

"ಬೆಳೆಯುವ ವಯಸ್ಸು; ಬಲು ಅಪಾಯಕಾರಿ. ಈಗ ಎಲ್ಲವನ್ನೂ ಎಚ್ಚರದಿಂದ ಗಮನಿಸಬೇಕು," ಎಂದರು ಅಪ್ಪ. ಅವರು ವೈದ್ಯಕೀಯ ಪುಸ್ತಕಗಳನ್ನು ಓದುತ್ತಿದ್ದವರು. ನನ್ನ ಕಣ್ಣುಸುತ್ತ ಮೂಡಿದ್ದ ಕಪ್ಪು ಛಾಯೆಯನ್ನು, ಕಳಾಹೀನವಾಗಿದ್ದ ಕಣ್ಣುಗಳನ್ನು, ಸುರುಟಿಕೊಂಡು ಬಿಳಿಚಿಹೋಗಿದ್ದ ತುಟಿಗಳನ್ನು, ಎಲ್ಲಕ್ಕಿಂತ ಹೆಚ್ಚಾಗಿ ಹಸಿವೆ ಇಲ್ಲದೆ ಇದ್ದುದನ್ನು ಅವರು ಆತಂಕದಿಂದ ಗಮನಿಸತೊಡಗಿದರು.

"ಆಡೋ ಹುಡುಗ, ತಿನ್ನೋ ಮಗು" ಎಂದವರು ಹೇಳಿದರೆ, ನಾನು ನಿರುತ್ಸಾಹದಿಂದ "ಬೇಕೆಂದು ಅನ್ನಿಸೋದಿಲ್ಲ" ಎನ್ನುತ್ತಿದ್ದೆ.

ಅವರು ನನ್ನ ಮನಸ್ಸಿನಲ್ಲಿ ಬದಲಾವಣೆ ತರಲು ಯೋಜಿಸಿದರು. ನಾಟಕಕ್ಕೆ ಕರೆದೊಯ್ದರು. ಓದು ನಿಲ್ಲಿಸುವಂತೆ ಹೇಳಿದರು. ಕರೆದ ನೊರೆ ಹಾಲನ್ನು ತಂದುಕೊಟ್ಟರು. ನರಗಳು ತಣಿಯಲೆಂದು ತಲೆ ಮೇಲೆ ತಣ್ಣೀರು ಸುರಿದರು. ಊಟಕ್ಕೆ ಕುಳಿತಾಗ, ಇಲ್ಲವೇ ಬೆಳಿಗ್ಗೆ ಎದ್ದು 'ಗುಡ್ ಮಾರ್ನಿಂಗ್' ಹೇಳಲು ಅವರ ಕೋಣೆಗೆ ಹೋದಾಗ ಅಪ್ಪ ಕೊಂಚ ಹೊತ್ತು ನನ್ನನ್ನೇ ದಿಟ್ಟಿಸಿ ನೋಡಿ, ನನ್ನ ಬೆನ್ನ ಹುರಿಯನ್ನು ಮುಟ್ಟಿ ಮುಟ್ಟಿ ನೋಡುತ್ತಿದ್ದರು. ನಾನು ಕಪಟತನದಿಂದ ತಲೆ ತಗ್ಗಿಸುತ್ತಿದ್ದೆ. ನನ್ನ ತಪ್ಪನ್ನು ಒಪ್ಪಿಕೊಳ್ಳುವುದಕ್ಕಿಂತ ಸಾಯುವುದೇ ಲೇಸೆಂದು ನಿರ್ಧರಿಸಿದ್ದೆ. ನನ್ನ ಬಂಧುಗಳ ಪ್ರೀತಿಯಿಂದ ಹೊರಬಂದು ನಿಂತ ಕೂಡಲೇ ಚಿತ್ರದ ನನ್ನ ಹೆಣ್ಣಿನೊಂದಿಗೆ ನಾನು ಏಕಾಂತವಾಗಿ ಕೂರುತ್ತಿದ್ದೆ. ಕೊನೆಗೆ ಆಕೆ ನನಗೆ ಇನ್ನೂ ಹತ್ತಿರವಾಗಬೇಕೆಂಬ ಬಯಕೆ ಅಧಿಕವಾಗಿ, ನಮ್ಮಿಬ್ಬರ ನಡುವೆ ಇದ್ದ ಗಾಜಿನ ತೆರೆಯನ್ನು

ನಿವಾರಿಸಲು ನಾನು ಸಿದ್ಧನಾದೆ. ಹೀಗೆ ಮಾಡುವಾಗ ನನ್ನ ಮೈ ನಡುಗಹತ್ತಿತ್ತು, ಕೀಳು ಕೆಲಸ ಮಾಡುತ್ತಿದ್ದೇನೆಂಬ ಭಯ ನನ್ನನ್ನು ಆವರಿಸಿತು. ಆದರೆ ಕಡೆಯಲ್ಲಿ ನನ್ನ ಪ್ರೇಮ ಈ ಭಯವನ್ನು ಮೀರಿ ನಿಂತಿತು. ಬಹಳ ನೈಪುಣ್ಯದಿಂದ ಕೈಚಳಕ ಬಳಸಿ, ದಂತದ ಫಲಕದ ಮೇಲಿನ ಗಾಜನ್ನು ಹೊರಗೆಳೆಯುವಲ್ಲಿ ನಾನು ಯಶಸ್ವಿಯಾದೆ. ವರ್ಣ ಚಿತ್ರಕ್ಕೆ ತುಟಿಯೊತ್ತಿದಾಗ ಅದರ ಚೌಕಟ್ಟನ್ನು ಸುತ್ತುವರಿದಿದ್ದ ಕೇಶಮಾಲೆಯ ಮೃದುವಾದ ವಾಸನೆ ನನ್ನನ್ನು ಸುತ್ತಿದ ಅನುಭವವಾಗತೊಡಗಿತು. ನಡುಗುವ ಕೈಗಳಲ್ಲಿ ನಾನು ಹಿಡಿದಿರುವುದು ನಿಜವಾದ ವ್ಯಕ್ತಿಯನ್ನು ಎಂಬ ಭ್ರಾಂತಿ ಮತ್ತಷ್ಟೂ ಹೆಚ್ಚಾಯಿತು. ಒಂದು ಬಗೆಯ ಮೈ ಕುಸಿತದ ಅನುಭವವಾಯಿತು. ನಾನು ಜ್ಞಾನ ತಪ್ಪಿ ಸೋಫಾದ ಮೇಲೆ ಉರುಳಿದೆ. ಚಿತ್ರವನ್ನು ಮಾತ್ರ ಗಟ್ಟಿಯಾಗಿ ಹಿಡಿದಿದ್ದೆ. ಅರಿವು ಬಂದಾಗ ಅಪ್ಪ, ಅಮ್ಮ, ಸೋದರತ್ತೆ ಕಂಡರು. ಎಲ್ಲ ನನ್ನತ್ತ ಆತಂಕದಿಂದ ಬಾಗಿ ನೋಡುತ್ತಿದ್ದರು. ಎಲ್ಲರ ಮುಖದಲ್ಲೂ ಗಾಬರಿಯ ಸೂಚನೆಗಳು. ಅಪ್ಪ ನನ್ನ ನಾಡಿ ಹಿಡಿದು ನೋಡುತ್ತಿದ್ದರು, ಗೊಣಗುತ್ತಾ, ತಲೆಯಲುಗಿಸಿ, ಅವರೆನ್ನುತ್ತಿದ್ದರು:

"ನಾಡಿ ಸುಮ್ಮನೆ ಪಟ ಪಟ ಅನ್ನುತ್ತೆ. ಸಿಗೋದೇ ಇಲ್ಲ ಸರಿಯಾಗಿ."

ಅತ್ತೆ, ಪಂಜದಂಥ ತನ್ನ ಕೈಗಳಿಂದ ಚಿತ್ರವನ್ನು ನನ್ನಿಂದ ಕಸಿಯಲು ಯತ್ನಿಸುತ್ತಿದ್ದಳು. ನಾನೋ ನನಗೇ ಗೊತ್ತಿಲ್ಲದಂತೆ ಯಾಂತ್ರಿಕವಾಗಿ ನನ್ನ ಹಿಡಿತವನ್ನು ಬಿಗಿ ಮಾಡುತ್ತಿದ್ದೆ. ಅತ್ತೆ ಎಂದಳು:

"ಅಯ್ಯೋ ಚಿನ್ನಾರಿ... ಬಿಡೋ, ಅದನ್ನ ಹಾಳು ಮಾಡ್ತಿದ್ದಿಯಲ್ಲೋ! ಅದನ್ನು ನೀನು ಕೊಳೆ ಮಾಡ್ತಿದ್ದಿ ಅಂತ ನಿನಗೆ ಕಾಣೋದಿಲ್ವೆ? ನಾನೇನೂ ನಿನ್ನನ್ನ ಬಯ್ಯುತ್ತಾ ಇಲ್ಲ ಮರಿ... ನಿನಗೆ ಬೇಕಾದಷ್ಟು ಸಾರಿ ಅದನ್ನು ತೋರಿಸ್ತೇನೆ. ಆದರೆ ಅದನ್ನ ಹಾಳುಮಾಡಬೇಡ, ಬಿಟ್ಟುಬಿಡು."

ಅಮ್ಮ "ಇಟ್ಟುಕೊಳ್ಳಲಿ ಬಿಡಿ, ಹುಷಾರಿಲ್ಲ ಅವನಿಗೆ" ಎಂದಳು.

"ಚೆನ್ನಾಗಿ ಹೇಳಿದೆ. ಅದರಲ್ಲೂ ಇದನ್ನು, 'ಇಟ್ಟುಕೊಳ್ಳಲಿ ಬಿಡಿ' ಅಂತೆ. ಯಾರು ಮತ್ತೆ ಇಂಥ ಚಿತ್ರ ಬರೆಯೋರು ? ಆಗ ಇದ್ದ ಹಾಗೇ ನನ್ನನ್ನು ಮತ್ತೆ ಬರೆಯೋರು ಯಾರು? ಈಗಂತೂ ಚಿಕಣಿ ಚಿತ್ರ ಬರೆಯುವವರೇ ಇಲ್ಲವಾಗಿದ್ದಾರೆ. ನಾನಂತೂ ಇದರಲ್ಲಿರೋ ಹಾಗೇ ಈಗ ಇಲ್ಲ."

ನನ್ನ ಕಣ್ಣು ಭಯದಿಂದ ಅಗಲವಾದವು. ಬೆರಳುಗಳು ಚಿತ್ರದ ಮೇಲಿನ ಹಿಡಿತವನ್ನು ನಿಧಾನವಾಗಿ ಸಡಿಲಗೊಳಿಸಿದವು. ನಾನು ಹೇಗೆ ಮಾತಾಡಿದೆನೋ ಗೊತ್ತಿಲ್ಲ.

"ನೀನು... ಈ ಚಿತ್ರ... ನಿನ್ನದಾ ?"

"ಈಗ ನಾನು ಅಷ್ಟು ಮುದ್ದಾಗಿಲ್ಲ ಅಂತ ಯೋಚಿಸ್ತಿದ್ದೀಯೇನು ಮರಿ ? ಊಹ್ ! ಆಗ ನನಗೆ ಬರೇ ಇಪ್ಪತ್ತಮೂರು ವರ್ಷ. ಈಗ... ಈಗ... ಎಷ್ಟೂಂತ ಗೊತ್ತಿಲ್ಲ. ಯಾಕೆಂದರೆ ನನಗೆಷ್ಟು ವಯಸ್ಸಾಗಿದೆ ಅನ್ನೋದೇ ಮರೆತುಹೋಗಿದೆ! ಸ್ವಾಭಾವಿಕವಾಗಿಯೇ ಈ ವಯಸ್ಸಿಗಿಂತ ಆ ವಯಸ್ಸಿನಲ್ಲಿ ಯಾರಾದರೂ ಹೆಚ್ಚು ಚೆನ್ನಾಗಿ ಕಾಣ್ತಾರೆ."

ಈ ಮಾತು ಕೇಳಿ ನನ್ನ ತಲೆ ಜೋತುಬಿತ್ತು. ನಾನು ಮತ್ತೊಮ್ಮೆ ಮೂರ್ಛೆ ಹೋಗುವುದರಲ್ಲಿದ್ದೆ. ನನ್ನ ಅಪ್ಪ ನನ್ನನ್ನು ತೋಳುಗಳಲ್ಲಿ ಎತ್ತಿ ಹಾಸಿಗೆಗೆ ಒಯ್ದರು. ಅಲ್ಲಿ ಮಲಗಿಸಿ ಎರಡು ಮೂರು ಚಮಚ ಪೋರ್ತ್ ವೈನನ್ನು ಕುಡಿಸಿದರು.

ನಾನು ಬೇಗ ಚೇತರಿಸಿಕೊಂಡೆ. ಮತ್ತೆ ಸೋದರತ್ತೆಯ ಕೋಣೆಗೆ ಕಾಲಿಡಲು ಎಂದೂ ಬಯಸಲಿಲ್ಲ.

ಪೋರ್ತುಗಲ್

○ ಅಕಿಲೀನೊ ರಿಬೆಅರು

ಕೊನೆಯ ದೇವದೂತ

ಬಿಸಿಲು ಚೆನ್ನಾಗಿದ್ದ ಒಂದು ಭಾನುವಾರ; ಅಂದು ಕರುಣಾಮಯಿ ಮೇರಿಕನ್ಯೆಯ ಹಬ್ಬ ನಡೆಯಬೇಕಿತ್ತು: ಪಾದ್ರಿ ಝುಜುಇನು ನಿವೇದನೆ ಕೇಳುವುದನ್ನು ಮುಗಿಸಿ ಏಳತೊಡಗಿದ್ದರು. ಅದೇ ತಾನೇ ಅನ ಘುಷ್ಕಳ ನೂರಾರು ಜುಜುಬಿ ಪಾಪಗಳನ್ನು ಕ್ಷಮಿಸಲಾಗಿತ್ತು. ಆದರೆ ಅವರ ಪಾದಗಳ ಬಳಿ ಮರಿಯ ದ ಎಂಕರ್ನಸಂವ್ ಬಂದು ಕುಳಿತುಬಿಟ್ಟಿದ್ದಳು. ಅವಳ ಇಡೀ ದೇಹವೇ ನಡುಗುತ್ತಿತ್ತು. ಕಣ್ಣು ಕೆಳಗೆ ಹಾಕಿದ್ದಳು. ಕೆನ್ನೆ ಕೆಂಪೇರಿತ್ತು. ಮಂಡಿಯೂರಿ ಕುಳಿತಿದ್ದ ಈ ಧರ್ಮಭೀರು ಹುಡುಗಿಯ ಬಗ್ಗೆ, ಅವಳ ಅತಿಯಾದ ಭಕ್ತಿಯ ಬಗ್ಗೆ, ಗುರು ತಾಳ್ಮೆ ಕಳೆದುಕೊಂಡರು. ಅದಕ್ಕಿಂತ ಹೆಚ್ಚಾಗಿ ಸಮೂಹ ಪ್ರಾರ್ಥನೆಗೆ ಆಗಲೇ ಮೋಂಬತ್ತಿಗಳನ್ನು ಹಚ್ಚಿಡಲಾಗಿತ್ತು. ಇನ್ನೂ ಒಂದು ದೀಕ್ಷಾಸ್ನಾನ ನಡೆಸಬೇಕಾಗಿತ್ತು. ಪಾದ್ರಿ ಝುಜುಇನು ಅವಳನ್ನು ಅಷ್ಟೇನೂ ಸಂತೋಷದಿಂದ ಸ್ವಾಗತಿಸಲಿಲ್ಲ. ತೋಟಕ್ಕೆ ಬಂದ ಕೋಳಿಯನ್ನು ಓಡಿಸುವಾಗ ಕೈ ಆಡಿಸುವುದಕ್ಕಿಂತಲೂ ಬೇಗಬೇಗ ಶಿಲುಬೆಯ ಗುರುತು ಮಾಡಿಕೊಂಡರು. ಮೊದಲ ಪ್ರಾರ್ಥನಾ ವಿಧಿಗಳನ್ನು ಅವಸರದಲ್ಲಿ ಮುಗಿಸಿ, ತಾಳ್ಮೆಗೆಟ್ಟ ಧ್ವನಿಯಲ್ಲಿ ಅವರು ಅವಳನ್ನು ಕೇಳಿದರು:

"ಬೇಗ ಮಗಳೇ. ಏನದು ಹೇಳು. ಏನಾದರೂ ಮಾರಕವಾದ ಪಾಪ ನಿನ್ನ ಮನಸಾಕ್ಷಿಯನ್ನು ಚುಚ್ಚುತ್ತಾ ಇದೆಯೇನು?"

"ಇಂದಿಗೆ ಒಂದು ವಾರದ ಹಿಂದೆ ನಿವೇದನೆಗೆ ಹೋಗಿ ಪ್ರಭು ಭೋಜನ ಸಂಸ್ಕಾರ ಪಡೆದಿದ್ದೇನೆ. ಅದು ಎರಡು ಇಗರ್ಜಿಗಳು ಎಂಬ ಮಠದಲ್ಲಿ. ಒಪ್ಪಿಕೊಳ್ಳಬೇಕಾದಂಥ ಪಾಪ ವನ್ನೇನೂ ನಾನು ಮಾಡಿಲ್ಲ."

"ಸರಿ, ಹಾಗಾದರೆ!"

ದೃಢವಾದ ಧ್ವನಿಯಲ್ಲಿ ಅವಳು ನುಡಿದಳು: "ಫಾದರ್, ದಿನಾಲೂ ರಾತ್ರಿ ನನಗೊಂದು ವಾಣಿ ಕೇಳಿಸ್ತದೆ. 'ಮರಿಯ ದ ಎಂಕರ್ನಸಂವ್, ನೀನು ಪರ್ವತವನ್ನೇರಿ ಬರಬೇಕು. ಜೊತೆಗೆ ಕೋಲು ಕಲ್ಲು ಏನೂ ತರಬಾರದು. ಊರಿನಲ್ಲಿ ಹರಡಿರುವ ಈ ಭಯವನ್ನು ನೀನು ನಿವಾರಿಸಬೇಕು.' ಒಂದೋ ಇದು ನನ್ನ

ಭ್ರಮೆ ಇದ್ದೀತು. ಇಲ್ಲವೇ ಒಡೆಯನಾದ ದೇವರು ನನ್ನ ಮೇಲೊಂದು ಹೊಣೆಯನ್ನು ಹೊರಿಸಿದ್ದಾನೆ. ಉಳಿದ ಹುಡುಗಿಯರಿಗೆ ಆಗ್ತಿರೊದನ್ನು ಕೊನೆಗಾಣಿಸೋದೇ ಆ ಹೊಣೆ."

ಹೊಳಪುಗಣ್ಣಿನ, ದೇವತೆಯಂತೆ ಮುಗ್ಧ ಮನಸ್ಸಿನ, ಇಪ್ಪತ್ತರ ಹರೆಯದ ಈ ಹುಡುಗಿಯನ್ನು ಗುರು ಗಂಭೀರವಾಗಿ ದಿಟ್ಟಿಸಿದರು. ಪಾದ್ರಿಯ ಭಕ್ತ ಮಂಡಲಿಯಲ್ಲಿ ಆಕೆ ಪವಿತ್ರ ತ್ಯಾಗವನ್ನು ಕುರಿತ ಪ್ರಾರ್ಥನಾ ಪುಸ್ತಕದ ಭಾಗವನ್ನು ಸರಿಯಾಗಿ ಅರಿತ ಒಬ್ಬಳೇ ವ್ಯಕ್ತಿಯಾಗಿದ್ದಳು. ಹಿಂದೆ ಮೋಜುಗಾತಿಯೂ, ಕೋಮಲೆಯೂ ಆಗಿದ್ದ ಹುಡುಗಿ ಅವಳು. ಅಂದರೆ, ಪಾದ್ರಿ ಬಲ್ಡೊಮೆರೊ ತನ್ನ ಕಪ್ಪು ಹೇಸರಗತ್ತೆಯನ್ನೇರಿ ಊರಿಂದೂರಿಗೆ ಸುವಾರ್ತೆಗಳನ್ನು ಹರಡುವ ತನ್ನ ಕೆಲಸದ ಮೇಲೆ ಈ ಊರಿಗೂ ಬರುವವರೆಗೆ. ಇವಳ ಮನಸ್ಸಿನಲ್ಲಿ ಜಗತ್ತಿನ ಬಗ್ಗೆ ಜಿಗುಪ್ಸೆಯನ್ನೂ ಭಕ್ತಿ ಮಾರ್ಗದ ಆಚರಣೆಗಳ ಬಗ್ಗೆ ಮೋಹವನ್ನೂ ಆತ ತುಂಬಿದ್ದ. ಆ ಪ್ರಚಾರಕನ ಮಾತು ಕೇಳಿದ ಅನಂತರ ಅವಳು ಎಂದಿನಂತೆ ಇರಲಿಲ್ಲ. ಕಾಳು ಬಡಿಯುವ ಕಣದಲ್ಲಿ, ಯಾತ್ರೆ ಹೋಗುವ ಹಾದಿಗಳಲ್ಲಿ ಅವಳ ಉಲ್ಲಾಸದ ದನಿ ಈಗ ಕೇಳದು. ಮತ್ತೊಬ್ಬರತ್ತ ಒನಪು ತೋರುವ ನೋಟವನ್ನು ಅವಳೀಗ ಹಾಯಿಸಳು. ದೇವರು ಅವಳಿಗಿತ್ತಿದ್ದ ಮೋಹಕ ದನಿ ಈಗ ದೇವರಿಗಷ್ಟೇ ಮೀಸಲು. ಪವಿತ್ರ ಗೀತೆಗಳನ್ನು ಮಾತ್ರ ಆಕೆಯೀಗ ಹಾಡುತ್ತಿದ್ದಳು. ತನ್ನ ಪ್ರಿಯಕರನಾದ ಯೇಸುವಿನ ಧ್ಯಾನದಲ್ಲಿ ಆನಂದಾತಿಶಯದಿಂದ ಮೈಮರೆತ ಅವಳ ದೃಷ್ಟಿಯನ್ನು ವಿಚಲಿತಗೊಳಿಸಲು ಯಾರಿಗೂ ಶಕ್ಯವಿರಲಿಲ್ಲ. ನೀಲಿಯಂಚಿನ ಜರಿಯ ಕಸೂತಿಮಾಡಿದ ಕಡುಗೆಂಪು ಅಂಗಿ ತೊಟ್ಟ ಯೇಸುವಿನ ವಿಗ್ರಹವಂತೂ ಅವಳ ನೋಟದಿಂದ ತೋಯ್ದು ಒಂದು ಅಪೂರ್ವ ಕಾಂತಿಯನ್ನು ಹೊಂದಿತ್ತು. ಅವನ ಪ್ರೀತಿಪಾತ್ರರಾದವರಿಗೆ ಆತ ಸಾವಿನಾಚೆಗೂ ಅನಂತವಾದ ಸುಖಗಳನ್ನು ನೀಡುವ ಭರವಸೆ ಕೊಡುತ್ತಿದ್ದ. ಒಟ್ಟಾರೆ ಇಷ್ಟು; ಮರಿಯ ದ ಎಂಕರ್ನಸಂವ್‌ಳ ಅವಿರತ ಪ್ರಯತ್ನದಿಂದ ಈ ನಿದ್ದೆ ಹೋಗುವ ಊರಿನಲ್ಲೂ ಯೇಸುವಿನ ಸಹೃದಯ ಕೂಟವೊಂದು ಸ್ಥಾಪಿತವಾಗಿತ್ತು. ಪರಿಣಾಮವಾಗಿ ಮುಸ್ಸಂಜೆಯ ವೇಳೆಗೆ ಹುಲ್ಲುಗಾವಲುಗಳಿಂದ ದನಕರುಗಳ ಕೊರಳ ಗಂಟೆಯ ಮಿಣಿಮಿಣಿ ಸದ್ದಿನ ಜೊತೆಗೆ ಈಗ ಇಗರ್ಜಿಯ ಜಡವಾದ ಘಂಟಾನಾದ ಕೇಳತೊಡಗಿತ್ತು. ಇದು ಮೇ ತಿಂಗಳು, ಇದು ಸಂತ ಯೋಸೆಫನ ತಿಂಗಳು, ಇದು ಕ್ರಿಸ್ತ ಶಿಶುವಿನ ನವ ದಿವಸಗಳ ಹಬ್ಬ ಎಂದು ಭಕ್ತರನ್ನು ಆರಾಧನೆಗೆ ಕರೆಯುತ್ತಿದ್ದ ದನಿಯದು. ಅಥವಾ ಪವಿತ್ರ ವಾರದಲ್ಲಾದರೆ, ಶಿಲುಬೆಗೇರಿದ ಕ್ರಿಸ್ತನ ಸಂಕಟವನ್ನು ಚಿತ್ರಿಸುವ ಪ್ರತಿಮೆಗಳನ್ನು ಪೂಜಿಸಲು. ಇದಲ್ಲದೆ ಪ್ರತಿ ಭಾನುವಾರವೂ ಆಕೆ ನಿವೇದನೆಗೆ ಹೋಗಿ ಪಾದ್ರಿ ಝುಜುಇನುವಿನ ಗಂಟುಕಟ್ಟಿದ, ಹೊಗೆಸೊಪ್ಪಿನ ಗುರುತು ಬಿದ್ದ ಕೈಗಳಿಂದ ಪವಿತ್ರ ಭೋಜನ ಸಂಸ್ಕಾರವನ್ನು ಪಡೆಯುತ್ತಿದ್ದಳು. ಆದರೆ ಅದು ನೆರೆಯೂರಿನ ಇಗರ್ಜಿಯ ಸರಳ ಸಮಾರಂಭವೊಂದರಲ್ಲಿ ಎಳೆ ಹರೆಯದ ಪಾದ್ರಿಯೊಬ್ಬನ ಉದ್ದನೆಯ ಬಿಳಿ ಬೆರಳುಗಳಿಂದ ಪವಿತ್ರ ಸಂಸ್ಕಾರವನ್ನು ಸ್ವೀಕರಿಸಲು ಹೋಗದೆ ತಾನು ಇರುತ್ತಿದ್ದಾಗ. ಆಧ್ಯಾತ್ಮಿಕ ವಿಷಯಗಳ ಬಗ್ಗೆ ಒಲವು ಬೆಳೆಸಿಕೊಂಡಿದ್ದ ಆಕೆಗೆ ಹುಡುಗರ ಶಿಕ್ಷಕನೂ ಬೇಟೆಗಾರನೂ ಆತ್ಮಗಳ ಕೃಷಿಗಿಂತ ಧಾನ್ಯಗಳ ಕೃಷಿಯಲ್ಲಿ ಹೆಚ್ಚು ನಿಪುಣನೂ ಆಗಿದ್ದ ಫಾದರ್ ಝುಜುಇನೊರವರ ಬಗೆಗೆ ಏನೂ ಆದರವಿರಲಿಲ್ಲ. ಆದರೆ ಅವನೆ ಅವಳ ನಿಯುಕ್ತ ಧರ್ಮಗುರು, ಆದುದರಿಂದ ಅವಳು ಬಹಳ ಅವ್ಯವಸ್ಥಿತವಾಗಿ ಇಡಲ್ಪಟ್ಟಿದ್ದ ಈ ಪ್ರಾರ್ಥನಾ ಗೃಹವನ್ನು ಚೊಕ್ಕಟವಾಗಿರಿಸುವ ಕೆಲಸದಲ್ಲಿ ಸಮಾಧಾನಪಟ್ಟುಕೊಂಡಿದ್ದಳು. ಮೋಂಬತ್ತಿ ಪೀಠಗಳು, ದೀಪಗಳು, ಹೂದಾನಿಗಳು ಈಗ ಥಳಥಳಿಸುತ್ತಿದ್ದವು. ಹೂಗಳು ಬಿಡತೊಡಗಿ

ಅವುಗಳ ಕಾಲ ಮುಗಿಯುವವರೆಗೆ ತೋಟದಿಂದ ಅವುಗಳನ್ನು ಬಿಡಿಸಿ ತಂದು ಭಾನುವಾರ ಪ್ರಾರ್ಥನಾ ಪೀಠವನ್ನು ಅವಳು ಅಲಂಕರಿಸುತ್ತಿದ್ದಳು. ಮರಿಯಳ ಕೈಗಳು ಹೀಗೆ ಅಲಂಕರಿಸುವಲ್ಲಿ ತೋರಿಸುತ್ತಿದ್ದ ಚಾಕಚಕ್ಯ, ಚಟುವಟಿಕೆ ಅಗಾಧವಾದುದು. ಬಟ್ಟೆ ಹೊಲಿಯುವುದರಲ್ಲಿ ಸಹ ಇಂಥ ಚಾಕಚಕ್ಯವನ್ನವಳು ತೋರಿಸುತ್ತಿರಲಿಲ್ಲ.

ಈ ತಪೋಭಾವ ನಿಧಾನವಾಗಿ, ಅವಳನ್ನು ಎಷ್ಟು ತೀವ್ರವಾಗಿ ಆವರಿಸಿತೆಂದರೆ ಒಂದು ರಾತ್ರಿ ಅವಳು ಲಮೆಗೋಗೆ ಹೊರಟಿದ್ದ ಯಾತ್ರಿಕರ ಜೊತೆ ಸೇರಿಕೊಂಡಳು. ಪಾದ್ರಿ ಬಲ್ಡೊಮೆರೊ ಅವರು ಕೆಲವು ಹುಡುಗಿಯರನ್ನು ಏಕಾಂತ ಧ್ಯಾನಕ್ಕಾಗಿ ಸ್ಪೇನಿಗೆ ಕರೆದೊಯ್ಯುತ್ತಿದ್ದರು. ಅವರೊಡನೆ ಇವಳೂ ಹೊರಟಳು. ಮನೆಯಲ್ಲಿ ವಯಸ್ಸಾದ ತಂದೆ, ಪಾರ್ಶ್ವವಾಯು ಪೀಡಿತ ತಾಯಿ. ಕೆಲ ಕಾಲದ ನಂತರ ನಾನೇನು ಮಾಡಿಬಿಟ್ಟೆ ಎಂದು ನಾಚಿ ಮೂರ್ಖ ಹುಡುಗಿ ಹಿಂತಿರುಗಿ ಬಂದಳು. ಆದರೆ ಇದರಿಂದ ಅವಳ ದೈವಭಕ್ತಿಯ ಹುಚ್ಚು ಕಡಿಮೆಯೇನೂ ಆಗಲಿಲ್ಲ. ಸಂತ ಇನೇಜ್ ಇಲ್ಲ ಸಂತ ಇರಿಯಾರಂತೆ ತನಗೂ ದೇವರ ಆಶೀರ್ವಾದ ದೊರಕಲಿದೆ ಎಂದು ಅವಳ ಭಾವನೆ. ಅದನ್ನವಳು ಎಲ್ಲರಿಗೂ ತಿಳಿಯುವಂತೆ ಹೇಳುತ್ತಿದ್ದಳು ಕೂಡ. ಇದರ ನಡುವೆ ಕಂಡ ಕಂಡ ಸನ್ಯಾಸಿಗಳ ಬೆನ್ನು ಹತ್ತುವುದು ಮತ್ತು ಹಬ್ಬಗಳಿಗೆ ಓಡಾಡುವುದಂತೂ ನಡೆದೇ ಇತ್ತು. ಈ ಎಲ್ಲ ಚಟುವಟಿಕೆಯಿಂದಾಗಿ ಅವಳ ಗುಲಾಬಿ ಬಣ್ಣದ ಮುದ್ದಾದ ಕೆನ್ನೆಗಳು ವಯಸ್ಸಾದ ಕನ್ಯೆಯರ ಕೆನ್ನೆಗಳಂತೆ ಸಂರಕ್ಷಿತ ಶವಗಳ ಬಣ್ಣವನ್ನು ತಳೆಯತೊಡಗಿದವು.

ಇಂಥವಳ ಕಾಣ್ಕೆಯ ಕ್ಷಣವೊಂದರಲ್ಲಿ ಅವಳನ್ನು ಪೇದ್ರು ಜೆರಿಗಾದಿಷ್ ಕಂಡ ತಕ್ಷಣ ಅವಳಲ್ಲಿ ಮೋಹಿತನಾದ. ಕನ್ನಿಕೆಯೊಬ್ಬಳ ದೃಷ್ಟಿಯಿಂದ ನೋಡಿದರೆ ಅವನಲ್ಲಿ ಕೆಲವು ಕೊರತೆಗಳಿದ್ದವು. ಮೊದಲನೆಯದಾಗಿ ಅವನಿಗೆ ನಲವತ್ತು ವರ್ಷ ವಯಸ್ಸು. ಎರಡನೆಯದಾಗಿ ಆತ ಗೂಳಿ ಕಾಳಗದ ವೀರನಾಗಿ ಹೆಸರು ಗಳಿಸಿದ್ದವನು. ಇದರಿಂದಾಗಿ ಸಾಕಷ್ಟು ಲೌಕಿಕ ಸಂಪತ್ತನ್ನು ಕೂಡಿಡಲು ಅವನಿಗೆ ಸಾಧ್ಯವಾಗಿತ್ತೆಂಬುದು ಬೇರೆ ಸಂಗತಿ. ಮೂರನೆಯದಾಗಿ ಆತ ಕುರೂಪಿಯಾಗಿದ್ದ. ಅವನ ಬಾಯನ್ನೇ ಮುಚ್ಚುವಂತೆ ಬೆಳೆದ ದಟ್ಟವಾದ, ಕಪ್ಪಾದ ಜೋಲುಮೀಸೆ. ಹಣೆಯ ಮೇಲೆ ಪೊದೆಗಟ್ಟಿದ ಹುಬ್ಬುಗಳು. ಹೀಗಿದ್ದರೂ ಪೇದ್ರು ಜೆರಿ ಗಾದಿಷ್ ಒಬ್ಬ ಗಣ್ಯವ್ಯಕ್ತಿಯಾಗಿದ್ದ. ಅವನ ದಿರುಸು ಕಪ್ಪು ಬಣ್ಣದ ಕಾಶ್ಮೀರ ಉಣ್ಣೆಯ ಸೂಟು, ಕಣ್ಣು ಮುಚ್ಚುವಂಥ ಜೊಂಡಿನ ಹ್ಯಾಟು, ದೊಡ್ಡ ಕೊಂಡಿಗಳ ಸರಪಣಿಯ ಗಡಿಯಾರ; ಇದರ ಜೊತೆಗೆ ಕೊರಳಲ್ಲಿ, ಮಣ್ಣಿನಿಂದ ತಯಾರಿಸಿದ ಹೊಳೆಯುವ ಒಂದು ತಾಯಿತ. ಸಂತೆಯೇ ಮೊದಲಾದ ಕಡೆ ಅವನು ಕಾಣಿಸಿಕೊಳ್ಳುತ್ತಿದ್ದುದು ಇದೇ ದಿರುಸಿನಲ್ಲಿ. ಕೈಯನ್ನು ಚಾಚಿ ಕರ ವಸ್ತ್ರವನ್ನು ಬೀಸುತ್ತಾ, "ಹೇಗೆ, ಚೆನ್ನಾಗಿದ್ದೀರಾ?" ಎಂದು ಎಲ್ಲರನ್ನು ಮಾತನಾಡಿಸುತ್ತಾ ಆತ ನಡೆದಾಡುತ್ತಿದ್ದ. ಅವನ ಆದಾಯ ಯಾವುದೋ ಇಗರ್ಜಿಗೆ ಸೇರಿದ ಜಮೀನಿನಿಂದ ಬರುತ್ತಿತ್ತು. ಯಾರಿಗೂ ಗೊತ್ತಾಗದಂತೆ ವಿಸೇವುನಲ್ಲಿ ಕೊಂಡದ್ದು ಆ ಜಮೀನು. ಜೊತೆಗೆ ಹೆಚ್ಚು ಬಡ್ಡಿ ದರದಲ್ಲಿ ಕೊಟ್ಟ ಸಾಲದ ಮೂಲಕವೂ ಗಳಿಕೆ. ಒಂದು ಹುಲ್ಲುಕಡ್ಡಿ ಎತ್ತಿ ಹಿಡಿಯುವ ಕೆಲಸ ಕೂಡ ಅವನು ಮಾಡುತ್ತಿರಲಿಲ್ಲ. ಸುಮ್ಮನೆ ತಿರುಗಾಡುವುದು, ಅದಿಲ್ಲದಿದ್ದರೆ ಬೇಟೆ ಯಾಡುವುದು. ಅದೂ ಇಲ್ಲದಿದ್ದರೆ ನದಿಗೆ ಮೀನು ಹಿಡಿಯಲು ಹೋಗುವುದು. ಎಲ್ಲಕ್ಕಿಂತ ಮಿಗಿಲಾಗಿ ಆತ ಅಡವಿಯ ಜಾಡುಗಳನ್ನು ಚೆನ್ನಾಗಿ ಬಲ್ಲವನಾಗಿದ್ದುದು, ಒಳ್ಳೆ ಬೇಟೆಗಾರ ನಾಗಿದ್ದ. ಪ್ರಾಣಿಗಳನ್ನು ಹಿಡಿಯಲು ಬೋನು, ಬಲೆಗಳನ್ನು ನಿರ್ಮಿಸುವುದರಲ್ಲಿ ನಿಪುಣನಾಗಿದ್ದ.

ಹೀನಾಯವಾದ ಕೆಲಸಗಳನ್ನು ಮಾಡಿದ್ದಾನೆಂದು ಜನ ಬೈದರೂ ಅವರಿಂದ ಗೌರವವನ್ನೂ ಪಡೆದುಕೊಂಡಿದ್ದ. ಒಮ್ಮೆ ಚುನಾವಣಾ ಕಾಲದಲ್ಲಿ ಮ್ಯೊಮೆಂತ ಪಟ್ಟಣದ ಆಡಳಿತಗಾರನಾಗಿ, ಆ ಕರ್ತವ್ಯವನ್ನು ಯಶಸ್ವಿಯಾಗಿ ನಿರ್ವಹಿಸಿದ್ದ ಕೂಡ. ಒಟ್ಟಿನಲ್ಲಿ ಆತ ಶಿಷ್ಟಾಚಾರ ಸಂಪನ್ನನಾದ ವಿದ್ಯಾವಂತ ವ್ಯಕ್ತಿಯೆಂದು ಪರಿಗಣಿತನಾಗಿದ್ದ. 'ಒ ಸೆಕುಲೊ' ಪತ್ರಿಕೆಯ ಚಂದಾದಾರ. ವಯಸ್ಸು ನಲವತ್ತಾಗಿದ್ದರೂ ಗುಂಡುಕಲ್ಲಿನಂತಿದ್ದ ಆತ ಕುಟುಂಬಸೌಖ್ಯಕ್ಕಾಗಿ ತಹತಹಿಸುತ್ತಿದ್ದೇನೆಂದು ಹೇಳಿಕೊಳ್ಳುತ್ತಿದ್ದ. ಅದಕ್ಕಾಗಿ ಅವನು ಹೆದ್ದಾರಿಯಲ್ಲೊಂದು ಮನೆಯನ್ನೂ ಕಟ್ಟತೊಡಗಿದ. ಒಳ್ಳೆ ಕಟ್ಟಡ. ಬಳಸಿದ್ದು ಪಂಪಿಲ್‌ಹೋಸಾ ಇಟ್ಟಿಗೆ. ಅನಂತರ, ಮರಿಯ ದ ಎಂಕರ್ನಸಂವ್‌ಳ ಬಗ್ಗೆ ಹುಚ್ಚನಂತಾಗಿ ಆತ ಅವಳನ್ನು ಮದುವೆಯಾಗಲು ಕೇಳಿದ.

ಇಷ್ಟೆಲ್ಲ ಕುಂದು ಕೊರತೆಗಳಿದ್ದ ಆತ ಆಕೆಗೆ ಅಸಹ್ಯನಾಗಿ ಕಾಣಬೇಕಿತ್ತು. ಅದರಲ್ಲೂ ವಯಸ್ಸು ರೂಪಗಳನ್ನು ಗಮನಿಸಿದರೆ ಈ ಮಾತು ಇನ್ನೂ ನಿಜ. ಇವು ಮುಖ್ಯವಲ್ಲ ಎನ್ನಲಾಗದು. ಅತ್ಯಂತ ಹೆಚ್ಚು ಸುವಾಸನೆಯ ಕನ್ಯಾಪುಷ್ಪಗಳನ್ನು ಕಿತ್ತು ಅಭ್ಯಾಸವಿರುವ ದೇವಪುರುಷನಿಗಾಗಿ ತನ್ನೆಲ್ಲ ಸೌಂದರ್ಯವನ್ನೂ ಕಾಯ್ದಿರಿಸಿಕೊಂಡ ಹೆಣ್ಣು ಕೂಡ ಮೊದಲು ಗಮನಿಸುವುದು ಇವನ್ನೇ. ಹೀಗಾದರೂ ಅವಳೇನೂ ಅವನನ್ನು ತಿರಸ್ಕಾರದಿಂದ ನಿರಾಕರಿಸಲಿಲ್ಲ. ಅಂಥದೇನೂ ನಡೆಯಲಿಲ್ಲ. ಅವಳು ತನ್ನ ಕನ್ಯತ್ವ ರಕ್ಷಣೆಯ ವ್ರತವನ್ನು ಕುರಿತು ಅವನಿಗೆ ವಿಷಾದದಿಂದ ತಿಳಿಸಿಕೊಟ್ಟು ಅವನ ಪಾಡಿಗೆ ಅವನನ್ನು ಸಾಗಹಾಕಿದಳು.

ಆದರೆ ಪೇದ್ರು ಜಿರಿಗಾದಿಷ್ ಸುಮ್ಮನಾಗಲಿಲ್ಲ. ನಿಧಾನವಾಗಿ ಜಾಣತನದಿಂದ ಬೇಕು ಬೇಕಾದವರನ್ನು ತನ್ನ ಬುಟ್ಟಿಗೆ ಹಾಕಿಕೊಂಡು ಆತ ಹಾದಿ ಸರಿ ಮಾಡಿಕೊಂಡ. ಸರಳ ಸ್ವಭಾವದ ನೆರೆಯ ಹೆಂಗಸರಿಗೆ ಲಂಚಕೊಟ್ಟು ಅವರನ್ನು ತನ್ನ ಹಸ್ತಕರನ್ನಾಗಿ ಮಾಡಿದ. ಒಂದು ಕರುವಿನ ಕಾಲು, ಮೀನಿನ ಓಗರ – ಇವನ್ನು ಕಾಣಿಕೆಯಾಗಿ ಕೊಟ್ಟು ಸುವಾರ್ತೆ ಗಳನ್ನು ಪ್ರಸಾರ ಮಾಡುತ್ತಿದ್ದ. ಅವಳ ನೆಚ್ಚಿನ ಪಾದ್ರಿಯನ್ನು ತನ್ನ ಕಡೆಗೆ ಎಳೆದುಕೊಂಡ. ಅವಳ ತಂದೆ ತಾಯಿಯರು ಅವನನ್ನು ಮದುವೆಯಾಗೆಂದು ಒತ್ತಾಯಿಸುತ್ತಿದ್ದರು. ಧರ್ಮಾಂಧರ ಹಿಡಿತದಿಂದ ಅವಳು ಹೇಗಾದರೂ ಬಿಡಿಸಿಕೊಳ್ಳಬಹುದೆಂಬುದು ಅವರ ಆಸೆ. ಮತಪ್ರಸಾರಕನೂ ತನ್ನ ಪಾಲಿನ ಕೆಲಸವನ್ನು ನೆರವೇರಿಸಿದ. ಅಚ್ಚುಕಟ್ಟಾದ ಶ್ರೀಮಂತಿಕೆಯ ಜೀವನ ನಡೆಸಿದ ಮಾತ್ರಕ್ಕೆ ಅದು ಅನೈತಿಕವಾಗಲಾರದೆಂದು ಕೆಲವು ನೀತಿ ವಾಕ್ಯಗಳ ಮೂಲಕ ಅವಳಿಗೆ ಶ್ರುತಪಡಿಸಿದ. ಪವಿತ್ರ ದಾಂಪತ್ಯಗಳ ಉದಾಹರಣೆಗಳನ್ನು ನೀಡಿದ. ಒಟ್ಟಾರೆ ಮರಿಯ ದ ಎಂಕರ್ನಸಂವ್‌ಳ ಪರವಾಗಿ ಯಾರೂ ಉಳಿಯಲಿಲ್ಲ. ಈ ನಡುವೆ ಪೇದ್ರು ಜಿರಿಗಾದಿಷ್ ಅವಳನ್ನು ಒಲಿಸುವ ತನ್ನ ಪ್ರಯತ್ನವನ್ನು ಮುಂದುವರಿಸಿದ್ದ. ಕೊನೆಗೊಮ್ಮೆ ಅವನ ಪ್ರಯತ್ನಕ್ಕೆ ಫಲ ದೊರೆಯಿತು. ಅವಳ ಪ್ರೇಮಕ್ಕಾಗಿ ನಜರೇತ್‌ನ ದೇವ ಪುತ್ರನೊಡನೆ ಇಷ್ಟುಕಾಲ ನಡೆಸಿದ್ದ ಸ್ಪರ್ಧೆಯಲ್ಲಿ ಆತ ಗೆದ್ದ. ಆ ವರ್ಷದ ಮೇ ತಿಂಗಳ ಮಧ್ಯ ಭಾಗದಲ್ಲಿ, ಹುಲ್ಲುಗಾವಲುಗಳಲ್ಲಿ ಕುದುರೆ ಮರಿಗಳ ಕೆನೆತ ಕೇಳಿಸತೊಡಗಿದ್ದ ಕಾಲದಲ್ಲಿ, ಸ್ವತಃ ಪೇದ್ರುವೇ ಮೇಲ್ವಿಚಾರಕನಾಗಿ ನಿಂತಿದ್ದ ಪವಿತ್ರ ಮಾತೆ ಮೇರಿಯ ಹಬ್ಬದ ಕೊನೆಯ ದಿನಗಳಲ್ಲಿ ಮರಿಯ ದ ಎಂಕರ್ನಸಂವ್ ಅವನನ್ನು ಮದುವೆಯಾಗಲು ಒಪ್ಪಿದಳು. ಇದೇ ಸಮಯದಲ್ಲಿ ಜಿರಿಗಾದಿಷ್ ಸ್ವತಂತ್ರ ಸ್ಥಾನಮಾನಕ್ಕೆ ಸಂಬಂಧಿಸಿದಂತೆ ಎಷ್ಟೋ ವರ್ಷಗಳಿಂದ ಪರದೇಶದಲ್ಲಿ ಮುಂದುವರಿಯುತ್ತಿದ್ದ ವ್ಯಾಜ್ಯವೊಂದರಲ್ಲಿ ಆತನಿಗೆ ಜಯ ಲಭಿಸಿತು.

ಈಗವನ ಮದುವೆಗೆ ಯಾವ ಅಡ್ಡಿಯೂ ಇರಲಿಲ್ಲ.

ತನ್ನೆದುರು ಕುಳಿತಿದ್ದ ಹೊಳಪುಗೂದಲಿನ ಪುಟ್ಟ ಹುಡುಗಿಯನ್ನು ನೋಡುತ್ತಿದ್ದಂತೆ ಇದೆಲ್ಲವೂ ಪಾದ್ರಿ ಝುಜುಇನುವಿನ ಮನಸ್ಸಿನಲ್ಲಿ ಹಾದು ಹೋಯಿತು. ಅದೇನೂ ವಿವೇಚನಾಶೂನ್ಯವಾದ ಮನಸ್ಸಾಗಿರಲಿಲ್ಲ.

ಅವನೇ ಮೆಲ್ಲಗೆ ಮಾತಾಡತೊಡಗಿದ: "ಹಾಗಾದರೆ ನಿನಗೆ ಒಂದು ವಾಣಿ ಕೇಳಿಸಿದೆ? ಏನು ಹೇಳಿತು ಅದು? ಇನ್ನೊಂದು ಸಾರಿ ಹೇಳು ನೋಡೋಣ."

" 'ಮರಿಯ ದ ಎಂಕರ್ನಸಂಪ್ ನೀನು ಪರ್ವತವನ್ನು ಏರಿ ಬರಬೇಕು; ಜೊತೆಗೆ ಕೋಲು ಕಲ್ಲು ಏನೂ ತರಬಾರದು. ಊರಿನಲ್ಲಿ ಹರಡಿರುವ ಈ ಭಯವನ್ನು ನೀನು ನಿವಾರಿಸಬೇಕು.' "

"ಇದು ಕೇಳಿಸಿದ್ದು ನೀನು ನಿದ್ರಿಸಿದ್ದಾಗಲೋ ಎಚ್ಚರವಾಗಿದ್ದಾಗಲೋ?"

"ನಿದ್ರಿಸಿದ್ದಾಗ ಫಾದರ್; ಆದರೆ ಒಮ್ಮೆ ಮಾತ್ರ ರಾತ್ರಿ ಅದೇ ತಾನೇ ಜಪಸರವನ್ನು ಎಣಿಸಿ ಪ್ರಾರ್ಥನೆ ಮುಗಿಸಿದ್ದೆ. ಆಗಲೂ ಈ ವಾಣಿ ಕೇಳಿಸಿತು."

"ಕನಸನ್ನು ನಂಬಬಾರದು. ಈ ಬಗ್ಗೆ ಚೆನ್ನಾಗಿ ತಿಳಿದವರು, ನಂಬಬಹುದಾದವರು ಏನು ಬರೆದಿದ್ದಾರೆ ಅನ್ನೋದನ್ನು ನಾನು ಓದಿದ್ದೇನೆ. ಕನಸು ದೇವತೆಗಳ ಕೈವಾಡವಾಗಿರೋ ಹಾಗೇ ಅಂಧಕಾರದ ಶಕ್ತಿಯ ಕುಟಿಲತೆಯೂ ಆಗಿರಬಹುದು."

"ಅದೆಲ್ಲಾ ಸರಿ. ಆದರೆ ನನ್ನ ಎಚ್ಚರದ ಸ್ಥಿತಿಯಲ್ಲಿ ಇಂದ್ರಿಯಗಳೆಲ್ಲ ಜಾಗೃತವಾಗಿದ್ದಾಗ ಕೂಡ ಆ ವಾಣಿ ಕೇಳಿಸಿತಲ್ಲ? ಈಗ ನಿಮ್ಮ ಧ್ವನಿ ಎಷ್ಟು ನಿಜವೋ ಆಗ ಅದೂ ಕೂಡ ಅಷ್ಟೇ ನಿಜವಾಗಿತ್ತು ಫಾದರ್. ಇಷ್ಟೇ ಸ್ಪಷ್ಟವಾಗಿ ಕೇಳಿಸಿತು."

"ಹಾಗಾದರೆ ನಿನ್ನನ್ನು ನವೆ ಪರ್ವತದ ಮೇಲಕ್ಕೆ, ಆ ರಕ್ಕಸನನ್ನು ನಿರ್ನಾಮ ಮಾಡಲೆಂದು ಈ ವಾಣಿ ಕಳುಹಿಸುತ್ತಿದೆ ಅಂತ..."

"ನನಗೆ ಹಾಗೇ ಅನ್ನಿಸ್ತದೆ."

"ಎಲ್ಲಿಂದ ಬಂತು ಆ ವಾಣಿ?"

"ನನಗೆ ಗೊತ್ತಿಲ್ಲ. ನನ್ನ ಕಿವಿಯಲ್ಲಿ ಮಾತ್ರ ಅದು ಚೆನ್ನಾಗಿ ಮೊಳಗಿತ್ತು. ಆದರೆ ಇಂಥದೇ ದಿಕ್ಕಿನಿಂದ ಬಂದದ್ದು ಅಂತ ಹೇಳೋದಕ್ಕೆ ಆಗೋದಿಲ್ಲ. ಎಲ್ಲೋ ಮೇಲಿನಿಂದ ಕೇಳಿಸ್ತದೆ ಅಂತ ಅನ್ನಿಸಿದರೂ ಹಾಗೇಂತ ನಾನು ಪ್ರಮಾಣ ಮಾಡಿ ಹೇಳಲಾರೆ. ಧ್ವನಿಯಂತೂ ಮಧುರವಾದದ್ದು; ನಾನು ಅಂಥ ಧ್ವನಿಯನ್ನು ಎಂದೂ ಕೇಳಿಲ್ಲ..."

ನಿವೇದನೆಯನ್ನು ಕೇಳಲು ಕುಳಿತ ಗುರು ಈ ವಿಷಯದ ಬಗ್ಗೆ ಇನ್ನೂ ಕೆಲವು ಪ್ರಶ್ನೆಗಳನ್ನು ಕೇಳಿದ. ಯಾಕೆಂದರೆ ಅವನ ಧರ್ಮಜ್ಞಾನಕ್ಕೆ ಇದೊಂದು ಹೊಸ ಸಂಗತಿಯಾಗಿತ್ತು. ಆದರೆ ದೈಹಿಕ ದುಡಿಮೆಗೆ ಒಗ್ಗಿಹೋಗಿದ್ದ, ಚಿಕ್ಕವರಿಗೆ ಶಿಕ್ಷಣ ಕೊಡುವುದಕ್ಕೆ ಹೊಂದಿಕೊಂಡ, ಮೊಲಗಳ ಬೇಟೆಯಲ್ಲಿ ತಲ್ಲೀನವಾಗಿದ್ದ ಅವನ ಮನಸ್ಸು ಮಾತ್ರ ಈ ಬಗೆಯ ಅತೀಂದ್ರಿಯ ಸಮಸ್ಯೆಗಳನ್ನು ಬಿಡಿಸಲು ಅಶಕ್ತವಾಗಿತ್ತು. ಆದ್ದರಿಂದ ಖಚಿತವಾದ ಏನೊಂದು ಉತ್ತರವನ್ನೂ ಕೊಡಲು ಹೋಗದೆ ಆತ ಹೇಳಿದ:

"ನೋಡು ಮಗಳೇ, ಇಂಥ ವಿಚಿತ್ರ ಸಂಗತಿಯ ಬಗ್ಗೆ ನಾನು ಯಾವ ಅಭಿಪ್ರಾಯವನ್ನೂ ನಿನಗೆ ಕೊಡಲಾರೆ. ಸ್ವರ್ಗದ ಆಣತಿಯನ್ನು ನೆಲದಲ್ಲಿ ಪಾಲಿಸುವ ಹೊಣೆಯನ್ನು ಒಬ್ಬರಲ್ಲ ಹಲವಾರು ಜನರು ಇಂಥ ವಾಣಿಗಳ ಮೂಲಕ ಕೇಳಿಸಿಕೊಂಡಿದ್ದಾರೆ. ಇದು ನನಗೆ ಗೊತ್ತು. ನನ್ನ ನೆನಪಿನಲ್ಲಿ ಇಂಥ ಹಲವು ಸಂಗತಿಗಳು ಇವೆ. ಇವುಗಳಲ್ಲಿ ಎಷ್ಟೋ ವಾಣಿಗಳು ಖೋಟಾ

ಆಗಿದ್ದವು; ದುಷ್ಟ ಶಕ್ತಿಗಳಿಂದ ಪ್ರೇರಿತವಾಗಿದ್ದವು. ನಾನು ಹಿರಿಯ ಧರ್ಮಾಧಿಕಾರಿಗಳಿಗೆ ಬರೆದು..."

"ಆ ವಾಣಿ ಎಷ್ಟೊಂದು ಸವಿಯಾಗಿತ್ತು ಅಂದರೆ ಅದು ಸ್ವರ್ಗದಿಂದಲೇ ಬಂದದ್ದಾಗಿರ್ಬೇಕು. ನಾನದನ್ನು ಕೇಳಿದಾಗ, ನನ್ನ ಇಡೀ ದೇಹ ಅದ್ಭುತವಾದ, ಆಪ್ಯಾಯಮಾನವಾದ ಸಂತಸದಲ್ಲಿ ತೋಯ್ದಂತೆ ಭಾಸವಾಗ್ತದೆ. ಆಗ ನಾನು ನನ್ನನ್ನು, ಈ ಜಗತ್ತನ್ನು ಎಲ್ಲವನ್ನೂ ಮರೆತುಬಿಟ್ಟಿರ್ತೇನೆ."

ಆವೇಶ ಬಂದವಳಂತೆ ಈ ಮಾತುಗಳನ್ನು ಹೇಳುತ್ತಿರುವಾಗ ಅವಳು ತನಗಾದ ಪರಮ ಆನಂದವನ್ನು ನೆನಪಿಗೆ ತಂದುಕೊಳ್ಳುತ್ತಿರುವಂತೆ ಹುಬ್ಬುಗಳನ್ನು ಮೇಲೆತ್ತಿ ಬಾಗಿಸಿದ್ದಳು.

"ಒಳ್ಳೆಯದು; ಆದರೆ ಈ ವಿಷಯದಲ್ಲಿ ನಾವು ಎಷ್ಟು ಎಚ್ಚರ ವಹಿಸಿದರೂ ಸಾಲದು. ಸೈತಾನನಿಗೆ ಕೂಡ ತನ್ನದೇ ಆದ ವಿದ್ಯೆಗಳಿರ್ತವೆ. ಇತರ ಜ್ಞಾನಿಗಳೊಂದಿಗೆ ಪ್ರೌಢ ವಿದ್ಯಾಪೀಠಗಳಲ್ಲಿ ಅವನ್ನು ಕಲಿತಿರ್ತಾನೆ. ಅವನ ಪ್ರತಿಯೊಂದು ಹೊಸ ತಂತ್ರವೂ ಹಿಂದೆ ಆತ ಬಳಸಿದ್ದಕ್ಕಿಂತ ಹೆಚ್ಚು ಸೂಕ್ಷ್ಮವಾಗಿರ್ತದೆ. ನನ್ನ ಮಾತು ಕೇಳು. ಶಾಂತವಾಗಿರು. ಮೇಲಿನವರು ಈ ಬಗ್ಗೆ ಏನು ಹೇಳ್ತಾರೋ ಅದು ಗೊತ್ತಾಗುವವರೆಗೂ ನಾವು ಕಾಯೋಣ..." "ಅಲ್ಲಿಯವರೆಗೆ ಈ ಹಿಂಸೆ ಮಾತ್ರ ಮುಂದುವರೀತಾ ಹೋಗ್ಬೇಕೆ, ಫಾದರ್?"

"ಅದೇನೋ ನಿಜ. ಅದರೆ ಈ ಎಲ್ಲ ತೊಂದರೆಗಳ ಮೂಲ ತುಂಬ ರಹಸ್ಯಮಯವಾಗಿದೆ. ಆದ್ದರಿಂದ ಅವುಗಳ ನಿವಾರಣೆಯಲ್ಲಿ ಕೂಡ ಅತ್ಯಂತ ಎಚ್ಚರ ವಹಿಸಬೇಕು. ಈಗ ಹೋಗು ಮಗಳೇ, ತ್ಯಾಗಕ್ಕಾಗಿ ನಿನ್ನಲ್ಲಿ ಉಂಟಾಗಿರುವ ತುಡಿತವನ್ನು ಕೊಂಚ ಸಂಭಾಳಿಸಿಕೊ. ಇಷ್ಟೊಂದು ತ್ಯಾಗ ನಿನ್ನಂಥವಳಿಗೆ ಹೇಳಿದ್ದಲ್ಲ. ನಿನ್ನನ್ನು ತಹಬಂದಿಗೆ ತಂದುಕೊ. ಸನ್ಮಾರ್ಗದರ್ಶಿನಿಯಾದ ನಮ್ಮ ಮೇರಿ ಮಾತೆಯನ್ನು ಮೂರು ಬಾರಿ ಸ್ತವನ ಮಾಡು. ಆಕೆ ಏನಾದರೂ ದಾರಿ ತೋರಿಯಾಳು." ಇಂಥವೇ ಇನ್ನೂ ಕೆಲವು ಮಾತುಗಳನ್ನೂ ಹೇಳಿ, ತನ್ನ ಉಸ್ತುವಾರಿಯಲ್ಲಿದ್ದ ಆ ಎಳೆಯ ಆತ್ಮವನ್ನು ಈ ಮಂತ್ರಮುಗ್ಧ ಸ್ಥಿತಿಯಿಂದ ಬಿಡಿಸಲು ಪಾದ್ರಿ ಝುಜುಇನು ಯತ್ನಿಸಿದ.

ಎರಡು ವಾರಗಳು ಕಳೆದವು. ಊರಾಚೆಯ ಹಳೆಯ ರೋಮನ್ ರಸ್ತೆಗಳ ಪಕ್ಕದಲ್ಲಿದ್ದ ಪ್ರದೇಶವನ್ನು ಈಗ ಯಾರೂ ಬಳಸುತ್ತಿರಲಿಲ್ಲ. ಆ ಪ್ರದೇಶ ಸದಾ ನಿರ್ಜನ, ಪಾಳುಬಿದ್ದದ್ದು. ಈ ಅವಧಿಯಲ್ಲಿ ಅಲ್ಲಿ ಇನ್ನಷ್ಟು ಸ್ತ್ರೀಯರ ಮಾನಭಂಗಗಳು ನಡೆದವು. ಇಗರ್ಜಿಯ ಸಾಮೂಹಿಕ ಪ್ರಾರ್ಥನೆಗೆ ಬಂದ ಮರಿಯ ದ ಎಂಕರ್ನಸಂವ್ ಮತ್ತೊಮ್ಮೆ ತನ್ನ ನಿವೇದನೆಯನ್ನು ಕೇಳಬೇಕೆಂದು ಗುರುವಿನೊಂದಿಗೆ ಬೇಡಿಕೊಂಡಳು.

ಗುರುವಿನ ಬಳಿ ಅವಳು ಪಿಸುದನಿಯಲ್ಲಿ ನುಡಿದಳು:

"ಫಾದರ್, ಆ ವಾಣಿ ಮತ್ತೆ ಕೇಳಿಸ್ತಿದೆ. 'ಪರ್ವತವನ್ನೇರಿ ಬಾ; ಈ ಭಯವನ್ನು ನಿವಾರಿಸು.' ರಾತ್ರಿಯಲ್ಲಿ ಐದಾರು ಬಾರಿಯಾದರೂ ಅದು ಕೇಳಿಸ್ತದೆ. ಬಿಶಪರಿಂದ ಇನ್ನೂ ಉತ್ತರ ಬಂದಿಲ್ವ?"

"ಇಲ್ಲ. ಅವರಿಗೆ ಬಿಡುವೇ ಇಲ್ಲ."

"ಹಾಗಾದರೆ ಫಾದರ್! ನಾನು ಪರ್ವತವನ್ನೇರಿ ಹೋಗ್ಬೇಕು ಅಂತ ನಿರ್ಧರಿಸಿದ್ದೇನೆ. ತುತ್ತ ತುದಿಯ ಶಿಖರಗಳವರೆಗೆ ಹೋಗ್ತೇನೆ, ನಮ್ಮ ಪ್ರಭುವೇ ನನ್ನನ್ನು ರಕ್ಷಿಸ್ತಾನೆ."

"ಅದು ಬಹಳ ದೊಡ್ಡ ಪರ್ವತ ಮಗೂ, ನಾಗಾಲೋಟದಿಂದ ಓಡುವ ಕುದುರೆಗೆ ಅದನ್ನೇರೋದಕ್ಕೆ ಒಂದು ಇಡೀ ದಿನ ಸಾಕಾಗೋದಿಲ್ಲ. ಅಲ್ಲೆಲ್ಲ ಗುಹೆಗಳು ಕಂದಕಗಳು ತುಂಬಿವೆ...ಈ ಪ್ರಯತ್ನದಿಂದ ನಿನಗೆ ಕೇಡುಕೇ ಆಗ್ಬಹುದು!"

"ಅದರ ಯೋಚನೆ ನಿಮಗೆ ಬೇಡ!"

"ಯಾರಾದರೂ ನಿನ್ನ ಜೊತೆ ಇರೋದಾದರೆ..."

"ನನ್ನ ಜೊತೆಗೆ ಯಾರೂ ಬೇಡ. ಹೋಲೊಫೆರ್ನೆಸ್‌ನ ಗುಡಾರಕ್ಕೆ ಜೂಡಿತ್* ಒಬ್ಬಳೇ ಹೋದಳಲ್ಲ."

"ಈಗ ಕಾಲ ಬದಲಾಗಿದೆ ಮರಿ, ಕಾಲ ಬದಲಾಗಿದೆ. ಅಲ್ಲದೆ ನಾವು ಪುರಾತನ ಯೆಹೂದಿಗಳಲ್ಲ. ಹೆಣ್ಣು ಗಂಡುಗಳ ದೈಹಿಕ ಸಂಬಂಧದ ವಿಷಯದಲ್ಲಿ ಅವರಿಗೆ ಅಷ್ಟೊಂದು ನಿಯತ್ತೇನೂ ಇರ್ಲಿಲ್ಲ. ಈಜಿಪ್ಟ್‌ನಲ್ಲಿ ಶ್ರೇಷ್ಠ ಪುರುಷ ಅಬ್ರಹಾಮನ ಪತ್ನಿ ಸಾರಾ ಅಂತ ಒಬ್ಬಳಿದ್ದಳು..."

"ಇದರಿಂದ ನಾನು ತುಂಬ ಸಂಕಟಪಡಬೇಕಾಗಿ ಬರ್ಬಹುದು ಅಂತ ನನಗೆ ಗೊತ್ತಿದೆ. ಆದರೆ ಅದರ ಫಲವಾಗಿ 'ಕಿರಿ ಹರೆಯದ ಹೆಂಗಳೀಗ ಯಾವ ಭಯವೂ ಇಲ್ಲದೆ ಕ್ರಿಸ್ತನೆಡೆ ಗೊಯ್ಯುವ ಹಾದಿಗಳಲ್ಲಿ ತಿರುಗಾಡಬಲ್ಲರು' ಅಂತ ಹೇಳ್ಳೋದಕ್ಕೆ ನಾಳೆ ಸಾಧ್ಯವಾದರೆ, ನನ್ನ ಸಂಕಟ ಸಾರ್ಥಕವಾಗ್ತದೆ. ಅದಕ್ಕಿಂತ ಪ್ರತಿಫಲ ನನಗೆ ಬೇಡ."

"ಇರಬಹುದು. ಆದರೆ ನಾನು ಹೌದು ಅಂತಾಗಲಿ ಇಲ್ಲ ಅಂತಾಗಲಿ ಹೇಳೋದಿಲ್ಲ. ನಾನೇನಾದರೂ ನಿನಗೆ ಹೇಳಿದ್ದೇನೆ ಅನ್ನೋದನ್ನೇ ನೀನು ಮರೆತು ಬಿಡು."

"ಈ ವಾಣಿ ಸ್ವರ್ಗದ್ದು..."

"ಹಾಗಂತ ಹೇಗೆ ಹೇಳೋದಕ್ಕೆ ಸಾಧ್ಯ?"

"ಅದು ಸ್ವರ್ಗದ್ದೇ. ಒಂದೊಂದು ರಾತ್ರಿ ಕಳೆದಂತೆಯೂ ನನಗದು ಖಚಿತವಾಗ್ತಾ ಬಂದಿದೆ. ಅದನ್ನು ತಿಳಿಯೋದಕ್ಕಾಗಿ ನನ್ನ ಚೇತನವನ್ನೆಲ್ಲಾ ಪದಗಳಲ್ಲಿ ತುಂಬಿ ಅದರೊಡನೆ ಕೇಳ್ತಾ ಬಂದಿದ್ದೇನೆ: 'ನೀನು ನಿಜವಾಗಿ ದೈವಿಕವೇ ಆಗಿದ್ದರೆ ನನ್ನೊಡನೆ ಮಾತಾಡು. ಬದಲು ನೀನು ಅಂಧಕಾರದ ಒಡೆಯನ ನುಡಿಯಾಗಿದ್ದರೆ ತೊಲಗು. ಪಿತ, ಸುತ ಹಾಗೂ ಪವಿತ್ರ ಪ್ರೇತದ ಆಣೆ ಮತ್ತೆ ಸುಳೀಬೇಡ.' ಆದರೆ ಆ ವಾಣಿ ನಿಲ್ಲಲಿಲ್ಲ. ಆಮೇಲಂತೂ ಅದು ಇನ್ನಷ್ಟು ಮಧುರವಾಗ್ತಾ ಹೋಯಿತು..."

"ನಿನಗೆ ಯಾವಾಗಲೂ ಈ ಅತೀಂದ್ರಿಯವಾದದ್ದರ ಬಗ್ಗೆ ಕೊಂಚ ಒಲವು ಹೆಚ್ಚು. ಸೂಕ್ಷ್ಮವಾದ ಮನಸ್ಸುಳ್ಳವರಿಗಂತೂ ಕಿವಿಗೆ ಕಣ್ಣಿಗೆ ಭ್ರಮೆಯನ್ನುಂಟುಮಾಡುವ ಅನುಭವಗಳು ಸರ್ವಸಾಮಾನ್ಯ. ನಾನೇನು ಹೇಳಬೇಕೆಂದಿದ್ದೇನೆ ಅಂದರೆ ನಿನ್ನ ಕಿವಿಗಳು ನಿನಗೆ ಮೋಸ ಮಾಡ್ತಿರಬಹುದೇ ಅಂತ..."

"ಆದರೆ ಇಷ್ಟೊಂದು ಬಾರಿ? ನಮ್ಮ ಪ್ರಭುವಾದ ದೇವರು ಹೀಗಾಗಲು ಬಿಡಲಾರ."

ತಾನು ನಂಬಿದ್ದೇ ಸರಿ ಎನ್ನುವ ಧೋರಣೆಯ ಈ ವಾದಕ್ಕೆ ಧರ್ಮ ಗುರುವಿನಲ್ಲಿ ಯಾವ ಉತ್ತರವೂ ಇರಲಿಲ್ಲ.

ಆತ ಕೊನೆಗೆ ಮತ್ತೊಮ್ಮೆ ಹೇಳಿದ: "ನಿನಗೆ ನನ್ನ ಸಲಹೆ ಇಷ್ಟೆ. ಅದನ್ನೇ ಆಗಲೂ ಹೇಳಿದೆ. ಈಗಲೂ ಹೇಳ್ತಿದ್ದೇನೆ. ಮತ್ತು ಇನ್ನು ಮುಂದೆ ಕೂಡ ಹೇಳ್ತೇನೆ. 'ಸ್ವಲ್ಪ ತಾಳು!' "

---

* ಜೂಡಿತ್: ದೈವಭಕ್ತೆಯಾಗಿದ್ದ ಒಬ್ಬ ಪುರಾತನ ಯೆಹೂದಿ ವೀರ ರಮಣಿ. ಅಸ್ಸೀರಿಯಾದ ಸೇನೆ ತನ್ನ ಊರಿಗೆ ಮುತ್ತಿಗೆ ಹಾಕಿದ್ದಾಗ, ಅದರ ದಳಪತಿ ಹೋಲೊಫೆರ್ನೆಸ್‌ನ ಡೇರೆಯನ್ನು ಈಕೆ ರಾತ್ರಿ ಹೊತ್ತಿನಲ್ಲಿ ಗುಟ್ಟಾಗಿ ಪ್ರವೇಶಿಸಿ ನಿದ್ರಿಸುತ್ತಿದ್ದ ಅವನನ್ನು ಅವನ ಖಡ್ಗದಿಂದಲೇ ಇರಿದು ಕೊಂದಳಂತೆ...

"ಆತ ಕೂಡ ತಾಳಬೇಕು ಅಂತ ಹೇಳ್ತೀರೋ?"

"ಅಂದರೆ ಈಗ ನೀನು ಇರೋ ಹಾಗೇನೇ ಪರ್ವತವೇರಿ ಹೋಗ್ತೀ ಅಂತೀಯೇನು?"

"ಹೌದು ಫಾದರ್, ಶಿಲುಬೆಯೊಂದೇ ನನ್ನ ಆಯುಧ."

"ಅದೇನೋ ಶಕ್ತಿಶಾಲಿ ಆಯುಧವೇ ಸರಿ. ಅದರಲ್ಲಿ ಯಾವ ಸಂದೇಹವೂ ಇಲ್ಲ. ಆದರೂ ಕೆಲವೊಮ್ಮೆ ಒಂದು ಒಳ್ಳೆ ರೈಫಲ್‌ಅನ್ನು ಇಟ್ಟುಕೊಳ್ಳೋದರಲ್ಲಿ ತಪ್ಪೇನೂ ಇಲ್ಲ. ಜೂಡಿತ್ ಒಂದು ಚೂರಿಯನ್ನು ತೆಗೆದುಕೊಂಡು..."

"ಜೂಡಿತ್ ಆ ಫಿಲಿಸ್ತೀನನ ಖಡ್ಗವನ್ನೇ ತೆಗೆದುಕೊಂಡು ಅವನ ತಲೆಯನ್ನು ಹಾರಿಸಿದಳು. ಬೈಬಲ್ಲಿನ ರಾಜರ ಅಧ್ಯಾಯವನ್ನು ನಾನು ಮತ್ತೆ ಮತ್ತೆ ಓದಿದ್ದೇನೆ."

"ಜೋನ್ ಆಫ್ ಆರ್ಕ್ ಶಸ್ತ್ರಸಜ್ಜಿತಳಾಗಿ ಹೋಗಿದ್ದಳು..."

"ಆದರೆ ಆಗ ಯುದ್ಧ ನಡೀತು. ಅದು ಯುದ್ಧದ ಕಾಲ."

ಬಿಶಪರೊಡನೆ ಈ ಬಗ್ಗೆ ವಿವರಣೆ ಕೇಳುವುದು ಉಪಯುಕ್ತವಾಗದೆಂದು ಗುರುವಿಗೆ ತೋರಿತು. ಯಾಕೆಂದರೆ ಈ ಹುಡುಗಿ ಬಯಸುತ್ತಿದ್ದಂಥ ನೆರವು ಆ ದಿಕ್ಕಿನಿಂದ ಬಂದೀತೆಂದು ಭಾವಿಸುವುದು ಶುದ್ಧ ಭ್ರಮೆಯೆಂದು ಅವನಿಗೆ ತೋರಿತು. ಇವಳನ್ನು ಇನ್ನಷ್ಟು ಕಾಲ ಮೋಸ ಗೊಳಿಸಲು ಅವನಿಗೆ ಮನಸ್ಸಿರಲಿಲ್ಲ. ಅಲ್ಲದೆ ತಾನು ಕೊಟ್ಟ ಮಾತಿನಂತೆ ಬಿಶಪರೊಡನೆ ಈ ಬಗ್ಗೆ ಪತ್ರವ್ಯವಹಾರ ನಡೆಸಲು ಅವನಿಗೆ ಧೈರ್ಯವೂ ಇರಲಿಲ್ಲ. ಯಾಕೆಂದರೆ ಅದಕ್ಕೆ ಬೇಕಾದ ಕೌಶಲವಾಗಲೀ. ಪತ್ರರಚನೆಯ ಶೈಲಿ, ರಚನಾಕ್ರಮಗಳಾಗಲೀ ಇವನಿಗೆ ಅಪರಿಚಿತವಾಗಿದ್ದವು. ಅಷ್ಟೇಕೆ ಅಂಥ ಪತ್ರ ಬರೆಯಲು ಅಗತ್ಯವಾದ ಒಳ್ಳೆಯ ಕಾಗದ ಕೂಡ ಅವನಲ್ಲಿರಲಿಲ್ಲ. ಬಿಶಪರೊಡನೆ ಪತ್ರ ವ್ಯವಹಾರವೆಂದರೆ ಸಾಮಾನ್ಯವೇ? ಹಳ್ಳಿಯ ಇಗರ್ಜಿಯ ಈ ಪಾದ್ರಿಯು ತನ್ನ ಸ್ತೋತ್ರ ಪುಸ್ತಕದಿಂದ ಎಷ್ಟು ದೂರವಿದ್ದನೋ, ಪಾದ್ರಿಯಿಂದ ಇಂಥ ಪತ್ರಲೇಖನ ಕೌಶಲ್ಯವೂ ಅಷ್ಟೇ ದೂರ ಉಳಿದಿತ್ತು. ಒಂದು ಕಾಲದಲ್ಲಿ – ಅವನಿನ್ನೂ ಕಸೂತಿ ಕೆಲಸ ಮಾಡಿದ ಮೇಲುಡುಪು ತೊಟ್ಟು ಇಗರ್ಜಿಯ ವೇದಿಕೆಯ ಮೇಲೆ ನಿಂತು, ಸಮ್ರಾಟನೊಡನೆ ಮಾತನಾಡುವ ಮಂತ್ರಿಯ ಧಾಟಿಯಲ್ಲಿ ದೇವರೊಂದಿಗೆ ನಿಧಾನವಾಗಿ ಸಂಭಾಷಣೆಗೆ ತೊಡಗುತ್ತಿದ್ದ ಕಾಲವದು – ಒಳ್ಳೆಯ ಬೋಧಕನೆಂದು ಆತ ಹೆಸರುಪಡೆದಿದ್ದ. ಲಾಮಾದ ಈ ಇಗರ್ಜಿಯ ಗುರುಪದವಿಯನ್ನು ಆತ ಪಡೆದಾಗ ಫ್ರಯರ್ ಜೋಸರು, ಬಹುಕಾಲದಿಂದ ತಾವು ಬಳಸುತ್ತಿದ್ದ ಬೋಧನೆಗಳ ಪುಸ್ತಕವೊಂದನ್ನು ಇವನಿಗಾಗಿ ಬಿಟ್ಟು ಹೋಗಿದ್ದರು. ಆ ಪುಸ್ತಕವನ್ನು ಬಳಸಿ ಈತ ಹಳ್ಳಿಯ ಪುಟ್ಟ ಭಕ್ತ ಸಂದಣಿಗೆ ತಕ್ಕ ಬೋಧನೆಯನ್ನು ಮಾಡುವುದು ಸಾಧ್ಯವಾಗಿತ್ತು. ಇಲ್ಲಿನ ಜನರೂ ಪಾರಲೌಕಿಕ ಸಂಗತಿಗಳಿಗಾಗಿ ತಹತಹಿಸುತ್ತಿದ್ದುದು ಕೂಡ ಅಷ್ಟರಲ್ಲೇ ಇತ್ತು. ಬೋಧನೆಗಳ ಪುಸ್ತಕವಿರದಿದ್ದರೂ ತನಗೆ ಗೊತ್ತಿದ್ದ ಕೆಲವು ಸಂತರ ಕಥೆಗಳೇ ಅವನಿಗೆ ಸಾಕಾಗುತ್ತಿದ್ದವು. ಸಂತರ ಕಥೆಗಳೆಲ್ಲ ಸದ್ಗುಣಗಳನ್ನು ಯಾವಾಗಲೂ ಎತ್ತಿಹಿಡಿದು ಪಾಪವನ್ನು ತೀವ್ರವಾಗಿ ವಿರೋಧಿಸುತ್ತವೆ. ಕೊನೆಯಲ್ಲಿ ಸದ್ಗುಣಗಳೇ ಗೆದ್ದು ಪಾಪವು ಸೋಲುತ್ತದೆ. ಆದುದರಿಂದ ಕೇವಲ ಹೆಸರುಗಳ ಬದಲಾವಣೆಯೊಂದಿಗೆ ಅಂಥ ಒಂದು ಕಥೆಯ ನೆರವಿನಿಂದ ಔಚಿತ್ಯಪೂರ್ಣವಾದ ಎಷ್ಟು ಧರ್ಮೋಪದೇಶಗಳನ್ನು ಬೇಕಾದರೂ ಆತ ನೀಡುತ್ತಿದ್ದ. ಅವನ ಭಾಷಣ ಕಲೆಯಲ್ಲಿದ್ದ ಶ್ರೇಷ್ಠತೆಯೆಂದರೆ ಎಲ್ಲ ಭಕ್ತರಿಗೂ ಹೊಂದಿಕೆ ಯಾಗುವಂಥ ಗುಣ – ಯಾರ ತಲೆಗಾದರೂ ಹೊಂದಿಕೊಳ್ಳುವ ಕರವಸ್ತ್ರಗಳಂತೆ. ಪಾದ್ರಿ ಝುಜುಇನು ಮೊಲಗಳನ್ನು ಬೇಟೆಯಾಡಿ ಸೊಂಟಪಟ್ಟಿಯಲ್ಲಿ ನೇತುಹಾಕಿಕೊಂಡು ಬರಲು

ತನ್ನ ವೇಳೆಯನ್ನು ಹೆಚ್ಚು ಮುಡಿಪಾಗಿಡುತ್ತಿದ್ದನೇ ಹೊರತು, ಸಂತ ಅಂತೊನಿಯವರನ್ನು ಕುರಿತು ಬೋಧನೆಯನ್ನು ಸಂತ ಬ್ಲೇಸಿಯವರ ಮೇಲಣ ಬೋಧನೆಯನ್ನಾಗಿ ರೂಪಾಂತರಿಸುವುದಕ್ಕಾಗಲೀ ಸಂತ ಪೀಟರನ ಕಣ್ಣೀರನ್ನು ಪ್ರಭುವಿನ ಜೀವನದಲ್ಲಿ ಒದಗಿದ ಮುಳ್ಳುಗಳ ಯಾತನೆಗೆ ಹೋಲಿಸುವ ಯತ್ನಕ್ಕಾಗಲೀ ಅಲ್ಲ. ಇದಕ್ಕೋಸ್ಕರ ಆತ ಅಧ್ಯಯನ ಪೀಠದಲ್ಲಿ ಕುಳಿತು ಕಾಲಹರಣ ಮಾಡುತ್ತಿದ್ದುದು ತುಂಬಾ ಕಡಿಮೆ. ಉಳಿದಿದ್ದೆಲ್ಲವೂ ನೆನಪಿನ ಬಲವನ್ನು ಅವಲಂಬಿಸಿದ್ದು. ಅವನ ನೆನಪು ತೀಕ್ಷ್ಣವಾಗಿತ್ತೆನ್ನಿ. ಯಾಕೆಂದರೆ ಅವನು ತನ್ನ ಮೆದುಳಿನ ಶಕ್ತಿಯನ್ನು ವೃಥಾ ಪೋಲು ಮಾಡುತ್ತಿರಲಿಲ್ಲ. ಇಗರ್ಜಿಯ ತನ್ನ ಕರ್ತವ್ಯಗಳಿಗೆ ಸಂಬಂಧಿಸಿದ ವಿಚಾರಗಳ ನಿಧಾನವಾದ ಚರ್ವಿತ ಚರ್ವಣದ ಹೊರತು ಬೇರೆ ಯೋಚನೆಗಳಿಗೆ ಅಲ್ಲಿ ಎಡೆಯಿರಲಿಲ್ಲ. ಹೆಚ್ಚುತ್ತಿದ್ದ ವಯಸ್ಸಿನಿಂದಾಗಿ ಹಾಗೂ ತನ್ನ ಉಸ್ತುವಾರಿಯಲ್ಲಿದ್ದ ತುಂಟ ಮಕ್ಕಳಿಂದ ಒದಗುತ್ತಿದ್ದ ಕಿರುಕುಳಗಳಿಂದಾಗಿ ಧರ್ಮಾಚರಣೆಗಳ ಬಗೆಗಿನ ಅವನ ಜ್ಞಾನಕ್ಕೆ ತುಕ್ಕು ಹಿಡಿದಿತ್ತು. ಹೀಗಿರುವಾಗ, ಈಗ ಪಟ್ಟಾಗಿ ಕುಳಿತು ಬಿಶಪರಿಗೆ ಒಂದು ಕಾಗದವನ್ನು ಸಿದ್ಧಪಡಿಸುವುದೆಂದರೆ, ಅದರಲ್ಲಿ ಹುಡುಗಿಯೊಬ್ಬಳ ಕನಸನ್ನು ವಿವರಿಸುವುದೆಂದರೆ ಅವನ ಕೈಯಿಂದ ಸುತರಾಂ ಆಗದ ಕೆಲಸವೇ ಸರಿ. ಒಂದಷ್ಟು ಬೈದು, ಒಂದಷ್ಟು ವ್ಯವಹಾರ ಜ್ಞಾನದ ಮಾತನ್ನಾಡಿ, ತಲೆ ಬಾಗಿಲಿಗೆ ಬಡಿದೀತು, ಬಾಗಿ ಒಳಗೆ ಹೋಗು ಎನ್ನುವಂತೆ, ಅವಳಿಗೆ ಸಾಕಷ್ಟು ಬುದ್ಧಿವಾದ ಹೇಳಿಯಾಗಿತ್ತು. ಆದರೆ ಅದು ಏನೂ ಉಪಯೋಗಕ್ಕೆ ಬಂದಿರಲಿಲ್ಲ. ಮರಿಯ ದ ಎಂಕರ್ನಸಂವ್ ತಾನು ಕೈಗೊಳ್ಳಲಿದ್ದ ಈ ಉದ್ಧಾರ ಕಾರ್ಯವನ್ನು ಮೇಲಿನಿಂದ ಬಂದ ಆಹ್ವಾನವೆಂದು ಖಚಿತವಾಗಿ ನಂಬಿಬಿಟ್ಟಿದ್ದಳು. ಅವಳೀಗ ತನ್ನ ಯೋಜನೆಯಂತೆ ಮುಂದುವರಿಯಲು ಮೊದಲಿಗಿಂತಲೂ ಹೆಚ್ಚು ದೃಢವಾದ ನಿರ್ಧಾರವನ್ನು ತಳೆದಿದ್ದಳು.

ಮರುದಿನ ಸೂರ್ಯೋದಯವಾಗುವಾಗ, ಅದೇ ತಾನೇ ಕೆಲವು ಹಸುಗಳ ಹಾಲು ಹಿಂಡಿ ಮುಗಿಸಿದ್ದ ತೊಮಾಸ್ ಪತೇರೋ, ತನ್ನ ಮಗಳಿನ್ನೂ ಎದ್ದು ಮೊಸರು ಕಡೆಯಲು ತೊಡಗಿಲ್ಲವೆಂಬುದನ್ನು ಗಮನಿಸಿ, ಅವಳ ಕೊಠಡಿಯ ಬಳಿಗೆ ಹೋದ:

"ಮರಿಯ ದ ಎಂಕರ್ನಸಂವ್! ಏ ಹುಡುಗಿ, ಏನು, ಎದ್ದೆಯಾ? ಏಳು ದಂಡಿಯಾಗಿ ಕೆಲಸ ಬಿದ್ದಿದೆ."

ಉತ್ತರ ಬರಲಿಲ್ಲ. ಸದ್ದೂ ಇಲ್ಲ. ತಂದೆ ಬಾಗಿಲು ಬಡಿಯತೊಡಗಿದ. ರಾತ್ರಿಯೆಲ್ಲ ಅವಳು ನಿದ್ರೆ ಮಾಡಿಲ್ಲವೇನೋ ಎಂದು ಅವನಿಗೆ ಅನಿಸಿತು. ನಿದ್ರಾಹೀನತೆ, ಕಾಡುವ ಕನಸುಗಳಿಗೆ ಒಗ್ಗಿಹೋಗಿದ್ದ ಅವಳಿಗೆ ಬೆಳಕು ಹರಿಯುವ ಮುನ್ನ ಗಾಢವಾದ ನಿದ್ರೆ ಹತ್ತುವುದೆಂಬುದು ಅವನಿಗೆ ಗೊತ್ತಿತ್ತು. ಹೊರಗೆ ಆಗಲೇ ಹುಂಜ ಕೂಗುವುದು ನಿಂತಿತ್ತು, ಪಾರಿವಾಳಗಳು ಸದ್ದು ಮಾಡುತ್ತಾ ಪೈನ್ ತೋಪಿನ ಮೇಲೆ ಸಾಲುಗಟ್ಟಿ ಹಾರತೊಡಗಿದ್ದವು. ಕೂಲಿಗೆ ಬಂದ ಅಪ್ಪ, ಮಗ ಇಬ್ಬರೊಡನೆ ಆತ ಜಮೀನಿನಲ್ಲಿ ಬಿತ್ತನೆ ಮಾಡಲು ಹೊರಡಬೇಕಿತ್ತು. ಉಣ್ಣುತ್ತ, ತುತ್ತುಗಳ ನಡುವೆ ಆತ, ಹಾಸಿಗೆ ಹಿಡಿದಿದ್ದ, ಪಾರ್ಶ್ವವಾಯು ಪೀಡಿತ ಹೆಂಡತಿಗೆ ಹೇಳಿದ:

"ಹುಡುಗಿಯ ತಲೆಯೊಳಗೆ ಎಂಥದೋ ಸಂಗತಿಗಳನ್ನೆಲ್ಲಾ ತುಂಬುವ ಈ ಪಾದ್ರಿಗಳ ಬಾಯಿಗೆ ಮಣ್ಣು ಹಾಕಲಿ, ಅವಳನ್ನು ಕರೆದೆ; ಓ ಅಂತ ಕೂಡ ಆಕೆ ಅನ್ನಲಿಲ್ಲ."

ಮುದುಕಿಯ ವ್ರತದ ತಿಂಗಳದು. ಅವಳು ಪ್ರಭುವಿನ ಜಪಮಾಲೆಯನ್ನು ಎಣಿಸುತ್ತಲೇ ಇದ್ದಳು. ಜೊತೆಗೆ ಕೆಲಸದವರಿಗೆ ತಾವಿನ್ನೂ ಎಷ್ಟು ಸಂಬಳ ಕೊಡಬೇಕಾಗಿದೆ ಎನ್ನುವುದನ್ನೂ ಬೆರಳುಗಳಲ್ಲಿ ಗುರುತಿಸಿಕೊಳ್ಳುತ್ತಿದ್ದಳು. ಕಾಲ ಸರಿಯುತ್ತಲೇ ಇತ್ತು. ಆಗಲೇ ಹೊತ್ತು ಮೇಲೇರಿ

ಯಾಗಿತ್ತು. ಹಾಗಾದರೂ ಮಗಳ ಸುಳಿವಿಲ್ಲ.

ಕೊನೆಗೊಮ್ಮೆ ಮುದುಕಿ ಕೂಗಿ ಕರೆದಳು: "ಮರಿಯ ದ ಎಂಕರ್ನಸಂವ್, ಏಯ್ ಹುಡುಗಿ, ಮರಿಯ ದ ಎಂಕರ್ನಸಂವ್ !"

ನರಳುವ ಸದ್ದು ಕೇಳಿದಂತಾಗಿ ಆಕೆ ಕೂಗಿ ಕರೆಯುವುದನ್ನು ನಿಲ್ಲಿಸಿ ಆ ಸದ್ದನ್ನೇ ಗಮನವಿಟ್ಟು ಆಲಿಸಿದಳು.

"ಮಿಯಾವ್, ಮಿಯಾವ್!"

"ಈ ಬೆಕ್ಕಿಗೆ ಸಿಡಿಲು ಬಡಿಯಲಿ! ನಡೆಯೇ, ದರಿದ್ರ ಮುಂಡೇದೆ!" ಎಂದು ಅವಳು ಬೆಕ್ಕನ್ನು ಗದರಿಸಿದಳು. ಅಡಿಗೆ ಮನೆಯ ಬೀರುವಿನ ಮೇಲೆ ಕುಳಿತು ಗಬಕಾಯಿಸುತ್ತಿದ್ದ ಮರಿಬೆಕ್ಕು ನೆಗೆದು ಓಡಿತು. ಈ ರೋಗಿ ಹೆಂಗಸು ಮತ್ತೆ ಕೂಗಿ ಕರೆಯತೊಡಗಿದಳು.

"ಮರಿಯ ದ ಎಂಕರ್ನಸಂವ್, ಏಳು ಮಗು. ಮಧ್ಯಾಹ್ನದ ಊಟಕ್ಕೆ ನಿಮ್ಮಪ್ಪ ಹಸಿದುಕೊಂಡು ಬರ್ತಾರೆ. ಏಳು."

ಆಕೆ ಮಗಳನ್ನು ಮತ್ತೆ ಮತ್ತೆ ಕೂಗಿ ಕರೆದಳು. ಮನೆಯಲ್ಲಿ ತುಂಬಿದ್ದ ನೀರವತೆಯನ್ನು ಅವಳ ಕೂಗಿನ ಹೊರತು ಬೇರಾವ ಸದ್ದೂ ಕಲಕಲಿಲ್ಲ. ಈ ಮೌನ ಅಡಿಗೆಮನೆಯಿಂದ, ಬೀದಿಯಿಂದ, ಎಲ್ಲ ಕಡೆಯಿಂದಲೂ ತುಂಬಿ ಬರುವಂತಿತ್ತು. ನಿಧಾನವಾಗಿ, ಸ್ವಲ್ಪ ಸ್ವಲ್ಪವೇ ಮೌನ ತನ್ನೆದುರು ಕುಳಿತಂತೆ ಅವಳಿಗೆ ಭಾಸವಾಗತೊಡಗಿತು. ತನಗಾಗದವರ ಮುಖವೇ ಎದುರು ಕುಳಿತಾಗ ಆಗುವ ಅಸಹ್ಯ ಭಾವನೆ ಮನಸ್ಸಿನಲ್ಲಿ ತುಂಬಿಕೊಳ್ಳತೊಡಗಿತು. ಹೇಳಲಾಗದ ಭಯದಿಂದಾಗಿ, ಕುಂಟುತ್ತಿದ್ದ ಕುದುರೆಯಂತಿದ್ದ ಅವಳ ಕಲ್ಪನೆ ತಟಕ್ಕನೆ ಸ್ಥಗಿತಗೊಂಡು, ನಿಂತೇ ಬಿಟ್ಟಿತು. ಕೊಂಚ ಕೂಡ ಅಲುಗಾಡದೆ. ಉಸಿರಾಟವೇ ಇಲ್ಲವೇನೋ ಎಂಬಂತೆ, ತನ್ನೊಳಗೇ ತಾನು ಮಗ್ನಳಾಗಿ, ಒಂದು ಸುಳಿಯ ತಳದಲ್ಲಿ ಬಿದ್ದವಳಂತೆ ಅವಳು ಮಲಗಿದ್ದಳು. ಇಡೀ ಮಾನವ ಜೀವನ ತನ್ನ ಸುತ್ತ ಸುತ್ತುತ್ತಿರುವಂತೆ, ಉದ್ವೇಗಭರಕ್ಕೊಳಗಾದ ತನ್ನ ಜೀವ, ಖಾಲಿ ಜಾಗಕ್ಕೆ ನುಗ್ಗುವ ನೀರಿನ ಪ್ರವಾಹದಂತೆ ಅದರ ಗತಿಯೊಡನೆ ಸೇರಲು ತುಡಿಯುತ್ತಿರುವಂತೆ ಅವಳಿಗೆ ಭಾಸವಾಯಿತು. ಅಷ್ಟರಲ್ಲಿ ಅವಳ ಕಿವಿಗೆ ಒಂದು ಸದ್ದು ಕೇಳಿಸಿತು. ಎಲ್ಲೋ ದೂರದಲ್ಲಿ, ಬಹು ದೂರದಲ್ಲಿ ಗಾಡಿಯ ಚಕ್ರ ಕಿರುಗುಟ್ಟುವ ಸದ್ದು. ಅನಂತರ ತೆನೆ ಬಡಿಯುವ ಕಣದಿಂದ ಸೂರ್ಯ ಕಿರಣಗಳನ್ನು ಸಂತಸದಿಂದ ಸ್ವಾಗತಿಸುವ ಇನ್ನೂ ದೂರದಿಂದ, ಪ್ರಾರ್ಥನಾ ನಂತರ ಗುರುವು ಪುಸ್ತಕವನ್ನು ಮುಚ್ಚಿಟ್ಟಾಗ ಹೊರಡುವ ಸದ್ದನ್ನೇ ಹೋಲುವಂಥದೊಂದು ಸದ್ದು. ಅದು ಕೇಳಿಬಂದದ್ದು ಅಗಸರ ಮನೆಗಳಿಂದ. ಅದು ಅಲ್ಲಿನ ಹೆಂಗಸರು ಬಟ್ಟೆ ಬಡಿಯುತ್ತಿದ್ದ ಸದ್ದು. ಪ್ರಪಂಚ ಮತ್ತೆ ಅವಳ ಸುತ್ತ ಸುತ್ತತೊಡಗಿತು. ಎಂದಿನಂತೆ ಕಾಣದ ಸೂತ್ರಗಳಿಂದ ಬಂಧಿತವಾಗಿ ಜಗತ್ತು ನಡೆಯತೊಡಗಿತು. ಕಾಣದ ಸೂತ್ರಗಳು ನಾವು ಕಂಡಿರುವ ಎಲ್ಲ ದಾರಗಳಿಗಿಂತಲೂ ಬಲವಾದುವು, ಗಟ್ಟಿಯಾದುವು.

ಇದಕ್ಕೆ ಮೇಳವಿಸಿದಂತೆ, ಕ್ಷಣದ ಹಿಂದಿನ ಅವಳ ಉದ್ವಿಗ್ನತೆ ಮರಳಿ ಅವಳನ್ನಾಶ್ರಯಿಸಿ ಹಿಂಸಿಸತೊಡಗಿತು. ಅವಳು ಮತ್ತೆ ಕೂಗಿ ಕರೆದಳು:

"ಮಗೂ, ಮರಿಯ ದ ಎಂಕರ್ನಸಂವ್ ಯಾಕಮ್ಮಾ ಮಾತಾಡೋದಿಲ್ಲ?"

ಸುತ್ತಲಿನ ವಸ್ತುಗಳೆಲ್ಲಾ ಸ್ಥಗಿತಗೊಂಡಿವೆ. ಹಾಸಿಗೆಯ ಕಾಲಬದಿಯ ಆಲಿವ್ ಎಣ್ಣೆಯ ಜಾಡಿ, ಬೀರುವಿನ ಮೇಲಿದ್ದ ನೀರಿನ ಹೂಜಿ, ಮಡಕೆ, ಇದೆಲ್ಲ ವಿಗ್ರಹಗಳಂತೆ ಕುಳಿತು ತನ್ನ ಕೂಗನ್ನು ಕೇಳುತ್ತಿರುವಂತೆ ಅವಳಿಗೆ ಭಾಸವಾಯಿತು. ಮೌನವೇ ಕಾಣದ ಕೈಯಾಗಿ ಅವಳನ್ನು

ಜಡಗಟ್ಟಿಸುವ ಹಾಗಾಯಿತು. ಸದ್ದು ಮರಳಿ ಕೇಳತೊಡಗಿತಾದರೂ ಬಲು ದುರ್ಬಲವಾಗಿತ್ತು. ಭೈರಿಗೆಯಂತೆ ಮರವನ್ನು ಕೊರೆಯುತ್ತಿದ್ದ ಹುಳುವಿನ ಸದ್ದು, ಬಿಸಿಲಿಗೆ ಕರಗಿ ಛಾವಣಿಯಿಂದ ತೊಟ್ಟಿಕ್ಕುವ ಟಾರಿನ ಸದ್ದು. ದೂರದಲ್ಲಿ, ಸೊಳ್ಳೆಯ ಗುಂಯ್‌ಗುಡುವ ಸದ್ದಿಗಿಂತಲೂ ಹೆಚ್ಚು ಅಸ್ಪಷ್ಟವಾಗಿ ದೇವರ ದಾರಿಯಲ್ಲಿ ನಡೆಯುತ್ತಿದ್ದ ಗಾಡಿಯೊಂದರ ಗಡಗಡ ಸದ್ದು.

"ಮರಿಯ ದ ಎಂಕರ್ನಸಂವ್! ಓ, ಮರಿಯ ದ ಎಂಕರ್ನಸಂವ್!"

ಮತ್ತೆ ಉತ್ತರವಿಲ್ಲ. ಉಸಿರಾಟದ ಸದ್ದೂ ಇಲ್ಲ.

"ಓ, ಮರಿಯ ದ ಎಂಕರ್ನಸಂವ್!" ಈಗವಳ ಕಣ್ಣಲ್ಲಿ ನೋವನ್ನು ಅನುಭವಿಸುತ್ತಿರುವ ಮಗುವಿನ ಮುಖದಲ್ಲಿ ಕಾಣಿಸುವ ಹಾಗೇ ನೀರೂರತೊಡಗಿತ್ತು. ಕಣ್ಣು ಕತ್ತಲಿಟ್ಟುಕೊಂಡಿತು. ಸುತ್ತ ಇದ್ದ ಮೇಜು ಕುರ್ಚಿಗಳು ತಲೆಕೆಳಗಾಗಿ ಕಿಂಚಿತ್ತೂ ಸದ್ದಿಲ್ಲದೆ ಕುಣಿಯತೊಡಗಿದಂತೆ ತೋರಿತು. ತಾನು ಮಲಗಿದ್ದ ಹಾಸಿಗೆಗೆ ಉರಿಬಿದ್ದಂತಾಗಿ ಅವಳು ಭಯದಿಂದ ವಿಹ್ವಲಳಾಗಿ ಕಿರಿಚತೊಡಗಿದಳು. "ಬನ್ನಿ, ಸಹಾಯ ಮಾಡಿ," ಹೀಗೆಂದು ಈ ಬಡ ಹೆಂಗಸು ಎಷ್ಟೋ ಹೊತ್ತು ಕೂಗುತ್ತಾ ಇದ್ದಳು. ಮೊದಮೊದಲು ಕಿರುಗಂಟೆಯ ನಾದದಂತಿದ್ದ ಆ ದನಿ ಒರಟಾಗಿ, ದೊಡ್ಡದಾಗಿ ಬೆಳೆದು ಇಡೀ ಹಳ್ಳಿಗೆ, ಹೊರಗೆ ತೋಟದಲ್ಲಿ ಕೆಲಸ ಮಾಡುತ್ತಿದ್ದ ಜನರಿಗೆಲ್ಲಾ ಕೇಳಿಸುವಂತಾಯಿತು.

ಅವರೆಲ್ಲ ಗುಂಪುಗಳಲ್ಲಿ ಬಂದರು. ಓಡಿ ಬಂದರು. ಏದುಸಿರು ಬಿಡುತ್ತಾ ಬಂದರು. ಕಣ್ಣುಗುಡ್ಡೆಗಳನ್ನು ಮೇಲೆ ಸಿಕ್ಕಿಸಿಕೊಂಡು ಆ ಪಾರ್ಶ್ವವಾಯು ಪೀಡಿತ ಹೆಂಗಸು, ಅವಳಿಗೆ ಮಗಳ ಕೊಠಡಿಯನ್ನು ತೋರಿಸಿ. ಸ್ವಲ್ಪ ತೊದಲುತ್ತ "ಅವಳು ಎದ್ದಿರುವ ಸೂಚನೆಗಳೇ ಇಲ್ಲ... ಸತ್ತು ಹೋಗಿದ್ದಾಳೋ ಏನೋ" ಎಂದಳು.

ಬಾಗಿಲಿಗೆ ಬೀಗ ಹಾಕಿತ್ತು. ಪೇದ್ರು ಜಿರಿಗಾದಿಷ್ ಒಂದು ಸನಿಕೆಯಿಂದ ಅದರ ಕೀಲುಗಳನ್ನು ಮುರಿದು ತೆಗೆದು ನುಗ್ಗಿದ. ಒಳ ನುಗ್ಗಿ ನೋಡಿ ಬಂದವರು ಮುದುಕಿಗೆ ಮರಿಯ ದ ಎಂಕರ್ನಸಂವ್ ಅಲ್ಲಿ ಇಲ್ಲವೆಂದು ಹೇಳಿದರು. ತಾಯಿಯ ಹೃದಯದ ಭಾರ ತಟ್ಟನೆ ಇಳಿದಂತಾಯಿತು. ತನಗೆ ಕೊಂಚ ಹೊತ್ತಿನ ಹಿಂದೆ ಅನ್ನಿಸಿದ ಅತ್ಯಂತ ಭಯಾನಕ ಯೋಚನೆಗಳು ಸುಳ್ಳಾದವೆಂದು ತಿಳಿದು ಸಂತೋಷದ ಉದ್ವೇಗದಿಂದ ಅವಳ ಕಣ್ಣು ಮಂಜಾಯಿತು. ಪೇದ್ರು ಜಿರಿಗಾದಿಷ್‌ನ ಮುಖದಲ್ಲಿ ಅಚ್ಚರಿ. ಮೆಟ್ಟಲಿಳಿದು ಕೆಳಗೆ ಬಂದ ಅವನ ವರ್ತನೆಯಲ್ಲಿ ಒಂದು ಬಗೆಯ ದೃಢತೆ ಕಂಡುಬರುತ್ತಿತ್ತು. ತನ್ನನ್ನು ಮದುವೆಯಾಗಬೇಕಿದ್ದ ಕನ್ಯೆಯನ್ನು ಹುಡುಕಲು ನೆರವಾಗಬೇಕೆಂದು ಅಲ್ಲಿದ್ದವರನ್ನೆಲ್ಲ ಆತ ಕೋರಿದ. ಅವರೆಲ್ಲ ಅಯ್ಯೋ ಪಾಪ ಎಂದೊ, ಇಲ್ಲವೇ ಎಂಥದೋ ರಹಸ್ಯವಾದ ವ್ಯವಹಾರವೊಂದು ನಡೆದಿದೆಯೆಂಬ ಕುತೂಹಲದಿಂದಲೋ ಒಟ್ಟಾಗಿ ನದಿ ದಡಗಳಲ್ಲಿ, ಗಿರಣಿಯ ಚಕ್ರದ ನೀರೂಟೆಗಳ ಬಳಿಯಲ್ಲಿ ಹೊಲಗಳಲ್ಲಿ ಆಚೀಚೆಯ ಪುಟ್ಟ ಊರುಗಳಲ್ಲಿ ಕಳೆದುಹೋದ ಹುಡುಗಿಯ ಸುಳಿವಿಗಾಗಿ ಹುಡುಕಿದರು. ಅವರ ಹುಡುಕಾಟ ನಿರರ್ಥಕವಾಯಿತು. ಕೊನೆಗೆ ಎಲ್ಲ ಕೂಡಿ ಮಾತಾಡುವಾಗ ತಮಗಾದ ನಿರಾಸೆಯಲ್ಲಿ ಅವರು ತಲಪಿದ ನಿರ್ಧಾರವೆಂದರೆ, ಲಿಯೊಪೊಲ್ದಿನಾ ಕ್ವಾರೆಸ್ಮಾಳ ಮೇಲೆ ಅತ್ಯಾಚಾರವೆಸಗಲು ಛಾವಣಿಯಿಂದ ಒಳಗಿಳಿದಿದ್ದ ದೆವ್ವವೇ ಇವಳನ್ನು ಹೊತ್ತುಕೊಂಡು ಹೋಗಿದೆ ಎಂಬುದು. ಆ ಹೊತ್ತಿಗೆ ಕಾರಾಮುಲಾದ ಶಿಖರಗಳಿಗೆ ಸೂರ್ಯನು ನೇರಿಳೆ ಬಣ್ಣವನ್ನು ಬಳಿಯುತ್ತಿದ್ದ. ಆಗ ಅವಳು ಇವರ ಕಣ್ಣಿಗೆ ಬಿದ್ದಳು. ಆಕೆ ದಾಪುಗಾಲು ಹಾಕುತ್ತಾ ಬರುತ್ತಿದ್ದಳು. ಸ್ವರ್ಗದ ಪವಿತ್ರ ಶಾಂತಿಯಿಂದ ಅವಳ ಚೈತನ್ಯವು ಉಲ್ಲಸಿತವಾಗಿತ್ತೇನೋ

ಎಂಬಂತೆ ತಲೆಯನ್ನು ಹಿಂದಕ್ಕೆ ಚಾಚಿ ಬರುತ್ತಿದ್ದಳು.

ಜೆರಿಗಾದಿಷ್ ಅವಳನ್ನು ಭೇಟಿಯಾಗಲು ಮುನ್ನಡೆದ. ತನ್ನ ಪ್ರಿಯಕರನ ಮುಖದಲ್ಲಿ ಉದ್ವಿಗ್ನತೆಯ ನೋಟವನ್ನು ಕಂಡವಳೇ ಆಕೆ ಪ್ರವಾದಿಯ ಬದಿಯಲ್ಲಿ ಸೆಟೆದು ನಿಂತು ಹೇಳಿದಳು:

"ನನ್ನನ್ನು ಮುಟ್ಟಬೇಡ, ಪಾಪಿ! ನನ್ನನ್ನು ಮುಟ್ಟಬೇಡ!"

ಅವಳ ಧ್ವನಿಯಲ್ಲಿ ರಾಜೋಚಿತವಾದ ಒಂದು ಬಗೆಯ ದರ್ಪವಿತ್ತು.

"ಏನೆಂದೆ?" ಎಂದು ಆತ ಅರಚಿದ.

"ನನ್ನನ್ನು ಮುಟ್ಟಬೇಡ, ಪ್ರಭುವಿನ ದೂತ ತನ್ನ ಪ್ರೇಮಮಯ ಪಕ್ಷದಲ್ಲಿ ನನ್ನನ್ನಿರಿಸಿಕೊಂಡು ನನ್ನನ್ನು ಪವಿತ್ರಗೊಳಿಸಿದ್ದಾನೆ."

ಅವಳ ಮುಖದಲ್ಲಿದ್ದ ಹೊಳಪು, ದನಿಯಲ್ಲಿದ್ದ ಗಾಂಭೀರ್ಯಗಳನ್ನು ಕಂಡು ಅವರೆಲ್ಲಾ ಒಟ್ಟಾಗಿ ಅವಳನ್ನು ಧರ್ಮಗುರುವಿನ ಬಳಿಗೆ ಕರೆದೊಯ್ದರು.

"ಫಾದರ್, ನಾನು ಸ್ವರ್ಗದ ದೂತನ ಬಗ್ಗೆ ಹೇಳೋದೇನಿದ್ದರೂ, ಪ್ರಭುವಿನ ನಿವಾಸದಲ್ಲಿ ಮಾತ್ರ ಅದನ್ನು ಹೇಳೋದಕ್ಕೆ ನನಗೆ ಅನುಮತಿ ಇದೆ."

ಗುರುವಿಗೆ ಇದೆಲ್ಲದರ ತಲೆ ಬುಡ ತಿಳಿಯಲಿಲ್ಲ. ಈರುಳ್ಳಿ ಅಗೆಗೆ ನೀರು ಹಾಕುವ ಸಮಯವದು. ಭುಜದ ಮೇಲೆ ತನ್ನ ಮೇಲುಡುಪನ್ನು ಎಸೆದುಕೊಂಡು ಮರಿಯ ದ ಎಂಕರ್ನಸಂವ್‌ಳ ಪಕ್ಕದಲ್ಲಿ ನಡೆಯುತ್ತಾ ಆತ ಇಗರ್ಜಿಗೆ ಬಂದ. ಮರಿಯಳ ಮುಖ ಪ್ರಶಾಂತ ವಾಗಿತ್ತು. ಸದ್ದಿಲ್ಲದೆ, ಜನಸಂದಣಿಯ ನಡುವೆ ಅವರಿಬ್ಬರೂ ಬರುವಾಗ ಅವಳು ಗಾಳಿಯಲ್ಲಿ ನಡೆದು ಬರುವಂತೆ ತೋರುತ್ತಿತ್ತು. ಇಗರ್ಜಿಯ ನಡುಭಾಗದಲ್ಲಿ ಜನ ಕಿಕ್ಕಿರಿದು ತುಂಬಿದ್ದರು. ನಿವೇದನೆಯ ಪೀಠದ ಬಳಿ ಅವಳು ಮಂಡಿಯೂರಿದ ಪೀಠದ ನಡುವಣ ಅಡ್ಡ ಕಂಬಿಯ ಆಚೆ ಬದಿಯಲ್ಲಿ ಅವಳ ಹೇಳಿಕೆಯನ್ನು ಕೇಳಲು ಪಾದ್ರಿ ಕುಳಿತ. ಉನ್ನತ ಪೀಠದಲ್ಲಿ ಪವಿತ್ರ ಪ್ರಭು ಭೋಜನದ ದರ್ಶನಕ್ಕೆಂಬಂತೆ ಜನರೆಲ್ಲ ಯೋಚನಾಮಗ್ನರಾಗಿ ಉಸಿರು ಬಿಗಿಹಿಡಿದು ನಿಂತಿದ್ದರು. ಆದರೆ ತುಸು ಹೊತ್ತಿನ ಮೇಲೆ ಪಾದ್ರಿ ಝುಜುಇನು ಅಡ್ಡಕಂಬಿಯ ಆಚೆಯಿಂದ ಎದ್ದು ನಿಂತು ಭ್ರಮೆ ನಿರಸನವಾದವನ ಧಾಟಿಯಲ್ಲಿ ಮಾತಾಡತೊಡಗಿದ. ತನ್ನ ಮಾತಿಗೆ ಮತ್ತಷ್ಟು ಪುಷ್ಟಿ ನೀಡುವಂತೆ ಅಂಗೈಯನ್ನು ವೃತ್ತಾಕಾರವಾಗಿ ತಿರುಗಿಸುತ್ತ ಆತ ನುಡಿದ:

"ಇದು ಮಾತಿನ ನಿವೇದನೆಯ ಪ್ರಸಂಗವೇ ಅಲ್ಲ. ಇವಳಿಗೆಂಥದೋ ದರ್ಶನವೋ ಏನೋ ಆಗಿದೆ. ನಾನದನ್ನು ಕೇಳಲಾರೆ. ನಿಮಗೆ ಅವಳು ಹೇಳಬೇಕೆಂದಿದ್ದರೆ, ಸರಿ, ಹೇಳಲಿ."

ಅನಂತರ ಹಿಂದೆ ಮುಂದೆ ನೋಡದೆ, ತನ್ನ ಆತುರದಿಂದಾಗಿ ಮೇಲುಡುಪಿನ ಮಡಿಕೆಗಳು ಪಟಪಟನೆ ತೆರೆದುಕೊಳ್ಳುತ್ತಿದ್ದರೂ ಅದನ್ನು ಗಮನಿಸದೆ, ಪಾದ್ರಿ ವೇಗವಾಗಿ ಹೊರಹೊರಟ.

ಈ ಮಧ್ಯೆ ಮರಿಯ ದ ಎಂಕರ್ನಸಂವ್ ಉನ್ನತ ಪೀಠದ ಮೊದಲ ಮೆಟ್ಟಲಿನಲ್ಲಿ ನಿಂತಿದ್ದಳು. ಪವಿತ್ರ ಸ್ಥಾನಕ್ಕೆ ಅವಳ ಬೆನ್ನು. ಅವಳು ತಿರಸ್ಕಾರ ತುಂಬಿದ ದೃಷ್ಟಿಯನ್ನು ನೆರೆದ ಎಲ್ಲರ ಮೇಲೂ ಒಮ್ಮೆ ಹಾಯಿಸಿ, ಆವೇಶ ಬಂದವಳಂತೆ ನುಡಿಯತೊಡಗಿದಳು:

"ಓ ನನ್ನ ಜನರೇ, ಸ್ತ್ರೀ ಪುರುಷರೇ, ಹಿರಿಯರೇ, ಕಿರಿಯರೇ, ಎಲ್ಲಕ್ಕಿಂತ ಮಿಗಿಲಾಗಿ ಕನ್ಯತ್ವ ರಕ್ಷಣೆಗಾಗಿ ಸದಾ ಕಣ್ಣೀರಿಡುವ ಹರೆಯದ ಹುಡುಗಿಯರೇ, ನಾನು ನಿಮಗೆ ಹೇಳ್ತೇನೆ, ಆನಂದಿಸಿರಿ! ಸ್ವರ್ಗದ, ಒಬ್ಬ ದೇವತೆಯೇ ನಮ್ಮೊಡನೆ ಇದ್ದಾನೆ. ನಾನವನನ್ನು ಕಂಡಿದ್ದೇನೆ, ಅವನೊಡನೆ ಮಾತನಾಡಿದ್ದೇನೆ. ಅವನ ತೋಳುಗಳಲ್ಲಿ ವಿರಮಿಸಿ ಬಂದಿದ್ದೇನೆ. ತಾಯಿಯ ಮಡಿಲಲ್ಲಿ ವಿರಮಿಸಿದ ಮಗುವಿಗೆ ದೊರಕುವ ಆನಂದ ಅವನ ತೋಳುಗಳಲ್ಲಿ ನನಗೆ

ದೊರಕಿದೆ. ಓಹ್ ಆತ ಎಷ್ಟೊಂದು ಚೆಲುವ! ಅಬ್‌ಸಲೋಮನ ಚೆಲುವಿಗಿಂತಲೂ ಮಿಗಿಲು. ಇವನ ಚೆಲುವಿನ ಮುಂದೆ ಅವನದು ಏನೇನೂ ಅಲ್ಲ. ಶಕ್ತಿಶಾಲಿ; ಆರು ರಾಜರ ಸೈನ್ಯ ನಿರ್ನಾಮ ಮಾಡಿದ ದಾವಿದನ ಸೈನ್ಯಕ್ಕಿಂತ ಶಕ್ತಿಶಾಲಿ. ಮಧುರವಾದ ವೈನ್‌ಗಿಂತಲೂ ಅಧಿಕ ಉಲ್ಲಾಸವನ್ನು ಅವನೊಂದು ನೋಟ ತಂದೀಯಬಲ್ಲುದು. ವರ್ಣನೆಗೆ ನಿಲುಕದವನೆಂದು ಪುರಾಣಗಳು ಹೇಳ್ತವೆಯಲ್ಲ, ಅವನೇ ಇವನು. ಜುಡಿಯಾದ ಮರುಭೂಮಿಯಲ್ಲಿ ಬೆಳಕನ್ನು ತಂದ ನಮ್ಮ ಉದ್ಧಾರಕನಂತೆ, ಈ ದೂತ ಪೋರ್ತುಗಲಿನ ಈ ನಿರ್ಜನ ಹಿನ್ನಾಡನ್ನು ತನ್ನ ಕಾರ್ಯಕ್ಷೇತ್ರವನ್ನಾಗಿ ಆಯ್ದುಕೊಂಡಿದ್ದಾನೆ. ಆನಂದಿಸಿರಿ! ಅವನ ಆಗಮನದ ಉದ್ದೇಶವೇ ಇಡೀ ನರ ಕುಲವನ್ನು ಮರುಸೃಷ್ಟಿ ಮಾಡೋದು. ಇಡೀ ಜಗವೆಲ್ಲಾ ತನ್ನಂತೆ ಸ್ಫುರದ್ರೂಪಿಗಳಾದ ಜನರಿಂದ, ದೇವರಂಥ ಆಕೃತಿಯುಳ್ಳವರಿಂದ ತುಂಬಿಹೋಗುವಂತೆ ಮಾಡೋದೇ ಅವನ ಗುರಿ. ಸದಾ ದುಃಖಮಗ್ನರಾದ ಓ ಪ್ರಾಣಿಗಳೇ, ಕರುಣಾಜನಕ ಜೀವಿಗಳೇ, ದೈವ ಸದೃಶ ವ್ಯಕ್ತಿತ್ವದ ಇರವು ನಿಮಗೇಕೆ ಅರಿವಿಗೆ ಬರುತ್ತಿಲ್ಲ? ದುಡಿಮೆ, ಪಾಪಗಳು ನಿಮ್ಮ ದೇಹಗಳನ್ನು ಕುರೂಪಗೊಳಿಸಿವೆ. ನೀವೀಗ ಪತಿತರು. ಆದರೆ ಆನಂದಿಸಿರಿ. ನೀವು ನಿಮ್ಮ ಮಕ್ಕಳಲ್ಲಿ, ನಿಮ್ಮ ಅನಂತರ ಬರುವವರಲ್ಲಿ ಉದ್ಧಾರವಾಗಲಿದ್ದೀರಿ. ಹೀಗೆಂದು ಅವನೇ ತನ್ನ ಮಧುರವಾದ ಮಾತುಗಳಲ್ಲಿ ನನಗೆ ತಿಳಿಸಿದ್ದಾನೆ. ಈ ವರ್ಣನಾತೀತನ ಆಲಿಂಗನದಿಂದ ಜನಿಸುವವರು ಕೆಲವರು ಶಕ್ತಿಶಾಲಿಗಳು. ಸ್ವರ್ಗದಿಂದಲೇ ಅನುಗ್ರಹಿಸಲ್ಪಟ್ಟ ಬುದ್ಧಿಯಿಂದ ಕೂಡಿದವರೂ ಆಗಿರ್ತಾರೆ. ಆದರೆ ಅವನು ಮುಟ್ಟದ ಬದುಕಿನ ಚಿಲುಮೆಗಳೆಲ್ಲ ಬತ್ತಿ ಹೋಗಿ ನಾಶವಾಗ್ತವೆ. ಓ ನಿಷ್ಠಾಹೀನರೇ, ನನ್ನನ್ನು ನಂಬಿ. ನಿಜವಾಗಿಯೂ ಸ್ವರ್ಗದ ದೇವತೆಯೊಬ್ಬ ನಮ್ಮೊಡನೆ ವಾಸ ಮಾಡ್ತಿದ್ದಾನೆ. ಅವನ ಸ್ಪರ್ಶ ಪಡೆಯಲಿರೋ ಕನ್ಯಾ ಮಣಿಯರೇ, ಕೇಳಿ ಆ ಸ್ಪರ್ಶ ಹುಲ್ಲನ್ನು ಅಲುಗಿಸೋ ಗಾಳಿಗಿಂತಲೂ ಸೂಕ್ಷ್ಮ. ಅದರೂ ನೆಲವನ್ನೇ ನಡುಗಿಸೋ ಸಿಡಿಲಿಗಿಂತಲೂ ಬಲಶಾಲಿ. ನಾನು ನಿಮಗೆ ಹೇಳ್ತಿದ್ದೇನೆ, ಇದಕ್ಕಾಗಿ ಕೃತಜ್ಞರಾಗಿರಿ. ನೀವೂ ನಿಮ್ಮ ಮಕ್ಕಳು ದೂತನ ಮೊರೆ ಹೋಗಿರಿ. ಮಂಡಿಯೂರಿ ದೇವರನ್ನು ಪ್ರಾರ್ಥಿಸೋಣ. ಹಗಲಿರುಳುಗಳನ್ನೂ, ಸುಖ ದುಃಖಗಳನ್ನೂ ನೀಡುವ ದೇವರನ್ನು, ಸಾವಿರದ ಒಂಬೈನೂರು ವರ್ಷಗಳ ಹಿಂದೆ ನಮ್ಮ ಆತ್ಮಗಳ ಪುನರುದ್ಧಾರಕನನ್ನು ನಮ್ಮೆಡೆಗೆ ಕಳುಹಿಸಿದ ದೇವರನ್ನು ಇಂದು ನಮ್ಮ ದೇಹಗಳ ಪುನರುದ್ಧಾರಕ್ಕಾಗಿ ಮತ್ತೊಬ್ಬನನ್ನು ಇಲ್ಲಿಗೆ ಕಳುಹಿಸಿರುವ ದೇವರನ್ನು ಪ್ರಾರ್ಥಿಸೋಣ."

ಆ ವಿಶಾಲವಾದ ಅಂಗಳದಲ್ಲಿ ಮುಸ್ಸಂಜೆಯ ನೆರಳುಗಳು ಅನಂತದೆಡೆಗೆ ಚಾಚುವಂತೆ ಬೆಳೆದಿದ್ದವು. ಲೋಕಾತೀತವೂ ರಹಸ್ಯಮಯವೂ ಆದ ಈ ಮಾತುಗಳು ಅವರ ಹೃದಯದಲ್ಲಿ ಒಂದು ಮಧುರವಾದ ಯಾತನೆಯನ್ನುಂಟುಮಾಡಿದವು. ದೇಹಲಾಲಸೆಯ ಈ ದೈವಿಕ ಆವಿಷ್ಕಾರವನ್ನು ಸ್ವಾಗತಿಸಿ, ಪ್ರಾಚೀನ ಶಾಪದಿಂದ ಅದೀಗ ಮುಕ್ತವಾಯಿತೆಂಬ ಸಂತಸದಿಂದ ಸಾವಿರ ಕೊರಳುಗಳು ಒಟ್ಟಾಗಿ ನುಡಿಗೊಟ್ಟವು. ರಾತ್ರಿಯಾದಂತೆ, ಮೇಲಿನಿಂದ ಇಳಿದು ಬಂದ ಉರಿಯ ಕೆನ್ನಾಲಿಗೆಗಳು ಇಡೀ ಹಳ್ಳಿಯನ್ನು ಆವರಿಸಿದಂತೆ, ಬಾಗಿಲುವಾಡಗಳನ್ನು ನೆಕ್ಕುತ್ತಿರುವಂತೆ ಭಾಸವಾಯಿತು, ಜನರಿಗೆ ನಾಡಿನಲ್ಲಿ ಏನೋ ಅದ್ಭುತ ನಡೆಯಲಿದೆ ಎಂದು ಅನಿಸತೊಡಗಿತು.

ಆ ಕ್ಷಣದಿಂದ ಸುದ್ದಿ ಎಲ್ಲ ಕಡೆಗೂ ಹರಡಿತು: 'ಮಾನವ ಜನಾಂಗವನ್ನು ಎಲ್ಲ ನೋವುಗಳಿಂದ ಕುರೂಪದಿಂದ ಬಿಡುಗಡೆ ಮಾಡುವ ಹೊಣೆ ಹೊತ್ತ ದೇವದೂತನೊಬ್ಬ ಸ್ವರ್ಗದಿಂದ ಆಗಮಿಸಿದ್ದಾನೆ; ದೈವಿಕ ಬೀಜವನ್ನು ಬಿತ್ತಲು ಮದುವೆಗೆ ನಿಂತ ಎಳೆ ಹರೆಯದ

ಕನ್ಯೆಯರ, ಒಡಲನ್ನು ಆತ ಆಯ್ದುಕೊಳ್ಳಲಿದ್ದಾನೆ. ಸ್ತ್ರೀ ಸಂಬಂಧವಾದ ವಿಷಯಗಳಲ್ಲಿ ಗಂಡಿನ ಕುರುಡು ಅಸೂಯೆ ಕಣ್ಣಿನ ಪೊರೆಯಂತೆ ಕರಗಿ ಹೋಗುವ ತನಕ ಅವನ ವರ್ತನೆ ಒರಟಾಗಿಯೂ ನಿಗೂಢವಾಗಿಯೂ ಇರುತ್ತದೆ. ಆದರೆ ಅವನು ಜನರ ಬಳಿಗೆ ಇಳಿದು ಬರುವ ಕಾಲ ಒದಗಿ ಬರುವುದು. ಆಗ ಮನೆಮನೆಯೂ ಅವನನ್ನು ಅತಿಥಿಯನ್ನಾಗಿ ಸ್ವಾಗತಿಸಿ, ಶುಭ್ರ ಹಾಸನ್ನು ಹಾಸಿ, ಕಡೆದು ಮಾಡಿದಂತಿದ್ದ ತೋಳುಗಳ ಅಪ್ಪುಗೆಯನ್ನು ಅವನಿಗೆ ಅರ್ಪಿಸುವುದು.' ಉತ್ಸಾಹವೆಂಬುದು ಉಕ್ಕೇರಿ ಹರಿಯುವ ನದಿಯಂತಾಯಿತು. ಹಳೆಯ ಧರ್ಮದ ಕೊರಡಿನ ಮೇಲೆ ಸುಖೋಲ್ಲಾಸದ ಹೊಸಧರ್ಮವನ್ನು ಕಸಿ ಮಾಡಲಾಯಿತು. ವರ್ಣನಾತೀತನ ಬಗ್ಗೆ ಮುದುಕಿಯರೂ ಮೃದುಮಧುರ ನುಡಿಗಳನ್ನಾಡಿ, ಎದೆಯಾಳದ ನಿಟ್ಟುಸಿರುಬಿಟ್ಟರು. ಅಸೂಯೆಯ ಕೊನೆಯ ಕಿಡಿಗಳನ್ನು ಇನ್ನೂ ಉಳಿಸಿಕೊಂಡ ಗಂಡಸರು ಎಲ್ಲೋ ಕೆಲವರು ಮಾತ್ರ. ನಿಧಾನವಾಗಿ ಎಲ್ಲರೂ ಅವನಿಗೆ ಶರಣಾದರು – ಹೆಂಗಸರು ಅನುರಾಗದಿಂದ, ಗಂಡಸರು ನಂಬಿಕೆ ವಿನಯಗಳಿಂದ. ಜೊತೆಗೆ, ದಟ್ಟವಾದ ಕಾಡಿನ ನಡುವೆ, ದೂರದ ದುರ್ಗಮ ಹಾದಿಗಳ ಮೌನದಲ್ಲಿ ಜರುಗುತ್ತಿದ್ದ ಅತ್ಯಾಚಾರಗಳು ನಿಂತವು. ದೇವದರ್ಶನದ ಹೆಸರಿನಲ್ಲಿ ಕೆಲವು ಹುಡುಗಿಯರು ರಹಸ್ಯವಾಗಿ, ಇನ್ನೂ ಕೆಲವು ಜನ ಹುಡುಗಿಯರು ದೀಕ್ಷೆಯ ಹೆಸರಿನಲ್ಲಿ ದಿಟ್ಟವಾಗಿ ಪರ್ವತಕ್ಕೆ ಪಯಣ ಹೊರಟು, ಮೋಹಕ ವ್ಯಕ್ತಿತ್ವದ ಉದ್ಧಾರಕನಿಗೆ ತಮ್ಮ ಕನ್ಯತ್ವದ ಹೂಗಳನ್ನು ಅರ್ಪಿಸಿದರು.

ಈ ನಡುವೆ ನಾಡಿನಲ್ಲಿ ಗರ್ಭ ಧರಿಸಿದವರ ಸಂಖ್ಯೆ ಬೆಳೆಯಿತು. ಪ್ರಸವದ ವೇಳೆ ಹತ್ತಿರವಾಗುತ್ತ ಬಂತು. ಇವರ ಧರ್ಮಭೀರು ತಾಯಂದಿರು ಒರಟಾದ ಮೂಢನಂಬಿಕೆಗಳಿಗೆ ತಕ್ಕಂತೆ ಕನ್ಯಾ ಸಂತಳಾದ ಯುಫೇಮಿಯಾಳ ಮೊರೆ ಹೊಕ್ಕರು, ಇಲ್ಲವೇ ಮಾಟಗಾತಿಯರ ನೆರವು ಬಯಸಿದರು. ಗರ್ಭ ನಿಲ್ಲಬಾರದೆಂಬುದು ಅವರ ಆಸೆ. ಆದರೆ ಬೀಜಕ್ಕೆ ಬೆಳೆದು ನಿಲ್ಲುವ, ವೃದ್ಧಿಯಾಗುವ ಸಾಮರ್ಥ್ಯವಿತ್ತು. ಹೆರುವ ಗಳಿಗೆಯ ನೋವನ್ನು ಮೊದಲು ಅನುಭವಿಸಿದವಳು ಮಿಕಾಸ್ ಒಲಾಇಯಾ. ಎಲ್ಲ ಮುದಿ ಸೂಲಗಿತ್ತಿಯರೂ ಓಡಿಬಂದರು. ತೋಳದ ಆಕಾರದ ಮನುಷ್ಯನೇನಾದರೂ ಹುಟ್ಟಿದ್ದೇ ಆದರೆ ಭ್ರೂಣವನ್ನು ನಿರ್ನಾಮ ಮಾಡಲು ಸೈತಾನನೇನಾದರೂ ಮೈತಳೆದರೆ ಅವನನ್ನು ಮರಳಿ ನರಕಕ್ಕೆ ಕಳುಹಿಸಲು ಕೂಡ ಸಿದ್ಧರಾದರು. ಹೀಗಿದ್ದರೂ ಅವರಿಗಿನ್ನೂ ಸಂದೇಹಗಳು ಇದ್ದೇ ಇದ್ದವು. ಪಾದ್ರಿ ಝುಜುಇನು ಈ ಬಗ್ಗೆ ಖಚಿತವಾಗಿ ನುಡಿದ:

"ಹುಟ್ಟಿದ ಮಗು ನಮ್ಮಂತೆ ಇರದೆ, ನಮ್ಮ ಆಕಾರವನ್ನು ಹೊಂದಿಲ್ಲದಿದ್ದರೆ ಕತ್ತು ಹಿಸುಕಿ ಕೊಲ್ಲಿರಿ." ಹೀಗೆ ಹೇಳುವಾಗ ಗುಂಡೇಟಿಗೆ ರೆಕ್ಕೆ ಮುರಿದು ಕೆಳಗೆ ಬಿದ್ದ ಕೌಜುಗದ ಹಕ್ಕಿಯ ಕೊರಳನ್ನು ತಾನು ತಿರುಚಿ ಎಸೆಯುವಾಗಿನ ಭಂಗಿಯನ್ನು ಆತ ಅಭಿನಯಿಸಿ ತೋರಿಸಿದ.

ಆದರೆ ಮಿಕಾಸ್ ಒಲಾಇಯಾ ಜನ್ಮಕೊಟ್ಟಿದ್ದು ಪುಟಿಯುತ್ತಿದ್ದ ಗಂಡು ಮಗುವಿಗೆ. ಅದು ಎಲ್ಲ ರೀತಿಯಲ್ಲೂ ಪರಿಪೂರ್ಣವಾಗಿತ್ತು. ಕೂಡಲೇ ತಾನು ಬಂದಿರುವುದನ್ನು ತಿಳಿಸುವಂತೆ ಅಳಲು ತೊಡಗಿತು. ಮರುಕ್ಷಣದಲ್ಲೇ ತಾಯಿಯ ಉನ್ನತ ಸ್ತನಗಳನ್ನು ಹೀರಲಾರಂಭಿಸಿತು. ಮಿಕಾಸಳ ಅನಂತರ ಉಳಿದವರ ಹೆರಿಗೆಯ ಸರದಿಯೂ ಬಂತು. ಯಾವುದೇ ವಾಮಾಚಾರದ, ದೈತ್ಯರ ಭಯವೂ ಇಲ್ಲದೆ ಎಲ್ಲರೂ ಹೆತ್ತರು. ಒಂದೂ ವಿನಾಯತಿ ಇಲ್ಲದಂತೆ ಎಲ್ಲ ಮಕ್ಕಳೂ ಆರೋಗ್ಯವಾಗಿ ಸುಂದರವಾಗಿದ್ದವು. ಅಂಗಾಂಗಗಳಲ್ಲಿ ನ್ಯೂನತೆಯಾಗಲೀ ಮೆಳ್ಳಗಣ್ಣಾಗಲೀ ಅವುಗಳಲ್ಲಿ ಒಂದಕ್ಕಾದರೂ ಇರಲಿಲ್ಲ.

ಈ ಮಕ್ಕಳಿಗೆ ಹೋಲಿಸಿದರೆ ಮದುವೆಯ ಸಂಬಂಧದಿಂದ ಹುಟ್ಟಿದ ಮಕ್ಕಳು ಕುರೂಪಿಗಳಾಗಿದ್ದವು. ಅವು ದೇವ ಪರಿತ್ಯಕ್ತ ಶಿಶುಗಳು ಎಂದು ಯಾರಾದರೂ ಹೇಳಬಹುದಿತ್ತು. ಚರ್ಮಕ್ಕೊಂದು ಹೊಳಪಿಲ್ಲ. ಸಹಜವಾದ ಶಕ್ತಿಯೂ ಇಲ್ಲ. ವರ್ಣನಾತೀತನ ಶಿಶುಗಳ ಚೆಲುವಂತೂ ಇವಕ್ಕಿರಲೇ ಇಲ್ಲ. ಇವೆಲ್ಲವನ್ನೂ ಕಂಡು ಮನದೊಳಗೆ ಕೊರಗನ್ನು ಅನುಭವಿಸಿದ ಧರ್ಮ ಗುರುವಿಗೆ ಬರಿದೇ ತಲೆಯಾಡಿಸುತ್ತಾ ಸುವಾರ್ತೆಗಳನ್ನು ಪುನರುಚ್ಚರಿಸುವುದಷ್ಟೇ ಉಳಿದದ್ದು: ದೇವರ ಮಾರ್ಗಗಳು ನಮ್ಮ ಅರಿವಿನ ಅಳವಿಗೆ ಮೀರಿದವು. ಅದನ್ನು ಕುರಿತು ಒಣ ಹರಟೆ ಸಲ್ಲದು. ಬದಲಿಗೆ ಮೌನವಾಗಿ ಭಯ ಭಕ್ತಿಯಿಂದ ಅವುಗಳನ್ನು ನಾವು ನೋಡುತ್ತಿರಬೇಕು ಅಷ್ಟೆ. ❍

○ ಅಲೆಷ್ಯಂದ್ರಿ ಎರ್ಕುಲಾನೊ

ಗ್ರಾಮದ ಧರ್ಮಗುರು

ಅದು ಪರ್ವತದ ಇಳಿಜಾರಿನಲ್ಲಿದ್ದ ಗ್ರಾಮ. ತೊರೆಯೊಂದು ಅಲ್ಲಿಂದ ಹರಿದು ಬಂದು ಕೆಳಗಿರುವ ಸಮುದ್ರವನ್ನು ಸೇರುವುದು. ಅಲ್ಲಿನ ಬಲು ಎತ್ತರದ ಮನೆಯು ಧರ್ಮಗುರುವಿನದಾದರೂ, ಇಗರ್ಜಿ ಅದಕ್ಕಿಂತಲೂ ಎತ್ತರದಲ್ಲಿತ್ತು. ನೋಡುವವರಿಗೆ ತನ್ನ ಕಾಲ ಬುಡದಲ್ಲಿದ್ದ ಊರಿನ ರಕ್ಷಕನಂತೆ ತೋರುತ್ತಿತ್ತು. ಮಹಮ್ಮದೀಯರ ಮತ್ತು ನವೋದಯ ಕಾಲದ ವಾಸ್ತುಶೈಲಿಗಳು ಬೆರೆತು ಕಟ್ಟಲಾದ ಇಗರ್ಜಿ ಅದು. ಪೋರ್ತುಗಲ್‌ನಲ್ಲಿದ್ದ ಹೆಚ್ಚಿನ ಇಗರ್ಜಿಗಳೆಲ್ಲ ಅದೇ ವಾಸ್ತುಶೈಲಿಯವೇ. ಇಂಡಿಯಾವನ್ನು ಗೆದ್ದುಬಂದ ಶೂರರು, ಪ್ರಾಚ್ಯದಿಂದ ಬರಿಗೈಯಲ್ಲಿ ಹಿಂತಿರುಗಿ ಬರಲಿಲ್ಲವೆಂಬುದಕ್ಕೆ ಹಣ ವ್ಯಯಮಾಡಿ ಕಟ್ಟಿದ ಆ ಇಗರ್ಜಿಗಳು. ಆ ದಿನಗಳಲ್ಲಿ ಭಕ್ತಿ ಎಂದರೆ ಉಳ್ಳವರ ಮಾತು. ಒಂದು ಇಗರ್ಜಿ ಕಟ್ಟುವುದೆಂದರೆ ಸಂಪತ್ತಿನ ಸಂಕೇತ; ಧರ್ಮ ಶ್ರದ್ಧೆ ಕಡಿಮೆಯಾದ ಈ ದಿನಗಳಲ್ಲಿ ಗ್ರಾಮಾಂತರ ಪ್ರದೇಶದಲ್ಲೊಂದು ವಿಶ್ರಾಂತಿ ಧಾಮ, ಒಂದು ವಿಹಾರ ನೌಕೆ ಮತ್ತು ಜೂಜಿನ ಕುದುರೆಗಳ ಲಾಯವೊಂದನ್ನು ಕಟ್ಟಿಕೊಂಡಿರುವುದಕ್ಕೆ ಸಮಾನ.

ಇಗರ್ಜಿಯಲ್ಲಿ ಸಂಪತ್ತಿದ್ದರೂ ಊರಿನ ಕೈ ಬರಿದು. ಧರ್ಮಗುರುವಿಗಂತೂ ಒಬ್ಬ ಸಹಾಯಕ ಪಾದ್ರಿ ಕೂಡ ಇರಲಿಲ್ಲ. ಆತ ಒಂಟಿಯಾಗಿ ಇಲ್ಲಿ ತನ್ನ ಜೀವವನ್ನು ತೇಯುತ್ತಿದ್ದ. ಅವನೆಷ್ಟು ಬಡವನೆಂಬುದನ್ನು ಯಾರೂ ತಿಳಿಯರು; ಅದು ಗೊತ್ತಿದ್ದವಳೆಂದರೆ ಮನೆಗೆಲಸದ ಜೆರೊನಿಮ ಮಾತ್ರ. ಇದ್ದಕ್ಕಿದ್ದಂತೆ ನೆರವು ಬಯಸಿ ಬಂದವರಿಗೆ ಇದ್ದುದನ್ನೆಲ್ಲ ನೀಡಿ ರಾತ್ರಿಯೂಟಕ್ಕೆ ಬ್ರೆಡ್ ತಿಂದು, ಕಾಫಿಯಷ್ಟೆ ಕುಡಿದು ಆತ ಕಾಲ ತಳ್ಳುತ್ತಿದ್ದ ದಿನಗಳು ಅನೇಕ. ಇದ್ದ ತುಂಡು ನೆಲವನ್ನು ತಾನೇ ಸಾಗುವಳಿ ಮಾಡಿ ಹಿಡಿಯಷ್ಟು ಕಾಳು ಬೆಳೆದು ತನ್ನ ಊಟದ ಸಮಸ್ಯೆಯನ್ನು ಅವನು ಹೇಗೋ ಬಗೆಹರಿಸಿಕೊಳ್ಳುತ್ತಿದ್ದ.

ಕಣಿವೆಯಲ್ಲಿ ತೊರೆಯ ಬದಿಯಲ್ಲೊಂದು ಪುಟ್ಟ ಗುಡಿಸಲು. ಅಲ್ಲಿ ಊರಿನ ಅಗಸಗಿತ್ತಿ ಪೆರ್ಪೆತುಆ ರೋಜ ಇರುತ್ತಿದ್ದಳು. ಅವಳು ಬಿಡುವಿಲ್ಲದೆ ದುಡಿಯುವಾಕೆ. ಹೊಟ್ಟೆ ಬಟ್ಟೆ ಹೊರೆಯಲು ಆಗುವಷ್ಟು ಬದುಕಿಗಾಗಿ ಊರ ಜನರ ಉಡುಪುಗಳನ್ನು

ಮಡಿಮಾಡಿ ಕೊಡುತ್ತಿದ್ದಳು. ಅವಳಿಗೊಬ್ಬಳು ಮಗಳು; ಬೆರ್ನಾರ್ದಿನ; ಕೆಲಸದಲ್ಲಿ ಅವಳಿಗೆ ನೆರವಾಗುವಾಕೆ. ಆ ಊರಿಗೆ ಮಾತ್ರವಲ್ಲ, ಸುತ್ತಲಿನ ಹತ್ತು ಊರಿಗೇ ಆಕೆ ಸೊಗಸುಗಾತಿ ಎಂದು ಹೆಸರಾಗಿದ್ದಳು.

ಬೆರ್ನಾರ್ದಿನ ಗುಡಿಸಲಿನಿಂದ ಹೊರ ಬಂದು ಮಡಿ ಬಟ್ಟೆಗಳ ಹೊರೆಹೊತ್ತು ಹಾದಿಗೆ ಬಂದಳೆಂದರೆ ಸಾಕು, ಇಬ್ಬರೋ ಮೂವರೋ ಹುಡುಗರು ಎಲ್ಲಿಂದಲೋ ನೆಲದಿಂದ ಚಿಮ್ಮಿ ಬಂದವರಂತೆ ಪ್ರತ್ಯಕ್ಷರಾಗಿ ಅವಳ ಹೊರೆ ತಾವು ಹೊತ್ತುಕೊಳ್ಳುತ್ತಿದ್ದರು. ಊರ ಪಾದ್ರಿಯ ಅಪ್ಪಣೆಯ ಮೇರೆಗೆ ನಡೆಯುವ ಹಬ್ಬ ಹರಿದಿನಗಳಂದು ಕುಣಿತ ಜರಗುವ ಅಂಗಣದೊಳಗೆ ಅವಳು ಬಂದಳೆಂದರೆ ಮುಗಿಯಿತು. ತಮಗಿನ್ನು ಕುಣಿತಕ್ಕೆ ಜೊತೆಗಾರರು ದೊರೆಯುವುದು ಕಷ್ಟವೆಂದು ಉಳಿದ ಹುಡುಗಿಯರು ಕೊರಗುತ್ತಿದ್ದರು. ಕೊನೆಯ ಪಕ್ಷ ಅಲ್ಲಿರುವ ಯುವಕರಲ್ಲಿ ಒಬ್ಬನನ್ನು ತನ್ನ ಜೊತೆಗಾರನನ್ನಾಗಿ ಆಕೆ ಆಯ್ದುಕೊಳ್ಳುವವರೆಗಂತೂ ಇದು ನಿಜ. ಅವಳ ಸುತ್ತ ಸುಳಿಯುತ್ತಿದ್ದ ಯುವಕರಲ್ಲಿ ಅವಳ ಎದೆಬಡಿತವನ್ನು ಹೆಚ್ಚಾಗುವಂತೆ ಮಾಡುತ್ತಿದ್ದವ ನೆಂದರೆ ಮನ್‌ವೆಲ್ ದ ವೆಂತೋಜ. ಇದೇ ಆ ಬಡ ಹುಡುಗಿಗೆ ಬಂದೊದಗಿದ್ದ ಸಂಕಷ್ಟ. ಯಾಕೆಂದರೆ ಊರಿನ ಬಡ ಅಗಸಗಿತ್ತಿಯ ಮಗಳು ಕನಸಿನಲ್ಲೂ ಬಯಸಲಾಗದ ಕೈತುತ್ತು ಆ ಯುವಕ, ಮನ್‌ವೆಲ್ ದ ವೆಂತೋಜ. ಅವನ ತಂದೆ ಬರ್ತೊಲೊಮೇವ್ ದ ವೆಂತೋಜ, ಉಳ್ಳವನು. ಹಿಟ್ಟಿನ ಗಿರಣಿಯ ಮಾಲೀಕ. ಸಭ್ಯ, ಪ್ರಾಮಾಣಿಕ. ಇದನ್ನಂತೂ ಎಲ್ಲರೂ ಒಪ್ಪುವವರೇ. ಆದರೆ ಇನ್ನೂ ಗಳಿಸು ಎಂದು ಹುಚ್ಚೆಬ್ಬಿಸುವ ಸಾವಿರ ಪಿಶಾಚಿಗಳು ಅವನ ಮೇಲೆ ಸವಾರಿ ಮಾಡುತ್ತಿದ್ದವು. ಎರಡು ಗಿರಣಿಗಳು, ಎಷ್ಟೋ ಎಕರೆ ಜಮೀನು ಇದ್ದಿತಾದರೂ ತನ್ನ ಸಂಪತ್ತಿಗೆ ಇನ್ನಷ್ಟು ಕೂಡಿಸುವ ಹುಡುಗಿಯನ್ನು ಮಗನಿಗೆ ತರಲು ಆತ ಹುಡುಕಾಟ ನಡೆಸಿದ್ದ. ಮನ್‌ವೆಲ್ ಬೆರ್ನಾರ್ದಿನಳನ್ನು ಮೆಚ್ಚಿದ್ದನಾದರೂ ತಂದೆಯೆಂದರೆ ಅವನಿಗೆ ಬಲು ದಿಗಿಲು.

ಪೆರ್ಪೆತುಆ ರೋಜ ಬಡವಳೆಂಬುದು ಮಾತ್ರವಲ್ಲ. ಇನ್ನೂ ಒಂದು ಕಾರಣದಿಂದಾಗಿ ಅವಳು ಗಿರಣಿ ಮಾಲಿಕನಿಗೆ ಆಗದವರ ಪಟ್ಟಿಯಲ್ಲಿ ಸೇರಿ ಹೋಗಿದ್ದಳು. ಒಂದು ದಿನ ಗಿರಣಿಮನೆಯ ಬಟ್ಟೆಗಳನ್ನು ಮಡಿಮಾಡುತ್ತಿದ್ದಾಗ, ದುರ್ದೈವದಿಂದ ಹರಿದ ಮೂರು ಕಾಲುಚೀಲ ಗಳನ್ನು ಅವಳು ಕಳೆದುಬಿಟ್ಟಿದ್ದಳು. ಗಿರಣಿ ಮಾಲಿಕನಂತೂ ಕೋಪದಿಂದ ಕುದಿದು ಹೋಗಿದ್ದ. ಎಲ್ಲರೆದುರೂ ಆ ಕಾಲುಚೀಲಗಳು ಹೊಸವೆಂದು ಪ್ರಮಾಣಮಾಡಿ ಹೇಳುತ್ತಾ, ಪೆರ್ಪೆತುಆ ರೋಜ ಅವುಗಳಿಗೆ ಬದಲಿಯನ್ನು ತಂದುಕೊಡಲೇಬೇಕೆಂದು ಷರತ್ತು ಹಾಕಿದ್ದ. ಮುಂದೆ ಬಟ್ಟೆ ಮಡಿಮಾಡುವ ಕೆಲಸವನ್ನವಳಿಂದ ಕಸಿದು ನೆರೆಯೂರಿನ ಹೆಂಗಸಿಗೆ ಆ ಕೆಲಸ ವಹಿಸಿದ್ದ. ಮನ್‌ವೆಲ್ ಬಡ ಹೆಂಗಸಾದ ಅಗಸಗಿತ್ತಿಯ ಮಗಳ ಜೊತೆ ಮಾತನಾಡುವುದಾಗಲೀ ಕುಣಿತದಲ್ಲಿ ಅವಳಿಗೆ ಸಂಗಾತಿಯಾಗುವುದಾಗಲೀ ಅವನಿಗೆ ಹಿಡಿಸುತ್ತಿಲ್ಲವೆಂದು ಬೇರೆ ಹೇಳಬೇಕಿಲ್ಲ.

ಹೀಗಿರುವಾಗ ಒಂದು ಅಪರಾಹ್ನ ಪಾದ್ರಿಯು ತನ್ನ ನಿತ್ಯಸ್ತೋತ್ರಗಳ ಪುಸ್ತಕವನ್ನು ಓದುತ್ತಾ ಇಗರ್ಜಿಯ ಸುತ್ತಲೂ ನಡೆದಾಡುತ್ತಲಿದ್ದ. ಇಗರ್ಜಿಯ ತೆರೆದ ಬಾಗಿಲಿನಲ್ಲಿ ಅಕಸ್ಮಾತ್ ನೋಡಿದಾಗ, ಚೌಕುಳಿ ಗಾಜಿನ ಕಿಟಿಕಿಯ ಮೂಲಕ ಹಾಯ್ದು ಬರುತ್ತಿದ್ದ ಬಣ್ಣದ ಬಿಸಿಲು ಕೋಲಿನಲ್ಲಿ, ತಲೆ ಮೇಲೆ ತೆಳು ಮಸ್ಲಿನ್ ಹಾಕಿಕೊಂಡು ಬೆರ್ನಾರ್ದಿನ ಹೃದಯ ಬಿರಿದು ಹೋಗುತ್ತಿದೆಯೇನೋ ಎಂಬಂತೆ ಬಿಕ್ಕುತ್ತಾ ಮಂಡಿಯೂರಿ ಕುಳಿತಿದ್ದುದು ಅವನಿಗೆ ಕಾಣಿಸಿತು. ಪಾದ್ರಿಗೆ ಅದು ಯಾಕೆಂದು ಯಾರೂ ಹೇಳಬೇಕಿರಲಿಲ್ಲ. ಅದೇ ದಿನ ಬೆಳಿಗ್ಗೆ ತಾನೇ

ಜೆರೋನಿಮ ಎಂದಿನಂತೆ ತಿಂಡಿ ಬಡಿಸುವಾಗ, ಗಾಳಿಸುದ್ದಿಗಳನ್ನು ಹೇಳುತ್ತ, ಗಿರಣಿ ಮಾಲಿಕನು ನೆರೆಯೂರಿನ ಶ್ರೀಮಂತನ ಸೋದರ ಸೊಸೆಯೊಬ್ಬಳನ್ನು ತನ್ನ ಮಗನಿಗೆ ತಂದುಕೊಳ್ಳುವ ಇರಾದೆಯಿಂದ ಮಾತುಕತೆ ನಡೆಸುತ್ತಿದ್ದನೆಂದು ತಿಳಿಸಿದ್ದಳು.

ಪಾದ್ರಿಯು ನಡೆದಾಡುವುದನ್ನು ಮುಂದುವರಿಸಿದ. ಆದರೆ ಸ್ತೋತ್ರ ಪುಸ್ತಕವನ್ನು ಮುಚ್ಚಿ, ಕಣ್ಣುಗಳನ್ನು ನೆಲಕ್ಕೆ ಕೀಲಿಸಿದ್ದ. ಆಲೋಚನೆಯಲ್ಲಿ ಆತ ಎಷ್ಟು ಮುಳುಗಿಹೋಗಿದ್ದನೆಂದರೆ ಸಂಜೆಯ ಪ್ರಾರ್ಥನೆಯ ವೇಳೆಗೆ ಗಂಟೆ ಬಾರಿಸಿದಾಗಲೂ ಮಂಡಿಯೂರಿ ಕೂರಲಿಲ್ಲ. ಟೊಪ್ಪಿಗೆಯನ್ನು ತೆಗೆಯಲಿಲ್ಲ. ಇದನ್ನು ಪಾದ್ರಿಯ ಮನೆಯ ತೋಟದಿಂದಲೇ ಗಮನಿಸಿದ ಜೆರೋನಿಮಳಿಗೆ ದಿಗಿಲಾಯಿತು. ಗಂಟೆ ಬಾರಿಸುವಾತ, ಸರಿಯಾಗಿ, ಸಾಕಷ್ಟು ಶಕ್ತಿ ಬಿಟ್ಟು ಬಾರಿಸುತ್ತಿದ್ದನಾದರೂ ಅವನು ಹಾಗೇ ಮಾಡುತ್ತಿಲ್ಲವೇನೋ ಎಂಬಂತೆ ಪಾದ್ರಿ ಸುಮ್ಮನೆ ನಡೆಯುತ್ತಲೇ ಇದ್ದ. ಸೈತಾನನ ಕುತಂತ್ರದಿಂದ ಪಾದ್ರಿಗೆ ಹುಚ್ಚು ಹಿಡಿದಿರಬಹುದೇ ಎಂದು ಬೆದರಿದ ಜೆರೋನಿಮ ಶಿಲುಬೆಯ ಗುರುತು ಮಾಡಿ, ಹಾಗಾಗದಿರಲೆಂದು ಆಶಿಸಿದಳು. ಆ ದಿನ ಬೆಳಿಗ್ಗೆ ಅವನ ವರ್ತನೆ ಕೂಡ ವಿಚಿತ್ರವಾಗಿತ್ತು. ದಿನವೂ ಖುಷಿಯಿಂದ ತಿಂಡಿಯನ್ನು ತಿನ್ನುತ್ತಿದ್ದ ಅವನು ಹಾಗೆಯೇ ಎಲ್ಲವನ್ನು ಬಿಟ್ಟು ಎದ್ದು ಬಿಟ್ಟಿದ್ದ.

ಮುದುಕ ಮನೆಗೆ ಬಂದಾಗ ರಾತ್ರಿ ಬಹಳ ಹೊತ್ತು ದಾಟಿಹೋಗಿತ್ತು. ಅಷ್ಟು ತಡವಾಗಿ ಆತ ಹಿಂದೆಂದೂ ಊಟ ಮಾಡಿರಲಿಲ್ಲ. ಊಟ ಮುಗಿದ ಮೇಲೆ ಅತ ದಿವಾನಖಾನೆಯಲ್ಲಿ ಅತ್ತಿಂದಿತ್ತ ನಡೆದಾಡುವ ಸದ್ದು ಜೆರೋನಿಮಳಿಗೆ ಕೇಳಿಸುತ್ತಿತ್ತು. ಅದರೊಂದಿಗೆ ಅವನು ಪುನಃ ಪುನಃ ಹೇಳುತ್ತಿದ್ದ:

"ಈ ಲೋಕಕ್ಕೆ ಬಂದಾಗ ನಾನೇನೂ ತರಲಿಲ್ಲ. ಇಲ್ಲಿಂದ ಏನನ್ನೂ ನಾನು ಒಯ್ಯುವುದಿಲ್ಲ."

ಮಾರನೆಯ ದಿನ ಹೊತ್ತು ಮೂಡುವ ವೇಳೆಗೆ ಎದ್ದ ಪಾದ್ರಿ, ಒಲೆಗೆ ಬೆಂಕಿ ಹಾಕುತ್ತಿದ್ದ ಜೆರೋನಿಮಳಿಗೆ ತಾನು ಬೇಗ ಹೊರಗೆ ಹೋಗಬೇಕಾಗಿರುವುದರಿಂದ, ಕೂಡಲೇ ತಿಂಡಿ ಮಾಡುವಂತೆ ಕೂಗಿ ಹೇಳಿದ. ಉಡುಪು ಧರಿಸಿ ಸಿದ್ಧನಾಗಿ ಬಂದಾಗ, ಯಾರೋ ಒಬ್ಬ ಗಣ್ಯ ಮನುಷ್ಯನನ್ನು ಭೇಟಿ ಮಾಡಲು ಹೊರಟಂತೆ ಕಾಣುತ್ತಿತ್ತು. ಆತ ತನ್ನಲ್ಲಿದ್ದ ಒಳ್ಳೆಯ ಟೊಪ್ಪಿಗೆಯನ್ನು ಹಾಕಿಕೊಂಡಿದ್ದನಲ್ಲದೆ, ಬೆಳ್ಳಿ ಟೋಪಿ ಹಾಕಿದ ನಡೆಗೋಲನ್ನೂ ಹಿಡಿದಿದ್ದ. ಅವನಲ್ಲಿದ್ದ ಶ್ರೀಮಂತಿಕೆಯ ವಸ್ತುವೆಂದರೆ ಅದೊಂದೆ.

ಜೆರೋನಿಮ ಕಾಫಿಯನ್ನು ಕುದಿಯಲು ಇಟ್ಟು ತನ್ನ ಒಡೆಯನಿಗೆ ಬಿಸಿ ತಿಂಡಿಯನ್ನು ನೀಡಲೆಂದು ಆಲೂಗಡ್ಡೆಯ ಕೇಕುಗಳನ್ನು ಮಾಡಲು ತೊಡಗಿದಳು. ಅವನ ಹಸಿವೆಗೆ ಕುಮ್ಮಕ್ಕು ಕೊಡಲೆಂದು ಒಂದೆರಡು ಮೊಟ್ಟೆಗಳನ್ನು ಕೂಡ ಹುರಿಯುವ ಸಲುವಾಗಿ ಹಂಚಿನ ಮೇಲೆ ಇಟ್ಟಳು. ದಿವಾನಖಾನೆಗೆ ಬಂದ ಕೂಡಲೇ ಪಾದ್ರಿ ತನ್ನ ಪೆಟ್ಟಿಗೆಯ ಬೀಗ ತೆಗೆದು ಖಾನೆಯನ್ನು ಎಳೆದು, ತೆಳುವಾಗಿ ಗರಿಗರಿಯಾಗಿದ್ದ ಕಾಗದದ ಒಂದು ಹಾಳೆಯನ್ನು ಅದರಿಂದ ಹೊರತೆಗೆದು ಕೆಲಸದವಳನ್ನು ಕರೆದ:

"ಜೆರೋನಿಮ, ಬಾ ಇಲ್ಲಿ."

"ತಿಂಡಿ ಇನ್ನೂ ಸಿದ್ಧವಾಗಿಲ್ಲ. ತಾವು ಒಂದು ನಿಮಿಷ ಕಾಯಬೇಕು."

"ಅದಲ್ಲ ಕಣಮ್ಮ. ಇಲ್ಲಿ ನೋಡು. ಐವತ್ತು ಡಾಲರು ಬೆಲೆಯ ನೋಟಿದೆ. ಇದನ್ನೀಗ ಅಗೊಷ್ಟಿನೀವ್‌ನ ಅಂಗಡಿಗೆ ಒಯ್ದು ಬದಲಿಗೆ ಚಿನ್ನದ ನಾಣ್ಯಗಳನ್ನು ತೆಗೆದುಕೊಂಡು ಬಾ."

"ಆಗಲಿ, ಸ್ವಾಮಿ, ಆದರೆ... ಇದು ಎಲ್ಲಿಂದ ಬಂತು? ನಿನ್ನೆ ಯಾವುದೇ ನಾಮಕರಣ

ಸಮಾರಂಭವಾಗಲಿ ಅಥವಾ ಅಂತ್ಯಕ್ರಿಯೆಯಾಗಲಿ ಇರ್ಲಿಲ್ಲ. ಅಲ್ಲದೆ ಇಷ್ಟೊಂದು ಹಣ ನಿಮಗೆ ಕಾಣಿಕೆಯಾಗಿ ಯಾವತ್ತೂ ಬರೋದೂ ಇಲ್ಲ."

"ಕುತೂಹಲ ಅನ್ನೋದು ಹೆಂಗಸರ ಹುಟ್ಟು ಗುಣ. ನೀನು ಬದುಕಿರುವವರೆಗೂ ಈ ಗುಣಕ್ಕೇನೂ ಅಪಾಯ ಬರಲಾರದು, ಓ ಕುತೂಹಲಿ ಹೆಣ್ಣೇ!" ಎಂದು ಹುಸಿ ಕೋಪದ ನಡುವೆ ನಗುತ್ತಾ ಪಾದ್ರಿ ಹೇಳಿದ.

"ತಪ್ಪಾಯ್ತು ಸ್ವಾಮಿ. ಧಾರ್ಷ್ಟ್ಯ ತೋರಿಸಬೇಕು ಅಂತ ನಾನು ಹೇಳಲಿಲ್ಲ. ನೀವು ಹೇಳಿದ ಹಾಗೇ ಮಾಡ್ತೇನೆ."

ಆಕೆ ಪಾದ್ರಿಯನ್ನು ಮತ್ತೂ ಅಚ್ಚರಿಯಿಂದಲೇ ದಿಟ್ಟಿಸುತ್ತಾ, ಮೇಲುಡುಗೆಯ ಅಂಚನ್ನು ಕೈಮೇಲೆ ಹಾಕಿಕೊಂಡು, ಹೊಸ ನೋಟು ಕೊಳಕಾಗದಂತೆ ಎಚ್ಚರ ವಹಿಸಿ ಅದನ್ನು ತೆಗೆದುಕೊಂಡಳು.

ಗುರುವಿಗೆ ಐವತ್ತು ಚಿನ್ನದ ನಾಣ್ಯಗಳನ್ನು ತಲಪಿಸಿ ಜೆರೋನಿಮ ಒಳಗೆ ಹೋದಳು. ಆದರೆ ಅನಂತರ ಟ್ರೇಯಲ್ಲಿ ಕಾಫಿ, ಮೊಟ್ಟೆ, ಆಲೂಗಡ್ಡೆ ಕೇಕುಗಳನ್ನು ಇರಿಸಿಕೊಂಡು ಹೊರ ಬಂದ ಕೂಡಲೇ ಆಕೆ ಇನ್ನಷ್ಟು ಭ್ರಾಂತಳಾದಳು. ಅದರಿಂದಾಗಿ ತನ್ನ ಕೈಯಲ್ಲಿದ್ದ ಟ್ರೇಯನ್ನು ಇನ್ನೇನು ಎತ್ತಿಹಾಕಿ ಒಡೆಯನಿಗೆ ಬೆಳಗಿನ ತಿಂಡಿ ಇಲ್ಲದ ಹಾಗೇ ಮಾಡುವವಳಿದ್ದಳು.

ಐವತ್ತು ಡಾಲರುಗಳನ್ನು ಎರಡು ಸಾಲುಗಳಲ್ಲಿ ಮೇಜಿನ ಮೇಲೆ ಜೋಡಿಸಲಾಗಿತ್ತು. ಪಾದ್ರಿಯು ತನ್ನ ಚರ್ಮದ ಚೀಲದಿಂದ ಮತ್ತೆ ಚಿನ್ನದ ನಾಣ್ಯಗಳನ್ನು ತೆಗೆದು ಮೇಜಿನ ಮೇಲಿರುವುದರ ಜೊತೆಗೆ ಇಡುತ್ತಿದ್ದ. ಒಟ್ಟಾರೆಯಾಗಿ ನೂರು ಚಿನ್ನದ ನಾಣ್ಯಗಳು, ಬೆಳಗಿನ ಸೂರ್ಯ ಕಿರಣಗಳಲ್ಲಿ ಥಳಥಳನೆ ಹೊಳೆಯತೊಡಗಿದ ಮೇಲೆಯೇ ಅವನು ತಾನು ಮಾಡುತ್ತಿದ್ದ ಕೆಲಸವನ್ನು ನಿಲ್ಲಿಸಿದ್ದು. ಬಳಿಕ ಕೆಲಸದವಳಿಗೆ ಅಪ್ಪಣೆ ಮಾಡಿದ:

"ನಾನು ಹೇಳುವವರೆಗೂ ಇದರ ಬಗ್ಗೆ ಒಂದು ಮಾತು ಕೂಡ ಆಡಬೇಡ, ಜೆರೋನಿಮ."

ತರುವಾಯ ತಲೆಮೇಲೆ ಟೊಪ್ಪಿಗೆಯನ್ನು ಇರಿಸಿಕೊಂಡು, ಚೆನ್ನಾಗಿ ತಿಂಡಿ ತಿಂದು ಮನೆಯನ್ನು ಬಿಟ್ಟು ಹೊರಟಾಗ, ಮನೆ ಕೆಲಸದವಳ ಕಿವಿಗೆ ಅವನು ತನಗೆ ತಾನೇ ಪುನರುಚ್ಚರಿಸುತ್ತಿದ್ದ ಮಾತು ಕೇಳಿಸುತ್ತಿತ್ತು.

"ಈ ಲೋಕಕ್ಕೆ ಬರುವಾಗ ನಾನು ಏನನ್ನೂ ತರಲಿಲ್ಲ. ಹೋಗುವಾಗ ಏನನ್ನೂ ಒಯ್ಯುವುದಿಲ್ಲ."

ಗಿರಣಿಯವನು ತನ್ನ ಗಿರಣಿಯೊಂದರ ಬಾಗಿಲ ಬಳಿ ನಿಂತಿದ್ದ. ಪಕ್ಕದ ಪೇಟೆಗೆ ಹೋಗಬೇಕಿದ್ದ ಹಿಟ್ಟಿನ ಚೀಲಗಳ ಹೊರೆಯನ್ನು ಹೇಸರಗತ್ತೆಗಳ ಮೇಲೆ ಹೇರುವುದನ್ನು ಮೇಲುಸ್ತುವಾರಿ ಮಾಡುತ್ತಾ ಇದ್ದ. ಅವನು ಏಕೋ ಮುನಿಸಿಕೊಂಡಂತಿತ್ತು. ನಿಧಾನವಾಗಿ ಕೆಲಸ ಮಾಡುತ್ತಿರುವರೆಂದು ಹುಡುಗರನ್ನು ಶಪಿಸುತ್ತಿದ್ದ. ತನ್ನ ಬೆನ್ನ ಮೇಲೆ ಯಾರೋ ಕೋಲಿನಿಂದ ತಟ್ಟಿದಾಗ ಆತ ಹಿಂತಿರುಗಿ ನೋಡಿದ.

"ಏನಿದು ? ಪಾದ್ರಿಗಳು, ಇಲ್ಲಿ ಇಷ್ಟು ಬೇಗ !... ಲೋ ಕತ್ತೆ, ಆ ಮೂಟೆ ಮೇಲೆ ಇನ್ನೊಂದು ಇಡಲಿಕ್ಕೆ ಆಗೋದಿಲ್ಲವೇನೊ ?... ಬನ್ನಿ, ಬನ್ನಿ, ಏನು ವಿಶೇಷ ?... ಏಯ್, ನಿನಗೆ ದೆವ್ವ ಬಡಿಯಲಿ ! ಹಗ್ಗ ಕತ್ತರಿಸಿ ಹಾಕಿ ಬಿಡ್ತೀಯಲ್ಲೊ ? ...ಒಳಗೆ ಬನ್ನಿ ಸ್ವಾಮಿ."

ಪಾದ್ರಿ ಉತ್ತರಿಸಿದ :

"ನಿಜ ಬರ್ತೊಲೊಮೇವ್. ವಿಶೇಷ ಏನೋ ಇದೆ. ನಲವತ್ತು ವರ್ಷದಿಂದ ಈ

ಊರಿನಲ್ಲಿ ನಾನು ಪಾದ್ರಿಯಾಗಿದ್ದೇನೆ. ಆದರೆ ಇದೇ ಮೊದಲ ಬಾರಿಗೆ ಹೀಗಾಗಿರೋದು. ತೀರ್ಮಾನ ಮಾಡೋದಕ್ಕೆ ತುಂಬ ಕಷ್ಟವಾಗ್ತಿದೆ. ನಿನ್ನ ಸಲಹೆ ಕೇಳೋದಕ್ಕೆ ಅಂತ ಬಂದಿದ್ದೇನೆ. ಯಾಕೆಂದರೆ ನೀನು ಒಳ್ಳೆ ತಿಳಿವಳಿಕೆಯುಳ್ಳ ಮನುಷ್ಯ ಅನ್ನೋದು ನನಗೆ ಗೊತ್ತಿದೆ."

ಗಿರಣಿಯ ಮೇಜಿನ ಬಳಿ ಇದ್ದ ಚಿಕ್ಕ ಕುರ್ಚಿಯಲ್ಲಿ ಪಾದ್ರಿ ಕುಳಿತ. ಎದುರಿಗಿದ್ದ ಗೋಧಿ ಚೀಲದ ಮೇಲೆ ಗಿರಣಿಯವ ಕುಳಿತ. ಸದ್ದಿಲ್ಲದೆ ಇಬ್ಬರು ಮುದುಕರು ಒಬ್ಬರನ್ನೊಬ್ಬರು ನೋಡುತ್ತಾ ಅಳೆಯತೊಡಗಿದರು. ಇಬ್ಬರಿಗೂ ಒಂದೇ ಯೋಚನೆ. ಇನ್ನೊಬ್ಬ ಏನು ಯೋಚನೆ ಮಾಡುತ್ತಾ ಇರಬಹುದು ಅನ್ನುವುದು. ಹೇಗೆ ಮಾತಿಗೆ ತೊಡಗುವುದು ಎಂದು ಪಾದ್ರಿ ಯೋಚಿಸುತ್ತಿದ್ದರೆ, ಈ ಪಾದ್ರಿ ಏನಾದರೂ ಹಬ್ಬ ಗಿಬ್ಬ ಹೊಂಚಿಕೊಂಡು ಚಂದಾ ಎತ್ತಲು ಬಂದಿದ್ದರೆ, ಅಂತಹ ದುರ್ಘರ ಪ್ರಸಂಗದಿಂದ ತಪ್ಪಿಸಿಕೊಳ್ಳಲು ಹತ್ತಾರು ಸುಳ್ಳುಗಳನ್ನು ಹೆಣೆಯತೊಡಗಿದ್ದ ಗಿರಣಿಯವನು. ಕೊನೆಗೆ ಪಾದ್ರಿ ಬಾಯಿ ತೆಗೆದು ಹೇಳಿದ:

"ಇಲ್ಲಿ ನೋಡಪ್ಪ. ನನ್ನ ಹತ್ತಿರ ಸ್ವಲ್ಪ ಹಣ ಇದೆ. ಐದೈದು ಡಾಲರಿನ ನೂರು ಚಿನ್ನದ ನಾಣ್ಯಗಳು ಈ ಊರಿನಲ್ಲಿ ಯಾರಾದರೂ ಒಬ್ಬ ಬಡ ಹುಡುಗಿಯ ಮದುವೆಗೆ ವರದಕ್ಷಿಣೆಯಾಗಿ ಕೊಡಬೇಕು ಅಂತ ಒಬ್ಬ ದಯಾಳು ಗೆಳೆಯ ಅದನ್ನು ನನ್ನ ಬಳಿ ಬಿಟ್ಟಿದ್ದಾನೆ. ಯಾರಿಗೆ ಕೊಡೋದು ಅನ್ನುವ ಆಯ್ಕೆ ನನಗೆ ಸೇರಿದ್ದು ಅಂತ ನಾನು ಮಾತು ಕೊಟ್ಟುಬಿಟ್ಟಿದ್ದೇನೆ. ಆದರೆ ಅದು ಅಷ್ಟು ಸುಲಭ ಅಲ್ಲ. ತೀರ್ಮಾನ ತೆಗೆದುಕೊಳ್ಳೋದಕ್ಕೆ ನಿನ್ನ ನೆರವು ಪಡೆಯೋಣ ಅಂತ ಬಂದಿದ್ದೇನೆ. ನೀನು ನೇರವಾಗಿ ಮಾತಾಡುವವನು. ಕೊಂಚ ಕೈಬಿಗಿ ಅನ್ನೋ ಮಾತು ಬೇರೆ..."

ಕೆನ್ನೆಗೆ ಮೆತ್ತಿಕೊಂಡಿದ್ದ ಹಿಟ್ಟಿನ ನಡುವೆಯೂ ಕೆಂಪಗಾದ ಮುಖದ ಗಿರಣಿಯವನು ನುಡಿದ:

"ಅದನ್ನೆಲ್ಲ ತಾವು ನಂಬಬೇಡಿ ಸ್ವಾಮಿ. ಊರಿನ ಕೊಳಕು ನಾಲಗೆಗಳು ಹಾಗಂತವೆ. ಯಾಕೆ ಗೊತ್ತೆ? ಮೈ ಬಗ್ಗಿಸಿ ದುಡಿದದ್ದನ್ನು ನಾನು ಹಾಗೆಲ್ಲ ಕಸದ ಬುಟ್ಟಿಗೆ ಎಸೆಯೋದಿಲ್ಲ... ಹಾಗೇ ಅಂದವರನ್ನು ದೆವ್ವ ಬಡಿಯಲಿ."

ಅವನನ್ನು ತಡೆಯುತ್ತ ಪಾದ್ರಿ ನುಡಿದ:

"ಇರಲಿ, ಬಿಡು. ಜನ ಏನಂತಾರೆ ಅನ್ನೋದನ್ನು ಹಚ್ಚಿಕೋಬೇಡ. ನಮಗೇನು ಹೇಳೋದಕ್ಕಿದೆ ಅನ್ನೋದರ ಬಗ್ಗೆ ಮಾತ್ರ ಸದ್ಯಃ ಮಾತಾಡೋಣ. ಈಗ ಈ ಊರಲ್ಲಿರುವ ಎಲ್ಲ ಹುಡುಗಿಯರೂ ನಿನಗೆ ಗೊತ್ತು. ಈ ವರದಕ್ಷಿಣೆ ಹಣವನ್ನು ಪಡೆಯೋದಕ್ಕೆ ಯಾರು ತಕ್ಕವರು ಅಂತ ನಿನ್ನ ಅಭಿಪ್ರಾಯ?"

ತಲೆ ಎತ್ತಿ ಛಾವಣಿ ಕಡೆ ನೋಡುತ್ತಾ ಗಿರಣಿ ಮಾಲಿಕ ಯೋಚಿಸತೊಡಗಿದ. ಮುಗುಳು ನಗೆಯೊಂದಿಗೆ ಅವನನ್ನು ದಿಟ್ಟಿಸುತ್ತಾ ಪಾದ್ರಿ ಕುಳಿತ. ಕೊನೆಗೊಮ್ಮೆ ಗಿರಣಿ ಮಾಲಿಕ ಬಾಯಿ ಬಿಟ್ಟ:

"ಏನೇ ಆಗಲಿ, ಚೆನೊವೆವ ದ ಸಿಲ್ವ ಅದಕ್ಕೆ ಅರ್ಹಳಲ್ಲ... ಅಮ್ಮನಂತೆ ಮಗಳು. ಬರೀ ಸೋಮಾರಿ..."

"ಅವಳನ್ನು ನಾನು ಗಮನದಲ್ಲಿಟ್ಟುಕೊಂಡೇ ಇಲ್ಲ. ಊರಿನ ಒಳ್ಳೆಯ ಹುಡುಗಿಯರ ಬಗ್ಗೆ ಯೋಚಿಸಿ ಹೇಳು" ಎಂದು ಪಾದ್ರಿ ಉತ್ತರಿಸಿದ.

"ಇನ್ನು ಹೇಸರಗತ್ತೆ ನಡೆಸುವವನ ಮಗಳು ಕ್ಲಾರಾ ಕೂಡ ಲಾಯಕ್ಕಲ್ಲ. ಹಾಗೇನೇ ಕತರೀನ ಕರೀಕಳಿಗೆ ಕೂಡ ಅದನ್ನು ನೀವು ಕೊಡೋದಿಲ್ಲ ಅಲ್ಲವೇ?"

"ಚೆನ್ನಾಗಿ ಹೇಳಿದೆ. ಅವಳು ಅದನ್ನು ಕಸೂತಿ, ರಿಬ್ಬನ್ನು ಅಂತ ಹೇಳಿ ಆರು ತಿಂಗಳಿನಲ್ಲಿ ಮುಗಿಸಿಬಿಡ್ತಾಳೆ. ಇನ್ನೂ ಯಾರನ್ನಾದರೂ ಯೋಚಿಸಿ ಹೇಳು."

"ಹಾಂ, ಹೀಗೆ ಮಾಡಿದರೆ ಹೇಗಿರ್ತದೆ? ಆದರೆ ಹೇಗಾದೀತೋ ನನಗೆ ಗೊತ್ತಿಲ್ಲ. ತಮಗೆ ಸಲಹೆ ಕೊಡೋವಷ್ಟು ಎದೆಗಾರಿಕೆ ನಾನು ತೋರಿಸಬಾರ್ದು."

"ಆದರೆ ನಿನ್ನ ಸಲಹೆ ತೆಗೆದುಕೊಳ್ಳೋದಕ್ಕೆ ಅಲ್ಲವೆ ನಾನು ಇಲ್ಲಿ ಬಂದಿರೋದು? ಏನದು ನಿನ್ನ ಯೋಚನೆ, ಅದನ್ನಾದರೂ ಹೇಳು."

"ಅಲ್ಲ ನನ್ನ ಸೋದರ ಸೊಸೆ ಜೋಅನ್ನಾ ನಿಮಗೆ ಗೊತ್ತು. ಅವಳನ್ನ ಬಿಟ್ಟರೆ ಈ ಊರಿನಲ್ಲಿ ಒಳ್ಳೆಯ ಹುಡುಗಿಯರು ಯಾರಿದ್ದಾರೆ? ಅವಳ ತಂದೆಯೇನೂ ಅಷ್ಟು ಬಡವ ಅಲ್ಲ ಅನ್ನಿ. ಆದರೆ ಈ ವರ್ಷ ಅವನಿಗೆ ಬೆಳೆ ಏನೂ ಚೆನ್ನಾಗಿ ಆಗಿಲ್ಲ. ಬಿತ್ತನೆಗೆ ಅಂತ ನನ್ನಿಂದ ನಲವತ್ತು ಡಾಲರು ಸಾಲ ಒಯ್ದವನು ಇನ್ನೂ ತೀರಿಸಿಲ್ಲ. ಜೋಅನ್ನಾ ಬಹಳ ಗುಣವತಿ; ವರದಕ್ಷಿಣೆ ಹಣ ಕೊಟ್ಟರೆ ಲಾಯಕ್ಕಾಗಿ..." ಪಾದ್ರಿ ಜೋರಾಗಿ ನಕ್ಕು, ತನ್ನ ಸಂಬಂಧಿಯ ವರ್ಣನೆಯಲ್ಲಿ ತೊಡಗಿದ್ದ ಗಿರಣಿ ಮಾಲಿಕನನ್ನು ತಡೆದು ಹೇಳಿದ:

"ಹಾ, ಹಾ, ಎಂಥ ಸಲಹೆ ನಿನ್ನದು. ನಿನ್ನ ನಲವತ್ತು ಡಾಲರು ಸಾಲ ತೀರಿಸೋದಕ್ಕೆ ನನ್ನ ಹಣ. ಬಲು ಸೊಗಸಾಗಿದೆ. ನಿನ್ನ ಸಲಹೆ ಕೇಳೋದಕ್ಕೆ ಬಂದದ್ದಕ್ಕೆ ಬಲು ಚೆನ್ನಾಯಿತು."

ಅನಂತರ ಒಮ್ಮೆಲೇ ಗಂಭೀರವಾಗಿ ಆತ ಮುಂದುವರಿಸಿದ:

"ಬರ್ತೊಲೊಮೇವ್ ನಿನ್ನ ಈ ಜಿಪುಣತನ ನಿನ್ನನ್ನು ಮುಂದೆ ಒಯ್ಯೋದು ನರಕಕ್ಕೆ. ಅಲ್ಲಿಂದ ನಿನ್ನ ಹಣ ಕೂಡ ನಿನ್ನನ್ನು ಬಿಡಿಸಿ ಹೊರತರದು. ಊರಿನ ಪಾದ್ರಿಗೆ ಟೋಪಿ ಹಾಕೋದಕ್ಕೆ ನೋಡ್ತಿದ್ದೀಯಲ್ವೆ? ಸಲಹೆ ಕೇಳೋದಕ್ಕೆ ಬಂದೆ ಅಂತ ಹೀಗೆ ಮಾಡಬಹುದೇ? ಇದು ನ್ಯಾಯವೇ ? ಯೋಚನೆ ಮಾಡು."

"ಆದರೆ ಸ್ವಾಮಿ..."

"ಅದೇನೋ ಹೇಳ್ತಾರಲ್ಲ: ನೆರೆಯೋನ ಬಳಿ ಹೋದರೆ ಚಿಂತೆ ಹೆಚ್ಚಾಯ್ತು, ಮನೆಗೆ ಬಂದರೆ ನಿರಾಳವಾಯ್ತು ಅಂತ. ಹಾಗೇ, ನಿನ್ನ ನಿರ್ಧಾರಕ್ಕೆ ನಾನು ಅಂಟಿಕೊಳ್ಳೋದು ಒಳ್ಳೆಯದು ಅಂತ ಕಾಣಿಸ್ತದೆ."

"ಹಾಗಾದರೆ ತಾವು ಆಗಲೇ ತೀರ್ಮಾನ ತೆಗೆದುಕೊಂಡು ಬಂದಿದ್ದೀರೋ?"

"ಆಯ್ತು. ನಾನೂ ನೀನೂ ಒಂದೇ ರೀತಿ ಯೋಚನೆ ಮಾಡ್ತೀವೋ ಇಲ್ಲವೋ ಅನ್ನೋದನ್ನು ತಿಳಿದುಕೊಳ್ಳೋದಕ್ಕೆ ಹೀಗೆ ಕೇಳಿದೆ. ಆದರೆ ದುಡ್ಡಿನ ಆಸೆಯಿಂದ, ನ್ಯಾಯ, ನೀತಿ ಅನ್ನೋದು ನಿನ್ನಲ್ಲಿ ಕುರುಡಾಗಿ ಹೋಗಿದೆ. ಸರಿ, ಅಂತೂ ಯಾವ ನಿರ್ಧಾರವನ್ನೂ ನಾವು ತಗೊಳ್ಳಿಲ್ಲಾಂತಾಯ್ತು..."

ಹೀಗೆಂದು ಪಾದ್ರಿ ಹೊರಡಲು ಎದ್ದು ನಿಂತ.

"ಕ್ಷಮಿಸಿ ಸ್ವಾಮಿ. ಯಾರಿಗೆ ವರದಕ್ಷಿಣೆ ಹಣ ಕೊಡಬಹುದೂ ಅಂತ ಅಂದುಕೊಂಡಿದ್ದೀರಿ? ಅದನ್ನಾದರೂ ಹೇಳಿ."

"ನಾನು ಕೊಡಬೇಕು ಅಂತ ಅಂದುಕೊಂಡಿರೋದು ಅಗಸಗಿತ್ತಿಯ ಮಗಳು ಬೆರ್ನಾರ್ದಿನಳಿಗೆ."

"ಏನು! ಪೆರ್ಪೆತುಆ ರೋಜಳ ಮಗಳು? ಏನು ತಮಾಷೆ ಮಾಡ್ತಾ ಇದ್ದೀರಾ? ಅದೂ ಊರಿನ ಕೆಲಸಕ್ಕೆ ಬಾರದ ಹುಡುಗಿಯಲ್ಲಿ ಒಬ್ಬಳಿಗೆ. ಅವಳ ಅಮ್ಮನ ಹಿಡಿತಕ್ಕೆ ಹಣ ಸಿಕ್ತು ಅಂದರೆ ನುಂಗಿ ನೀರು ಕುಡಿದು ಬಿಡ್ತಾಳೆ."

"ಸಾಕು, ಸಾಕು, ನಿಲ್ಲಿಸು. ಆದರೆ ಊರಿನ ಜನ ಹಾಗಂತ ಹೇಳೋದಿಲ್ಲವಲ್ಲ. ಅಲ್ಲಿನ ಹೆಂಗಸರ ನಾಲಗೆಗಳೇನೂ ಬೇರೆ ಕಡೆಗಳ ಹೆಂಗಸರ ನಾಲಗೆಗಳಿಗಿಂತ ಉತ್ತಮವಾದವಲ್ಲ. ತಾಯಿ ಮಗಳು ಬಡವರು, ಆದರೂ ಹೇಗೆ ಶುಚಿಯಾಗಿ ಮರ್ಯಾದೆಯಿಂದ ಇರ್ತಾರೆ ನೋಡು. ಅವರು ಅಗೊಷ್ಟಿನೀವ್‌ಗೆ ಕೊಂಚ ಅಂಗಡಿ ಸಾಲ ಕೊಡಬೇಕಂತೆ. ಆದರೆ ಕೈ ನಡೀತಾ ಇದ್ದಿದ್ದರೆ ಅದನ್ನು ಅವರು ಇಟ್ಟುಕೊಳ್ತಾನೆ ಇರಲಿಲ್ಲ. ಈಗಂತೂ ಕೊಟ್ಟುಬಿಡ್ತಾರೆ. ಆಮೇಲೂ ಇನ್ನಷ್ಟು ಉಳಿದುಕೊಳ್ತದೆ. ಇಷ್ಟಕ್ಕೂ ಅವನಿಗೆ ಕೊಡಬೇಕಾಗಿರೋದು ಎಲ್ಲೋ ಸ್ವಲ್ಪ. ಈಗಲೇ ಹೋಗಿ ಈ ವಿಷಯವನ್ನು ಅವರಿಗೆ ಹೇಳಿ ಬರ್ತೇನೆ. ಬೆರ್ನಾರ್ದಿನಳಿಗೆ ಈಗಲಾದರೂ ಒಳ್ಳೆಯ ಗಂಡುಗಳು ಸಿಗಬಹುದು."

ಪಾದ್ರಿ ಹೀಗೆ ಮಾತನಾಡುತ್ತಿದ್ದಾಗ ಗಿರಣಿ ಮಾಲಿಕನ ತಲೆಯೊಳಗೆ ಮಿಂಚಿನಂತೆ ಒಂದು ಯೋಚನೆ ಹೊಳೆಯಿತು: ಸೋದರ ಸೊಸೆಗೆ ಆ ಹಣ ಬರಲಿಲ್ಲವಾದರೆ ಏನಾಯ್ತು, ಅದರಲ್ಲಿ ಸ್ವಲ್ಪವಾದರೂ ತನಗೆ ಸಿಗಲೇಬೇಕು. ಬಹುಶಃ ಮೂರು ವರ್ಷದಷ್ಟು ಹಳೆಯ ಕಾಲುಚೀಲಗಳು ನಷ್ಟವಾದವೆಂದು ಇನ್ನು ಚಿಂತಿಸಬೇಕಾಗಿ ಬರಲಾರದು. ಅದರ ಬದಲು ಹೊಸವು ಸಿಗಬಹುದು. ಅಲ್ಲದೆ ಅಗೊಷ್ಟಿನೀವ್ ಹತ್ತಿರ ಪೆರ್ಪೆತುಆ ರೋಜಳ ಸಾಲವನ್ನೆಲ್ಲಾ ಬರೆಸಿಕೊಂಡು ಆಮೇಲೆ ಅವಳಿಂದ ಬಡ್ಡಿ ಸುಲಿಯಲೂಬಹುದು. ಹೇಗಿದ್ದರೂ ವರದಕ್ಷಿಣೆ ಹಣದಲ್ಲಿ ತನಗೆ ಕೊಂಚ ವಾದರೂ ಪ್ರಯೋಜನ ಲಭಿಸದೆ ಇದ್ದರೆ ಅದು ಆಶ್ಚರ್ಯವೇ ಸರಿ, ಎಂದೆಣಿಸಿ ಆತ ಆತುರದಿಂದ ನುಡಿದ:

"ಆಯಿತು ಸ್ವಾಮಿ...ನಾವು ಕೇಳಿಸಿಕೊಂಡದ್ದನ್ನೆಲ್ಲ ನಂಬಬಾರದು ಅನ್ನೋದೇನೋ ನಿಜವೇ ಸರಿ. ಇಷ್ಟಕ್ಕೂ ಆ ಹಣವನ್ನು ಏನು ಮಾಡಬೇಕು ಅಂತ ತಮಗೆ ಚೆನ್ನಾಗಿ ಗೊತ್ತು. ನನ್ನ ಹತ್ತಿರ ಸಲಹೆ ಕೇಳೋದಕ್ಕೆ ಬಂದಿರಲ್ಲ, ಅದೇ ನನಗೆ ಸಂತೋಷ. ಬೆರ್ನಾರ್ದಿನ ಈ ಹಣವನ್ನು ಚೆನ್ನಾಗಿ ಬಳಸಿಕೊಳ್ತಾಳೆ ಅಂತ ಅಂದುಕೊಳ್ತೇನೆ."

ಅದಕ್ಕೆ ಪಾದ್ರಿ ಉತ್ತರಿಸಿದ:

"ಹಾಗಿದ್ರೆ ಆ ಪ್ರಶ್ನೆ ಇತ್ಯರ್ಥವಾದಂತಾಯ್ತು. ಈಗ ಇನ್ನೂ ಒಂದು ವಿಷಯ ಇದೆ. ಆ ಹುಡುಗಿಗೆ ಒಂದು ಒಳ್ಳೆಯ ಗಂಡು ಬೇಕು. ಈ ಸುತ್ತಿನ ಹುಡುಗರೆಲ್ಲ ನಿನಗೆ ಚೆನ್ನಾಗಿ ಗೊತ್ತು. ಈ ಬಗ್ಗೆಯಾದರೂ ನನಗೆ ಕೊಂಚ ಸಹಾಯ ಮಾಡಬಹುದು ನೀನು. ಯೋಚನೆ ಮಾಡು. ಈ ವಿಷಯದಲ್ಲಾದರೂ ನಮ್ಮಿಬ್ಬರಲ್ಲಿ ಒಮ್ಮತ ಮೂಡಬಹುದು. ಅಂದ ಹಾಗೇ ಈ ಹಣವನ್ನು ನಿನ್ನ ಹತ್ತಿರವೇ ಬಿಟ್ಟು ಹೋಗೋದು ಒಳ್ಳೇದು ಅಂತ ನನಗೀಗ ತೋರ್ತದೆ. ದುಡ್ಡನ್ನು ಹೇಗೆ ಕಾಯಬೇಕು ಅನ್ನೋದು ನಿನಗೆ ಚೆನ್ನಾಗಿ ಗೊತ್ತು. ಆ ವಿಷಯದಲ್ಲಿ ನಾನು ಅಷ್ಟೊಂದು ಸಮರ್ಥನಲ್ಲ. ಇದು ನಿನ್ನ ಹತ್ರ ಭದ್ರವಾಗಿರ್ತದೆ ಅಂತ ನನಗೆ ಭರವಸೆ ಇದೆ. ಈ ಹೊಣೆಯನ್ನು ನೀನು ಹೆಚ್ಚು ದಿನ ಏನೂ ಹೊರಬೇಕಾಗಿ ಬರಲಾರದು. ಯಾಕೆಂದರೆ ಈ ಹಣದ ಸಹಾಯದಿಂದ ಬೆರ್ನಾರ್ದಿನಳ ಮದುವೆ ಬೇಗ ನಡೆಯೋದು ಖಂಡಿತ."

ಮುದುಕ ಪಾದ್ರಿ ಗಿರಣಿ ಮಾಲಿಕನ ಆಸೆಬುರುಕ ಕಣ್ಣುಗಳೆದುರು ನೂರು ಚಿನ್ನದ ನಾಣ್ಯಗಳನ್ನಿರಿಸಿದ. ಹೊಳೆವ ನಾಣ್ಯಗಳು ಅವನ ಕಣ್ಣೆದುರು ಕುಣಿಯತೊಡಗಿದವು. ಪಾದ್ರಿಗೆ

ಅವನಲ್ಲಿ ಆಸೆ ಮೂಡಿದ್ದು ತಿಳಿಯಿತು. ದೇವರ ಕೆಲಸಕ್ಕಾಗಿ ಸೈತಾನನ ಕುಟಿಲತನವನ್ನು ತಾನು ಬಳಸುತ್ತಿದ್ದೇನೆ ಎಂದುಕೊಂಡು ಆತ ನಕ್ಕ.

ಚಿನ್ನದ ನಾಣ್ಯಗಳತ್ತ ಬಿರುಗಣ್ಣು ಬಿಡುತ್ತ ನಿಂತಿದ್ದ ಗಿರಣಿ ಮಾಲಿಕನಿಂದ ಬೀಳ್ಕೊಂಡು ಪಾದ್ರಿ ಹೊರಟ, ಅವನನ್ನು ಹಿಂಬಾಲಿಸಿ ಗಿರಣಿ ಮಾಲಿಕ ಓಡೋಡಿ ಬಂದ.

"ಬುದ್ಧಿಯವರದು ತಿಂಡಿ ಇನ್ನೂ ಆಗದೇ ಇದ್ದರೆ, ಇಲ್ಲೇ ಕೊಂಚ ತೆಗೆದುಕೊಳ್ಳ ಬಹುದಿತ್ತು. ಏನೋ ಬಡವನ ಮನೆಯ ಉಪಚಾರ. ಆದರೂ..."

"ಸಂತೋಷ, ಆದರೆ ನನ್ನದು ತಿಂಡಿಯಾಗಿದೆ. ಅಲ್ಲದೆ ಈಗ ಹೋಗಿ ಬೆರ್ನಾರ್ದಿನಳನ್ನು ನಾನು ನೋಡಬೇಕು."

ಗಿರಣಿಯವ ಹಿಂತಿರುಗಿದ. ಅವನ ಬೆನ್ನ ಕಡೆಗೆ ಕೋಲು ತೋರಿಸಿ ಅಲುಗಿಸುತ್ತ ಗುರು ತನಗೆ ತಾನೇ ಎಂದ:

'ಈ ಜಿಪುಣನ ಮನೆಯಲ್ಲಿ ಒಂದಗುಳು ತಿಂದರೂ ನನ್ನ ಉಸಿರು ಕಟ್ಟಿ ಹೋದೀತು.'

ಅನಂತರ ಬೀದಿ ತುದಿಯ ತಿರುವಿಗೆ ಪಾದ್ರಿ ಬಂದಾಗ ಮನ್‌ವೆಲ್ ದ ವೆಂತೋಜ ಅವನಿಗೆ ಎದುರಾದ. ಅವನ ಹೆಗಲ ಮೇಲೆ ಬಂದೂಕ. ಜೊತೆಗೆ ನಾಯಿ. ಆತ ಬೆಳಗಿನ ಬೇಟೆಗೆ ಹೊರಟಿದ್ದ. ಅವನನ್ನು ನೋಡಿ ಪಾದ್ರಿ ಉದ್ಗರಿಸಿದ:

"ಲೋ ಕೆಲಸಕ್ಕೆ ಬಾರದ ಹುಡುಗ, ಹೋಗಿ ನಿಮ್ಮಪ್ಪನಿಗೆ ಯಾಕೆ ನೀನು ನೆರವಾಗೋದಿಲ್ಲ? ಪಾಪ, ಆ ಬಡವ ಎಷ್ಟು ಕಷ್ಟಪಟ್ಟು ದುಡೀತಾನೇ!"

ಪಾದ್ರಿಯ ಮಾತು ಕಠಿಣವಾಗಿದ್ದರೂ ಅದು ಹುಸಿಯೆಂಬುದನ್ನು ಅವನ ನಗು ಸೂಚಿಸುತ್ತಿತ್ತು. ಬಳಿಕ ಆತ ಮನ್‌ವೆಲ್‌ನನ್ನು ತನ್ನ ಬಳಿ ಕರೆದ.

"ಆ ಮೊಲಗಳನ್ನು ಅವುಗಳ ಪಾಡಿಗೆ ಬಿಟ್ಟು ನನ್ನ ಜೊತೆ ಸ್ವಲ್ಪ ಬಾ ಇಲ್ಲಿ. ನಿನ್ನ ಕೂಡ ನಾನು ಕೊಂಚ ಮಾತಾಡಬೇಕು."

ಅವನ ಮಾತು ಕೇಳಿ ಹುಡುಗ ಬಂದ. ಪಾದ್ರಿ ಹೇಳಿದ:

"ನಾಳೆ ಬೆಳಿಗ್ಗೆ ನೀನು ಮೊದಲು ಮಾಡಬೇಕಾದ ಕೆಲಸ ಏನು ಗೊತ್ತಾ? ನಿನ್ನ ಗೆಳತಿ ಬೆರ್ನಾರ್ದಿನಳನ್ನು ಮದುವೆಯಾಗೋದಕ್ಕೆ ನಿಮ್ಮಪ್ಪನ ಅನುಮತಿ ಕೇಳ್ಬೇಕು."

"ಅಯ್ಯೋ, ಅವರೆಲ್ಲಿ ಒಪ್ತಾರೆ, ಬುದ್ಧಿ! ಅವಳ ಸುದ್ದಿ ಎತ್ತಬೇಡ ಅಂದಿದ್ದಾರೆ. ಅವರನ್ನು ಬಿಟ್ಟರೆ ನನಗೆ ಗತಿಯಿಲ್ಲ. ಅವರು ಹೇಳಿದ ಹಾಗೇ ಕೇಳಬೇಕು."

"ಹಾಗಾದರೆ ನೀನು ಬೆರ್ನಾರ್ದಿನಳನ್ನು ಮದುವೆಯಾಗೋದಿಲ್ಲ ಅಂತೀಯಾ?"

"ಅವಳನ್ನು ಮದುವೆಯಾಗೋದಕ್ಕಿಂತ ಇನ್ನೇನು ಬೇಕು ನನಗೆ? ಆದರೆ ನಾನು ಏನು ಮಾಡಲಿ ಹೇಳಿ?"

"ನಾನು ಹೇಳಿದ ಹಾಗೇ ಮಾಡು, ಮನ್‌ವೆಲ್. ಉಳಿದದ್ದು ನನಗೆ ಬಿಡು. ನೀನು ಪ್ರೀತಿಸೋ ಹುಡುಗಿಯನ್ನೇ ನೀನು ಮದುವೆಯಾಗೋದು ನಿನ್ನ ಹೊಣೆ. ಅವಳೇ ನಿನಗೆ ಸರಿಯಾದ ಜೋಡಿ. ನಾಳೆ ಬೆಳಿಗ್ಗೆವರೆಗೆ ನಿಮ್ಮ ಅಪ್ಪನ ಹತ್ತಿರ ಉಸಿರೆತ್ತಬೇಡ. ಆಮೇಲೆ ಅವನು ಏನು ಹೇಳಿದ ಅನ್ನೋದನ್ನ ನನಗೆ ತಿಳಿಸು. ಈಗ ನಿನ್ನ ಮೊಲಗಳ ಬೆನ್ನು ಹತ್ತು. ನನ್ನನ್ನು ಭೇಟಿಯಾದ ವಿಚಾರವನ್ನು ಯಾರ ಬಳಿಯೂ ಹೇಳಬೇಡ."

ಹುಡುಗ ಬಾಗಿ ಪಾದ್ರಿಯ ಕೈಗೆ ಮುತ್ತಿಟ್ಟ. ಸಂತೋಷದಿಂದ ನವಿರೆದ್ದು ನಡುಗುತ್ತಿದ್ದ ಆತ ಬೇರೆ ರೀತಿಯಲ್ಲಿ ತನ್ನ ಕೃತಜ್ಞತೆಗಳನ್ನು ಹೇಳಲಾರದವನಾಗಿದ್ದ. ಮುದುಕ ಆಚೆ ಸರಿದಂತೆ

ನೀರಾಡುತ್ತಿದ್ದ ಕಣ್ಣುಗಳಿಂದ ಅವನನ್ನೇ ನೋಡುತ್ತಾ ಏನೂ ನುಡಿಯಲು ತೋಚದೆ ನಿಂತಿದ್ದ.

ದಿನದುದ್ದಕ್ಕೂ ಜೆರೋನಿಮಳಿಗೆ ತನ್ನ ಒಡೆಯನಿಗೆ ಏನೋ ಆಗಿದೆ ಎನ್ನುವ ಗುಮಾನಿ ಬಲವಾಗುತ್ತಾ ಹೋಯಿತು. ಪಾದ್ರಿ ಖುಷಿಯಿಂದ 'ತೇ ದೇಉಮ್' ಹಾಗೂ 'ತಂತುಂ ಎರ್‌ಗೋ' ಎಂಬ ಉಲ್ಲಾಸಮಯ ಪ್ರಾರ್ಥನಾ ಪದ್ಯಗಳನ್ನು ಹೇಳುತ್ತಿದ್ದ. ಮನೆಯ ಬೆಕ್ಕಿನೊಡನೆ ಅರ್ಧಗಂಟೆ ಆಟವಾಡಿದ. ದಿನನಿತ್ಯದ ಊಟವನ್ನು ಉಲ್ಲಾಸದಿಂದ ತಿಂದ. ಆಮೇಲೆ ಸ್ತೋತ್ರ ಪುಸ್ತಕವನ್ನು ಓದಲು ಹೊರಗೆ ಹೋದ. ಗಂಟೆ ಬಾರಿಸಿದಾಗ ದೈನಂದಿನ ಪ್ರಾರ್ಥನೆ ಮಾಡುವುದನ್ನು ಮರೆಯಲಿಲ್ಲ. ಸಂಜೆ ಬಂದು ಕಾಲಿನ ಷೂಗಳನ್ನು ಬಿಚ್ಚುವಾಗ, ಅವನ ಚಪ್ಪಲಿ ತರುತ್ತಿದ್ದ ಜೆರೋನಿಮ, ಅಲ್ಲಿ ಕಂಡದ್ದು ಕಾಲುಚೀಲ ಹಾಕಿದ ಕಾಲಿನಿಂದ ಷೂವನ್ನು ಎತ್ತಿ ಒಗೆದು ಹಿಡಿಯುತ್ತಿದ್ದ ಪಾದ್ರಿಯನ್ನು. ಅದನ್ನು ಕಂಡು ಆಕೆ ದಂಗಾಗಿ ಹೋದಳು. ಮೇಲೆ ಹಾರಿದ ಷೂವನ್ನು ಶಾಲೆಯ ಹುಡುಗನಂತೆ ಆತ ಹಿಡಿಯುತ್ತಿದ್ದ.

ಗುರುವಿಗೇಕೆ ಇಂದು ಇಷ್ಟು ಖುಷಿ? ನಲವತ್ತು ವರ್ಷ ತಾನು ಕೂಡಿ ಹಾಕಿದ್ದ ಹಣ, ಜೊತೆಗೆ ಕಾಲೇಜಿನಲ್ಲಿ ತನ್ನೊಂದಿಗೆ ಓದುತ್ತಿದ್ದ ಹಳೆ ಮಿತ್ರನೊಬ್ಬ ತನಗೆ ಬಿಟ್ಟು ಹೋದ ಹಣ – ಇವೆರಡನ್ನೂ ಒಟ್ಟುಗೂಡಿಸಿ ಹಳ್ಳಿಯ ಎರಡು ಜೀವಿಗಳಿಗೆ ಸುಖ ಸಂತೋಷವನ್ನು ತಂದುಕೊಡುವುದು ಸಾಧ್ಯವಾಯಿತೆಂದು ಈ ಉಲ್ಲಾಸ. ತನ್ನ ಪ್ರೀತಿಯ ಇಗರ್ಜಿಯನ್ನು ಮುಂದೆ ಮತ್ತಷ್ಟು ಸೊಗಸುಗೊಳಿಸಲು ಆ ಹಣವನ್ನು ಬಳಸಬೇಕೆಂದು ಆತ ಆಶಿಸಿದ್ದ. ಆದರೆ ಬೆರ್ನಾರ್ದಿನಳ ಒಡಲ ದುಃಖ ಅವನಲ್ಲಿ ಇನ್ನೊಂದು ಆಲೋಚನೆ ಮೂಡುವಂತೆ ಮಾಡಿತ್ತು. ಹಿಂದಿನ ದಿನ ಆತ ದೈನಂದಿನ ಪ್ರಾರ್ಥನೆ ಮಾಡಲು ಮರೆತದ್ದು, ರಾತ್ರಿಯೂಟಕ್ಕೆ ತಡವಾಗಿ ಬಂದದ್ದು ಇದರಲ್ಲೆಲ್ಲ ಆಶ್ಚರ್ಯವಿರಲಿಲ್ಲ. ನಲವತ್ತು ವರ್ಷಗಳ ಯೋಜನೆಗಳನ್ನು ಕೈ ಬಿಡುವುದು ಅಷ್ಟು ಸುಲಭದ ಮಾತೇನೂ ಅಲ್ಲ.

ತನ್ನ ಊರಿನ ಜನರೆಲ್ಲ ಅವನಿಗೆ ಚೆನ್ನಾಗಿ ಗೊತ್ತಿದ್ದವರೆ. ಗಿರಣಿ ಮಾಲಿಕನ ಎದುರು ಆತ ಹೂಡಿದ ಹೂಟವೆಲ್ಲ ಅವನ ಸ್ವಭಾವವನ್ನು ಅರಿತು ರಚಿಸಿದ್ದ. ದಿನವಿಡೀ ತನ್ನ ಗಲ್ಲಾದೊಳಗೆ ಬಿದ್ದಿದ್ದ ನೂರು ಚಿನ್ನದ ಚೂರುಗಳೇ ಆ ಜಿಪುಣನ ತಲೆಯೊಳಗೆ ತುಂಬಿದ್ದವು. ರಾತ್ರಿಯಿಡೀ ಜಾಗರಣೆ. ಸ್ವರ್ಗ ನರಕಗಳೆರಡೂ ಅವನೆದುರು ನಿಂತಿದ್ದವು. ಈ ಹಣವನ್ನೇನು ಮಾಡುವುದೆಂದು ಆತ ಲೆಕ್ಕಹಾಕತೊಡಗಿದ. ತನ್ನ ಬಳಿಯಲ್ಲಿರುವ, ಎಷ್ಟೋ ವರ್ಷದಿಂದ ಕೂಡಿಹಾಕಿದ ಹಣದೊಡನೆ ಇದೂ ಕೂಡಿದರೆ ಏನು ಮಾಡಬಹುದು? ಇನಾಸ್ಯು ಕೊದೆಕೋನ ಜಮೀನು ಕೊಂಡು ಮಗ ಮನ್‌ವೆಲ್‌ನನ್ನು ಅದರಲ್ಲಿ ದುಡಿಮೆಗೆ ಹಚ್ಚಬಹುದು. ಆದರಿಂದ ಮತ್ತಷ್ಟು ಹಣ, ಆಮೇಲೆ ಇನ್ನಷ್ಟು ಜಮೀನು, ಆದರೆ ಮೊದಲು ಅಗೊಷ್ಟಿನೀವ್ ಬಳಿ ಹೋಗಿ ಪೆರ್ಪೆತುಆ ರೋಜಳ ಸಾಲವನ್ನು, ಕೊಂಚ ಹಣ ಕೊಟ್ಟು ತಾನು ಬರೆಸಿಕೊಳ್ಳಬೇಕು. ಆ ಹಣ ಕೈಬಿಟ್ಟು ಹೋದ ಹಾಗೆ, ಎಂದು ಆ ಅಂಗಡಿಯವನ ಬುದ್ಧಿಯನ್ನು ತೀಡಬೇಕು, ಸುಮ್ಮನೆ ದಾನಬುದ್ಧಿಯಿಂದ ಈ ಸಾಲದ ಹೊಣೆಯನ್ನು ತಾನು ಹೊರುತ್ತಿರುವುದಾಗಿ ಅವನನ್ನು ನಂಬಿಸಬೇಕು.

ಇಷ್ಟೆಲ್ಲಾ ಬೇಗನೇ ಆಗಬೇಕು. ಅದೂ ವರದಕ್ಷಿಣೆಯ ಸುದ್ದಿ ಅಗೊಷ್ಟಿನೀವ್ ಕಿವಿಗೆ ಬೀಳುವ ಮೊದಲು ಬೆಳಿಗ್ಗೆ ಎದ್ದು ಮಾಡುವ ಕೆಲಸವೆಂದರೆ ಅದೇ. ಆಮೇಲೆ ತನ್ನ ಅಣ್ಣ ಜೋಅನ್ನಾಳ ತಂದೆಯನ್ನು ಒಪ್ಪಿಸಿ, ಅವನು ತನಗೆ ಕೊಡಬೇಕಾದ ನಲವತ್ತು ಡಾಲರುಗಳ ಬದಲು ಜಮೀನನ್ನು ಬಿಟ್ಟುಕೊಡುವಂತೆ ಹೇಳಬೇಕು. ಇನ್ನೂ ಏನೇನೋ ಆಲೋಚನೆಗಳು,

ಏನೇನೋ ಯೋಜನೆಗಳು. ಈ ನೂರು ಚಿನ್ನದ ನಾಣ್ಯಗಳನ್ನು ಹೊಂದಿದೆನೆಂದರೆ ತಾನು ಮಾಡಲಾಗದೇ ಇರುವುದಾದರೂ ಏನು? ಅವನು ಹೀಗೆಲ್ಲ ಚಿಂತಿಸಿದ. ಜಿಪುಣನಿಗೆ ನೂರು ಚಿನ್ನದ ನಾಣ್ಯ, ಐನೂರು ಡಾಲರುಗಳು ಭಾರಿ ಮೊತ್ತವೇ ಸರಿ. ಅದೀಗ ತನ್ನ ಪೆಟ್ಟಿಗೆಯೊಳಗೆ, ತನ್ನ ಮುಷ್ಟಿಯೊಳಗೆ ಕುಳಿತಿದೆ. ಅದು ತನಗೇ ದಕ್ಕುವ ಹಾಗೇ ಏನು ಮಾಡಬೇಕು?

ಪಾದ್ರಿಯು ತನಗೆ ದುಡ್ಡೇ ಕೊಟ್ಟಿಲ್ಲವೆಂದು ಹೇಳಿಬಿಟ್ಟರೆ? ಇಷ್ಟಕ್ಕೂ ಅದನ್ನು ಕಂಡಿರುವ ಮೂರನೆಯವರು ಇಲ್ಲಿ ಯಾರಿದ್ದರು? ಆದರೆ ಹಾಗೇ ಮಾಡಲಾಗದು. ಅವನು ಆಸೆಬುರುಕ ನಿಜ, ದುಡ್ಡೆಂದರೆ ಪ್ರಾಣ. ದುಡ್ಡಿನ ಬೆಲೆ ಕೂಡ ಅವನಿಗೆ ಗೊತ್ತಿತ್ತು. ಆದರೆ ಇತರ ಅನೇಕ ಜನರಂತೆ ಆತ ತನ್ನದೇ ಆದ ಬಗೆಯಲ್ಲಿ ನಿಯತ್ತಿನ ಮನುಷ್ಯನಾಗಿದ್ದ. ಆತ ಕಾಸು ಕಾಸಿಗೆ ಕೊಸರಾಡಿದ್ದ, ಬಡ್ಡಿಗಾಗಿ ಸಾಲ ಕೊಟ್ಟಿದ್ದ; ಆದರೆ ಯಾರನ್ನೂ ದೋಚಿರಲಿಲ್ಲ. ಕೊನೆಗೆ ಎಷ್ಟೋ ಉಪಾಯಗಳನ್ನು ತಲೆಯಲ್ಲಿ ತಿರುಗಿಸಿ ನೋಡಿದ ಬಳಿಕ ಪಾದ್ರಿ ಒಡ್ಡಿದ ಬಲೆಯಲ್ಲಿ ಆತ ಬಿದ್ದ.

ಈ ಹಣವೆಲ್ಲ ಪ್ರಾಮಾಣಿಕವಾದ ರೀತಿಯಲ್ಲಿ ಅವನಿಗೆ ಸಿಗಲು ಇದ್ದ ದಾರಿ ಒಂದೇ. ಬೆರ್ನಾರ್ದಿನ ಮುದ್ದಾದ ಹುಡುಗಿ. ಅವಳ ಅಮ್ಮ ಆಕೆಯನ್ನು ಚೆನ್ನಾಗಿ ಬೆಳೆಸಿದ್ದಳು. ತನ್ನ ಮಗನಿಗೂ ಅವಳನ್ನು ಕಂಡರೆ ಇಷ್ಟವೆಂಬುದು ಅವನಿಗೆ ಗೊತ್ತಿತ್ತು. ಅವನು ಈ ಹುಡುಗಿಯನ್ನೇ ಯಾಕೆ ಮದುವೆಯಾಗಬಾರದು? ಅಗ ಹುಡುಗನ ಅಪ್ಪನಿಗೆ ತಾನೇ ಆ ವರದಕ್ಷಿಣೆ ಹಣ ಬರುವುದು? ಅದಂತೂ ಖಂಡಿತ. ಯಾಕೆಂದರೆ ಮದುವೆಯಾಗಲಿ, ಒಂಟಿಯಾಗಿರಲಿ ಮನ್‌ವೆಲ್ ತನ್ನ ಹಿಡಿತದೊಳಗೆ ಇರುವುದಂತೂ ನಿಜ. ಈಗ ಕೊನೆಮುಟ್ಟಿಸ ಬೇಕಾಗಿರುವುದು ಒಂದೇ ಒಂದು ಮಾತನ್ನು. ಅದು ಯಾವ ಜಮೀನನ್ನು ಕೊಂಡರೆ ಒಳ್ಳೆಯದು ಎಂಬುದು. ಅಣ್ಣನ ಜಮೀನು ಅಗ್ಗವಾಗಿ ಸಿಗಬಹುದು. ಆದರೆ ಇನಾಸ್ಯು ಕೊದೆಕೋನ ಜಮೀನಿನಿಂದ ಹೆಚ್ಚು ಹಣ ಸಂಪಾದಿಸಬಹುದು. ತನ್ನ ಎಲ್ಲ ಹಣವನ್ನು ಬಿಟ್ಟು ಕೈ ತೊಳೆದುಕೊಂಡ ಪಾದ್ರಿ ಸಂತೋಷದಿಂದ ನಿದ್ರಿಸುತ್ತಿದ್ದಾಗ, ಕೈಗೆ ಸಿಗಲಿರುವ ನಿಧಿಯ ಚಿಂತೆಯಲ್ಲಿ ಗಿರಣಿ ಮಾಲಿಕ ನಿದ್ರೆ ಇಲ್ಲದೆ ಹೊರಳಾಡುತ್ತಿದ್ದ.

ಬೆಳಗಿನ ತಿಂಡಿಯ ವೇಳೆಗೆ ಅಪ್ಪ, ಮಗನ ನಡುವೆ ನಡೆದ ಮಾತುಕತೆಯ ಪರಿಣಾಮವಾಗಿ ಇಬ್ಬರೂ ಪಾದ್ರಿಯನ್ನು ಹುಡುಕುತ್ತ ಹೊರಟರು. ಬೆಳಗಿನ ಪ್ರಾರ್ಥನೆ ಸಲ್ಲಿಸಿ ಇಗರ್ಜಿಯಿಂದ ಹೊರಗೆ ಬರುತ್ತಿದ್ದ ಪಾದ್ರಿಯನ್ನು ಅವರು ಕಂಡರು. ಹಿಂದಿನ ದಿನ ತಾನು ಪಾದ್ರಿಯನ್ನು ಭೇಟಿಯಾಗಿದ್ದನ್ನು ಮನ್‌ವೆಲ್ ಅಪ್ಪನಿಗೆ ಹೇಳಿರಲಿಲ್ಲ. ತನ್ನ ಮಗನನ್ನೇ ಬೆರ್ನಾರ್ದಿನಳಿಗೆ ಗಂಡಾಗಿ ಸೂಚಿಸಿದರೆ ಪಾದ್ರಿಯು ಹೀಗಳೆಯಬಹುದೇ ಎಂದು ಗಿರಣಿ ಮಾಲಿಕ ಚಿಂತಿಸುತ್ತಿದ್ದ. ಯಾಕೆಂದರೆ ವರದಕ್ಷಿಣೆ ಪಡೆಯಲು ತನ್ನ ಸೋದರ ಸೊಸೆಯ ಹೆಸರನ್ನು ಸೂಚಿಸಿದಾಗ ಅದನ್ನಾತ ಹೀಗಳೆದಿದ್ದನಷ್ಟೆ.

ತನ್ನ ಯೋಜನೆಯಂತೆ ಎಲ್ಲ ನಡೆದದ್ದು ಕಂಡು ಪಾದ್ರಿಗೆ ಆನಂದವಾಯಿತು. ಪೆರ್ಪೆತುಆ ರೋಜಳ ಗುಡಿಸಿಲಿಗೆ ತಂದೆಯನ್ನೂ ಮಗನನ್ನೂ ಆತ ಕರೆದೊಯ್ದ. ತನ್ನ ಯೋಜನೆ ಹಣ್ಣಾಗಲೆಂದು ಅವನು ನಿನ್ನೆ ಅವಳ ಮನೆಯ ಕಡೆಗೆ ಹೋಗಿರಲಿಲ್ಲ.

ಈಸ್ಟರಿಗೆ ಮದುವೆಯೆಂದು ಗೊತ್ತಾಯಿತು. ಪಾದ್ರಿ ತನ್ನ ಬದುಕಿನುದ್ದಕ್ಕೂ ಬೆಳೆಸಿದ ಕನಸನ್ನು ಕೈ ಬಿಟ್ಟು, ತಾನೇ ನಡೆಸಿಕೊಟ್ಟ ಎಳೆಯ ಜೋಡಿಯ ಮದುವೆಯಲ್ಲಿ ಅವರನ್ನು ಹರಸಿ ನೆರೆದವರಿಗೆ ತೃಪ್ತಿಯಿಂದ ಒಂದು ಉಪದೇಶ ನೀಡಿದ. ಮೊದಲು ಹುಡುಗನಿಗೆ

ಪ್ರಾಮಾಣಿಕತೆ, ದುಡಿಮೆ, ನಮ್ರತೆಗಳನ್ನು ಅನುಸರಿಸಲು ಹೇಳಿದ ಬಳಿಕ ಹುಡುಗಿಗೆ ಪ್ರೀತಿ, ವಿಧೇಯತೆ, ಸಭ್ಯತೆಗಳನ್ನು ಆಚರಣೆಗೆ ತರಬೇಕೆಂದು ಹೇಳಿ, ಮೇಲಾಗಿ, ಗಂಡ ತಂದು ಹಾಕಿದ ಧಾನ್ಯವನ್ನು ಅಡಿಗೆ ಮಾಡಿ ತಿನ್ನಲು ಸಿದ್ಧಪಡಿಸಬೇಕೆಂದು ಬೋಧಿಸಿದ. ಹೀಗೆ ಮಾತು ಮುಂದುವರಿಸಿ, ಪಾದ್ರಿ ಆಸೆಬುರುಕತನ ಮಹಾಪಾಪವೆಂದು ಅದನ್ನು ಕಟುವಾಗಿ ಖಂಡಿಸಿದ. ಮದುವೆಯ ದಿನದಲ್ಲಿ ಈ ಮಾತು ಬಂದದ್ದು ಅಲ್ಲಿ ನೆರೆದು ಕೇಳುತ್ತಿದ್ದವರಿಗೆ ಸೋಜಿಗ ತಂದಿತು. ಆದರೆ ಅಲ್ಲಿ ನೆರೆದಿದ್ದವರಲ್ಲಿ ಒಬ್ಬನನ್ನುಳಿದು ಉಳಿದವರೆಲ್ಲ ಪಾದ್ರಿಯ ಮಾತುಗಳನ್ನು ಒಪ್ಪಿಕೊಂಡರು. ವರದಕ್ಷಿಣೆಯ ಹಣದಿಂದ ಬೆರ್ನಾರ್ದಿನಳನ್ನು ಸೊಸೆಯಾಗಿ ಒಪ್ಪಿಕೊಳ್ಳಲು ಗಿರಣಿ ಮಾಲಿಕನು ಸಿದ್ಧನಾದನೆಂದು ಎಲ್ಲರೂ ತಿಳಿದುಕೊಂಡರಾದರೂ, ಹೀಗೆ ಬದಲಾದುದರ ಹಿಂದಿನ ಪವಾಡ ಮಾತ್ರ ಊರಿನ ಗುರುವಿಗೆ ಮಾತ್ರ ತಿಳಿದಿತ್ತು. ○

○ ಝುಂ ಆಂವ್ ರೆಬೆಲು ದ ಸಿಲ್ವ

ಸಾಲ್ವತೆರ್‍ರದ ಕೊನೆಯ ಗೂಳಿ ಕಾಳಗ

1

ದೊರೆ ಮೊದಲನೆ ಜೋಸ್ ಸಾಲ್ವತೆರ್‍ರದಲ್ಲಿ ತನ್ನ ರಜೆಯನ್ನು ಕಳೆಯುತ್ತಿದ್ದ. ನಿಜ ಸಂಗತಿಯೆಂದರೆ ಕೆಟ್ಟ ನಾಲಿಗೆಯ ಜನರು ಗುಟ್ಟಾಗಿ ಮಾತಾಡಿಕೊಳ್ಳುತ್ತಿದ್ದುದೇ ಬೇರೆ. ಲಿಸ್ಬನ್‌ನಲ್ಲಿ ದೊರೆ ಯಾವಾಗಲೂ ಚರಕಿ ಯಂತ್ರದ ಬಳಿ ಕಾಲ ಕಳೆಯುತ್ತಿದ್ದನೆಂದೂ ಸಿಂಹಾಸನದ ಮೇಲೆ ಮಾರ್ಕೇಜ್ ದ ಪೊಂಬಾಲ್ ಕುಳಿತಿರುತ್ತಿದ್ದ ನೆಂದೂ ಅವರು ಹೇಳುತ್ತಿದ್ದರು. ದೊರೆಗೆ ಚರಕಿ ಕೆಲಸದಲ್ಲಿ ಆಸಕ್ತಿ. ಮಾರ್ಕೇಜ್‌ಗೆ ಆಳುವುದರಲ್ಲಿ ಆಸಕ್ತಿ. ಜನರ ಮಾತಿಗೆ ಇದೇ ಕಾರಣವಾಗಿತ್ತು.

ವಸಂತ ಕಾಲದ ಮಧ್ಯಭಾಗ. ಎಲ್ಲಿ ನೋಡಿದರೂ ಕಣ್ಣು ತುಂಬುವ ಹೂಗಳು. ಕಾಡೆಲ್ಲ ಹಸಿರು. ದವಸ ಧಾನ್ಯ ಬೆಳೆಯುವ ನೆಲ, ಹಣ್ಣಿನ ತೋಟಗಳು ಒಳ್ಳೆಯ ಫಲದ ಮುನ್ಸೂಚನೆ ಹೊತ್ತಿದ್ದವು. ತಂಗಾಳಿ ನಾಡ ಹುಡುಗಿಯರ ಕುರುಳನ್ನು ಕೆದರಿ ಸುವಾಸನೆಯ ಗುಲಾಬಿಗಳಿಂದ ಮುತ್ತನ್ನು ಕದಿಯುತ್ತಿತ್ತು. ಎಲ್ಲಿ ನೋಡಿದರೂ ಬೆಳಗುವ ಸೂರ್ಯನ ಕಿರಣಗಳ ಬೆಳಕಿನಲ್ಲಿ ಹಾಡು, ಹಬ್ಬ, ನಲಿವು, ಒಲವು ಚೆಲ್ಲುವರಿದಿತ್ತು.

ಸಾಲ್ವತೆರ್‍ರದ ಆಸ್ಥಾನದಲ್ಲಿ ಒಂದು ಗೂಳಿ ಕಾಳಗದ ಏರ್ಪಾಡಾಗಿತ್ತು. ಓಲಗದ ಮನ್ನೆಯರಿಗೆ ಇಂಥ ಗಳಿಗೆಗಳು ಮೈ ಚಳಿ ಬಿಟ್ಟಿರಲು ಒಳ್ಳೆಯ ಅವಕಾಶ ನೀಡುತ್ತಿದ್ದವು. ದೊರೆಯಂತೆ ವರ್ತಿಸುತ್ತಿದ್ದ ಮಂತ್ರಿಯ ಇರವು ಇಂಥ ವಿನೋದನ ದಿನಗಳಲ್ಲಿ ಅಷ್ಟೊಂದು ಗಮನಾರ್ಹವಾಗಿ ಕಣ್ಣಿಗೆ ಬೀಳುತ್ತಿರಲಿಲ್ಲ. ಗೂಳಿಗಳೋ ಭಯಂಕರವಾಗಿದ್ದವು. ಗೂಳಿ ಕಾಳಗದ ವೀರರೋ ಸನ್ನದ್ಧರು, ಕಣವಂತೂ ಸಾಲಂಕೃತ. ಅಲ್ಲಿ ನೆರೆದಿದ್ದ ಹೆಂಗಳೆಯರು ಎಲ್ಲರ ಮೆಚ್ಚುಗೆಗೆ ತಕ್ಕವರೇ ಆಗಿದ್ದರು. ಸ್ಪೇನಿನ ರಾಯಭಾರಿಯೊಡನೆ ಎಂಥದೋ ರಾಜಕಾರಣದ ಕೋಟಲೆಗೆ ಸಿಲುಕಿ ಮಾರ್ಕೇಜ್ ದ ಪೊಂಬಾಲ್ ಲಿಸ್ಬನ್ನಿನಲ್ಲೇ ಉಳಿದುಕೊಂಡದ್ದರಿಂದಂತೂ, ಎಲ್ಲರಿಗೂ ಮುದ ಅಧಿಕಗೊಂಡಿತ್ತು.

ಅರಮನೆಯ ಉರುದಾರಿಗಳಲ್ಲಿ ಪೋರ್ತುಗೀಸ್ ವಿದೇಶ ಮಂತ್ರಿಗೂ, ಸ್ಪೇನಿನ ರಾಯಭಾರಿಗೂ ನಡೆದ ಚರ್ಚೆಯ ಬಗ್ಗೆ ಗುಸು ಗುಸು ಮಾತು ನಡೆದಿತ್ತು. ಕೆಲವರಂತೂ ಪಿಸು ಮಾತಿನಲ್ಲಿ ಮಂತ್ರಿಯನ್ನು ಹೊಗಳುತ್ತ ಗೋಡೆಗಳು ಮರುದನಿಗೊಡುವಂತೆ ನುಡಿಯುತ್ತಿದ್ದರೆ ಇನ್ನೂ ಕೆಲವರು ಮಂತ್ರಿಯನ್ನು ತೆಗಳುತ್ತ ಆಪ್ತ ಬಳಗಕ್ಕೆ ಕೇಳುವಂತೆ ಮಾತ್ರ ಮಾತಾಡುತ್ತಿದ್ದರು. ಸಭ್ಯರು, ಮನ್ನೆಯರು ಸ್ಪೇನಿನ ಪರ. ಬೇಗ ಸಂಭವಿಸಬಹುದೆಂದು ತೋರುತ್ತಿದ್ದ ಯುದ್ಧ ನಡೆದು ನಾಡಿನ ಸೂತ್ರಗಳನ್ನು ಹಿಡಿದಿರುವ ಹೊಸ ಮನ್ನೆಯರು ನಾಶ ಹೊಂದಬಾರದೇ ಎಂದು ಅವರು ದೇವರಲ್ಲಿ ಬೇಡುತ್ತಿದ್ದರು. ನ್ಯಾಯ ಪಾಲಕರು ಮತ್ತಿತರ ವೃತ್ತಿಕಾರರು ಮಾರ್ಕೇಜ್ ದ ಪೊಂಬಾಲನ ಪರ. ಧರ್ಮದ ಮತ್ತು ಹಳೆ ವ್ಯವಸ್ಥೆಯ ಪಕ್ಷಪಾತಿಗಳ ಉತ್ಸಾಹವನ್ನು ಅವರು ಬಹಿರಂಗವಾಗಿ ಹೀಯಾಳಿಸುತ್ತಿದ್ದರು. ಮಾರ್ಕೇಜ್ ದ ಪೊಂಬಾಲನಂತೂ ಸ್ಪೇನಿನ ಬೇಡಿಕೆಯನ್ನು ಖಡಾಖಂಡಿತವಾಗಿ ನಿರಾಕರಿಸಿದ್ದ.

"ಹಾಗಾದರೆ... ಅರವತ್ತು ಸಾವಿರ ಜನರ ಸೇನೆ ಪೋರ್ತುಗಲ್‌ಗೆ ನುಗ್ಗಿ..." ಎಂದ ರಾಯಭಾರಿ.

"ನುಗ್ಗಿ ಏನು ಮಾಡ್ತಾರೆ ?" ತನ್ನ ಕಣ್ಣಿನ ಕನ್ನಡಕವನ್ನು ಝುಳಪಿಸುತ್ತ, ಅವನ ಮಾತನ್ನು ಲೆಕ್ಕಿಸದೆ ಧಾಟಿಯಲ್ಲಿ ಮಾರ್ಕೇಜ್ ಕೇಳಿದ.

"ನನ್ನ ದೊರೆಯ ಇಚ್ಛೆಯನ್ನು ಇಲ್ಲಿ ಜಾರಿಗೆ ತರ್ತಾರೆ. ತಾವೂ ತಮ್ಮ ದೊರೆಯೂ ನ್ಯಾಯ ಸಮ್ಮತವಾಗಿ ನಡೆಯುವಂತೆ ಮಾಡ್ತಾರೆ."

ಮಾರ್ಕೇಜ್ ಹುಬ್ಬುಗಂಟಿಕ್ಕಿದ. ಕನ್ನಡಕವನ್ನೇರಿಸಿ ಅದರ ಮೂಲಕ ಬಂದವನನ್ನು ನೋಡಿದ. ಆಮೇಲೆ ದೃಢವಾದ ದನಿಯಲ್ಲಿ ಹೇಳಿದ:

"ಈ ನಮ್ಮ ಪುಟ್ಟ ನಾಡಿಗೆ ಅರವತ್ತು ಸಾವಿರ ಜನರು ಬರೋದು ಅಂದರೆ ಅತಿಥಿಗಳ ಸಂಖ್ಯೆ ಕೊಂಚ ಹೆಚ್ಚಾಯಿತು. ಆದರೂ ದೇವರ ಕೃಪೆಯಿಂದ ನಮ್ಮ ದೊರೆಗಳು ಅವರಿಗೆ ತಕ್ಕ ಸತ್ಕಾರವನ್ನು ಮಾಡಲು ಶಕ್ತರಾಗಿದ್ದಾರೆ – ಸ್ಪೇನಿನ ದೊರೆಯ ಬೇರೆ ಸೈನಿಕರು ಇದಕ್ಕಿಂತ ಹಿಂದೆ ಪೋರ್ತುಗಲ್ಲಿನ ಜೈಲುಗಳಲ್ಲಿ ವಾಸ ಮಾಡಿದ್ದಾರೆ. ತಾವು ಇದನ್ನು ತಮ್ಮ ದೊರೆಗೆ ತಿಳಿಸಲು ಸ್ವತಂತ್ರರಿದ್ದೀರಿ."

ಅನಂತರ ರಾಯಭಾರಿಯು ಹೊರಡಲು ಸೂಚನೆ ನೀಡುವಂತೆ ಮಾರ್ಕೇಜ್ ಎದ್ದುನಿಂತು ಮತ್ತೂ ಹೇಳಿದ:

"ಮಹೋದಯರಾದ ತಮಗೆ ಇದು ಗೊತ್ತಿರುವ ವಿಷಯ. ಆದರೂ ಕೇಳಿ. ತನ್ನ ಮನೆಯಲ್ಲಿ ಒಬ್ಬ ಏನು ಬೇಕಾದರೂ ಮಾಡಲು ಮುಕ್ತನಾಗಿರುತ್ತಾನೆ. ಅದಕ್ಕೆ ಅವನು ಯಾರ ಅಪ್ಪಣೆಯನ್ನೂ ಬೇಡಬೇಕಾಗಿಲ್ಲ. ಆದರೆ ಅವನು ಸತ್ತನೆಂದರೆ ನಾಲ್ಕು ಜನ ಬಂದು ಅವನನ್ನು ಹೊರಕ್ಕೆ ಒಯ್ತಾರೆ."

ದೇವರು ಹಾಗೂ ಪಾವನಮೂರ್ತಿ ಮೇರಿ ಕನ್ಯೆಯ ಮೇಲೆ ಆಣೆಗಳನ್ನಿಡುತ್ತಾ ರಾಯಭಾರಿ, ಇರಲಿ ಇದೆಲ್ಲವನ್ನೂ ತಾನು ಒಂದು ಕೈ ನೋಡಿಕೊಳ್ಳುವೆನೆಂದು ಹೇಳಿ ಹೊರಟುಹೋದ. ಮಾರ್ಕೇಜ್ ಯುದ್ಧಕ್ಕೆ ಸನ್ನದ್ಧತೆ ನಡೆಸಿದ. ಅವನು ಏನೇ ತಪ್ಪು ಮಾಡಿರಲಿ, ಉತ್ತಮ ಆಡಳಿತ ನೀಡುವ ಮಂತ್ರಿಯಾಗಿದ್ದು ನಾಡಿಗೆ ಹೆಚ್ಚಿನ ಸೇವೆ ಸಲ್ಲಿಸಿದ್ದನೆಂಬುದರಲ್ಲಿ ಯಾವ ಸಂದೇಹವೂ ಇರಲಿಲ್ಲ. ಹೊರ ದೇಶದ ರಾಯಭಾರಿಗಳು ಯುದ್ಧದ ಬೆದರಿಕೆ ಹಾಕಿದಾಗ ಇಷ್ಟು ಚುರುಕಾಗಿ ದೃಢತೆಯಿಂದ ವ್ಯವಹರಿಸುವ ಮಂತ್ರಿಗಳು ಈ ದಿನಗಳಲ್ಲಿ ಯಾರು ಸಿಗುತ್ತಾರೆ?

2

ಪೋರ್ತುಗೀಸ್ ದೇಶದ ನಾವಿಕ ಹೆನ್ರಿಯ ಮುಂದಾಳುತನದಲ್ಲಿ ನಡೆಸಿದ ಅನ್ವೇಷಣೆಗಳ ಫಲವಾಗಿ ಬಲವಾಗಿ ಬೆಳೆದು, ವಿಸ್ತಾರವಾದ, ಸಮೃದ್ಧ ವಸಾಹತುಗಳು ಈ ನಾಡಿಗೆ ಅಧೀನವಾದವು. ಉದ್ಯಮಶೀಲತೆ ಹಾಗೂ ಸುಜ್ಞಾನಕ್ಕೆ ಈ ನಾಡು ಮುಂದಿನ ದಿನಗಳಲ್ಲಿ ಹೆಸರು ಪಡೆಯಿತು. ಆದರೆ ಸ್ಪೇನಿನ ರಾಜಕುಮಾರಿಯೊಡನೆ ಆಳುವ ರಾಜ ಮದುವೆಯಾದಂದಿನಿಂದ ದೇಶ ಕೆಟ್ಟ ದಿನಗಳಿಗೆ ಕಾಲಿಟ್ಟಿತು. ಪೋರ್ತುಗಲ್ಲಿನಲ್ಲಿ ಆ ಮುಂದೆ ಧಾರ್ಮಿಕ ಅಸಹನೆ ತಲೆದೋರಿತು. ಸುಜ್ಞಾನಿಗಳ ಹಿಂಸೆ ಪ್ರಾರಂಭವಾಯಿತು. ಅಲ್ಲಿಯವರೆಗೆ ನಾಡಿನ ದೊರೆಗಳು ರಾಷ್ಟ್ರವನ್ನು ವಿಸ್ತಾರಗೊಳಿಸುವ ಲಾಭಕರವೂ ಆಸಕ್ತಿದಾಯಕವೂ ಆದ ಕೆಲಸಗಳಲ್ಲಿ ಎಷ್ಟೊಂದು ಮಗ್ನರಾಗಿ ಹೋಗಿದ್ದರೆಂದರೆ ತಮ್ಮ ಪ್ರಜೆಗಳ ಧಾರ್ಮಿಕ ನಿಲುವುಗಳ ಉಸಾಬರಿಗೆ ಹೋಗಲು ಅವರಿಗೆ ಸಮಯವೇ ಇರಲಿಲ್ಲ. ಆದರೆ ಕಸ್ತಿಲೆ ಮತ್ತು ಅರಗಾನ್‌ನ ಇಸಬೆಲ್ಲಾಳು ಧಾರ್ಮಿಕ ವಿಚಾರಣೆಯನ್ನು ಜಾರಿಗೆ ತಂದಳು. ದುರಾಸೆ, ಸಂಕುಚಿತ ಮನಸ್ಸುಗಳ ಪಾಪಪೂರಿತ ಪ್ರಭಾವದಿಂದಾಗಿ ಶೌರ್ಯವೆಂಬುದು ಹೀನಾಯ ಸ್ಥಿತಿಗೆ ಬಂದಿತು. ಮುಕ್ತವಾಗಿ ಆಲೋಚಿಸುವುದಕ್ಕೆ ಇದ್ದ ಅವಕಾಶಗಳನ್ನು ನಿರಾಕರಿಸಲಾಯಿತು. ಇದರಿಂದ ಲುಸಿತಾನಿಯಾದ ಶುಭ್ರ ಗಗನದಲ್ಲಿ ಮೊದಲ ಮೋಡಗಳು ಕಾಣಿಸತೊಡಗಿದವು. ಅವೇ ಮುಂದೆ ಬಿರುಗಾಳಿಗಳಾಗಿ ಮಾರ್ಪಟ್ಟು, ಮೊದಲ ದಿನಗಳಲ್ಲಿ ತುಂಬಿದ್ದ ಪ್ರಕಾಶವನ್ನು ಮುಚ್ಚಲು ಉಪಕ್ರಮಿಸಿದವು.

ಸರಕಾರದ ಹೊಣೆಯನ್ನು ತನ್ನ ಹೆಗಲಿಗೆ ರವಾನಿಸಿಕೊಳ್ಳಲು ಮಂತ್ರಿಯು ಅತ್ಯಾಸಕ್ತನಾಗಿದ್ದನೆಂದು ಹೇಳಲಾಗುತ್ತಿದ್ದರೂ, ಅವನು ಪ್ರಾಮಾಣಿಕ ಮನುಷ್ಯನಾಗಿದ್ದನೆಂಬುದನ್ನು ಅವನ ಶತ್ರುಗಳೂ ಕೂಡ ಒಪ್ಪಬೇಕಿತ್ತು. ತನ್ನ ದೊರೆ ಎಲ್ಲ ವೇಳೆಯನ್ನೂ ಹೀಗೆ ಉಲ್ಲಾಸ, ರಂಜನೆಗಳಲ್ಲೇ ಕಳೆದರೆ ಎಂಥ ಅವಸ್ಥೆ ಬಂದೊದಗಬಹುದೆಂಬ ಯೋಚನೆಯಿಂದ ಭಯಪಟ್ಟ ಆತ ಆ ತೊಂದರೆಯನ್ನು ಮುಂದೂಡಲು, ಸ್ಪೇನಿನವರ ಧಿಮಾಕಿನ ಬೇಡಿಕೆಗಳಿಗೆಲ್ಲ ಒಪ್ಪಿಗೆಯನ್ನು ನೀಡುತ್ತ ಬಂದ. ಇಷ್ಟೆಲ್ಲ ವೈಭವದಿಂದ ಮೆರೆದ ತನ್ನ ನಾಡು ಸ್ಪೇನಿನ ಒಂದು ಸಾಮಂತ ದೇಶವಾಗುವುದನ್ನು ಈ ನಾಡಿನ ಹಿರಿಯ ಮನ್ನೆಯರೆಲ್ಲ ಕಸ್ತಿಲೆಯ ಒಬ್ಬ ಜಂಭಗಾರನೂ ಮೋಸಗಾರನೂ ಆದ ದೊರೆಯ ಮುಂದೆ ಮಂಡಿಯೂರಬೇಕಾಗಿ ಬರುವುದನ್ನು ಸಹಿಸಲು ಅವನಿಂದ ಸಾಧ್ಯವಿರಲಿಲ್ಲ. ನಾಡಿಗೆ ಒದಗಿರುವ ಈ ವಿಪತ್ತಿನಲ್ಲಿ ತಮ್ಮ ಕರ್ತವ್ಯವೇನೆಂಬುದನ್ನು ಅರಿತುಕೊಳ್ಳುವಂತೆ, ಮನ್ನೆಯರು ಹಾಗೂ ಮಧ್ಯಮ ವರ್ಗದವರನ್ನು ಎಚ್ಚರಿಸಬೇಕೆಂದು ಆತ ಯೋಚಿಸಿದ.

ನೆಲಕ್ಕಿರುವಂತೆ ನಾಡುಗಳಿಗೂ ಋತುಮಾನಗಳಿವೆ; ಸಮೃದ್ಧಿ ಹಾಗೂ ಬಂಜೆತನಗಳು ಒಂದೊಂದು ಕಾಲದಲ್ಲಿ ಮೇಲುಗೈ ಪಡೆದಿರುತ್ತವೆ. ಇದೆಂಥ ಕಾಲ? ಮಂತ್ರಿ ತನ್ನ ಕಣ್ಣೆದುರು ಕಾಣುತ್ತಿದ್ದುದೇನನ್ನು? ಶಕ್ತನಾದ ನೆರೆಯವನು ದಿನವೂ ಕತ್ತಿ ಮಸೆಯುವುದನ್ನು ನಾಡು ಗಮನಿಸುತ್ತಿರಲಿಲ್ಲ. ಜನರು ದುಡಿಯುವ ಬದಲು ಸೋಮಾರಿತನವನ್ನು ಬಯಸಿ ಹಾಳು ಹಾದಿ ಹಿಡಿದಿದ್ದರು. ಮನ್ನೆಯರು ಶ್ರೀಮಂತಿಕೆಯ ಸೊಕ್ಕನ್ನು ಮೆರೆಯಲು ಪೈಪೋಟಿ ಹೂಡಿದ್ದರು. ಎಲ್ಲಕ್ಕಿಂತ ಮಿಗಿಲಾಗಿ ರಾಜ್ಯದ ಆಳ್ವಿಕೆಯ ಹೊಣೆಗೆ ದೊರೆ ಬೆನ್ನು ತಿರುಗಿಸಿದ್ದ. ಇದೆಲ್ಲ, ಅಪಾಯದ ಗಳಿಗೆ ಹತ್ತಿರವಾಗಿದೆ ಎಂಬುದರ ಸೂಚನೆ; ಆಸೆಬುರುಕ ನೆರೆಯವನು ತನ್ನ ಬಲವನ್ನೆಲ್ಲ ಒಗ್ಗೂಡಿಸಿ ತನ್ನ ಬೇಟೆಯನ್ನು ಕೈವಶಮಾಡಿಕೊಳ್ಳಲು ನುಗ್ಗುವ ಕಾಲ ಬಂದಿದೆ

ಎಂಬುದರ ಸಂಕೇತ ಎಂದು ಮಂತ್ರಿಯ ದೂರದೃಷ್ಟಿ ಖಚಿತವಾಗಿ ಗುರುತಿಸಿತ್ತು.

ಮಾರ್ಕೇಜ್ ಕೈಗಾರಿಕೆಗಳನ್ನು ಬೆಂಬಲಿಸಿದ; ಮಧ್ಯಮ ವರ್ಗದ ಕಲ್ಯಾಣವನ್ನು ಕಾಣಲು ಶ್ರಮಿಸಿದ. ನಾಡು ಏನಾದರೂ ಪ್ರಗತಿ ಹೊಂದಿದ್ದರೆ ಅದು ಅವನ ಯತ್ನದ ಪರಿಣಾಮದಿಂದ ಮಾತ್ರ ಕೈಗಾರಿಕೆಯ ಉತ್ಪನ್ನದಲ್ಲಿ ಹೆಚ್ಚಿನ ಸಾಧನೆಯಾಗದಿದ್ದರೆ ಅದಕ್ಕೆ ಅವನು ಕಾರಣ ನಾಗಿರಲಿಲ್ಲ. ಸರ್ಕಾರದಲ್ಲಿ ಅವನ ಅನಂತರ ಆ ಖಾತೆಯನ್ನು ನೋಡಿಕೊಳ್ಳಲೆಂದು ಬಂದ ಇತರ ಸೋಮಾರಿ ಸಚಿವರೇ ಕಾರಣ. ಇದಕ್ಕೆ ಜನರೂ ಸ್ವಲ್ಪಮಟ್ಟಿಗೆ ಹೊಣೆಯಾಗಿದ್ದರು. ಅವರು ತಮಗೆ ಬೇಕೆನಿಸಿದ್ದಕ್ಕಿಂತ ಕೊಂಚವೂ ಹೆಚ್ಚು ದುಡಿಯಲು ಸಿದ್ಧರಿರಲಿಲ್ಲ.

ಆದ್ದರಿಂದ ಮಂತ್ರಿಗೆ ರಾಜಾಸ್ಥಾನದ ಗೂಳಿ ಕಾಳಗಗಳ ಬಗ್ಗೆ ಏನೂ ಆಸಕ್ತಿಯಿರಲಿಲ್ಲ. ದುಡಿಮೆಗಾರರು ಗೂಳಿ ಕಾಳಗದ ಕಣದ ಸುತ್ತಲೂ ಕೂರುವುದರ ಬದಲು ನೇಗಿಲು ಹಿಡಿದು ಜಮೀನಿನಲ್ಲಿ ದುಡಿಯುವುದನ್ನು ಕಾಣಲು ಆತ ಬಯಸುತ್ತಿದ್ದ. ಇನ್ನು ಕಾಳಗದ ವೀರರು: ಮಧ್ಯಮ ವರ್ಗಕ್ಕೆ ಸೇರಿದವರಾದರೆ ಪ್ರಾಮಾಣಿಕವಾಗಿ ದುಡಿದು, ಮರ್ಯಾದೆಯಿಂದ ಜೀವನ ನಡೆಸುವಷ್ಟು ಸಂಪಾದಿಸಿ ಆ ಮೂಲಕ ನಾಡಿನ ಕಲ್ಯಾಣಕ್ಕೆ ಅವರು ನೆರವಾಗಬಹುದೆಂದೂ ಉನ್ನತ ವರ್ಗಕ್ಕೆ ಸೇರಿದವರಾದರೆ ಅವರು ಲೇಖನಿಯನ್ನೋ ಖಡ್ಗವನ್ನೋ ಹಿಡಿದರೆ ನಾಡಿಗೆ ಎಷ್ಟೋ ಉಪಯೋಗವಾಗಬಹುದೆಂದೂ ಆತ ಹೇಳುತ್ತಿದ್ದ.

ಮಂತ್ರಿಯ ತತ್ವಗಳು ಹೀಗಿದ್ದುವು. ದೊರೆ ಜೋಸ್ ಮನಃಪೂರ್ವಕವಾಗಿಯೇ ನಾಡಿನ ಆಡಳಿತವನ್ನು ಮಂತ್ರಿಗೆ ವಹಿಸಿಕೊಟ್ಟಿದ್ದ. ಆದರೆ ಗೂಳಿ ಕಾಳಗಗಳ ವಿಚಾರದಲ್ಲಿ ಮಾತ್ರ ಆತ ಕೊಂಚ ಕೂಡ ಜಗ್ಗುತ್ತಿರಲಿಲ್ಲ. ಮನ್ನೆಯರಿಗೆ ಇದು ಗೊತ್ತಿತ್ತಾಗಿ ಅದರಿಂದ ಅವರಿಗೆ ಇಮ್ಮಡಿ ತೃಪ್ತಿ ದೊರೆಯುತ್ತಿತ್ತು: ರಾಷ್ಟ್ರೀಯ ಕ್ರೀಡೆಯ ರಂಜನೆಯೊಂದಿಗೆ ಮಂತ್ರಿಗೆ ಕಿರಿಕಿರಿಯನ್ನುಂಟು ಮಾಡಿದ ಹಾಗೂ ಆಗುತ್ತಿತ್ತು. ತಮಗೆ ಯಾವ ಕೆಡುಕೂ ಉಂಟಾಗದಂತೆ ನೋಡಿಕೊಳ್ಳುವ ಮತ್ತು ತಮ್ಮ ದೊರೆಯ ಬಯಕೆಯನ್ನು ಪೂರೈಸುವ ನೆಪದಲ್ಲಿ ಮಂತ್ರಿಯನ್ನು ರೇಗಿಸುವ ಈ ಅವಕಾಶ ದ್ವಿಗುಣಿತ ಆನಂದವನ್ನು ಒದಗಿಸುತ್ತಿತ್ತು. ಅದನ್ನವರು ಬಹಿರಂಗವಾಗಿ ತೋರಿಸಿಕೊಳ್ಳಲೂ ಹಿಂಜರಿಯುತ್ತಿರಲಿಲ್ಲ.

ಈ ಸಾರ್ವಜನಿಕ ಪ್ರದರ್ಶನಗಳ ಬಗ್ಗೆ ಜಾರಿಯಲ್ಲಿದ್ದ ರಾಜಾಜ್ಞೆಗಳಂತೆ ಅವು ಅತ್ಯಂತ ವೈಭವಯುತವಾಗಿರಬೇಕಿತ್ತು. ಇದೂ ಮನ್ನೆಯರ ಆನಂದಕ್ಕೆ ಇನ್ನೊಂದು ಕಾರಣ. ಶ್ರೀಮಂತರಲ್ಲಿ ಹಬ್ಬಿದ್ದ ಮೆರೆದಾಡುವ ಚಪಲಕ್ಕೆ ಇದರಿಂದ ತೃಪ್ತಿ ದೊರಕುವುದು ಸಾಧ್ಯವಿತ್ತು. ಆಸ್ಥಾನಿಕರು, ಅವರ ಕುಟುಂಬದವರು ಅದರಲ್ಲೂ ಮುಖ್ಯವಾಗಿ ಹೆಂಗಸರು ದಿರುಸಿನಲ್ಲಿ, ತುಪ್ಪಳದ ಮೇಲುಡುಗೆಯಲ್ಲಿ, ಆಭರಣಗಳಲ್ಲಿ, ಫ್ರಾನ್ಸಿನಿಂದ ತರಿಸಿದ ವಜ್ರ ಮುಂತಾದ ಬೆಲೆಯುಳ್ಳ ಹರಳು ಗಳನ್ನು ಕೂರಿಸಿ ತಯಾರಿಸಿದ ತಲೆಯುಡುಗೆಗಳಲ್ಲಿ ಒಬ್ಬನ್ನೊಬ್ಬರು ಮೀರಿಸಲು ಯತ್ನಿಸುತ್ತಿದ್ದರು. ಮಹಾ ಮನ್ನೆಯರ ಸುಂದರ ಪತ್ನಿ ಪುತ್ರಿಯರು ಕಾದಿರಿಸಿದ ಪೀಠಗಳಲ್ಲಿ ಕುಳಿತಿದ್ದರೆ, ಆ ಪೀಠದ ಸುತ್ತ ಪ್ರಾಚ್ಯ ದೇಶದ ರೇಶಿಮೆಯ ಪರದೆಗಳನ್ನು ಇಳಿಬಿಡಲಾಗುತ್ತಿತ್ತು. ಅಲ್ಲಿ ಕುಳಿತು ಕಣದ ವೀರರ ಶೌರ್ಯ ಸಾಹಸಗಳನ್ನು ಮೆಚ್ಚುವಂತೆ ಅವರು ತಲೆದೂಗುತ್ತಿದ್ದರು.

3

ಅರೇಬಿಯನ್ ನೈಟ್ಸ್ ಕಥೆಯ ದೃಶ್ಯವೊಂದರ ಪ್ರಾರಂಭದಂತೆ ಈ ಗೂಳಿ ಕಾಳಗ ಮೊದಲಾಯಿತು. ದೊರೆಯ ಪೀಠವನ್ನು ಆವರಿಸಿದ್ದ ತೆರೆಗಳನ್ನು ಹಿಂದಕ್ಕೆಳೆಯಲಾಯಿತು.

ಸೇನೆಯ ಪಥಸಂಚಲನ ಗೀತೆಯೊಂದನ್ನು ವಾದ್ಯವೃಂದವು ನುಡಿಸತೊಡಗಿತು. ಎಲ್ಲ ವೈಭವಭರಿತ ಉಡುಪಿನಲ್ಲಿ ಮೆರೆಯುತ್ತಿದ್ದ ಜತೆಗಾರರೊಡನೆ ದೊರೆ ತನ್ನ ಪೀಠಕ್ಕೆ ಬಂದು ಅಗಾಧ ಜನಸ್ತೋಮಕ್ಕೆ ತಲೆಬಾಗಿ ಅಭಿವಂದಿಸಿದ. ಅವನು ಪೀಠದಲ್ಲಿ ಕೂರುತ್ತಿದ್ದಂತೆ ಕಣದ ಭಾರಿ ಗಾತ್ರದ ಬಾಗಿಲುಗಳನ್ನು ತೆರೆಯಲಾಯಿತು. ಕುದುರೆ ಸವಾರರು ಹೆಮ್ಮೆಯೊಡನೆ ಹೊರ ಬಂದರು. ಇವರೆಲ್ಲ ನಾಡಿನ ಮನ್ನೆಕುಲದವರು. ಐಶ್ವರ್ಯವಂತರ ಉಡುಪು ಧರಿಸಿದ್ದರು. ಕಣ್ಣುಕುಕ್ಕುವ ದಿರಿಸು ಅದು. ರತ್ನಖಚಿತವಾದ ಖಡ್ಗಗಳ ಹಿಡಿಗಳು ಹೊಳೆಯುತ್ತಿದ್ದವು. ಪ್ರತಿಯೊಬ್ಬನೂ ಬಲಗೈಯಲ್ಲಿ ಖಡ್ಗವನ್ನೂ ಎತ್ತಿಹಿಡಿದು, ಎಡಗೈಯಲ್ಲಿ ತಮ್ಮ ಕೊಬ್ಬಿದ ಅರಬಿ ಟಾಕಣಗಳನ್ನು ನಿಯಂತ್ರಿಸುತ್ತಿದ್ದರು. ಈ ಕುದುರೆ ಸವಾರ ಮಂದಿಯ ನಾಯಕನಾದವನೊಬ್ಬ ಮುಂದೆ ಬಂದು ದೊರೆ ಇದ್ದ ಜಾಗದ ಕೆಳಗೆ ನಿಂತು, ಟೋಪಿ ತೆಗೆದು ವಂದಿಸಿದ.

ಇವನೇ ಕೋಂಡಿ ದುಜ್ ಆರ್ಕುಷ್. ಕಪ್ಪು ಮಕಮಲ್ಲಿನ ಉಡುಗೆ ಅವನ ತೆಳು ದೇಹಕ್ಕೆ ಹೊಂದುವಂತೆ ಹೊಲಿದದ್ದು. ಕೊರಳು ಹಾಗೂ ಅಗಲವಾದ ಮುಂಗೈ ಪಟ್ಟಿಗಳಲ್ಲಿ, ಸ್ಪೇನಿನ ಸನ್ಯಾಸಿನಿಯರು ತಾಳ್ಮೆಯಿಂದ ಕುಳಿತು ಕಸೂತಿ ಕೆಲಸ ಮಾಡಿದ ಜರಿ ವಸ್ತ್ರದ ಪಟ್ಟಿಕೆಗಳು. ಒಳಗೆ ಧರಿಸಿದ್ದ ಮಂಜು ಬಿಳುಪಿನ ಅಂಗಿಯನ್ನು ತೆರೆದು ತೋರುತ್ತಿದ್ದ ಮೇಲುದವನ್ನು ತೊಟ್ಟಿದ್ದ. ಕೋಂಡಿಯದು ಮಧ್ಯಮ ದರ್ಜೆಯ ಎತ್ತರ. ಹಗುರಾಗಿದ್ದು ಹರವಾಗಿದ್ದ ಮೈಕಟ್ಟು. ಚಲನೆಯಲ್ಲಿ ಲಯಬದ್ಧತೆ. ಕಾಂತಿಹೀನವಾಗಿದ್ದರೂ ಭಾವ ಉಕ್ಕಿ ಹರಿಯುತ್ತಿದ್ದ ಮುಖದಲ್ಲಿ ಅಗಲವಾದ ಕಣ್ಣುಗಳು. ಆ ಕಪ್ಪು ಕಣ್ಣುಗಳಲ್ಲಿ ಹೊಳಪು ತುಂಬಿತ್ತು. ಅವುಗಳಲ್ಲಿದ್ದ ಭಾವದಿಂದಾಗಿ ಆತ ಬಯಸಿದ್ದನ್ನು ಇಲ್ಲವೆನ್ನುವುದು ಯಾರಿಗಾದರೂ ಆಗದ ಮಾತಾಗಿತ್ತು. ಮಾರ್ಕೆಜ್ ದ ಮರಿಯಾಲ್ವನ ಮಗನಿವನು. ತಂದೆಯ ನೆಚ್ಚಿನವನು. ಕುದುರೆ ಸವಾರಿಯಲ್ಲಿ ತರಬೇತು ನೀಡಿದವನು. ಅಪ್ಪನೇ ಪೋರ್ತುಗಲ್ಲಿನಲ್ಲಿ, ಅಷ್ಟೇಕೆ ಇಡೀ ಯೂರೋಪಿನಲ್ಲಿ ಕುದುರೆ ಸವಾರಿಗೆ ಹೆಸರುವಾಸಿಯಾಗಿದ್ದ ಅವನೇ ಈ ಮಗನಿಗೆ ಕುದುರೆ ಸವಾರಿಯಲ್ಲಿ ತರಬೇತು ನೀಡಿದ್ದ. ಕುದುರೆಯ ಮೇಲೆ ಅವನು ಕುಳಿತನೆಂದರೆ ಅವನ ಗತ್ತು, ಗೈರತ್ತುಗಳು ನೋಡುವವರನ್ನು ಆಕರ್ಷಿಸುತ್ತಿದ್ದವು. ಅವನು ಹಾಗೂ ಅವನ ಕುದುರೆ ಬೇರೆ ಬೇರೆ ಜೀವಿಗಳೆನ್ನಿಸದೆ ಒಂದೇ ಆಗಿಹೋಗಿರುವ ಭಾವವನ್ನು ಉಂಟುಮಾಡುತ್ತಿದ್ದವು. ಅವನನ್ನು ಕಂಡರೆ ಪುರಾಣಗಳಲ್ಲಿ ಬರುವ ಸೆಂಟಾರನೇ ಮರುಹುಟ್ಟು ಪಡೆದನೇನೋ ಎಂದೆನ್ನಿಸುತ್ತಿತ್ತು.

ಅವನು ಕಣದಲ್ಲಿ ಮುಂದೆ ಬರುತ್ತಿದ್ದ ಬಗೆ; ನಿರಾಯಾಸವಾಗಿ ತನ್ನ ಭಾರೀ ಕುದುರೆಯನ್ನು ಮುನ್ನಡೆಸುತ್ತಿದ್ದ ರೀತಿ; ಇವೆಲ್ಲವೂ ಜನರಿಂದ ಮತ್ತೆ ಮತ್ತೆ ಮೆಚ್ಚುಗೆ ಗಳಿಸಿದವು. ಅದರಲ್ಲೂ ಅವನು ಅವರತ್ತ ನೋಡಿದಾಗಲಂತೂ ಇನ್ನಷ್ಟು ಉದ್ಘೋಷಗಳು. ಹೀಗೆ ಸುತ್ತುತ್ತಾ ಆತ ಮೂರನೆಯ ಸುತ್ತಿನಲ್ಲಿ ಕುದುರೆಯನ್ನು ಒಬ್ಬ ಹೆಂಗಸು ಕುಳಿತಿದ್ದ ಜಾಗದ ಬಳಿ ಮಂಡಿಯೂರಿ ನಿಲ್ಲುವಂತೆ ಮಾಡಿದ. ಅವಳು ತನ್ನ ಮುಂದಿದ್ದ ರೇಶಿಮೆಯ ತೆರೆಯನ್ನು ಸರಿಸಿದಾಗ ಎಲ್ಲರ ದೃಷ್ಟಿಯೂ ಅವಳ ಮೇಲಿತ್ತು. ಮೆಚ್ಚುಗೆಯ ಕೂಗುಗಳಿಂದ ಲಜ್ಜಿತಳಾಗಿ ಕೆಂಪೇರಿದ ಮುಖದಿಂದ ಅವಳು ಮಾನ್ಯ ಸರದಾರನ ಅಭಿವಂದನೆಯನ್ನು ಸ್ವೀಕರಿಸಿದಳು.

ಗಾಢಾಂಧಕಾರದಲ್ಲಿ ಮಿಂಚಿನ ಹೊಳಪು ಹೊಳೆದು, ಒಂದು ಕ್ಷಣ ಎಲ್ಲವನ್ನೂ ತೆರೆದು ತೋರಿಸುವಂತೆ ಅವಳು ಚೆಲ್ಲಿದ ನೋಟವೊಂದು ಅವಳ ಮನದಿಂಗಿತವನ್ನು ಬಯಲಿಗಿಟ್ಟಿತು.

ಯುವಕ ಮೇಲೆದ್ದು ರಾಜನ ಎದುರಿಗಿದ್ದ ಜಾಗಕ್ಕೆ ಬರುವ ವೇಳೆಗೆ ರಾಜ ಅವನನ್ನು ನೋಡಿ ನಕ್ಕು, ಪಕ್ಕದಲ್ಲಿದ್ದವನನ್ನು ಕೇಳಿದ:

"ಈ ಹಬ್ಬದ ದಿನದಲ್ಲೇಕೆ ಈ ವೀರನಿಗೆ ಶೋಕಸೂಚಕ ಕರಿಯುಡುಗೆ?"

ಅನಂತರ ದೊರೆ ಗೂಳಿ ಕಾಳಗಕ್ಕೆ ಅನುಮತಿ ನೀಡಿದ. ಒಳ್ಳೆ ತಳಿಯ ಗೂಳಿಗಳು. ಉಗ್ರವಾಗಿದ್ದು ಕದನಕ್ಕೆ ಅಣಿಯಾಗಿದ್ದವು. ಎದುರಾಳಿಗಳಿಗೆ ಅಪಾಯದ ಸಂಭವ ಹೆಚ್ಚು. ಸುತ್ತಲಿನ ಜನರಲ್ಲಿ ಈ ದೃಶ್ಯ ಅಪೂರ್ವ ಉತ್ಸಾಹವನ್ನು ಕೆರಳಿಸಿತು.

ಕಾಳಗದ ಮೊದಲಿನ ಹಂತ ಚುರುಕಿನಿಂದ ನಡೆದು ಸಾಕಷ್ಟು ಗೂಳಿಗಳನ್ನು ಮುಗಿಸಲಾಯಿತು. ಈಗ ಕಣದ ಬಾಗಿಲನ್ನು ಮತ್ತೆ ತೆರೆದಾಗ, ಕಪ್ಪು ಗೂಳಿಯೊಂದು ಇರಿಯುವಂತೆ ಮುನ್ನುಗ್ಗಿತು. ಅಸಾಧಾರಣ ಮೈಕಟ್ಟಿನ ಗೂಳಿ. ಒಳ್ಳೆ ತಳಿಯ ಲಕ್ಷಣಗಳೆಲ್ಲವೂ ಅದರಲ್ಲಿದ್ದವು. ಜಿಂಕೆಯಂಥ ಲಾಸ್ಯವಿದ್ದ ಕಾಲುಗಳು ಚುರುಕಾದ ಓಟಕ್ಕೆ ಅನುವಾಗಿದ್ದವು. ಅದನ್ನೆದುರಿಸುವುದು ಸುಲಭದ ಕೆಲಸವಲ್ಲವೆಂಬುದನ್ನು ಅದರ ಬಲವಾದ ಭುಜ ಹಾಗೂ ಉದ್ದನೆಯ ಕೋಡುಗಳು ತೋರಿಸುತ್ತಿದ್ದವು. ಅದು ಕಣದ ನಡುವಿಗೆ ಬಂದು ಹೆಜ್ಜೆ ಕಿರಿದುಗೊಳಿಸಿ, ಸೊಗಸಾದ ತಲೆಯನ್ನು ಕೆಳಕ್ಕೆ ಬಾಗಿಸಿ, ಮುಂಗಾಲುಗಳನ್ನೆತ್ತಿ ಮರಳಿನ ಮೇಲೆ ಬಡಿಯುತ್ತಾ, ಮೈ ನಡುಗಿಸುವ ಗುಟುರು ಹಾಕಿತು. ಇಂಥ ಪ್ರಾಣಿಯನ್ನು ಕಂಡ ಜನರ ದೃಷ್ಟಿಯೆಲ್ಲಾ ಅದರಲ್ಲೇ ನೆಟ್ಟವು. ಸುತ್ತ ಸದ್ದಿಲ್ಲ. ಗೂಳಿ ಸವಾರರ ಮೇಲೆ ಮುನ್ನುಗ್ಗಿತು. ಕ್ಷಣಮಾತ್ರದೊಳಗೆ ಮೂರು ಒಳ್ಳೆಯ ಜಾತಿ ಕುದುರೆಗಳು ಮರಳಿನ ಮೇಲೆ ಸತ್ತುಬಿದ್ದವು.

4

ಕೊಂಚ ಕಾಲ ಮೌನ. ಯಾವ ಸವಾರನೂ ಈ ಕೆರಳಿದ ಮೃಗದೆದುರು ಹೋರಾಡಲು ಮುನ್ನುಗ್ಗಲಿಲ್ಲ. ಆ ಗೂಳಿ ಗುಟುರು ಹಾಕುತ್ತ, ಬಾಲ ಬಡಿಯುತ್ತ, ಎದುರಾಗಲಿರುವ ಶತ್ರುವಿಗೆ ಸವಾಲೆಸೆಯುವಂತೆ ಮರಳನ್ನು ಗುದ್ದಿತು. ಕೋಂಡಿ ದುಜ್ ಆರ್ಕುಷ್ ಈ ಸವಾಲನ್ನು ಸ್ವೀಕರಿಸುವಂತೆಯೆ, ಬಳುಕುವ ಈಟಿಯ ಮೊನೆಯನ್ನು ಆ ಪ್ರಾಣಿಯ ಕೊಬ್ಬಿದ ಕುತ್ತಿಗೆಯ ಕಡೆಗೆ ಗುರಿಯಿಟ್ಟು ಕುದುರೆಯನ್ನು ಮುನ್ನಡೆಸಿದ. ಗೂಳಿಯ ಕುತ್ತಿಗೆಯಲ್ಲಿ ಈಟಿ ನಾಟಿತು. ಅದರ ಆಕ್ರಂದನಕ್ಕೆ ಜನರ ಮೊರೆತವೇ ಉತ್ತರವಾಯಿತು. ಈಟಿಯನ್ನು ಹೊರಸೆಳೆದು ಕೋಂಡಿ ಕಣದ ಸುತ್ತ ನಾಗಾಲೋಟದಲ್ಲಿ ಸುತ್ತಿದ. ಹಿಂದೆ ತನ್ನ ಕುದುರೆಯು ಮಂಡಿಯೂರುವಂತೆ ಮಾಡಿದ್ದ ಪೀಠದ ಬಳಿ ಆತ ಬಂದಾಗ ಪುಟ್ಟ ಬಿಳಿ ಕೈಗಳು ತೆರೆಯ ನಡುವಿನಿಂದ ಹೊರಚಾಚಿ ಗುಲಾಬಿ ಹೂವೊಂದನ್ನು ಅವನತ್ತ ಬೀಳಿಸಿದವು. ವೇಗವನ್ನು ಕೊಂಚವೂ ಕಡಿಮೆ ಮಾಡದೆ ಈ ಶೂರ ತಾನು ಕುಳಿತಿದ್ದ ಜೀನಿನಿಂದ ಬಾಗಿ ಆ ಮರಳಿನ ಮೇಲಿದ್ದ ಆ ಗುಲಾಬಿಯನ್ನು ಮೇಲೆತ್ತಿಕೊಂಡ. ಕಣ್ಣುಗಳನ್ನು ಮೇಲಕ್ಕೆ ಕೀಲಿಸಿ ಆ ಹೂವಿಗೆ ಮುತ್ತಿಟ್ಟು ತೆರೆದ ಕೋಟಿನ ಮೇಲಿಟ್ಟುಕೊಂಡ. ಆಮೇಲೆ ಹೋರಿಯ ಎದುರು ಈಟಿಯನ್ನು ಚಾಚಿ ಒಂದು ಕ್ಷಣ ಚಲಿಸದೇ ನಿಂತೆ. ಅನಂತರ ಆ ಕೆರಳಿದ ಪ್ರಾಣಿಯ ಸುತ್ತ ಸುತ್ತಲು ಪ್ರಾರಂಭಿಸಿ, ನಿಧಾನವಾಗಿ ಅಂತರವನ್ನು ಕಡಿಮೆ ಮಾಡುತ್ತ ಬಂದ. ಇನ್ನೇನು ಅದರ ಕತ್ತಿನ ಮೇಲೆ ಕೈಯೂರಬಹುದೆನ್ನುವಷ್ಟು ಹತ್ತಿರಕ್ಕೆ ಬಂದ.

ಕೋಂಡಿ ತನ್ನ ನೆಚ್ಚಿನ ಚೆಲುವೆ ಕುಳಿತಿದ್ದ ಪೀಠದತ್ತ ಕಣ್ಣೆತ್ತಿ ನೋಡಿ ಎದೆ ಮೇಲಿದ್ದ ಗುಲಾಬಿಯನ್ನು ಮುಟ್ಟಿ, ಗೂಳಿಯ, ಮೇಲೆ ಏರಿ ಹೋಗಿ ಅದರ ಭುಜವನ್ನು ಈಟಿಯಿಂದ ಇರಿದ. ಆ ಪ್ರಾಣಿ ಉದ್ರೇಕದಿಂದ ಮುನ್ನುಗ್ಗಿತು. ಕುದುರೆ ಹೆದರಿ ಹಿಂದಕ್ಕೆ ಜಿಗಿದು ತನ್ನ ಹಿಂಗಾಲುಗಳ ಮೇಲೆ ನಿಂತಿತು. ಗೂಳಿ ತನ್ನ ಬಲವಾದ ಕೋಡುಗಳಿಂದ ಅದನ್ನು ಮತ್ತೆ

ಮತ್ತೆ ಇರಿಯಲು, ಕುದುರೆ ಕೆಳಗೆ ಉರುಳಿತು. ಅದರೊಡನೆ ಅದರ ಸವಾರನೂ ಉರುಳಿದ. ಕುದುರೆಯಿಂದ ಅವನು ಬಿಡಿಸಿಕೊಳ್ಳುವುದರೊಳಗಾಗಿ ಗೂಳಿ ಅವನ ಮೇಲೆ ಎರಗಿತು.

ಇದೆಲ್ಲ ಎಷ್ಟು ಬೇಗ ನಡೆಯಿತೆಂದರೆ ಜನರ ಮೆಚ್ಚುಗೆಯ ಕೂಗುಗಳು ಇನ್ನೂ ಅಡಗಿಯೇ ಇರಲಿಲ್ಲ. ಈಗ ಆ ಕೂಗು ಭಯ ಕಾತರಗಳಿಂದ ಕೂಡಿತು. ಆಸ್ಥಾನದ ಮನ್ನೆಯರಾಗಿದ್ದ ಕೋಂಡಿಯ ಅನುಚರರು ತಮ್ಮ ಕೆಂಪು ಮೇಲಂಗಿಗಳನ್ನು ಬೀಸಿ ಗೂಳಿಯ ಗಮನವನ್ನು ಬೇರೆಡೆಗೆ ಸೆಳೆಯಲು ಯತ್ನಿಸಿ ವಿಫಲರಾದರು. ಅದಕ್ಕೆ ಬೇರೇನೂ ಕಾಣುತ್ತಿರಲಿಲ್ಲ. ಹಿಂದೆಗೆಯಲೂ ಸಿದ್ಧವಾಗಿರಲಿಲ್ಲ. ಅದರ ಉದ್ವೇಗವೆಲ್ಲ ತನ್ನ ಕಾಲಕೆಳಗೆ ಮರಳಲ್ಲಿ ಬಿದ್ದಿದ್ದ ದೇಹದ ಮೇಲೆ ಕೇಂದ್ರೀಕೃತವಾಯಿತು. ಅದರ ದ್ವೇಷವೆಲ್ಲ ಅಡಗಿದ್ದು ಕೋಂಡಿಯ ನಿರ್ಜೀವ ದೇಹದ ಮೇಲೆ ತನ್ನ ಮುಂಗಾಲುಗಳನ್ನೂರಿ ಮರಳಿನ ಮೇಲೆ ದಿಗ್ವಿಜಯ ಸಾಧಿಸಿದಂತೆ ಕುಳಿತಾಗ ಮಾತ್ರ. ಅಲ್ಲಿಗದು ತೃಪ್ತವಾದಂತೆ ಕಂಡುಬಂತು.

ಅಳಲಿನ ದನಿಗಿಂತಲೂ ಹೆಚ್ಚು ಭಾವಪೂರ್ಣವಾದ ಮೌನ ಇಡೀ ಕಣವನ್ನು ಮುಸುಕಿತು. ರಾಜ, ಆಸ್ಥಾನಿಕರು, ಮಹಿಳೆಯರು ಎಲ್ಲರೂ ಈವರೆಗೆ ನಡೆದ ಭಯಾನಕ ಘಟನೆ ನಿಜವೇ ಎಂದು ಖಚಿತಪಡಿಸಿಕೊಳ್ಳುವಂತೆ, ಉಸಿರು ಕಟ್ಟಿ ಬಾಗಿ ಕೆಳಗೆ ನೋಡುತ್ತಿದ್ದರು. ಅನಂತರ, ಛಿದ್ರಗೊಂಡು ರಕ್ತ ಹೊರಚೆಲ್ಲುತ್ತಿದ್ದ ದೇಹದಿಂದ ಈಗ ತಾನೇ ಹೊರಬಿದ್ದ ಆತ್ಮವನ್ನು ಹಿಂಬಾಲಿಸುವಂತೆ ತಮ್ಮ ನೋಟವನ್ನು ಬಾನಿನತ್ತ ತಿರುಗಿಸಿದರು.

ಒಡಲಾಳದಿಂದ ಬಂದ ಆಕ್ರಂದನವೊಂದು ಈ ಮೌನವನ್ನು ಮುರಿಯಿತು. ಅಲ್ಲಿದ್ದವರೆಲ್ಲಾ ನಡುಗಿ ಅತ್ತಲೇ ನೋಡಿದರು. ಕೋಂಡಿಗೆ ಗುಲಾಬಿ ಎಸೆದ ಹೆಂಗಸು ತನ್ನ ನೆರವಿಗೆ ಬಂದ ಇತರ ಹೆಂಗಸರ ತೋಳುಗಳೊಳಗೆ ಕುಸಿದಳು. ಎದೆಯೊಳಗಿನ ಉದ್ವಿಗ್ನತೆಯಿಂದಾಗಿ ಹೃದಯ ಚೂರು ಚೂರಾಗುತ್ತಿದೆಯೇನೋ ಎಂಬಂತೆ ಅವಳು ಚೀರುತ್ತಲೇ ಇದ್ದಳು. ಕೈಗಳಿಂದ ಮುಖ ಮುಚ್ಚಿಕೊಂಡು ದೊರೆ, ಕಲ್ಲಾದಂತೆ ಕುಳಿತಿದ್ದ. ಕೋಂಡಿಯನ್ನು ಬಲ್ಲ, ಅವನ ಶೌರ್ಯದ ಬಗ್ಗೆ ಮೆಚ್ಚುಗೆ ಇದ್ದ ಇತರರೂ ದೊರೆಯ ದುಃಖದಲ್ಲಿ ಭಾಗಿಗಳಾಗಿದ್ದರು.

ಆದರೆ ಈ ರುದ್ರ ನಾಟಕಕ್ಕೆ ಇನ್ನೂ ಒಂದು ಅಂಕವಿತ್ತು.

ಸತ್ತ ಯುವಕನ ತಂದೆ ಮಾರ್ಕೆಜ್ ದ ಮರಿಯಾಲ್ವ ಆವರೆಗೆ ತನ್ನ ಮಗನನ್ನು ಹೆಮ್ಮೆ ಮುದಗಳಿಂದ ನೋಡುತ್ತಾ ಜನರ ಮೆಚ್ಚುಗೆಗಾಗಿ ಮುಗುಳ್ನಗುತ್ತಾ ಪೀಠದಲ್ಲಿ ಕುಳಿತಿದ್ದ. ಬಾಗಿ ಕುಳಿತಿದ್ದ ಅವನೀಗ ಮೇಲೆದ್ದು ಇರಿಯುವ ದನಿಯಲ್ಲಿ ಚೀರಿದ:

"ಅಯ್ಯೋ. ನನ್ನ ಮಗು! ನನ್ನ ಮಗು! ನನ್ನ ಒಬ್ಬನೇ ಮಗ, ನನ್ನ ಮನೆತನದ ಉತ್ತರಾಧಿಕಾರಿ, ನನ್ನ ಇಳಿಗಾಲದ ಊರುಗೋಲು!"

ತನ್ನ ಖಡ್ಗವನ್ನು ಹುಡುಕುವವನಂತೆ ಪಕ್ಕೆಗಳನ್ನು ಕೈಗಳಿಂದ ತಡವಿಕೊಂಡ ಆತ, ತಾನೇ ತನ್ನ ಮಗನಿಗೆ ಆ ನಂಬುಗೆಯ ಖಡ್ಗವನ್ನು ಕಣಕ್ಕೆ ತೆರಳುವ ಮುನ್ನ ಕೊಟ್ಟದ್ದನ್ನು ಬಳಿಕ ನೆನೆದುಕೊಂಡ. ಒಂದು ಕ್ಷಣ ಏನು ಮಾಡುವುದೆಂದು ತಿಳಿಯದವನಂತೆ ಆ ಮುದುಕ ಸುಮ್ಮನೆ ನಿಂತ. ಮರುಕ್ಷಣದಲ್ಲಿ ಮರಳಿನ ಕಣಕ್ಕೆ ಒಯ್ಯುವ ಪಾವಟಿಗೆಗಳನ್ನು ಇಳಿಯತೊಡಗಿದ.

"ಮಾರ್ಕೆಜ್ ದ ಮರಿಯಾಲ್ವ ತನ್ನ ಅಪ್ಪಣೆಗಾಗಿ ಕಾಯಬೇಕೆಂದು ದೊರೆಗಳು ಆಜ್ಞಾಪಿಸಿದ್ದಾರೆ" ಎಂದು ಆಸ್ಥಾನದ ಭಕ್ಷಿಗಳಲ್ಲೊಬ್ಬ ಮುದುಕನ ತೋಳುಗಳ ಮೇಲೆ ಕೈಯಿಟ್ಟು ಹೇಳಿದ.

ತನ್ನನ್ನು ತಡೆಯುತ್ತಿದ್ದ ಕೈಗಳನ್ನು ಕೊಡವಿ, ಉದ್ವಿಗ್ನ ದೃಷ್ಟಿಯಿಂದ ಭಕ್ಷಿಯನ್ನು ನೋಡಿ,

ಮುದುಕ ಮಾರ್ಕೇಜ್ ಮಾತಾಡದೆ ಪಾವಟಿಗೆಯನ್ನಿಳಿದು ಹೊರಟ.

ಭಕ್ಷಿ ಅವನನ್ನು ಹಿಂಬಾಲಿಸಿದ.

"ಈ ದಿನ ಸಾಕಷ್ಟು ದುರಂತ ನಡೆದಿದೆ. ತನ್ನ ಇಬ್ಬರು ಅಮೂಲ್ಯ ಶೂರರನ್ನು ಕಳೆದುಕೊಳ್ಳಲು ತಾವು ಸಿದ್ಧರಿಲ್ಲವೆಂದು ದೊರೆಗಳು ಆಜ್ಞೆ ಮಾಡಿದ್ದಾರೆ. ದೊರೆಗಳ ಅಪ್ಪಣೆಯನ್ನು ಮಾರ್ಕೇಜರು ಮೀರುವರೆ ?"

ಅದಕ್ಕೆ ಮುದುಕ ಉತ್ತರಿಸಿದ:

"ಜೀವಂತವಿರುವವರಿಗೆ ದೊರೆಯ ಆಜ್ಞೆ, ನಾನಾಗಲೇ ಸತ್ತವನು."

ಬಳಿಕ ಗೆದ್ದ ಹೋರಿಯ ಕಪ್ಪು ಗೊರಸುಗಳ ಅಡಿಯಲ್ಲಿ ಬಿದ್ದಿದ್ದ ಶವದತ್ತ ಬೊಟ್ಟು ಮಾಡಿ ಆತ ಮುಂದುವರಿಸಿದ:

"ಅದನ್ನು ನೋಡು. ಏನದು ? ಕೊಂಚ ಹಿಂದೆ ಅದು ನನ್ನ ಒಬ್ಬನೇ ಒಬ್ಬ ಮಗನಾಗಿತ್ತು. ದೊರೆಗಳು ಏನು ಬೇಕಾದರೂ ಮಾಡಬಲ್ಲರು. ಆದರೆ ಅವರಿಗೆ ವಿಧೇಯನಾಗಿ ಎಷ್ಟೋ ವರ್ಷ ಸೇವೆಸಲ್ಲಿಸಿದ ಮುದುಕನ ನರೆಗೂದಲಿಗೆ ಅವರು ಮನ್ನಣೆ ನೀಡದೇ ಇರಲಾರರು. ಇದನ್ನವರಿಗೆ ತಿಳಿಸು. ನನ್ನನ್ನು ಹೋಗಲು ಬಿಡು."

ದೊರೆ ಅರ್ಧ ಮೇಲೆದ್ದ. ಮಾರ್ಕೇಜ್ ಕಣದ ಕಡೆಗೆ ಇಳಿಯುತ್ತ ನಡೆದದ್ದನ್ನು ಕಂಡು ಅವನ ಬಾಯಿಯಿಂದ ಭಯಚಕಿತ ಉದ್ಗಾರವೊಂದು ಹೊರಬಿತ್ತು. ಮಾರ್ಕೇಜ್ ಎಂದೂ ಸುಳ್ಳಾಡಿದವನಲ್ಲ, ಎಂದೂ ಕೊಟ್ಟ ಮಾತನ್ನು ಮುರಿದವನಲ್ಲ ಎಂದು ಅವನಿಗೆ ಚೆನ್ನಾಗಿ ಗೊತ್ತಿತ್ತು. ತನ್ನ ಮುದಿ ಸಾಮಂತ ಕೆಳಗಿಳಿಯುವುದನ್ನು ಆತ ಉಸಿರು ಬಿಗಿಹಿಡಿದು ನೋಡಿದ. ಇದರ ಪರಿಣಾಮ ಏನಾಗಬಹುದೆಂದು ಹತಾಶ ಮೌನದಿಂದ ಕಾಯುತ್ತ ನಿಶ್ಚಲನಾಗಿ ಕುಳಿತ.

5

ಸಾವನ್ನು ಧೈರ್ಯದಿಂದ ಇದಿರಿಸುವ ಪ್ರಾಚೀನ ರೋಮನ್ ವೀರನಂತೆ ದೃಢ ನಿರ್ಧಾರದಿಂದ ಮಾರ್ಕೇಜ್ ಕಣವನ್ನು ಪ್ರವೇಶಿಸಿದ. ಮಗನ ದೇಹದ ಬಳಿಗೆ ಹೋಗುತ್ತಿದ್ದಂತೆ, ಅವನ ಅಂಗಾಂಗಗಳೆಲ್ಲ ಸೆಟೆದುಕೊಂಡವು. ಕಣ್ಣಿಂದ ನೀರು ಚಿಮ್ಮಿತು. ಅದನ್ನು ಒರೆಸಿಕೊಂಡು, ಕಿತ್ತುಬಿದ್ದ ಮಗನ ಸೊಂಟಪಟ್ಟಿಯಿಂದ ಖಡ್ಗವನ್ನು ಎತ್ತಿಕೊಳ್ಳಲು ಆತ ಬಾಗಿದ.

ನೆರೆದ ಎಲ್ಲ ಜನರ ಮನಸ್ಸೂ ಒಗ್ಗೂಡಿದಂತೆ ಒಮ್ಮೆಗೆ ಎಲ್ಲರೂ ಎದ್ದು ನಿಂತರು. ಭಯ ತುಂಬಿದ ಚಹರೆಗಳು, ಕಣ್ಣಿಂದ ಸುರಿಯುತ್ತಿದ್ದ ನೀರು. ಅವರೆಲ್ಲರ ಮನಸ್ಸಿನೊಳಗೆ ನಡೆಯುತ್ತಿದ್ದ ತುಮುಲಕ್ಕೆ ಅವೇ ಸಾಕ್ಷಿ.

ದುಃಖಿಯಾದ ಮುದುಕನಿಗೆ ಏನಾಗಬಹುದೀಗ ?

ಕಟ್ಟಿಟ್ಟ ಸಾವಿನಿಂದ ಅವನನ್ನು ಹೊರಗೆಳೆಯುವುದು ಹೇಗೆ ?

ಮಗನನ್ನು ಕಳಕೊಂಡ ತಂದೆ ಮಗನ ಶವದ ಮುಂದೆ ಮಂಡಿಯೂರಿ ಕುಳಿತು, ಹಣೆಯ ಮೇಲೊಂದು ಮುತ್ತನ್ನೊತ್ತಿದ. ಬಳಿಕ ಎದ್ದು ನಿಂತು ಕೈಯಲ್ಲಿ ಕತ್ತಿ, ತೋಳಿನಲ್ಲಿ ತೂಗಾಡುವ ವಸ್ತ್ರದೊಡನೆ ಗೂಳಿಗೆ ಎದುರಾದ. ಮತ್ತೊಬ್ಬ ಶತ್ರು ಎದುರಾದದ್ದನ್ನು ಕಂಡು ಆ ಗೂಳಿ ಈಗ ಮತ್ತೊಮ್ಮೆ ಕೆರಳಿ ನಿಂತಿತು. ಗಾಢವಾದ ಮೌನ. ಈ ವಿಚಿತ್ರ ನಾಟಕವನ್ನು ಎಲ್ಲರೂ – ದೊರೆ ಕೂಡ – ನಿಂತುಕೊಂಡೇ ನೋಡತೊಡಗಿದರು.

ಗೂಳಿ ಮುನ್ನುಗ್ಗಿತು. ಖಡ್ಗ, ವಸ್ತ್ರ ಬಳಸಿ ಅದರ ದಾಳಿಯನ್ನು ಮಾರ್ಕೇಜ್ ನಿವಾರಿಸಿಕೊಂಡ.

ಏದುಬ್ಬುಸ ಬಿಡುತ್ತ ಆ ಪ್ರಾಣಿ ಮತ್ತೆ ಮತ್ತೆ ನುಗ್ಗಿತು. ಕೆಂಪು ಹೊಳ್ಳೆಗಳಿಂದ ಬಿಸಿಯುಸಿರು ಹೊರ ಚೆಲ್ಲುತ್ತಾ ದಾಳಿ ಮಾಡಿತು. ಆ ಮುದುಕ ಪ್ರತಿಯೊಂದು ಬಾರಿಯೂ ಅದರಿಂದ ತಪ್ಪಿಸಿಕೊಂಡು ಅದನ್ನು ಮತ್ತೆ ಕೆರಳಿಸುತ್ತಿದ್ದ. ಅದರಿಂದ ಎಷ್ಟು ದೂರವಿರಬೇಕೆಂದು ಸರಿಯಾಗಿ ಲೆಕ್ಕ ಹಾಕಿರುತ್ತಿದ್ದ. ಒಂದೊಂದು ಬಾರಿಯೂ ಹೋರಿ ದಣಿಯುವಂತೆ ಮಾಡುತ್ತಿದ್ದ.

ಜನರು ಈ ದೃಶ್ಯಕ್ಕೆ ನಿಧಾನವಾಗಿ ಹೊಂದಿಕೊಂಡು, ನಿರಾಳವಾಗಿ ಉಸಿರಾಡಲು ತೊಡಗಿದರು. ಹೋರಾಟದಲ್ಲಿದ್ದ ಈ ಇಬ್ಬರ ಮೇಲಿಂದ ಮಾತ್ರ ಕಣ್ಣು ತೆಗೆಯಲಿಲ್ಲ. ಇಬ್ಬರಲ್ಲೂ ವಿಜಯ ಗಳಿಸುವ ಆತುರ; ಬಯಕೆ. ಇದು ಸಾವು ಬದುಕಿನ ಹೋರಾಟವೆಂಬುದು ಇಬ್ಬರಿಗೂ ಗೊತ್ತಾಗಿ ಹೋದಂತಿತ್ತು.

ಇದ್ದಕ್ಕಿದ್ದಂತೆ ದೊರೆ ಚೀರಿದ. ಹೋರಿ ಮತ್ತೆ ಮುನ್ನುಗ್ಗಿತು. ಈ ಬಾರಿ ಅದರ ಕೋಡುಗಳು ನೇರವಾಗಿ ಮಾರ್ಕೇಜ್‌ನ ಎದೆಗೆ ತಾಗುವಂತಿದ್ದವು. ನೆರೆದಿದ್ದವರೆಲ್ಲ ಮಂಡಿಯೂರಿ ಕುಳಿತು, ಮರಿಯಾಲ್ವದ ಕೊನೆಯ ಮಾರ್ಕೇಜ್‌ನ ಆತ್ಮಕ್ಕಾಗಿ ಪ್ರಾರ್ಥಿಸತೊಡಗಿದರು.

ಆದರೀಗ ಅದ್ಭುತವೆನಿಸುವಂಥದು ಜರಗಿತು. ತನ್ನ ವಯಸ್ಸಿಗೆ ಮೀರಿದ ಚಟುಲತೆಯಿಂದ, ಮುದುಕ ಆ ಗೂಳಿಯ ಅಗಲವಾದ ತಲೆಯ ಮೇಲೆ ಹಾರಿದ. ಗುರಿತಪ್ಪದ ತನ್ನ ಕೈಗಳಿಂದ ಖಡ್ಗವನ್ನು ಹೋರಿಯ ಕೊರಳಿಗೆ ಚುಚ್ಚಿದ. ಹೋರಿ ಕಾಲು ಕುಸಿದು ಕೆಳಗೆ ಬಿತ್ತು. ತನ್ನನ್ನು ಗೆದ್ದು, ಎದುರು ನಿಂತ ಶತ್ರುವಿನತ್ತ ಸೋಲಿನ ದೃಷ್ಟಿಯನ್ನೊಮ್ಮೆ ಹಾಯಿಸಿ ಜೀವ ಕಳೆದುಕೊಂಡು ಒಂದು ಬದಿಗೆ ಉರುಳಿತು.

ಎಣೆಯಿಲ್ಲದ ಕೂಗುಗಳು, ಕಿರಿಚಾಟ, ವಂದನೆಗಳು, ಎಲ್ಲವೂ ಎಲ್ಲ ಕಡೆಗಳಿಂದಲೂ ಕೇಳತೊಡಗಿದವು. ಆದರೆ ಪ್ರೇತದಂತೆ ಕಳಾಹೀನನಾಗಿದ್ದ ಮಾರ್ಕೇಜ್ ಈ ಹರ್ಷದ ನಿನಾದ ಕಿವಿಗೆ ಬೀಳದವನಂತೆ, ತಲೆಯಿಂದ ಕಾಲವರೆಗೆ ನಡುಗುತ್ತಾ ಎದುರು ಬಿದ್ದಿದ್ದ ಮಗನ ದೇಹವನ್ನು ಮಾತ್ರ ನೋಡುತ್ತ, ಅದರ ಮೇಲೆ ತಡೆಯಲಾಗದ ದುಃಖದಿಂದ ಕುಸಿದು ಬಿದ್ದ.

6

ಈಗ ಇಡೀ ದೃಶ್ಯಕ್ಕೊಂದು ಹೊಸ ತಿರುವು ಮೂಡಿತು. ರಾಜನ ಪೀಠದ ಬಳಿಯ ಬಾಗಿಲು ತೆರೆಯಿತು. ಮಾರ್ಕೇಜ್ ದ ಪೊಂಬಾಲ್ ಒಳಬಂದ. ಅವನ ಮುಖ ಬಿಳಿಚಿಕೊಂಡಿತ್ತು. ಮೈಯೆಲ್ಲ ಪ್ರಯಾಣದ ಧೂಳಿನಿಂದ ತುಂಬಿತ್ತು. ಬಹಳ ಪ್ರಕ್ಷುಬ್ಧನಾಗಿದ್ದ ಅವನು ಒಳ ಬಂದವನೇ ರಾಜನಿಗೆ ವಂದಿಸಿದ.

"ಸ್ಪೇನಿನೊಡನೆ ಯುದ್ಧ ಪ್ರಾರಂಭವಾಗಿದೆ ಪ್ರಭು. ಅದನ್ನು ತಪ್ಪಿಸಲು ಸಾಧ್ಯವೇ ಇರಲಿಲ್ಲ. ರಾಜ್ಯದ ಭದ್ರತೆಯೇ ಅಪಾಯಕ್ಕೆ ಗುರಿಯಾಗಿರುವ ಈ ಸಮಯದಲ್ಲಿ ತಮ್ಮ ಅಮೂಲ್ಯ ವೇಳೆಯನ್ನು ವ್ಯಯಮಾಡಿ, ಶೂರರಾದ ಹೋರಾಟಗಾರರನ್ನು ಇರಿದು ಕೊಲ್ಲಲು ಈ ಕಾಡು ಮೃಗಗಳಿಗೆ ಪ್ರಭುವರ್ಯರು ಅವಕಾಶ ನೀಡಿರುವುದು, ತುಂಬಾ ವಿಷಾದಕರ. ಹೀಗೆ ಮುಂದುವರಿದರೆ ಕೊಂಚ ದಿನಗಳಲ್ಲಿ ಪೋರ್ತುಗಲ್ ಎನ್ನುವ ನಾಡು ಕೂಡ ಇಲ್ಲವಾಗುತ್ತದೆ ಪ್ರಭು."

ಸುದ್ದಿ ಕೇಳಿ ಕ್ಷಣ ಮಾತ್ರ ಸ್ತಂಭಿತನಾದ ದೊರೆ, ಮರುಮಾತಾಡದೆ ನಿಧಾನವಾಗಿ ಯಾವ ಗತ್ತೂ ಇಲ್ಲದೆ ನುಡಿದ:

"ಮಾನ್ಯ! ನನ್ನ ಆಳ್ವಿಕೆಯಲ್ಲಿ ಪೋರ್ತುಗಲ್ಲಿನಲ್ಲಿ ಮುಂದೆಂದೂ ಗೂಳಿ ಕಾಳಗ ನಡೆಯದು. ಇದೇ ಕೊನೆಯದು."

“ಪ್ರಭುವರ್ಯರ ವಿವೇಚನಾ ಶಕ್ತಿ ಹಾಗಾಗುವಂತೆ ನೋಡಿಕೊಂಡೀತು ಅಂತ ನಾನು ನಂಬಿದ್ದೇನೆ. ಒಂದು ಗೂಳಿಯ ಜೀವಕ್ಕೆ ಪ್ರತಿಯಾಗಿ ನಮ್ಮ ಶೂರರನ್ನು ಸಾವಿನ ದವಡೆಗೆ ತಳ್ಳುವಷ್ಟು ಜನರ ಹೆಚ್ಚಳ ನಮ್ಮ ದೇಶದಲ್ಲಿಲ್ಲ ಪ್ರಭು.”

ಒಂದು ಕ್ಷಣದ ಮೌನದ ಬಳಿಕ, ದೊರೆ ಸುಮ್ಮನಿದ್ದುದನ್ನು ಕಂಡು ಮಂತ್ರಿ ಮತ್ತೆ ಕೇಳಿದ:

“ನಾನೀಗ ಕೆಳಗಿಳಿದು ಹೋಗಿ ಮರಿಯಾಲ್ವದ ಮಾರ್ಕೇಜನಿಗೆ ನನ್ನ ಸಹಾನುಭೂತಿಯನ್ನು ಸೂಚಿಸಲು ದೊರೆಗಳು ಅನುಮತಿ ನೀಡುವಿರಾ?”

“ಹೋಗಿ, ಅವನೊಬ್ಬ ತಂದೆ, ಅವರಿಗೆ ಏನು ಹೇಳಬೇಕು ಅಂತ ನಿನಗೆ ಗೊತ್ತಾ?”

“ಈಗ ಕೋಂಡಿದ ಆರ್ಕುಷ್ ಬಿದ್ದಿರುವಲ್ಲಿ ನನ್ನ ಮಗ ಬಿದ್ದಿದ್ದರೆ ಆತ ಬಂದು ನನಗೆ ಏನು ಹೇಳುತ್ತಿದ್ದನೋ ಅದನ್ನೇ ನಾನು ಅವನಿಗೆ ಹೇಳ್ತೇನೆ.”

ದೊರೆ ಪೀಠವನ್ನು ಬಿಟ್ಟೆದ್ದ. ಮತ್ತೆಂದೂ ಹಿಂತಿರುಗಿ ಅಲ್ಲಿಗೆ ಬರಲಿಲ್ಲ. ತನ್ನ ಉನ್ನತ ಸ್ಥಾನಕ್ಕೆ ತಕ್ಕ ಗಾಂಭೀರ್ಯದಿಂದ ಮಂತ್ರಿ ಪಾವಟಿಗೆಗಳನ್ನಿಳಿದು ಹೋಗಿ, ವೃದ್ಧ ವೀರನನ್ನು ತೋಳು ಹಿಡಿದೆಬ್ಬಿಸಿ ಗೌರವ ಸೂಚಿಸುವಂತೆ ಅವನ ಕೈಗಳನ್ನು ಚುಂಬಿಸಿ ನುಡಿದ:

“ಸ್ವಾಮಿ, ಪೋರ್ತುಗಲ್ ನಾಡಿನ ತಮ್ಮಂಥ ಧೀರರು, ಇತರರಿಗೆ ಮಾದರಿಯಾಗಬೇಕೇ ಹೊರತು ಇತರರು ತಮಗೆ ಮಾದರಿಯಾಗಲಾರರು. ತಮಗೊಬ್ಬ ಮಗನಿದ್ದ; ದೇವರು ನಿಮ್ಮಿಂದ ಅವನನ್ನು ಕಸಿದಿದ್ದಾನೆ. ಈಗ ನನ್ನ ಮಾತು ಕೇಳಿ. ಸ್ಪೇನ್ ನಮ್ಮ ಮೇಲೆ ಯುದ್ಧ ಘೋಷಿಸಿದೆ. ನಮ್ಮ ದೊರೆಗಳಿಗೆ ಶೂರರೂ, ವಿವೇಕವುಳ್ಳವರೂ ಆದ ಜನರ ಖಡ್ಗಗಳ ನೆರವು ಅವಶ್ಯವಿದೆ.”

ಹೀಗೆಂದು ಮಾರ್ಕೇಜ್‌ನ ತೋಳು ಹಿಡಿದು ನಡೆಸುತ್ತ ಮಂತ್ರಿ ಅವನನ್ನು ಕಣದಿಂದ ಹೊರಗೊಯ್ದ. ಮೊದಲನೇ ದಾನ್ ಜೋಸ್ ತನ್ನ ಮಾತಿಗೆ ತಪ್ಪಲಿಲ್ಲ. ಅವನ ಆಳ್ವಿಕೆಯಲ್ಲಿ ಸಾಲ್ವತೆರ್ರದಲ್ಲಿ ಮತ್ತೊಂದು ಗೂಳಿ ಕಾಳಗ ನಡೆಯಲಿಲ್ಲ. ○

ವಿಶ್ವಕಥಾಕೋಶ

ಸಂಪುಟ - ೧೯

ಇಬ್ಬರು ಗೆಳೆಯರು

ಲೇಖಕರ ಪರಿಚಯ

ಇಬ್ಬರು ಗೆಳೆಯರು

ಮಿಗ್ಯಾಲ್ ಸೆರ್‌ವಾಂತೆಷ್ (1547–1616)

ಸಣ್ಣಕಥೆಗಾರ, ಕಾದಂಬರಿಕಾರ, ನಾಟಕಕಾರ ಮತ್ತು ಕವಿ. ಪುಸ್ತಕಪ್ರೇಮಿ. ಇಟಲಿಗೆ ವಲಸೆ. ಮನೆಕೆಲಸಗಾರನಾಗಿ ಜೀವನ. ಅನಂತರ ಸೇನೆಗೆ ಸೇರ್ಪಡಿಕೆ. ಶೌರ್ಯದ ಹೋರಾಟ; ಎಡಗೈ ತುಂಡರಿಕೆ. ತುರ್ಕರ ಬಂದಿ. ಆಲ್ಜೀರ್ಸ್‌ನಲ್ಲಿ ಗುಲಾಮನಾಗಿ ಮಾರಾಟ. ತಪ್ಪಿಸಿಕೊಳ್ಳಲು ತೀವ್ರ ಸಾಹಸ. ಹಣನೀಡಿಕೆಯ ನಂತರ ಮಾಡ್ರಿಡ್‌ಗೆ ಪುನರಾಗಮನ. ಬರವಣಿಗೆಯ ಆರಂಭ. ಸುಂಕ ಸಂಗ್ರಾಹಕನಾಗಿ ಸೇವೆ. ಲೆಕ್ಕಪತ್ರದಲ್ಲಿ ತೊಂದರೆ. ಒಂದಕ್ಕೂ ಹೆಚ್ಚು ಬಾರಿ ಸೆರೆವಾಸ. 58ನೆಯ ವಯಸ್ಸಿನಲ್ಲಿ 'ಡಾನ್ ಕ್ವಿಹೋಟ್' ಅಮರ ಕೃತಿಯ ಮೊದಲ ಭಾಗದ ಬರವಣಿಗೆ. ಬೇರೊಬ್ಬರು ಆತನ ಹೆಸರಲ್ಲೇ ಎರಡನೆಯ ಭಾಗ ಬರೆದಾಗ ತನ್ನ ಕೃತಿಯನ್ನು ಪೂರೈಸುವ ಆತುರ. ಮರಣಕ್ಕೆ ನಾಲ್ಕು ದಿನಗಳ ಮುಂಚೆ ಅಂತಿಮ ಸಾಲುಗಳ ಬರವಣಿಗೆ.

ಒಬ್ಬ ಬುಲೆರೋಗೆ ಲಾಜರು ಸಲ್ಲಿಸಿದ ಸೇವೆ

ಡಿಯಾಗೊ ಉಡ್ತಾದು ದ ಮೆಂಡೊಜಾ (1503–1575)

ಸಣ್ಣಕಥೆಗಾರ, ಕಾದಂಬರಿಕಾರ ಮತ್ತು ಕವಿ. ಇತಿಹಾಸಕಾರನೂ ಹೌದು. ಶ್ರೀಮಂತ ಮನೆತನದಲ್ಲಿ ಜನನ. ಸ್ವಭಾವತಃ ಕ್ರಿಯಾಶೀಲ ವ್ಯಕ್ತಿ. ಇಟಲಿಯ ಹಲವು ನಗರಗಳಲ್ಲಿ ರಾಯಭಾರಿ. ಕೆಲಕಾಲ ಮಿಲಿಟರಿ ಗವರ್ನರ್. ದೊರೆಯ ಆಗ್ರಹಕ್ಕೆ ಪಾತ್ರನಾದ ನಂತರ ಬರವಣಿಗೆಯ ಆರಂಭ. ಪ್ರಾಚೀನ ಸಾಹಿತ್ಯ ಕೃತಿಗಳ ಸಂಪಾದನೆ. 'ರೊಮಾನ್ಸಸ್ ಆಫ್ ರೋಗರಿ' ಲೇಖನಮಾಲೆಯ ಆರಂಭ. ಅರೇಬಿಕ್ ಭಾಷೆ ಕಲಿಕೆಯಲ್ಲಿ ಯಶಸ್ಸು. ಮೂರ್ ದಂಗೆಯ ಚರಿತ್ರೆ ಬರವಣಿಗೆ. ಜೀವನದ ಬಗ್ಗೆ ಉತ್ಸಾಹದ ಹಾಗೂ ವಿನೋದ ಲೇಪಿತ ದೃಷ್ಟಿಕೋನ.

ಎತ್ತರದ ಹೆಂಗಸು

ಪೇದ್ರು ಅಂತೊನ್ಯು ದ ಅಲರ್ಕಾಂವ್ (1833–1891)

ಸಣ್ಣಕಥೆಗಳು, ಕಾದಂಬರಿಗಳಿಂದ ಖ್ಯಾತ. ಮೊದಲು ನ್ಯಾಯಶಾಸ್ತ್ರದ, ಅನಂತರ ಧರ್ಮಶಾಸ್ತ್ರದ ವ್ಯಾಸಂಗ. ಮೊದಲ ಬರವಣಿಗೆಗಳಿಗೆ ಪ್ರಕಾಶಕರ ನಕಾರ. ಪತ್ರಿಕೆಯೊಂದರ ಸಂಪಾದಕನಾಗಿ ಯಶಸ್ಸು. ಮೊರಾಕ್ಕೋದ ಸೇನಾ ಕಾರ್ಯದಲ್ಲಿ ಸೇವೆ. ರಾಜಕೀಯ ಚಟುವಟಿಕೆಗಳಲ್ಲಿ ಪಾತ್ರ. ಗಡೀಪಾರು, ಪುನರಾಹ್ವಾನ, ಉನ್ನತ ಹುದ್ದೆ. ಪ್ರವಾಸ ಬರಹ ಸೇರಿ ಸಾಹಿತ್ಯಕ್ಕೆ ಅಪಾರ ಕೊಡುಗೆ. ❍

ಸಾಕ್ರಟೀಸನ ಹುಂಜ

ಲೆವೊಪೋಲ್ದು ಆಲಸ್ (1852–1901)

ಮೂಲ ಹೆಸರು ಲೆವೆಪೋಲ್ದು ಗಾರ್ಸಿಯ ಆಲಸ್ ವೈ ಉರೆನ. ಅಲ್ಲದೆ ಕ್ಲಾರಿನ್ ಎಂದೂ ಹೆಸರಿತ್ತು. ಸ್ಪಾನಿಷ್ ಸಾಹಿತ್ಯದ ವಾಸ್ತವವಾದಿ ಸಣ್ಣ ಕಥೆಗಾರ, ಕಾದಂಬರಿಕಾರ, ವಿಮರ್ಶಕ. ಕಥೆಗಳಲ್ಲಿ ಪ್ರಾದೇಶಿಕತೆಯ ಸೊಗಡು. ನ್ಯಾಯಶಾಸ್ತ್ರದ ಅಭ್ಯಾಸ. ರಾಜ್ಯಶಾಸ್ತ್ರದ ಅನಂತರ ನ್ಯಾಯ ಶಾಸ್ತ್ರದ ಪ್ರಾಧ್ಯಾಪಕ. ಪತ್ರಕರ್ತನಾಗಿ ಅನೇಕ ಲೇಖನಗಳ ಬರಹ. ರಾಜಕೀಯ ಮತ್ತು ಸಾಹಿತ್ಯಿಕ ಚಟುವಟಿಕೆಗಳಲ್ಲಿ ಆಸಕ್ತಿ. 'ಲಾ ರೀಜೆಂಟ' ಪ್ರಖ್ಯಾತ ಕೃತಿ. ❍

ಅಕ್ಕ ಅಂತೊನಿಯಾ

ರಾಮೊನ್ ದೆಲ್ ವಾಲೆ–ಇಂಕ್ಲನ್ (1866–1936)

ಕಾದಂಬರಿಕಾರ, ಕವಿ, ಸಣ್ಣಕಥೆಗಾರ ಮತ್ತು ನಾಟಕಕಾರ. ತನ್ನ ಪೀಳಿಗೆಯ ಅತ್ಯಂತ ಪ್ರತಿಭಾನ್ವಿತನೆಂದು ಗೌರವ. ವರ್ಣಮಯ ವ್ಯಕ್ತಿತ್ವ. ಕಾವ್ಯಾತ್ಮಕ ಹಾಗೂ ನಯಗಾರಿಕೆಯ ಶೈಲಿ. ಸ್ಪಾನಿಷ್ ರಂಗಭೂಮಿಗೆ ನೂತನ ಆಯಾಮ ನೀಡಿದ ನಾಟಕಕಾರನೆಂದು ಮಾನ್ಯತೆ. ಆದ್ದರಿಂದ ಸ್ಪೇನ್‌ನ 'ರಾಷ್ಟ್ರೀಯ ರಂಗಭೂಮಿ ದಿನ'ದಂದು ಮಾಡ್ರಿಡ್‌ನಲ್ಲಿರುವ ರಾಮೊನ್ ಪ್ರತಿಮೆಗೆ ಇಂದಿಗೂ ಗೌರವ ಸಲ್ಲಿಕೆ. ❍

ದಾನ್ ವಾಲ್ತರನ ಪಿಟೀಲು

ಕಮಿಲ್ಲು ಜುಜೆ ಸೆಲಾ (1916–2002)

ಸಣ್ಣಕಥೆಗಾರ, ಕಾದಂಬರಿಕಾರ, ಪ್ರಬಂಧಕಾರ. ಸ್ಪೇನ್‌ನ ಅಂತರ್ಯುದ್ಧ ದಲ್ಲಿ ಸೇನೆಯಲ್ಲಿ ಸೇವೆ. 26ನೆಯ ವಯಸ್ಸಿನಲ್ಲಿ ಪ್ರಥಮ ಕಾದಂಬರಿ. ಇತರ ರಾಷ್ಟ್ರಗಳಲ್ಲೂ ಕೃತಿಗಳಿಗೆ ಜನಪ್ರಿಯತೆ. ಕಮಿಲ್ಲು ಬರೆದ

‘ದಿ ಫ್ಯಾಮಿಲಿ ಆಫ್ ಪ್ಯಾಸ್ಕಲ್ ಡಾರ್ಟೆ’ ಕಾದಂಬರಿ ಸ್ಪಾನಿಷ್ ಸಾಹಿತ್ಯಕ್ಕೆ ಹೊಸ ಜೀವ ತುಂಬಿತು ಎಂಬ ಗೌರವ. ಗ್ರಾಮೀಣ ಸ್ಪೇನ್ ಮತ್ತು ಲ್ಯಾಟಿನ್ ಅಮೆರಿಕದ ಬಗ್ಗೆ ಪ್ರವಾಸ ಸಾಹಿತ್ಯ ಬರಹ. ಸಾಹಿತ್ಯ ಪತ್ರಿಕೆಯ ಆರಂಭ. 1989ರಲ್ಲಿ ನೊಬೆಲ್ ಸಾಹಿತ್ಯ ಪ್ರಶಸ್ತಿ.

ಮೊದಲ ಪ್ರೇಮ

ಎಮಿಲಿಯ ಪಾಡ್ರೊ ಬಾಜಾನ್ (1851– 1921)

ಸಣ್ಣಕಥೆಗಾರ್ತಿ, ಕಾದಂಬರಿಗಾರ್ತಿ, ಹೆಸರಾಂತ ಕವಯಿತ್ರಿ, ವಿಮರ್ಶಕಿ, ನಾಟಕಕರ್ತೆ ಸಹ. ಕಥೆ, ಕಾದಂಬರಿಗಳಲ್ಲಿ ಪ್ರಾದೇಶಿಕ ಸಂಸ್ಕೃತಿಯ ಚಿತ್ರಣ. ಹಲವು ಕೃತಿಗಳಿಗೆ ಇತಿಹಾಸದ ವಸ್ತು ಆಯ್ಕೆ. ಪತ್ರಿಕೆಗಳಲ್ಲಿ ಹಲವಾರು ಲೇಖನ. ದೇಶದ ರಾಜಕೀಯದಲ್ಲೂ ಆಸಕ್ತಿ. 1907ರಲ್ಲಿ ಕೌಂಟೆಸ್ ಪದವಿ.

ಕೊನೆಯ ದೇವದೂತ

ಅಕಿಲೀನೊ ರಿಬೆಅರು (1885–1963)

ಪೂರ್ಣ ಹೆಸರು ಅಕಿಲೀನೊ ಗೋಮ್ಸ್ ರಿಬೆಅರು. ಸಣ್ಣಕಥೆಗಾರ ಮತ್ತು ರಾಜತಾಂತ್ರಿಕ ಪ್ಯಾರಿಸ್‌ನ ಸಾರ್ಬೋನ್ ವಿಶ್ವವಿದ್ಯಾನಿಲಯದಲ್ಲಿ ವ್ಯಾಸಂಗ. ಪೋರ್ತುಗಲ್‌ಗೆ ವಾಪಸಾಗಿ ಅಧ್ಯಾಪನ ವೃತ್ತಿ ಮತ್ತು ಬರವಣಿಗೆ. ಹಲವು ಕಥೆಗಳಿಗೆ ರೈತ ಜೀವನದ ಹಿನ್ನೆಲೆ. ಆಡಳಿತಗಾರರನ್ನು ವಿರೋಧಿಸಿದ್ದಕ್ಕೆ ಅಕಿಲೀನೊ ಪುಸ್ತಕಗಳಿಗೆ ನಿಷೇಧ. ಇಪ್ಪತ್ತನೆಯ ಶತಮಾನದ ಶ್ರೇಷ್ಠ ಪೋರ್ತುಗೀಸ್ ಸಾಹಿತಿಗಳಲ್ಲೊಬ್ಬ ಎಂಬ ಮಾನ್ಯತೆ.

ಗ್ರಾಮದ ಧರ್ಮಗುರು

ಅಲೆಷ್ಯಂದ್ರಿ ಎರ್ಕುಲಾನೊ (1810–1877)

ಸಣ್ಣಕಥೆಗಾರ, ಚರಿತ್ರೆಕಾರ ಮತ್ತು ಕವಿ. ಬಡತನದ ಕಾರಣ ವಿಶ್ವ ವಿದ್ಯಾನಿಲಯ ಪ್ರವೇಶಕ್ಕೆ ಅಡಚಣೆ. ಸ್ವಂತ ಅಧ್ಯಯನದಿಂದ ಪಾಂಡಿತ್ಯ. ರಾಜಕೀಯದಲ್ಲಿ ಆಸಕ್ತಿ. ಫ್ರಾನ್ಸ್‌ಗೆ ಬಲವಂತ ವಲಸೆ. ಅಲ್ಲಿ ನಿರಾಶ್ರಿತನಾಗಿ ಫ್ರೆಂಚ್ ಸಾಹಿತ್ಯದ ಅಭ್ಯಾಸ. ಪೋರ್ತುಗಲ್‌ಗೆ ವಾಪಸಾದ ಮೇಲೆ ಪುರಸಭಾ ಪುಸ್ತಕ ಭಂಡಾರದ ಅಧಿಕಾರಿ. ಸ್ವಲ್ಪಕಾಲ ಪತ್ರಕರ್ತನಾಗಿ ಪ್ರಭಾವಿ ನಿಯತಕಾಲಿಕದ ಪ್ರಕಾಶಕ. ರಾಯಲ್ ಲೈಬ್ರರಿಯ ನಿರ್ದೇಶನಾಧಿಕಾರಿ. ದೇಶದ ಇತಿಹಾಸದ ಬಗ್ಗೆ ಕೃತಿ ಪ್ರಕಟನೆ. ರಾಜಕೀಯ ಮತ್ತು ಧಾರ್ಮಿಕ ಪ್ರತಿಗಾಮಿಗಳಿಗೆ ತೀವ್ರ ವಿರೋಧ. ಪೋರ್ತುಗಲ್‌ನ ಧರ್ಮಪೀಠದ ಆಗ್ರಹಕ್ಕೆ ಪಾತ್ರ.

ಸಾಲ್ವತೆರ್ರದ ಕೊನೆಯ ಗೂಳಿ ಕಾಳಗ

ಝಿಂ ಆಂವ್ ರೆಬೆಲು ದ ಸಿಲ್ವ (1822–1871)

ಸಣ್ಣಕಥೆಗಾರ. ರಾಜಕೀಯ ಚಟುವಟಿಕೆಗಳಲ್ಲಿ ತೀವ್ರ ಆಸಕ್ತಿ. ಸ್ವಲ್ಪಕಾಲ ನೌಕಾ ಸಚಿವ. ರಾಜಕೀಯದ ಹೊಲಸಿನಿಂದ ಬೇಸತ್ತು ನಿವೃತ್ತಿ. ಅನಂತರ ಸಾಹಿತ್ಯ ಬರವಣಿಗೆಯಲ್ಲಿ ಮಗ್ನ. ಚಾರಿತ್ರಿಕ ವಸ್ತುಗಳನ್ನು ಆಯ್ದುಕೊಂಡು ಬರವಣಿಗೆ.

ಈ ಸಂಪುಟದ ಅನುವಾದಕರು

ಕೆ. ವಿ. ನಾರಾಯಣ

ಮೈಸೂರು ಜಿಲ್ಲೆಯ ಕಂಪಲಾಪುರದಲ್ಲಿ 1948ರಲ್ಲಿ ಜನನ. ಹುಟ್ಟೂರು ಮತ್ತು ಪಿರಿಯಾಪಟ್ಟಣಗಳಲ್ಲಿ ವಿದ್ಯಾಭ್ಯಾಸ. ಎಂ. ಎ. ಹಾಗೂ ಪಿಎಚ್.ಡಿ. ಪದವಿ. ಕಾವ್ಯ ಮೀಮಾಂಸೆ, ಸಾಹಿತ್ಯ ವಿಮರ್ಶೆಯಲ್ಲಿ ತೀವ್ರ ಆಸಕ್ತಿ. ಬೆಂಗಳೂರು ವಿಶ್ವವಿದ್ಯಾಲಯದಲ್ಲಿ ಕನ್ನಡ ಪ್ರಾಧ್ಯಾಪಕ. ಹಂಪಿಯ ಕನ್ನಡ ವಿಶ್ವವಿದ್ಯಾಲಯದಲ್ಲಿ ಪ್ರಾಧ್ಯಾಪಕ ಮತ್ತು ಕುಲಸಚಿವರಾಗಿ ಸೇವೆ. 'ಅಂಕಣ' ಸಾಹಿತ್ಯ ಪತ್ರಿಕೆಯ ಬಳಗದಲ್ಲೊಬ್ಬರಾಗಿದ್ದರು. 'ತೊಂಡುಮೇವು'– ಸಮಗ್ರ ಬರಹಗಳ ಒಂಬತ್ತು ಸಂಪುಟಗಳ ಪ್ರಕಟಣೆ. ಹಲವು ಪ್ರಶಸ್ತಿಗಳ ಗೌರವ.